Thuyền Nhân Việt Nam Thời Hiện Đại
Vươn Tới Tự Do

Shira Sebban
Trí Phan và Hồ Trọng Hiệp dịch

QUILL HAWK PUBLISHING

Edmond, Oklahoma

Thuyền Nhân Việt Nam Thời Hiện Đại: Vươn Tới Tự Do

© 2025 by Shira Sebban

ISBN: 979-8-9900749-0-3 (Paperback)
ISBN: 979-8-9900749-1-0 (Hardback)
ISBN: 978-1-965142-46-2 (eBook)

Trí Phan và Hồ Trọng Hiệp dịch

Edmond, OK

Tưởng nhớ Ngọc Nhi Nguyễn (Ann) –
người bạn thân thiết,
người bênh vực cho nhân quyền,
người đã gợi ý để tôi viết cuốn sách này.

"Tôi luôn kinh ngạc về sự màu nhiệm mà những mối dây liên hệ vô hình liên kết chúng ta lại với nhau trong vũ trụ này. Mỗi người trong chúng ta đều cố gắng theo cách của mình hướng về điều tốt đẹp và thường thì không ai tận mắt chứng kiến thành quả từ những nỗ lực mình đã bỏ ra, nhưng đôi khi sự kỳ diệu vẫn diễn ra."
—Nga L H Nguyen, Change Agent, Việt Nam, 12/8/2016)

"Tất cả mọi người đều có quyền mưu cầu sự cứu nạn ở các quốc gia khác để tránh sự đàn áp."
— Tuyên ngôn Quốc tế về Nhân quyền, Điều 14.1

MỤC LỤC

Lời tri ân

Tôi sẽ không bao giờ bắt tay vào viết cuốn sách này nếu không có sự khuyến khích của Nguyễn Ngọc Nhi (Ann), một nhà hoạt động nhân quyền (nay đã qua đời). Cô là người đã thuyết phục và muốn tôi chia sẻ câu chuyện của mình về người tị nạn, cô còn nhấn mạnh rằng rất ít câu chuyện về Thuyền Nhân Việt Nam cận đại có cơ hội được nghe bằng tiếng Anh. "Sau tất cả những chuyện đã xảy ra, tôi nghĩ chị có thể viết được một cuốn sách," cô nói, và còn thêm: "Nó thậm chí có thể được dựng thành phim!"

Chúng tôi gặp nhau lần đầu qua trực tuyến vào Tháng 7 năm 2016. Lúc đó, Nhi tình nguyện giúp tôi phiên dịch lúc ban đầu mỗi khi tôi tiếp xúc với Luật sư Võ An Đôn qua Facebook. Rồi từ đó tình bạn của chúng tôi càng ngày càng thắm thiết, sự tận tụy làm việc của chúng tôi đối với các gia đình người tỵ nạn kéo chúng tôi gần lại với nhau hơn. Khi Nhi giới thiệu một người bạn tốt của cô là Grace Bùi, cũng là một người hết lòng với người tỵ nạn, tôi lại có thêm một người bạn nữa. Ba người chúng tôi rất hợp tính nhau, và như có thêm sức mạnh nên chúng tôi làm việc không hề mệt mỏi. Nhi luôn nói rằng "thế giới sẽ không quên họ (các gia đình người tị nạn) khi chúng ta vẫn còn đây." Grace và tôi nhớ cô thật nhiều và tin rằng ở trên ấy, cô sẽ rất vui khi biết Grace và tôi đã hoàn thành công việc mà ba người chúng tôi đã cùng nhau khởi xướng.

Tôi xin gửi lời cảm ơn đến Luật sư Võ An Đôn, một người luôn sẵn sàng giúp đỡ mọi người về mặt pháp lý và không ngừng đấu tranh cho công lý. Tôi xin cảm ơn Phạm Mai Hoa, một nhà sản xuất và người dẫn chương trình phát thanh tiếng Việt của SBS cho sự giúp đỡ nhiệt tình của cô và Trí Phan, người đã vui lòng đảm nhận công việc khó khăn là chuyển ngữ phần giới thiệu và tất cả các chương của cuốn sách từ Anh Ngữ sang Việt Ngữ. Ngoài ra, tôi cũng xin cảm ơn anh Hồ Trọng Hiệp, người đã giúp dịch các phần còn lại hầu giúp toàn bộ cuốn sách có thể gởi rộng rãi đến với nhiều độc giả.

Tôi xin gởi lời biết ơn chân chân thành đến ông Đoàn Việt Trung, cựu Chủ Tịch Cộng Đồng Người Việt Tự Do Úc Châu và đồng thời cũng là cựu Chủ Tịch Hội Đồng Quản Trị của VOICE Australia, người đã từng giúp đỡ các gia đình trước khi tôi tham gia, cho những tài liệu và bản dịch vô giá và ông luôn sẵn sàng cung cấp. Ông Trung cũng là người mà tôi luôn tìm đến để thỉnh giáo mỗi khi gặp khó khăn. Tôi cũng xin tỏ lòng biết ơn đến ông Ngô Thanh Hải, cựu Thượng Nghị Sĩ của Quốc Hội Canada cho sự hào phóng cũng như sự giúp đỡ tận tình của ông; Bác Sĩ Bùi Trọng Cường, Chủ Tịch

Cộng Đồng Người Việt Tự Do Queensland; ông Văn Phạm, Chủ Tịch Ủy Ban về Tị Nạn, Sunshine và Aaron Biskaps, tất cả mọi người tại Dịch vụ Dòng Tên JRS Indonesia, Nha Sĩ Hà Hồng Long và vợ Tạ Thị Thu Trang, Christina Nguyễn, cựu nhà báo Trần Hòa Ái của RFA, và các luật sư nhân quyền, Trish Cameron và Alison Battisson. Nếu không có họ, chúng tôi sẽ không bao giờ đạt được mục tiêu của mình. Tôi xin tỏ lòng biết ơn đến Tiến Sĩ Antje Missbach, người đã giúp tôi biết thêm chi tiết về cách đối xử của Indonesia với người xin tị nạn và người tị nạn, và các chuyên gia pháp lý, Tiến Sĩ Anthea Vogl và Tiến Sĩ Shauna Labman, đã luôn sẵn lòng chia sẻ kiến thức của họ về luật di trú của Úc và Canada với tôi. Ngoài ra, còn có rất nhiều người ủng hộ không muốn nêu tên nhưng họ đã góp phần rất lớn và không thể thiếu được cho dự án này, tôi xin gởi lời cảm ơn chân thành nhất của tôi đến từng người một trong số họ.

Đặc biệt, tôi xin nêu lên những việc làm đáng khâm phục của VOICE Canada do Đỗ Kỳ Anh điều hành, cũng như những người cộng sự của ông là Lê Lương, James Nguyễn và Hồ Lan Khanh. Các anh chị thật sự "là chiếc la bàn," như lời trích dẫn từ trang web của VOICE. Công việc cao quý của các anh, chị với những nỗ lực vận động không ngừng để chắc chắn rằng "thuyền sẽ đến bến tự do." Và bến tự do đó là Canada, một quốc gia mà chúng tôi biết chắc rằng sẽ mang lại sự tự do cho các gia đình tị nạn để họ có thể theo đuổi ước mơ của mình.

Cuối cùng, xin cảm ơn anh, Ilan, người bạn đời yêu dấu của em và các con của mẹ, Raphael, Gabriel và Jonathan. Anh và con đã đồng hành với em, trực tiếp hoặc tinh thần trong hành trình đầy gian nan này. Nếu không có sự ủng hộ, khuyến khích và tình yêu vô bờ bến của anh và các con, cuốn sách này chắc chắn sẽ không bao giờ được hình thành.

Dẫn nhập

"Cha mẹ vào tù, con vào trại mồ côi vì tội vượt biên." Tựa đề bài viết đập vào mắt khi tôi lướt qua các trang báo trong giờ điểm tâm.

Dưới tiêu đề là tấm hình một người mẹ với bốn đứa con đang đứng dàn hàng ngang trước ống kính, người mẹ cúi đầu như thể tránh đi một cái nhìn.

Đó là một buổi sáng thứ Bảy cuối tháng Bảy năm 2016.

"Một người Việt Nam xin tầm trú bị chính phủ trả về sẽ phải vào tù trong tuần này với mức án 3 năm tù giam. Các con của bà sẽ được đưa vào trại mồ côi mặc dù trước đó chính quyền Hà Nội cam đoan với chính phủ Úc rằng sẽ không trừng phạt những người bị trả về."[1]

Cho đến lúc đó tôi không hề biết rằng các "thuyền nhân" vẫn tìm cách rời Việt Nam. Trước đó, thời điểm năm 1982 thì tôi có biết chính phủ Úc đã nhận 60,000 người Việt tị nạn[2] và cho phép họ định cư tại Úc. Đây là những người Việt đã phải bỏ chạy khỏi quê hương mình từ sau cuộc chiến tranh Việt Nam kết thúc, cũng từ đó đã có thêm 200,000 người Việt Nam di dân qua Úc. Thế nhưng thuyền

1

Bức hình đăng trên tờ báo Úc *The Australian*, từ trái: các con gái Hồ Thanh Nhã My, Hồ Thanh Nhã Trân, Hồ Thanh Thảo Nhi, và mẹ Trần Thị Thanh Loan, cùng con trai Hồ Văn Lộc (ảnh do Trần Thị Thanh Loan cung cấp).

nhân ở thế kỷ 21? Ngay lúc đó, tôi dường như không hiểu được cái điều tưởng chừng như rất đỗi nghịch lý này.

Khoảng đầu năm 2016, tôi đã có những chuyến viếng thăm Trung Tâm Tạm Giam Di Dân Villawood (Villawood Immigration Detention Centre) ở Sydney. Từ lâu tôi đã muốn làm một cái gì đó cho người tị nạn, dù vậy tôi vẫn dùng dằng, tìm cách né tránh ý định đó bằng cách nói rằng "mình bận lắm." Hơn nữa, chỉ với một mình thì tôi có thể làm được gì? Tuy nhiên, năm đó tôi cũng đã quyết định làm một việc. Số là gia đình chúng tôi, như phần lớn những người khác, cũng từng là thuyền nhân khi chạy trốn làn sóng bài Do Thái

2

đang nổi lên ở Đông Âu vào cuối thế kỷ 19 đầu thế kỷ 20. Chúng tôi may mắn tìm được bến đỗ an toàn và có một cuộc sống mới ở Úc và Canada.

Ông nội của tôi định cư ở Toronto, Ontario. Ông may mắn trốn thoát khỏi cơn cuồng nộ của Chủ nghĩa bài Do Thái ở Ukraine. Ông tới được Đảo Ellis Island vào năm 1913 lúc còn là một cậu thiếu niên cùng với người chị ruột goá bụa và ba đứa con của chị. Trước đó vài năm thì bà tôi - lúc đó vẫn là một cô bé và ông bà vẫn chưa gặp nhau, đã tới được Halifax ở Nova Scotia cùng gia đình sau khi chạy trốn khỏi thành phố Lodz ở Ba Lan.

Vào năm 1925, ông bà ngoại tôi do kịp thời nhìn thấy trước những bất trắc nên đã sớm rời Ba Lan tới Palestine, nhờ vậy mà tránh được số phận bi thảm của những người còn lại trong gia đình. Họ đều bị Phát-xít giết hại 15 năm sau đó. Ông bà ngoại tôi cuối cùng cũng đã tới được Úc và sống ở Melbourne, nơi tôi sinh ra và lớn lên. Họ ra đi mà không có các anh chị em của mình. Nỗi đau mất người thân trong nạn diệt chủng Do Thái lớn đến mức họ không thể đối diện được với nó mãi cho đến một vài năm gần đây.

Trước khi tham gia nhóm Giúp đỡ Người Tầm Trú Sydney (Supporting Asylum Seekers Sydney (SASS)), tôi là thành viên của một nhóm xã hội gồm đủ lứa tuổi đủ thành phần để giúp đỡ những người đang bị giam giữ ở trại Villawood. Mỗi chiều thứ Năm hàng tuần, nhóm đem thức ăn vào trại phân phát cho những người ở đây, lắng nghe chuyện của họ, an ủi và giúp đỡ khi có thể như là cho

3

quần áo, mua thẻ điện thoại, hay tìm một luật sư di trú sẵn lòng giúp họ miễn phí.

Phần lớn những người tầm trú mà tôi gặp ở trại tạm giam là người Trung Đông hay Nam Á, chỉ một số ít là người Việt Nam. Chính xác mà nói, theo như những con số thống kê mới nhất cho đến 31/5/2022, có tất cả 101 người tầm trú đến từ Việt Nam, chiếm khoảng 7,2% trong tổng số 1.402 người đang bị giam giữ trong các trại tạm giam của bộ Di Trú trên cả nước Úc.[3]

Có một sự phân biệt nhỏ đối với việc giam giữ trên đất Úc và bên ngoài Úc. Các trại giam trên lãnh thổ Úc chỉ dành cho thuyền nhân đến Úc trước ngày 19 tháng 7 năm 2013 - ngày mà Thủ tướng Kevin Rudd loan báo: "Từ nay trở đi, bất kỳ người tị nạn nào đến Úc bằng thuyền sẽ không được định cư tại Úc với tư cách là người tị nạn."[4] Do vậy mà tất cả những người đến sau đều sẽ bị chuyển đến các trung tâm giam giữ người tầm trú của Úc đặt ở nước ngoài, như các trại trên đảo Manus ở Papua New Guinea (PNG) hoặc trên đảo Nauru ở Nam Thái Bình Dương.[5]

Dưới thời chính phủ Lao động ở Úc, số lượng người xin tị nạn trong năm 2012 – 2013 gia tăng đáng kể. Hơn 30.000 người đã đến bằng thuyền chỉ trong thời gian 18 tháng, phần lớn họ trả một khoản tiền rất lớn cho những đầu nậu để được tổ chức đưa đi trên những hành trình đầy nguy hiểm. Và thật bi thảm là từ năm 2008 đến 2013, đã có 1072 người, trong đó có ít nhất 15 trẻ em chết trên biển. Chính phủ Úc, lúc đó là đảng Lao động nắm quyền, buộc phải hành động.

"Stop the boats" hay "Chặn thuyền" trở thành khẩu hiệu của Chính Phủ Liên Đảng mới thắng cử của Thủ tướng Tony Abbott - người đề ra sáng kiến Tuần Tra Bảo vệ Lãnh Giới (Operation Sovereign Borders (OSB)), do quân đội phụ trách và hoạt động trong bí mật để canh phòng biên giới.[6] Cũng từ đó, cụm từ "Illegal Maritime Arrivals" (IMAs)[7] chỉ "người vượt biển bất hợp pháp" được dùng để nói về những thuyền nhân tầm trú thay cho từ "bất thường" (irregular) hay "trái phép" (unauthorized) như trước đây. Các biện pháp này khởi xướng vào tháng 9 năm 2013 đã giúp làm giảm đáng kể số lượng "người vượt biển bất hợp pháp." "Quay thuyền" cũng đã được áp dụng "mỗi khi khả thi,"[8] nhằm ngăn các thuyền vượt biên không cho tiến vào vùng lãnh hải Úc, buộc họ phải quay lại vùng nước của quốc gia mà họ đã rời đi. Lực Lượng Biên Phòng Úc (Australian Border Force (ABF)) được thành lập vào tháng 7/2015 như là "Cơ quan thực thi pháp luật và dịch vụ hải quan tuyến đầu biên giới Úc."[9] Chính phủ cũng đã đưa lên các tàu đậu ngoài khơi của nước Úc những người mà họ sẽ gởi trả trở về nơi xuất xứ. Việc trả về có thể bằng máy bay hoặc chuyển giao trên biển giữa hai đại diện của quốc gia. Trong khoảng 2013–2021, Úc- cho biết đã ngăn chặn hơn 800 người nhập cư trái phép trên 38 tàu thuyền.[10]

Và đây là chính những gì đã xảy ra với mẹ con của những người mà bài báo tôi đọc đã đề cập. Bà Trần Thị Thanh Loan và gia đình nằm trong số 46 người Việt Nam tầm trú. Họ tìm cách đến Úc trên một chiếc thuyền đánh cá của gia đình vào tháng 3 năm 2015.

5

Họ bị hải quân Úc chặn lại vì xâm nhập lãnh hải Úc bất hợp pháp và bị đưa lên tàu quân đậu ngoài khơi để trả họ về lại Việt Nam. Bị trả trở về Việt Nam, chồng bà Loan - ông Hồ Trung Lợi,[11] bị kết án hai năm tù vì tội tổ chức vượt biên.

Bản thân bà Loan cũng bị kết án và bị tòa bác đơn kháng cáo xin khoan hồng để được ở nhà nuôi con, vì nếu cả hai vợ chồng đều đi tù thì không ai nuôi con của họ - bốn đứa trẻ từ 4 đến 16 tuổi. Không ai bên gia đình nội ngoại có khả năng cưu mang lũ trẻ do đều quá nghèo, vì vậy lũ trẻ được thông báo là sẽ phải nghỉ học để vào trại trẻ mồ côi. Đó là vào cuối tháng 7 năm 2016.

"Tụi nhỏ khóc thảm thiết và bíu lấy mẹ," bà Loan nói với tờ The Australian của Úc. "Đứa con út của tôi luôn miệng nói 'Mẹ, đừng đi,' còn mấy đứa lớn thì buồn thiu. Tụi nhỏ lo lắng và sợ hãi khi không có cả cha lẫn mẹ ở bên cạnh. Chúng hỏi tôi là cho tụi nó vô tù chung với tôi luôn có được không."

Những lời nói của bà Loan đã ám ảnh tôi. Sao lại có một gia đình chịu nhiều đau thương đến như vậy? Không đành lòng nhìn thấy lũ trẻ bị chia cắt thêm lần nữa, hơn nữa là người Úc, tôi cảm thấy xấu hổ, ray rứt và phần nào cảm thấy mình cũng chịu một phần trách nhiệm trước hoàn cảnh của họ. Bởi lẽ chính phủ của chúng tôi đã gởi trả họ về mà không cho họ một phiên điều trần công bằng trước khi ra quyết định.

Đó là những gì tôi đọc trên tờ báo sáng thứ Bảy. Tối hôm đó tôi đi đến một quyết định. Bài báo trích dẫn lời ông Võ An Đôn, một luật sư thiện nguyện mà bà Loan tìm đến để nhờ giúp đỡ. Tôi tìm cách liên lạc với ông ở Việt Nam để hỏi xem mỗi tháng một gia đình như bà Loan cần bao nhiêu tiền để nuôi con, và nếu nuôi cho đến khi cha của chúng ra tù vào giữa năm 2017 thì cần bao nhiêu. Được sự đồng ý của Ilan, chồng tôi, người luôn ủng hộ tôi, chúng tôi quyết định sẽ chi trả tháng đầu tiên khi đã biết được số tiền cần thiết. "Em không thể một mình cáng đáng mọi thứ," Ilan nhắc chừng tôi. "Em cần quyên góp để giúp họ." Vào thời điểm đó thì tôi không hình dung hành động bộc phát ban đầu của tôi sau bài báo đó sẽ dẫn mình đi tới đâu.

Và thật vậy, sau đó không bao lâu thì tôi nhanh chóng phát hiện ra rằng tình cảnh tuyệt vọng của gia đình bà Loan không phải là cá biệt. Chỉ từ tháng 3 năm 2015 đến tháng 7 năm 2016, hải quân Úc đã chặn ba chiếc thuyền chở tổng cộng 113 người tầm trú Việt Nam trong ba đợt khác nhau. Những người này được thẩm tra trên biển và kết quả cho thấy là họ không hội đủ điều kiện để xin tị nạn. Tất cả bọn họ bị buộc phải quay trở lại Việt Nam, và khi về đến nơi thì những người bị coi là tổ chức vượt biên bị chính quyền tống giam.[12]

Câu chuyện trong cuốn sách này là về họ - những thuyền nhân Việt Nam thời hiện đại như gia đình bà Loan. Trong cuộc lữ của họ, không thể thiếu sự giúp đỡ của những tấm lòng vàng từ khắp mọi nơi: Úc, Việt Nam, Thái Lan, Indonesia, Mỹ và Canada, những người đã luôn bên họ trong "Hành Trình Tìm Tự Do."

Giờ đây, họ đã an toàn, tôi có thể tiết lộ toàn bộ câu chuyện đằng sau hành trình tìm tự do của họ. Tôi giữ nguyên tên họ thật của những người được nhắc đến, ngoại trừ một số ít người hiện sống tại

Việt Nam thì tôi dùng tên khác để tránh những phiền phức không hay có thể xảy ra cho họ. Tên của một trung tâm dạy nghề được nhắc đến trong chương 6 cũng được giữ kín theo yêu cầu vì những lo ngại bị hiểu lầm và bị cho là "tuyên truyền chống phá nhà nước."

Thể loại chuyện như thế này không có nhiều sự chú ý của các phương tiện truyền thông phương Tây và tiếng Anh, chính vì vậy mà nó càng trở nên cần được nói đến và chia sẻ, nhất là khi chúng tôi có thể vui mừng, khi cuối cùng họ được định cư ở Canada - một quá trình vận động gian nan để có kết quả này. Trong những năm gần đây một vài cuốn sách đã xuất bản cho thấy - so với cách tiếp cận tương đối nhân đạo của Canada, chính sách cứng rắn của Úc về kiểm soát biên giới đã tác động không nhỏ lên số phận của người tị nạn. *Thuyền Nhân Việt Nam Thời Hiện Đại: Vươn Tới Tự Do* đem tới câu chuyện thật về người Việt tị nạn thời hiện đại, đồng thời cũng đề cập tới nhiều vấn đề mà luật bảo mật của Úc vẫn còn đang che đậy. Qua câu chuyện của bà Loan, ông Lợi và các con của họ trong số nhiều người khác, *Thuyền Nhân Việt Nam Thời Hiện Đại* mong muốn nhìn thẳng vào vấn đề vốn vẫn đang bị tránh né. Bên cạnh đó, cuốn sách cũng mong muốn chia sẻ với những người đã giúp đỡ họ một câu chuyện về lòng kiên trì, sự quyết liệt, cùng niềm tin của những con người bị tước đi mọi thứ, nhưng không ai có thể tước mất đi của họ niềm hi vọng. Một câu chuyện mà qua đó cho thấy sự quả cảm, phi thường của những con người bình thường trong cuộc chiến giành tự do cho mình. Họ đã chiến đấu cho đến khi mọi

cánh cửa phải tan biến, mọi biên giới bị xoá nhoà trước khát vọng tự
do của họ. Và họ đã được điều họ mong muốn: Tự Do.

Chương 1
Đừng Để Chúng Phải Vào Trại Mồ Côi

Khi tôi liên lạc được với luật sư nhân quyền Võ An Đôn thì mới thấy rằng tình hình phức tạp hơn là tôi tưởng. Luật sư Đôn được biết đến như là "Luật sư của dân" và là một nhân vật quen thuộc của giới đấu tranh. Ông thường nhận bào chữa miễn phí cho nhiều người. Trong hơn 200 lần bào chữa miễn phí của ông có không ít trường hợp là người nghèo, người dân tộc thiểu số, phụ nữ có thai, và những người khuyết tật. Ông cũng hay lên tiếng bênh vực cho các nạn nhân của chính quyền - những người bị công an đánh đập, bắt oan sai và bị kết án nặng nề ở toà, hay những người bất đồng chính kiến bị kết những cái án như âm mưu lật đổ chính quyền hay tuyên truyền chống phá nhà nước.

Thoạt đầu, tôi gởi một tin nhắn bằng tiếng Anh qua Facebook messenger cho luật sư Võ An Đôn nhưng không nhận được phản hồi nào. Vài ngày sau, tôi thử gọi điện cho văn phòng của ông tại Trung Tâm Hỗ Trợ Pháp Lý Nhà Nước ở Tuy Hoà - thủ phủ của tỉnh Phú Yên (một tỉnh duyên hải thuộc miền Trung của Việt Nam). Người trực ban trả lời điện thoại chỉ có thể nói được đúng một chữ "Facebook" và cứ lập đi lập lại như vậy cho tất cả những yêu cầu của tôi là muốn nói chuyện với Luật sư Võ An Đôn.

Cuối cùng thì tôi đành phải lên trên trang Facebook của ông để hỏi bằng tiếng Anh. Tôi hỏi ông chi phí trung bình một năm là bao nhiêu nhằm giúp gia đình bà Loan có thể chu cấp cho bốn đứa con của mình; và nếu cầm cự cho đến khi cha của chúng mãn hạn tù về nhà vào năm sau thì tổng số ước chừng là bao nhiêu. Gần như lập tức ngay sau khi tin nhắn này được post công khai lên trang Facebook của Luật sư Đôn thì tôi nhận được tin nhắn gởi tới hộp thư Facebook messenger của mình từ một Facebooker tên Ngọc Nhi (Ann) Nguyễn (cái tên mà cộng đồng mạng biết đến cô). Đó là một người Úc gốc Việt và là một tiếng nói vì nhân quyền, cô cũng từng là một người tị nạn. Cô tình nguyện làm người phiên dịch giữa tôi với luật sư Đôn vì cô có liên hệ quen biết với luật sư. Chúng tôi nhanh chóng là bạn và đồng sự trong các cuộc liên lạc mà tôi gần như chỉ biết trông cậy vào những tư vấn của cô ấy. Bản thân luật sư Đôn cũng đã nhờ người phiên dịch cho mình để giải thích với tôi rằng ông đã liên lạc với bà Loan, nhưng bà Loan cho biết bà không dám nhận bất kỳ sự giúp đỡ nào vì e ngại.

Tuy nhiên sau khi nghe luật sư thuyết phục thì bà cũng tính toán và đưa ra con số tối thiểu cần thiết để lo ăn học cho bốn đứa con của bà là khoản 7 triệu đồng Việt Nam một tháng. Thoạt nghe thì có vẻ rất nhiều đối với tôi, nhưng tính ra thì khoản 300 đô Mỹ một tháng, tương đương 3600 đô Mỹ một năm. Được sự đồng ý của Ilan chồng tôi, chúng quyết định gởi cho bà Loan số tiền của tháng đầu tiên. Chúng tôi không biết khi nào bà Loan bị đưa đi tù để chấp hành bản án, do đó chúng tôi phải hành động nhanh. Bà Loan lúc đó không có tài khoản ngân hàng, bà phải đi mở một tài khoản để nhận tiền, một thủ tục mà theo luật sư Đôn thì phải mất ít nhất là một tuần. Thế nhưng thật ngạc nhiên là nó được làm trong một ngày là xong, và luật sư Đôn đã chụp hình số tài khoản mới tinh của bà Loan cho chúng tôi.

Vào ngày 4 tháng 8, 2016 – một tuần sau những liên lạc của tôi tới luật sư Đôn – ông đã cho đăng tải trên trang Facebook cá nhân một bài viết bày tỏ sự cảm kích dành cho tôi mở đầu bằng câu: "Shira Sebban, một phụ nữ sống ở Úc đã tình nguyện đứng ra bảo trợ cho bốn đứa trẻ mà cả cha và mẹ đều bị bắt đi tù." Bài viết bằng tiếng Việt đi kèm với tấm ảnh của tôi được hàng ngàn người theo dõi trang ông chia sẻ và hưởng ứng. Trong bài viết, ông cũng mô tả tình trạng bi đát của gia đình bà Loan. Kết thúc bài viết ông cho biết, "Shira Sebban, người bảo trợ cho gia đình bà Loan, đang cố gắng cứu bốn đứa trẻ trước một tương lai đen tối đang chờ chụp xuống đầu chúng." Hiển nhiên là chúng tôi không còn cách nào khác phải thực hiện lời hứa của mình.

Thật may là Raphael - con trai lớn của chúng tôi, khuyên tôi nên mở một cuộc vận động quyên góp trên trang GoFundMe. Chúng tôi đặt tên cho cuộc vận động của mình là "Don't Let Them Go to An Orphanage" – "Đừng Để Lũ Trẻ Phải Vào Trại Mồ Côi." Chỉ tiêu đặt ra là trong một tháng phải quyên được 7,000 Mỹ kim. Đây là số tiền cần để nuôi lũ trẻ ăn học trong hai năm. Ngọc Nhi Nguyễn đã dịch lời kêu gọi này sang tiếng Việt và gởi đi tới các bạn bè của cô cũng như các cộng đồng người Việt tại Úc. Trong vòng một tuần, chúng tôi đã quyên được gần một nửa số tiền, và có thêm nhiều người quan tâm đến chiến dịch của chúng tôi trên trang GoFundMe. Ý tưởng này được tôi dùng làm nhan đề cho bài viết của mình đăng trên tờ *The Guardian*: "Chúng ta, những người Úc, nghĩ khác và làm khác những gì mà chính phủ làm." Kết quả chỉ trong vòng 12 tiếng chúng tôi thu được thêm 1400 đô Mỹ tiền quyên góp.[1]

Nga L H Nguyen, một trong những tác giả đầu tiên viết về chuyện những thuyền nhân Việt bị trả về mà tôi đã đọc trên tờ *The Australian*, chia sẻ trên trang Facebook của cô rằng ngay sau khi nghe tin về chiến dịch gây quỹ trên mạng, cô lập tức gọi liền cho bà Loan: "Cả hai chúng tôi mất vài phút để khóc với nhau trên điện thoại, vì mừng." Trong bài viết có tên là "Điều kỳ diệu nhất đã xảy ra," mà Nga L H Nguyen và đồng tác giả Amanda Hodge viết có đoạn:

Thật đau lòng khi chứng kiến một gia đình bị tan đàn xẻ nghé, con cái sắp sửa bị gởi vào trại mồ côi, tất cả cũng chỉ vì cha mẹ chúng mong muốn đem lại cho chúng một tương lai tốt hơn. Vào thời điểm bài báo được đăng tải, mặc dù chúng tôi nói với người mẹ rằng chúng tôi hy vọng bài báo sẽ thu hút sự chú ý của công chúng đến trường hợp của bà ấy và những người cùng cảnh ngộ với bà, nhưng thực lòng mà nói, tôi không tin tưởng lắm là sẽ có một sự giúp đỡ thiết thực nào có thể xảy ra.... Thế nhưng thật khó tin rằng câu chuyện của chị mà chúng tôi đã chia sẻ trong bài viết đăng tải lại có thể tạo ra sự thay đổi lớn như vậy cho Loan và gia đình chị.

Theo dõi câu chuyện này từ đầu, tôi thật sự cảm phục trước quyết tâm cứu con của bà Loan, cuộc chiến bền bỉ của luật sư Đôn bảo vệ những người bị áp bức bởi hệ thống công quyền, và lòng tốt của Shira. Và không thể không kể đến sự kiên quyết của Amanda như một sự thôi thúc chúng ta phải lên tiếng và đòi công lý cho những người trong chuyện này. Câu chuyện này một lần nữa cho thấy rõ những nỗ lực về công bằng xã hội đã tạo ra những khác biệt to lớn trong cuộc sống của con người, rằng tình yêu thương và lòng tốt là thứ thực sự kết nối nhân loại với nhau. Nếu có lúc nào lạc mất niềm tin vào đồng loại, xin hãy nghĩ về điều này để vực mình dậy và đi tiếp.

Chiến dịch gây quỹ đã thu hút được sự chú ý của các hãng truyền thông Việt ngữ và các bloggers trong và ngoài nước ở Washington DC, Việt Nam, Luân Đôn tới Sydney như là SBTN (Saigon Broadcasting Television Network), VOA (Voice of America), RFA (Radio Free Asia), VNWHR (Phụ Nữ Nhân Quyền Việt Nam), BBC, và hãng truyền thông đa văn hoá Úc Châu SBS

14

(Special Broadcasting Service). Do bởi chính phủ Việt Nam chặn đường link của các nhà đài này nên các cuộc phỏng vấn thường được các đài cho đăng lại trên kênh YouTube như là cách để thông điệp của họ có thể đến được người nghe trong nước.[2]

Trong số các bài viết đăng trên mạng mà tôi biết có một bài khiến tôi bất ngờ nhất. Bài này viết bằng tiếng Việt mô tả tôi với nguồn gốc Do Thái, và để thuyết phục mọi người về niềm tin Do Thái giáo của tôi, bài viết dẫn kèm đường link của một nhóm Người Mỹ Do Thái Chính Thống mặc đồng phục nhà binh hát quốc ca Hoa Kỳ![3]

Sau những bài viết này thì gần thì liền sau đó có rất nhiều người gởi lời kết bạn với tôi mà tôi không biết họ là ai. Nhi khuyên tôi rằng nên dè chừng với những lời mời kết bạn này vì có một số không đáng tin và không loại trừ là an ninh Việt Nam giả dạng. Vì vậy tôi không mở rộng thêm số lượng bạn trên trang Facebook, mà thay vào đó để các bài đăng ở trạng thái công khai nhằm có thể thu hút thêm nhiều người quan tâm, ngay cả những người không là bạn trên Facebook cũng có thể theo dõi tôi trong những hoạt động này.

Cùng lúc đó thì chúng tôi cũng đã có một số tiến triển trong việc chuẩn bị cho việc bà Loan sẽ phải thi hành án, tức là sẽ bị bắt đi tù 36 tháng như bản án của Tòa Án Nhân Dân Thị Trấn La Gi, Tỉnh Bình Thuận đưa ra vào ngày 5 tháng 8 năm 2016.

Mặc dù cố gắng không nghĩ đến việc đi tù, nhưng Bà Loan cũng phải chuẩn bị cho cái ngày nó sẽ tới. Bà giới thiệu một số người thân của mình với Nhi gồm em dâu, người cha già và con gái lớn của bà - cháu Hồ Thanh Nhã My (khi đó 16 tuổi). Đây là những người được bà ủy quyền để truy cập vào tài khoản ngân hàng một khi bà phải vào tù nhằm bảo đảm gia đình bà vẫn sẽ tiếp tục nhận được sự giúp đỡ hàng tháng.

Bà Loan có được bảy ngày để tới trình diện tại trụ sở công an La Gi, một thị trấn đánh cá trên bờ biển Nam Trung kỳ, trước khi thi hành án tù. Nếu không tuân thủ, công an sẽ tới nhà bắt.

Được Nhi thông báo, Tổ chức Ân xá Quốc tế (Amnesty International) đã ra một tuyên bố với tiêu đề: "Việt Nam: Việc bắt giam người xin tị nạn bị Úc cưỡng chế trả về là trái pháp luật và có thể là thảm họa đối với bốn đứa con nhỏ của cô ấy."[4] Bản tuyên bố gọi việc bắt bà Loan đi tù là "một hình phạt nhẫn tâm và tàn nhẫn đối với việc thực hiện quyền xin tị nạn của cô ấy." Tổ chức nhân quyền khẳng định bà Loan và chồng là Hồ Trung Lợi cùng Nguyễn Thị Liên và Nguyễn Văn Hai, những người xin tị nạn không thành bị trả về, "bị kết án vì thực hiện một quyền con người được quốc tế bảo vệ" và kêu gọi trả tự do ngay lập tức. "Tuyên ngôn thế giới về quyền con người … quy định quyền xin tị nạn bên ngoài quốc gia của một người…. Việt Nam có nghĩa vụ tôn trọng và bảo vệ quyền này, vì đây là quy tắc của luật lệ quốc tế ràng buộc đối với tất cả các quốc gia." Tổ chức Ân xá Quốc tế cũng nhắc rằng, với tư cách là một quốc gia thành viên của *Công ước về Quyền Trẻ* em,[5] Việt Nam có nghĩa vụ "coi lợi ích tốt nhất của trẻ em là ưu tiên hàng đầu trong mọi hành động liên quan đến trẻ em, bao gồm cả những hành động do cơ quan hành chính và tòa án thực hiện."

CỘNG HÒA XÃ HỘI CHỦ NGHĨA VIỆT NAM
Độc lập – Tự do - Hạnh phúc

La Gi, ngày 05 tháng 8 năm 2016

QUYẾT ĐỊNH
THI HÀNH ÁN PHẠT TÙ
(Đối với người bị xử phạt tù đang tại ngoại)

CHÁNH ÁN TOÀ ÁN NHÂN DÂN THỊ XÃ LA GI

Căn cứ vào các Điều 255, 256, 257 và 260 của Bộ luật tố tụng hình sự;

Căn cứ vào các Điều 02, 15, 20, 21 và 22 của Luật thi hành án hình sự năm 2010;

QUYẾT ĐỊNH:

1. Thi hành án hình phạt: **36(ba mươi sáu) tháng tù** về tội: " Tổ chức người khác trốn đi nước ngoài trái phép". Thời gian chấp hành hình phạt tù tính từ ngày bắt thi hành

Tại Bản án hình sự phúc thẩm số: 68/2016/HSPT, ngày 21 tháng 7 năm 2016 của Tòa án nhân dân tỉnh Bình Thuận.

Đối với người chấp hành án: Trần Thị Thanh Loan sinh 1974;

Nơi ĐKNKTT: Khu phố 2, phường Phước Hội, thị xã La Gi, tỉnh Bình Thuận.

Con ông Trần Quý, sinh năm:1945 và bà Trần Thị Phúc (chết).

Người chấp hành án hiện đang tại ngoại.

2. Trong thời hạn bảy ngày kể từ ngày nhận được quyết định này, người chấp hành án phải có mặt tại trụ sở Cơ quan thi hành án hình sự Công an thị xã Lagi để chấp hành án. Nếu quá thời hạn trên mà không có mặt tại cơ quan Công an để chấp hành án, thì người chấp hành án sẽ bị áp giải đến Trại giam để chấp hành án.

3. Công an thị xã La Gi thi hành quyết định này và thông báo bằng văn bản cho Tòa án nhân dân thị xã La Gi biết kết quả.

Nơi nhận:
- VKSND thị xã La Gi;
- Nhà tạm giữ – CATX La Gi;
- Cơ quan THAHS - CATX La Gi;
- Cơ quan THAHS – CAT Bình Thuận;
- Sở Tư pháp tỉnh Bình Thuận;
- Người chấp hành án;
- Lưu hồ sơ THA

CHÁNH ÁN

LÊ MINH CHÍNH

"Quyết định thi hành án phạt tù"
(văn bản do bà Loan cung cấp).

TÒA ÁN NHÂN DÂN
THỊ XÃ LA GI
TỈNH BÌNH THUẬN
Số: 08/2016/QĐ-CA

CỘNG HOÀ XÃ HỘI CHỦ NGHĨA VIỆT NAM
Độc lập - Tự do - Hạnh phúc

La Gi, ngày 15 tháng 8 năm 2016.

QUYẾT ĐỊNH
Hoãn chấp hành án phạt tù

CHÁNH ÁN TOÀ ÁN NHÂN DÂN THỊ XÃ LA GI

NHẬN THẤY:

Sau khi ra quyết định thi hành án phạt tù số: 81/2016/QĐ-CA ngày 05 tháng 8 năm 2016. Đối với Trần Thị Thanh Loan phải chấp hành án **36 (ba mươi sáu)** tháng tù hiện đang được tại ngoại.

Ngày 08 tháng 08 năm 2016, Trần Thị Thanh Loan có đơn xin hoãn chấp hành án. Lý do xin hoãn: Lao động duy nhất trong gia đình đang lao động có thu nhập nuôi bốn con còn nhỏ.

Sau khi nghiên cứu hồ sơ đề nghị hoãn chấp hành án phạt tù;

XÉT THẤY:

Việc đề nghị hoãn chấp hành án phạt tù với lý do Trần Thị Thanh Loan là người lao động duy nhất trong gia đình đang lao động có thu nhập nuôi bốn con còn nhỏ; phạm tội lần đầu và sau khi bị xử phạt tù không có hành vi vi phạm pháp luật nghiêm trọng;

Theo hướng dẫn tại điểm b tiểu mục 7.1 mục 7 Nghị quyết số: 01/2007/NQ-HĐTP ngày 02/10/2007 của Hội đồng Thẩm phán Toà án nhân dân tối cao, thì Trần Thị Thanh Loan có đầy đủ các điều kiện được hoãn chấp hành án phạt tù;

Căn cứ vào các Điều 261, 263 Bộ luật tố tụng hình sự;

Căn cứ vào các Điều 02, 20, 23 và 24 Luật thi hành án hình sự năm 2010.

QUYẾT ĐỊNH:

1. Cho người chấp hành án: Trần Thị Thanh Loan, sinh năm 1974.

Nơi ĐKNKTT: Khu phố 2, phường Phước Hội, thị xã La Gi, tỉnh Bình Thuận.

Con ông Trần Quý, sinh năm: 1945 và bà Trần Thị Phúc (chết).

Được hoãn chấp hành án phạt 36 (ba mươi sáu) tháng tù về tội: " Tổ chức người khác trốn đi nước ngoài trái phép".

Tại Bản án hình sự phúc thẩm số: 68/2016/HSPT ngày 21 tháng 7 năm 2016 của Toà án nhân dân tỉnh Bình Thuận.

2. Thời hạn Trần Thị Thanh Loan được hoãn chấp hành án phạt tù là 12 (mười hai) tháng tính từ 15/8/2016 đến 15/8/2017.

3. Giao người chấp hành án cho Uỷ ban nhân dân phường Phước Hội, thị xã La Gi, tỉnh Bình Thuận quản lý trong thời gian được hoãn chấp hành án phạt tù.

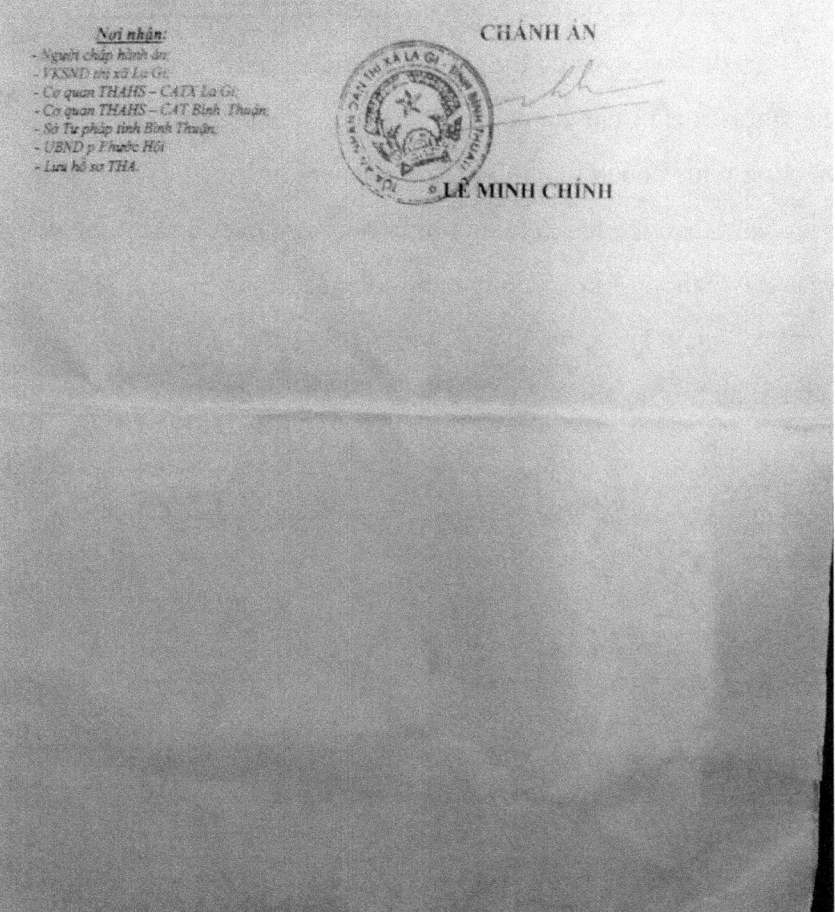

Nơi nhận:
- *Người chấp hành án;*
- *VKSND thị xã La Gi;*
- *Cơ quan THAHS – CATX La Gi;*
- *Cơ quan THAHS – CAT Bình Thuận;*
- *Sở Tư pháp tỉnh Bình Thuận;*
- *UBND p Phước Hội*
- *Lưu hồ sơ THA.*

CHÁNH ÁN

LÊ MINH CHÍNH

Tài liệu gốc do bà Loan cung cấp.

19

Ngày 15/8/2016, Bà Loan được lệnh hoãn thi hành án, Tòa án Nhân dân (TAND) tỉnh La Gi công nhận bà là người chăm sóc duy nhất cho 4 đứa con và là người phạm tội lần đầu. Bản án của bà đã được hoãn lại một năm, tính ra đúng vào ngày chồng bà được thả. Như vậy, lũ trẻ sẽ luôn có một phụ huynh ở bên cạnh để chăm sóc.

Tôi vì vậy mà có thể tiếp tục chuyển tiền cho bà ấy vào tháng thứ 2. Bà Loan đã dùng số tiền này để mua sách vở, đồ đi học và đồng phục chuẩn bị cho bọn trẻ vào năm học mới. Giáo dục ở Việt Nam theo lẽ phải là miễn phí ít, nhất là cấp tiểu học,[6] thế nhưng ngay cả hệ thống trường công cũng tốn kém khá nhiều cho các loại tiền khác nhau khiến nhiều gia đình nghèo không kham nổi, vì vậy con cái họ thường chịu thất học hoặc học hành dở dang.

Các con của bà Loan: Từ trái: Hồ Văn Lộc, 13, Hồ Thanh Nhã Trân, 9, Hồ Thanh Thảo Nhi, 4, Hồ Thanh Nhã My, 16, cùng với đồ chuẩn bị cho năm học mới (Nguồn: Trần Thị Thanh Loan).

Trong khi chồng bà, một ngư dân và trụ cột chính của gia đình đang ngồi tù, bà Loan đắp đổi qua ngày bằng việc bán trái cây mua từ các vườn cây ăn quả vào sáng sớm, mỗi ngày kiếm được khoản chừng 5 –10 Mỹ kim. Bà và con gái út Hồ Thanh Thảo Nhi, lúc đó mới 4 tuổi, ngồi bán trước mái hiên nhà của ba bà, nơi mà cả gia đình đang tá túc, bán cho đến trưa. Buổi chiều, bà sẽ đi bộ một cây số đến một khu chợ khác, ở đây bà trả tiền cho chỗ ngồi để bán tiếp phần còn lại của trái cây với giá rẻ hơn vì nó không tươi bằng. Nếu không bán hết, số trái cây đó sẽ là bữa tối cho bọn trẻ.

Bà Loan và Nhi - con gái út của bà đang bán trái cây ở chợ làng
(Nguồn: Trần Thị Thanh Loan).

Chiến dịch gây quỹ của chúng tôi kết thúc vượt quá sự mong đợi. Hơn 1000 lượt chia sẻ trên các trang mạng xã hội với hơn 100 người thuộc nhiều nền văn hóa và tầng lớp xã hội khác nhau, quyên góp được tổng cộng 7.600 Mỹ kim, số tiền dôi ra sẽ được dùng để giúp ông Lợi gượng dậy sau khi mãn hạn tù. "Sự giúp đỡ và lòng tốt của bà đã giúp tôi vững tin hơn rất nhiều và bớt lo lắng hơn," bà Loan viết trên Facebook cá nhân. "Tận đáy lòng mình, tôi xin cảm ơn bà đã giúp đỡ cho gia đình chúng tôi."

"Bà ấy có đức tin rất mạnh mẽ," Nhi nói với tôi. "Bà ấy cảm thấy tuyệt vọng và chỉ biết cầu nguyện Ơn Trên giúp đỡ. Ở Việt Nam, việc giúp đỡ người khác rất hiếm vì cuộc sống quá khó khăn nên phần lớn họ chỉ quan tâm đến bản thân mình. Vì vậy, với bà ấy, chị là thiên thần do Chúa phái đến để giúp gia đình bà ấy." Trong số những người đóng góp vào quỹ, có những người từng là thuyền nhân như cô Christina Nguyễn ở Sydney, người đã rất hào phóng ủng hộ tất cả các chiến dịch của chúng tôi.

Phần lớn những người ủng hộ quỹ thích ẩn danh, những người không ngại nêu tên tỏ ra khá mạnh mẽ trong các thông điệp của mình vào chiến dịch: "Cái tội duy nhất của gia đình này là cố gắng tìm một cuộc sống tốt đẹp hơn, một cái quyền mà con người có từ lúc sinh ra đời, vậy mà họ đã bị Chính phủ Úc, sau đó là chính phủ Việt Nam trừng phạt," đó là Ngọc Nhi Nguyễn viết trên trang quyên góp. Không ít người đồng tình với ý kiến của Nhi và bày tỏ: "Đó là nỗi xấu hổ không bôi xóa được của Úc khi để điều này xảy ra, khi chúng ta từ chối những người xin tị nạn chân chính. Đây là căn nguyên lớn"; "Hy vọng rằng chính sách tị nạn sẽ thay đổi, và chúng ta có thể tiếp tục là một quốc gia quan tâm đến nhân quyền"; và một ý kiến khác "Điều này cho thấy sức mạnh của mạng xã hội trong việc giúp đem lại cuộc sống mới cho gia đình này."

Lý do nào để bà Loan và ông Lợi đưa bốn đứa con của mình trốn khỏi Việt Nam để xin tị nạn ở Úc? Bà Loan nêu 3 lý do: Nhà nước thu hồi đất của họ; họ đã mất kế sinh nhai do bị Trung Quốc xâm phạm ngư trường; và với tư cách là người Công giáo, họ phải chịu sự phân biệt đối xử, và thế là họ phải liều mạng.

"Năm 2013, mẹ chồng tôi cho đất xây nhà ở đường số 7, thị xã La Gi, tỉnh Bình Thuận," bà kể với tôi qua anh Trung Sylvain Lê Minh, một phiên dịch viên chuyên nghiệp, người phiên dịch cho VietBP2013 - một nhóm e-group được thành lập trên mạng mà tôi là thành viên nhằm hỗ trợ nhân đạo những người Việt Nam xin tị nạn vào Úc. "Mẹ chồng tôi có giấy chứng nhận quyền sử dụng đất năm 1986 do bà đứng tên. Năm 2013 bà sang tên cho chồng tôi là Hồ Trung Lợi để chồng tôi được quyền quản lý và sử dụng đất đai. Vào tháng 12 năm 2013, trong khi nhà của chúng tôi đang xây dựng thì công an địa phương La Gi cùng với đoàn cưỡng chế đến phá dỡ công trình; họ chở gạch đá đi và nói với tôi rằng chính quyền dành khu đất này để làm khu vực công cộng."

Đất đai ở Việt Nam chính thức được quốc hữu hóa vào năm 1980 và luật đất đai Việt Nam quy định, "đất đai thuộc sở hữu toàn dân do nhà nước đại diện chủ sở hữu và thống nhất quản lý"[7] các cá nhân, hộ gia đình hoặc các tổ chức chỉ được giao quyền sử dụng đất.

Như vậy, mẹ chồng bà Loan chính thức có quyền sử dụng thửa đất của bà (rộng 5 mét, dài 30 mét) để ở, một quyền mà sau đó bà đã tặng lại cho con trai bằng cách chuyển nhượng quyền trên giấy chứng nhận quyền sử dụng đất hay còn gọi là "sổ đỏ" như tên của màu tờ giấy chứng nhận.

Chính phủ Việt Nam có thẩm quyền "trưng dụng" đất vì mục đích an ninh hoặc lợi ích kinh tế công hay tư.[8] Trong trường hợp của gia đình bà Loan, cũng như nhiều người khác, bà Loan được thông báo đất ông Lợi đứng tên đã được quy hoạch cho mục đích phát triển kinh tế, xã hội công cộng. Vì vậy mà chính quyền đã đưa lực lượng cưỡng chế dưới sự giúp sức của công an cùng và các đội dân phòng đến phá dỡ móng nhà của họ trong lúc xây dựng và đất của họ đã bị cưỡng chế.

"Khi tôi ngăn cản họ, họ đã bắt tôi và đưa tôi đến trụ sở Ủy ban Nhân dân," bà Loan nói.[9] "Họ ép tôi ký văn bản đồng ý việc tịch thu, nhưng tôi từ chối. Sau đó họ giữ tôi ở đó cho đến tối. Khi tôi trở về, không còn một chút gì sót lại trên mặt đất."

Công an Việt Nam không bao giờ ra tay một mình, Nhi giải thích:

Công an mặc sắc phục luôn đi cùng với một lực lượng thường phục, những người này có thể là công an hay an ninh nhưng mặc thường phục trộn lẫn với dân chúng cho dễ bề hành động, khi cần họ ra tay đánh người bắt người như công an dưới sự giám sát của công an sắc phục.

Lực lượng thường phục này còn bao gồm các dân phòng hay nhân viên bảo vệ, các tình nguyện viên hoặc những tên côn đồ đích thực được công an thuê. Công an Việt Nam luôn tìm cách tránh tự mình làm những công việc bẩn thỉu vì sợ bị quay phim thu lại những hành động lạm quyền, đánh đập hoặc cướp tài sản. Những bằng chứng như vậy khi được trình bày trước Liên Hiệp Quốc hoặc các nhóm nhân quyền khác sẽ không có lợi cho chính phủ Việt Nam. Vì vậy, cảnh sát mặc sắc phục thường chỉ đứng xung quanh giám sát để các 'đội' thường phục thực hiện các hành vi bẩn. Đó là lý do tại sao rất khó thu thập bằng chứng chống lại cảnh sát hoặc chính phủ, và những người cố gắng chụp ảnh và quay phim các vụ việc thường bị tấn công, máy ảnh của họ bị phá hủy hoặc bị lấy mất luôn.[10]

Bà Loan không biết chuyện gì đã xảy ra với mảnh đất của mình kể từ đó. Tất cả những gì bà ấy biết là cuốn Sổ Đỏ của nhà bà đã bị tịch thu và đất bị chính quyền thu hồi, tất nhiên không phải chỉ riêng gia đình bà mà toàn bộ các gia đình lân cận trên cùng khu vực: "Tôi không biết là họ có bán nó cho một chủ đầu tư tư nhân để phân lô xây nhà bán hay không. Nhà cầm quyền luôn giữ bí mật về kế hoạch của họ, người dân không biết bất cứ điều gì liên quan đến các kế hoạch như vậy của chính quyền cho đến khi nó được tiến hành." Gia đình bà chưa bao giờ nhận được đền bù cho việc bị thu hồi đất đai cũng như sự mất mát tài sản trên đó của họ.

Lúc đó là vào tháng 4 năm 2014, ông Lợi đang đi đánh cá ở quần đảo Trường Sa và Hoàng Sa, nơi đang xảy tranh chấp gay gắt ở Biển Đông. Hai quần đảo này nằm trên các tuyến hàng hải chiến lược và là ngư trường phong phú cũng như khu vực có trữ lượng dầu thô và khí đốt tự nhiên đáng kể, đây là nơi tranh chấp của nhiều quốc gia gồm Trung Quốc, Việt Nam, Philippines, Đài Loan, Brunei và Malaysia.

"Thuyền của chồng tôi đã bị hải quân Trung Quốc tấn công, họ đã thu hết cá và lấy luôn máy tàu." Bà Loan kể, ông Lợi giải thích thêm: "Họ đánh chúng tôi, cả đoàn và tôi. Tôi lo sợ cho tính mạng của mình vì nếu tôi bị giết thì không ai biết. Trước đây ngư dân Việt Nam đã từng bị tàu Trung Quốc giết hại."

Thật vậy, trong những năm qua, đã có nhiều báo cáo về sự đụng độ nhau giữa các tàu Trung Quốc và Việt Nam, trong đó quân đội và lực lượng Hải Cảnh Trung Quốc tấn công nhắm vào các ngư thuyền của người Việt Nam đánh bắt cá trong ngư trường truyền thống từ nhiều đời nay của họ. Trong khi đó, các quan chức Việt Nam thì vẫn luôn giữ một giọng điệu là do thiếu các nguồn lực và tàu thuyền để có thể bảo vệ ngư dân.[11]

Khi thuyền của ông Lợi trôi dạt vào bờ, ông đã báo cáo sự việc với chính quyền địa phương ở La Gi, nhưng họ phớt lờ khiếu nại của ông. "Chúng tôi thấy mình không có tự do ngôn luận và chính quyền đã đẩy chúng tôi đến chỗ không còn cách nào để xoay xở. Đó là lý do tại sao chúng tôi phải ra đi."

Họ cho biết họ còn bị phân biệt đối xử vì là người theo đạo Công giáo và điều này khiến họ bị đẩy vào tình thế tuyệt vọng hơn. "Mặc dù chính quyền không cấm chúng tôi theo đạo Công giáo," bà Loan nói, "nhưng họ không thích chúng tôi giữ đạo của mình. Họ đến nhà tôi hàng tháng khiến chúng tôi và các linh mục đều sợ hãi. Tôi bị theo dõi khi tham dự thánh lễ ở nhà thờ. Trong tù, khi chồng tôi cầu nguyện, cán bộ quản giáo lôi anh ấy ra đánh đập."

Theo Hiến pháp Việt Nam, "Nhà nước tôn trọng và bảo vệ quyền tự do tín ngưỡng tôn giáo," "không ai có quyền xâm phạm" quyền tự do tôn giáo, vi phạm điều này là "vi phạm pháp luật."[12] Trong những năm qua, các quy định pháp luật và hành chính khác nhau đã gia tăng quyền hạn độc đoán của chính phủ trong việc kiểm soát các hoạt động tôn giáo cho những mục đích mơ hồ như "hòa bình, độc lập và thống nhất của đất nước … trật tự công cộng … cuộc sống, sức khỏe, nhân phẩm, danh dự, tài sản của người khác, … quyền hoặc nghĩa vụ công dân." Và điều này, như Giáo sư John Gillespie, chuyên gia về pháp lý nhận xét, nó giúp chính quyền "thiết lập các quy tắc cơ bản để quản lý" các tổ chức tôn giáo, do đó ngăn chặn "tôn giáo trở thành tụ điểm của các lực lượng chống" chính phủ thay vì chỉ là hạn chế "các hội thờ phượng cầu nguyện tại nhà."[13]

Người Cơ Đốc giáo chiếm hơn 7% dân số, trong đó người Công giáo chiếm số đông. Và dù được công nhận là một trong những tôn giáo chính tại Việt Nam, đã có những đánh giá khác nhau về mối quan hệ giữa chính quyền với người Công giáo nói riêng, và

Cơ Đốc giáo nói chung. Một số báo cáo thì nói rằng mối quan hệ đó đã được cải thiện rõ rệt, trong khi những người như bà Loan và một số gia đình khác cho biết họ vẫn thường xuyên bị quấy rối và nhìn ngó với đầy sự nghi ngờ. Theo Bộ Ngoại giao Chính phủ Úc (DFAT) thì "sự khác biệt trong cách đối xử" này phụ thuộc vào khu vực mà họ sinh sống: "Tại các khu vực đô thị với kinh tế phát triển, những người theo đạo được thực hiện tín ngưỡng của họ một cách tự do, còn tại các vùng nông thôn ở một số tỉnh thì các cộng đồng tôn giáo có nhiều khả năng phải đối mặt với các hạn chế và quấy rối."

Tuy nhiên, không phải tất cả mọi người đều đồng ý với quan điểm của chính phủ Úc: "Nếu DFAT hiểu chiến thuật và chiến lược của đảng cộng sản, thì họ sẽ biết rằng đảng kiểm soát hầu như tất cả các hệ thống tôn giáo, ngoại trừ các vùng nông thôn của một số tỉnh, vì vậy chính quyền phải sử dụng vũ lực để kiểm soát các cộng đồng tôn giáo ở các nơi đó," cựu chủ tịch Cộng đồng Người Việt Tự do ACT (Lãnh thổ Thủ đô Úc) (1990–1994) và phó chủ tịch Cộng đồng Người Việt Tự do Úc châu Nguyễn Quang Duy nói với tôi. "Nói tóm lại, ở Việt Nam không có tự do, không có nhân quyền. Người dân chỉ có thể làm những gì Đảng Cộng Sản coi là không đe dọa quyền lực chính trị của họ, vì vậy những thứ được làm hay không được làm có thể thay đổi từ cá nhân này sang cá nhân khác, ngày này qua ngày khác, từng thời kỳ."[14]

Ngày 8/3/2015, sau ba tuần chuẩn bị, bà Loan, chồng và 4 người con của họ nằm trong số 46 người vượt biên, trong đó có 22 trẻ em từ 1–17 tuổi,[15] rời khỏi Việt Nam trên chiếc thuyền đánh cá mang ký hiệu BTH 99310TS của gia đình mà ông Lợi vừa là chủ thuyền vừa là tài công.

"Cái ghe do chồng tôi làm chủ," bà Loan giải thích và cho biết rằng gia đình bà đã vay tiền ngân hàng để mua nó. "Tôi nhận của một người đi cùng một khoản tiền là 520 triệu đồng Việt Nam (khoản 22.400 Mỹ kim). Ngoài ra tôi không còn nhận tiền của bất cứ của ai khác. Chúng tôi dùng số tiền đó để sửa chữa ghe và mua thực phẩm cho chuyến đi mất hết 278 triệu đồng (khoản 12.000 USD); Chúng tôi trả nhà băng hết 200 triệu (khoản 8,600 USD) tiền chúng tôi nợ; còn một ít chúng tôi mua những vật dụng cá nhân cho gia đình."

Bộ Tư lệnh Bảo vệ Biên giới (BPC),[16] cơ quan an ninh hàng hải dân sự của Úc, chặn thuyền của họ vào ngày 20 tháng 3 năm 2015 và đã tịch thu thuyền của họ như theo một báo cáo pháp lý của Việt Nam cho biết sau đó.[17] Họ bị tạm giữ trên biển cho đến ngày 18 tháng 4 năm 2015 – gần một tháng – để trải qua một quá trình gọi là "sàng lọc tăng cường" do hai nhân viên nhập cư Úc thực hiện cuộc thẩm vấn. Trước đó chỉ vài tháng, Tòa án Tối Cao Úc đã quyết định rằng việc cầm giữ tương tự như vậy đối với 157 người tầm trú Sri Lanka và Tamil hơn một tháng trên tàu ngoài khơi vào giữa 2014 là hợp pháp chiếu theo điều 72(4) của *Đạo luật Quyền lực Hàng hải 2013* (Cth).[18]

Biện pháp phỏng vấn ngoài khơi bắt đầu được đưa vào áp dụng vào ngày 27 tháng 10 năm 2012 khi Úc phải liên tục tiếp nhận những đợt người dồn dập"xâm nhập đường biển bất hợp pháp"

29

(illegal maritime arrivals viết tắt là IMAs) đến từ Sri Lanka. Đến cuối năm 2013 thì chương trình này mở rộng ra áp dụng cho cả những thuyền nhân Việt Nam. Quy trình phỏng vấn gây nhiều tranh cãi này được áp dụng cho "những người có mặt trên lãnh thổ Úc bất hợp pháp,"[19] và họ được sàng lọc tại chỗ bởi những người có thẩm quyền. Mục đích là để xác định liệu những người xâm nhập có đưa ra được các lý do chính đáng chứng minh cho thấy họ hội đủ các điều kiện để "có thể được áp dụng một cách hợp lý" nghĩa vụ mà Úc phải tuân thủ theo luật pháp quốc tế là không trả người tị nạn trở về nơi họ xuất phát hay không. Nghĩa vụ này cấm trả người về lại quốc gia nơi họ có cơ sở để lo sợ rằng "cuộc sống hoặc sự tự do của họ bị đe dọa."[20] Nếu một cá nhân đưa ra tuyên bố rằng họ "có khả năng đủ điều kiện để được" áp dụng quy chế này thì họ sẽ được "sàng lọc" để chuyển hồ sơ sang diện cần được chính phủ Úc đánh giá và bảo vệ. Nếu không, họ sẽ bị rớt "sàng lọc" và sẽ bị "đưa về nước càng sớm càng tốt."[21]

Các cuộc phỏng vấn sàng lọc này sau đó được tiết lộ trong một phiên điều trần tại Thượng viện cho biết nó thường kéo dài từ 40 phút đến hai tiếng, "tùy thuộc vào mức độ phức tạp."[22] Không ai trong số 46 người xin tị nạn Việt Nam lọt qua được sàng lọc vì không ai đưa ra được các lý do cho thấy họ hội đủ điều kiện để được can thiệp hợp lý dựa vào các quy chế tị nạn mà Úc phải tuân thủ với luật pháp quốc tế."

Vấn đề này được Thượng Nghị sĩ Sarah Hanson-Young thuộc đảng Xanh của Úc, lúc đó là Phát ngôn nhân về Nhập cư và

Quốc tịch, đưa ra tại buổi điều trần của Quốc Hội và được trả lời bằng một sự cam đoan rằng "các viên chức Liên bang, những người thực hiện việc phỏng vấn và sàng lọc, là những chuyên viên được đào tạo từ Bộ Di trú và Bảo vệ Biên giới" (DIBP).[23]

Các tổ chức nhân quyền khác nhau, cũng như phe đối lập Lao động của Úc và các đảng thiểu số khác, bày tỏ lo ngại về thủ tục sàng lọc bí mật này: "Tôi nghĩ rằng có lẽ những người này đã không được tiếp cận với luật sư hoặc (không) có khả năng để chuẩn bị cho hồ sơ của họ. Và rõ ràng họ đã không được cho quyền khiếu nại," Phó giám đốc Tổ chức Theo dõi Nhân quyền (HRW) tại Châu Á - ông Phil Robertson, nói với đài ABC (Australian Broadcasting Commission) của Úc: "Vì vậy, đó là một quy trình được thực hiện qua loa để xác định trả họ trở về lại quốc gia sở tại của họ, và đó là những gì xảy ra với nhóm người Việt Nam này."[24]

UNICEF đồng ý với ý kiến này:

Bất kỳ quy trình nào bỏ qua các tiêu chuẩn chặt chẽ đánh giá người tị nạn, thay vào đó là một giải pháp chớp nhoáng, đều có nguy cơ tước mất đi cơ hội được tiếp cận một phiên điều trần công bằng và toàn diện về yêu cầu cần được bảo vệ của những người xin tị nạn, trong đó bao gồm phụ nữ, trẻ em và trẻ vị thành niên không có người đi kèm.

Không qua một quy trình đánh giá đúng cách, chính phủ Úc không thể xác định liệu có an toàn để đưa những người xin tị nạn trở về quốc gia xuất xứ của họ hay không. Những người xin tị nạn phải được tạo cơ hội để nói lên yêu cầu cần được bảo vệ của họ, được cấp quyền tiếp cận hỗ trợ pháp lý và được đánh giá độc lập về quyết định đó.[25]

Thật vậy, vào năm 2013, Bộ Di trú và Bảo vệ Biên giới (DIBP) đã xác nhận rằng những người bị sàng lọc theo quy trình này đã không được thông báo về các quyền hợp pháp của họ.[26]

Hội đồng Luật sư Úc nhắc lại chính sách tị nạn lâu đời của Úc:

Tất cả các cuộc giải cứu, ngăn chặn, cầm giữ, "đẩy lùi," "kéo trở lui" và giao người trên biển do các nhân viên Chính phủ Úc thực hiện đối với các tàu chở người bị nghi ngờ đi vào Úc một cách bất thường cần phải tuân thủ theo luật biển quốc tế, luật tị nạn quốc tế và luật nhân quyền.

Điều này bao gồm việc "tôn trọng nghĩa vụ không được trả về theo luật tị nạn quốc tế và luật nhân quyền, cụ thể là không trả một người trở về lại quốc gia nơi mà họ sẽ phải đối mặt với mối nguy cơ mà vì vậy họ ra đi...."[27]

Sau khi cuộc phỏng vấn của họ diễn ra được vài tuần thì cả nhóm được chuyển từ tàu này sang tàu khác ngay trên biển. Điều này do một trong những người xin tị nạn bị trả về Việt Nam vào cuối tháng 4 năm 2015 thuật lại trong một cuộc phỏng vấn của ông

32

Đoàn Việt Trung, cựu Chủ tịch Liên bang của Cộng đồng Người Việt Tự do Úc châu (1999–2004). "Đầu tiên, chúng tôi được phỏng vấn để trả lời cho biết tên và các mối quan hệ gia đình," người bị trả về tường thuật lại.[28] "Khoảng bốn ngày sau, họ đưa chúng tôi đến nơi có vẻ là một con tàu hải quân. Sau khoảng một tuần, chúng tôi được chuyển đến một con tàu khác, có lẽ là tàu hải quan, chúng tôi ở trên tàu này khoảng một tuần. Ở đó, các quan chức nhập cư đến phỏng vấn chúng tôi."[29]

Bà Loan thuật lại rằng nhà chức trách Úc đã đối xử với nhóm "rất tốt." Một nhận xét mà Tư lệnh Tuần tra Bảo vệ Lãnh giới (OSB) lúc đó là Thiếu tướng Andrew Bottrell hẳn sẽ rất vừa lòng, như ông nói tại phiên điều trần của Thượng viện vào ngày 25 tháng 5 năm 2015: "Họ được tiếp cận với dịch vụ chăm sóc y tế thích hợp, thực phẩm, chỗ ở và tắm giặt với tiêu chuẩn khá cao."[30]

Vào ngày 18 tháng 4 năm 2015, những người xin tị nạn đã bị đưa trả về nước trên một con tàu thứ ba, tàu hải quân Úc, HMAS Choules, xuất phát từ Dawin hai tuần trước đó, sau khi Chính phủ Úc nói rằng đã nhận được văn bản "bảo đảm" từ phía đối tác Việt Nam rằng "họ sẽ không bị trả thù cho hành vi phạm pháp của họ là đã rời khỏi Việt Nam."[31]

Bên phía chính phủ Úc khẳng định họ đã đánh giá công bằng dựa trên những gì các đương sự khai với họ thông qua phiên dịch. Về phần mình, bà Loan nói với tôi rằng sau khi qua những cuộc phỏng vấn chính thức xong thì họ bị nhốt trong phòng tối không còn biết đâu là đêm đâu là ngày. Khi họ van nài đừng trả họ về vì sợ

33

rằng sẽ bị cầm tù thì các nhân viên chỉ trả lời họ bằng tiếng Anh mà họ không hiểu dù họ đã ra hiệu về điều đó. Bà Loan nói rằng họ chỉ nhận ra mình bị trả về khi con tàu chở họ cập bến cảng Vũng Tàu sau một hành trình 12 ngày. Chi phí cho tàu HMAS Choules thực hiện chuyến trả người về đó sơ sơ chỉ có 145.000 Mỹ kim mỗi ngày.[32]

"Khi chúng tôi được đưa trở lại Việt Nam, một nữ quan chức mà tôi đoán chắc là người của Cục Quản lý Xuất Nhập Cảnh - nói với chúng tôi rằng chúng tôi sẽ không bị trừng phạt … và rằng các nhà chức trách sẽ giúp chúng tôi tái hòa nhập trở lại Việt Nam, sau đó sẽ giúp chúng tôi tìm việc làm," bà Loan nói với ABC của Úc qua một thông dịch viên. Bà cho biết một quan chức Việt Nam đã nói qua một cái loa phóng thanh lặp lại những lời tương tự. "Tôi và những người khác đều thất vọng vì lời hứa không được thực hiện và giờ thì chúng tôi bị đẩy vào đường cùng. Tôi cảm thấy như mình bị lừa dối."[33]

Thiếu tướng Bottrell thừa nhận rằng sự bảo đảm của Việt Nam đã được thực hiện "trên sự tin tưởng," có nghĩa là chính phủ Úc tin tưởng chính phủ Việt Nam thực hiện lời hứa của mình nên đã không theo dõi "những người được trao trả về như thế nào sau đó."[34] Một phát ngôn viên của DIBP cũng khẳng định rằng chính quyền Việt Nam đã mời cơ quan tị nạn của Liên hợp quốc đến phỏng vấn nhóm "để họ yên tâm rằng họ không bị đối xử tệ."[35]

Tuy nhiên, bà Loan nói với tôi rằng công an đã ngay lập tức đưa phụ nữ và trẻ em về La Gi để hỏi cung: "Họ nhốt tôi mấy ngày nhưng vì con tôi còn nhỏ nên họ thả tôi ra." Bà bị giam lỏng tại nhà, muốn đi đâu phải xin phép mới được đi. Còn đàn ông thì bị giam 10 ngày tại Phan Thiết, thủ phủ của tỉnh Bình Thuận. "Sau khi bắt chồng tôi, công an có đến nhà và tục nói với tôi rằng không sao đâu. Họ nói sẽ giữ chồng tôi 3 tháng rồi cho về, nhưng qua 3 tháng vẫn không thấy chồng tôi về. Rồi họ gia hạn thời gian tạm giam chồng tôi lên 9 tháng, họ nói rằng 9 tháng rồi ra tòa luôn. Tôi không ngờ là cả tôi và chồng tôi cùng bị bắt luôn.''[36]

Thật vậy, Thẩm phán Phạm Thái Bình, chủ tọa phiên tòa hình sự tại Tòa án Nhân dân La Gi vào ngày 22 tháng 4 năm 2016, cố tình lờ đi những lời hứa về việc bảo đảm không trừng phạt những người bị trả về như chính quyền Việt Nam đã nói với chính phủ Úc và với nhóm ngư dân.[37] Bà Loan và chồng là ông Lợi là hai trong bốn bị cáo bị tuyên án tù theo Điều 275 (1) Bộ luật Hình sự Việt Nam 1999, về tội "Tổ chức, ép buộc người khác trốn đi nước ngoài hoặc ở lại nước ngoài trái phép" với mức án "từ hai đến bảy năm tù."[38]

Theo SBS, "Phiên tòa diễn ra trong bối cảnh có các cáo buộc cho rằng chính quyền địa phương đã nhúng tay vào để những người bị trả về phải bị trừng phạt nặng nề." SBS trích dẫn các cuộc phỏng vấn của truyền thông với luật sư Võ An Đôn đưa ra sau phiên tòa, trong đó ông được cho là đã nói: "Chính quyền thị xã La Gi đã chỉ đạo xử phạt nặng…. Việc chính quyền thị xã chỉ đạo các cơ quan tư pháp về phiên tòa là hoàn toàn trái với pháp luật Việt Nam."[39]

Cố Luật sư kỳ cựu Ngô Bá Thanh và đồng thời cũng là đại

biểu Quốc hội Việt Nam có nói một câu nổi tiếng "Ở Việt Nam, chúng ta có một rừng luật nhưng khi ra tòa thì sử dụng luật rừng."[40] Sau phiên tòa, ông Lợi được chuyển đến một nhà tù khác nằm sâu trong vùng rừng núi khắc nghiệt ở Phan Rang, bị làm lao động khổ sai và không được cho ăn, như bà Loan nói. Bà đã không gặp chồng trong suốt 10 tháng sau đó.[41] Các bản án tù được giữ nguyên trong phiên phúc thẩm ngày 21 tháng 7 năm 2016, mà khi nghe tuyên bố bà bật khóc ngay tại tòa. "Tòa án nói rằng tôi là người tổ chức, rằng tôi đã rủ rê gia đình và bạn bè của tôi, và tôi là người mua vật tư sau đó … với những tội trạng này họ đã xử tôi 36 tháng tù giam,"[42] bà Loan nói. Bà cũng bị phạt số tiền lên đến 274 triệu đồng (gần 12.000 USD), nói với tôi bà cho biết: "Tôi không đủ khả năng để trả số tiền phạt đó. Chồng tôi có mãn hạn tù về thì anh cũng chỉ có thể trả được một phần tiền lãi trên số tiền phạt."[43]

Trong lúc Úc cho thấy sự tin tưởng của mình rằng những người được đưa trở về Việt Nam không phải lúc nào cũng "đối mặt với các cáo buộc do tìm cách xin bảo vệ bằng đi tị nạn," thì người phát ngôn của Bộ Di trú nói rằng "bất kỳ cuộc điều tra hoặc tố tụng hình sự nào có thể xảy ra đối với các tội liên quan đến buôn lậu người thì đó là chuyện của chính phủ Việt Nam."[44]

Mặc dù Tổng trưởng Di trú và Bảo vệ Biên giới khi đó là Peter Dutton, coi 46 công dân Việt Nam này như là những người tham gia vào "đường dây buôn người," Tổ chức Theo dõi Nhân quyền (HRW) cũng đã chỉ ra: "Những cá nhân này không bị trừng

CÔNG HÒA XÃ HỘI CHỦ NGHĨA VIỆT NAM
Độc lập - Tự do - Hạnh phúc
-----*-----

Bình Thuận, ngày 29 tháng 6 năm 2015

Số: /QĐ/KSĐT/VKS-P1A

QUYẾT ĐỊNH
PHÊ CHUẨN LỆNH BẮT BỊ CAN ĐỂ TẠM GIAM

VIỆN TRƯỞNG VIỆN KIỂM SÁT NHÂN DÂN TỈNH BÌNH THUẬN

- Căn cứ các Điều 36, 80, 88 và 112 của Bộ luật tố tụng hình sự.

- Xét Lệnh bắt bị can để tạm giam số 01/PA92 ngày 29 tháng 6 năm 2015 của Cơ quan An ninh điều tra - Công an tỉnh Bình Thuận

Đối với bị can: *Hồ Trung Lợi*

Bị khởi tố về tội: **"Tổ chức người khác trốn đi nước ngoài trái phép"** quy định tại Điều 275 của Bộ luật hình sự là theo đúng quy định tại điểm b- khoản 1- Điều 88 BLTTHS.

QUYẾT ĐỊNH

1- Phê chuẩn Lệnh bắt bị can để tạm giam số 01/PA92 ngày 29 tháng 6 năm 2015 của Cơ quan Cảnh sát điều tra Công an tỉnh Bình Thuận

Đối với bị can: *Hồ Trung Lợi*

Trong thời hạn 03 tháng 00 ngày, kể từ ngày bắt được bị can.

Về tội: **"Tổ chức người khác trốn đi nước ngoài trái phép"** quy định tại Điều 275 của Bộ luật hình sự.

2- Yêu cầu Cơ quan An ninh điều tra Công an tỉnh Bình Thuận thực hiện Quyết định này theo đúng quy định của Bộ luật tố tụng hình sự./.

Nơi nhận:
- Cơ quan ANĐT- CABT
- Trại tạm giam- CABT (khi bắt được bị can)
- Bị can (khi bắt được)
- Hồ sơ vụ án
- Hồ sơ KSĐT

KT.VIỆN TRƯỞNG
PHÓ VIỆN TRƯỞNG

Dương Xuân Sơn

Lệnh bắt giam ông Lợi
(chứng cứ do Trần Thị Thanh Loan cung cấp).

37

phạt vì đưa người bất hợp pháp vào nước khác vì mục đích lợi ích tài chính hoặc vật chất – theo định nghĩa về buôn người của luật pháp quốc tế.[45] Họ bị trừng phạt vì đã rời bỏ đất nước của mình và giúp đỡ gia đình, người thân và bạn bè - những người cùng có mong muốn ra đi như họ."[46]

Như Luật sư Võ An Đôn đã giải thích: "Chính phủ Việt Nam tin rằng tội của họ phải chịu sự trừng phạt của pháp luật, bao gồm việc mua thực phẩm và vật tư, điều khiển chiếc ghe và rủ rê người khác trốn thoát cùng họ. Thông thường thì khi những người tị nạn trở về Việt Nam, họ sẽ chỉ bị phạt tiền, một hình thức trừng phạt nhẹ hơn so với việc ngồi tù. Tôi thực sự không hiểu tại sao trong những … trường hợp này, họ bị đưa vào tù."[47] Thật vậy, nói với đài VOA, bà Loan chia sẻ: "Tôi rất mong quốc tế lên tiếng để Việt Nam xóa bỏ những điều luật đó, để có nhân đạo nhân quyền cho người Việt Nam, để cho cuộc sống tốt hơn, chứ như vầy ngày càng tệ hại."[48]

Trong lúc đó thì tôi vẫn tiếp tục gởi tiền hàng tháng về cho bà Loan qua chuyển khoản nhà băng. Mỗi khi nhận được bà lại báo cho Nhi để báo lại với tôi. Vào thời điểm đó thì chúng tôi không chỉ có một gia đình bà Loan cần sự giúp đỡ, Luật sư Đôn đã đề nghị chúng tôi giúp một gia đình khác nữa cũng có hoàn cảnh tương tự như bà Loan.

Chương 2
Giúp Nuôi Lũ Trẻ

Vào đầu tháng 9 năm 2016, Luật sư Đôn đề nghị tôi nhận giúp đỡ thêm gia đình bà Trần Thị Lụa nằm trong số những người bị trả về. Bà là một trong số bốn bị cáo bị phạt tù vì đã giúp tổ chức một chuyến đi "bất hợp pháp" khác đến Úc vào tháng Bảy 2015.

Ngày 1 tháng 9 năm 2016, đơn kháng cáo về bản án 30 tháng tù mà toà sơ thẩm xử đã bị bác. Trong thời gian chờ thi hành án tù, bà và ba đứa con của mình sống nhờ nhà vợ chồng người anh trai. Các con của bà tuổi từ 14, 11 và 4, và giống như bà Loan, bà Lụa cũng là người chăm sóc duy nhất. Chồng bà, ông Nguyễn Long, cũng là một ngư dân, đã bị chính quyền Indonesia bắt vào tháng 7 năm 2016 vì đánh cá ở vùng biển Indonesia gần quần đảo Natuna. Ông bị giam ở Ranai, thủ phủ của quần đảo này, trong năm tháng. Thuyền và thiết bị của ông bị tịch thu. Chiếc thuyền là tài sản mà bà Lụa đã bán đi mảnh đất của mình (rộng 4 mét dài 15 mét) ở thị xã La Gi vào năm 2013 để mua làm phương tiện cho ông đi biển. Tình trạng gia đình như vậy bà gần như không còn gì. Nếu không có sự trợ giúp, con cái của họ sẽ phải bỏ học.

"Vào năm 2008, tôi mua miếng đất và nó được sang tên cho tôi," sau này bà Lụa kể với tôi. "Năm 2010, khi tôi xin giấy phép xây dựng trên mảnh đất đó thì chính quyền nói rằng đất của tôi là của họ. Ngay cả những cọng cỏ trên đất cũng thuộc về nhà nước. Từ năm 2011–2013, chúng tôi đã cố gắng hết sức để có được giấy tờ nhưng không được, thay vào đó lại liên tục bị chính quyền sách nhiễu. Vì vậy, năm 2013, chúng tôi đã bán đất cho vợ của một cán bộ chính quyền địa phương. Tôi không biết liệu bà ấy có được phép xây dựng trên đó hay không. Năm 2017, khi chúng tôi rời khỏi Việt Nam lần thứ hai thì vẫn chưa có cái nhà nào xây trên đó."

Thế là tôi lại thành lập một quỹ cộng đồng khác trên GoFundMe: "Help Care for the Children" (Giúp nuôi lũ trẻ). Khác với lần trước, chiến dịch vận động lần này khó khăn hơn nhiều. Phải mất cả năm mới quyên góp được số tiền gần 10.400 Mỹ kim. Một lần nữa, mục đích của chúng tôi là cải thiện cuộc sống ở một mức độ nào đó cho những gia đình này ở Việt Nam. Mặc dù chúng tôi vẫn thu hút được một số sự chú ý của giới truyền thông và có được các khoản quyên góp hào phóng, bao gồm cả một người giấu tên đóng góp hơn 1.700 Mỹ kim, nhưng việc gây quỹ cho một mục đích tương tự lần thứ hai vẫn khó khăn hơn so với lần trước. Hơn nữa, tôi đề ra thời gian hoạt động của chiến dịch gây quỹ lần này khá dài, nếu xác định một khung thời gian ngắn hơn thì việc tìm tên của quỹ trên mạng sẽ dễ hơn.

Bà Lụa và các con: Nguyễn Thị Uyên, Nguyễn Hải Đăng và Nguyễn Đăng Kôi ở bên ngoài tòa án ngay sau khi tòa bác đơn kháng cáo ngày 1 tháng 9 năm 2016 (Hình do Trần Thị Lụa cung cấp).

Một sai lầm nữa là gởi cho gia đình những gì mà được cho là một số tiền quá lớn, khiến cho công an Việt Nam chú ý và bực tức, điều mà mãi sau này tôi mới biết. Trong trường hợp của bà Loan, tôi đã cẩn thận gửi một số tiền nhỏ vào mỗi tháng, với trường hợp bà Lụa tôi nghĩ mình không có đủ khả năng để làm như vậy cho từng gia đình mà chúng tôi đang cố gắng hỗ trợ.

Bỏ qua những lời cảnh báo của Nhi, tôi quyết định gửi toàn bộ số tiền mà chúng tôi đã quyên góp được – 1000 Mỹ kim mỗi người. Hậu quả bất lợi xảy ra gần như ngay lập tức: "Công an liên tục đến nhà hỏi tôi về số tiền," bà Lụa thuật lại với tôi qua Nhi. "Họ hỏi nó đến từ đâu, nó dùng để làm gì, ai đã gửi nó. Tôi nói với họ rằng đó là những người nước ngoài thương xót cho hoàn cảnh của tôi và họ giúp đỡ để con tôi có thể đến trường."

Bà Lụa hàng ngày ra biển cào nghêu về chợ bán. Đôi khi bà cũng được người ta kêu giúp việc nhà như lau chùi dọn dẹp. Nhưng sau khi tôi gửi tiền cho bà ấy, công an đã ngăn không cho bà đi cào nghêu nữa. "Tôi hỏi họ tại sao những người ở nước ngoài lại giúp đỡ tôi trong khi chính phủ Việt Nam không giúp gì mà thậm chí còn gây ra nhiều khó khăn hơn," bà nói. "Tôi rất bất bình khi người ở ngoài họ quan tâm đến người dân rất nhiều trong khi chính phủ thì lại coi dân như kẻ thù."[1]

Bà Lụa sau đó sợ đến nỗi không dám liên lạc để nói chuyện với tôi. Công an đe dọa rằng nếu bà còn tiếp tục nói chuyện với những người ở nước ngoài - những người mà có thể nói xấu chính quyền ở trên mạng, thì bà sẽ bị tống vào tù ngay lập tức. Về việc này

Nhi giải thích với tôi: "Ở Việt Nam, việc một người dân nhận tiền từ nước ngoài không được chính phủ hoan nghênh và đôi khi có thể bị coi là hành vi phạm tội, đặc biệt nếu người nhận bị chính phủ coi là kẻ gây rối hoặc tội phạm. Ngoài ra, có khả năng việc gửi quá nhiều tiền cùng một lúc có thể khơi dậy lòng tham của hàng xóm hoặc thậm chí các bà con xa trong gia đình, họ có thể tới để xin hoặc mượn. Ở nơi mà cuộc sống quá nghèo thì con người cũng khó mà sống đạo đức."

Tuy nhiên, thay vì sợ hãi thì sự đe dọa của công an chỉ khiến chúng tôi quyết tâm giúp đỡ hơn. Chúng tôi đã tăng định mức đề ra cho số tiền gây quỹ và thay đổi cách gởi tiền. Mỗi tháng tôi chỉ gửi một số tiền nhỏ để họ không phải gặp rắc rối nữa. Bà Lụa bày tỏ lòng biết ơn của mình qua các phương tiện truyền thông: "Tôi muốn cảm ơn những tấm lòng hảo tâm," bà nói với nhà báo Hoà Ái của đài RFA đóng tại Washington DC. "Quý ân nhân đã giúp tôi trả tiền học và mua quần áo sách vở cho con tôi."[2] Đồng thời, bà ấy cũng biết rằng mình sắp phải ngồi tù và tương lai của các con bà sẽ bị ảnh hưởng như thế nào, "chúng có thể bị tước mất đi cơ hội học hành và làm việc." Bà nói với Nhi: "Ở Việt Nam nếu một người phạm tội thì cả gia đình đều phải trả giá."

Vào ngày 16 tháng 9 năm 2016, không bao lâu sau khi chúng tôi tiến hành gây quỹ cho chiến dịch thứ hai giúp nuôi tụi nhỏ thì bản án của bà Lụa cũng đã được hoãn lại 12 tháng theo yêu cầu trong đơn kháng cáo của bà. Việc bà được hoãn thi hành án do bà là trụ cột gia đình duy nhất của ba đứa con nhỏ và là người lần đầu phạm tội.

Chính quyền trừng phạt nghiêm khắc như vậy là do quyết định ra đi của bà Lụa không phải là nhất thời mà là một sự rắp tâm bỏ trốn khỏi Việt Nam ngay từ đầu. Bản dịch tiếng Anh của bản điều tra xét hỏi do Công an quận La Gi thực hiện từ ngày 12 tháng 8 đến ngày 14 tháng 12 năm 2015 cho thấy kế hoạch tỉ mỉ đã trở thành một chuyến mạo hiểm táo bạo như thế nào.[3]

Bà Lụa bị coi là "chủ mưu" đằng sau vụ bỏ trốn "bất hợp pháp." Bà bị cáo buộc là đã chủ động đi gặp người đồng tổ chức cũng là một bà mẹ vào khoảng tháng 5 năm 2015. Hai người họ đồng lòng góp tiền để mua ghe, mua vật tư cần thiết cho cuộc hành trình, và rủ thêm nhiều người tham gia. Cả hai người phụ nữ này sau đó đã tiếp cận nhiều người thân khác dò hỏi xem có ai muốn đi cùng không. Tổng cộng có 46 người đồng ý tham gia vào chuyến đi vượt biên này, hầu hết mỗi người đi đều đóng góp những gì mà họ có vào chi phí của chuyến đi. Bà Lụa thừa nhận đã sử dụng tiền tiết kiệm của mình để đóng vào 70 triệu đồng (khoảng $3.000 USD) trong tổng số 440 triệu đồng (khoảng $19.000 USD) tiền đóng vào.

Phó giám đốc Tổ chức Theo dõi Nhân quyền (HRW) Bộ phận Châu Á, ông Phil Robertson, nói với BBC: "Rõ ràng, từ thông tin chúng tôi nhận được, những chuyến đi bằng thuyền này được tổ chức theo hình thức truyền thống trong cộng đồng là hùn vốn chung. Mọi người góp tiền và cùng nhau khởi hành. Chính phủ Úc cho rằng đây là những kẻ buôn người và hành động này là phạm tội. Nhưng điều này hoàn toàn không đúng sự thật."[4]

Ngoài ba con của bà Lụa, các thành viên khác trong gia đình đi chung chuyến còn có hai người em chồng của bà Lụa là Nguyễn Thị Kim Nhung và Nguyễn Tài - hai người này sau đó đã cùng bà ra đi lần nữa vào đầu năm 2017. Còn trong chuyến đi đầu tiên vào năm 2015 không có mặt chồng bà – ông Nguyễn Long, vì lúc đó ông đang đi đánh cá và hoàn toàn không biết gì về kế hoạch của họ.

Người đồng tổ chức với bà Lụa đã nhờ chồng mình đi kiểm tra chiếc ghe mà họ dự định mua với giá 300 triệu đồng (khoảng $13.000 USD) cho chuyến đi. Nhiều thành viên trong gia đình đã giúp mua thực phẩm, vật dụng và được bí mật vận chuyển cất giữ trên tàu chuẩn bị cho chuyến xuất hành. Cuộc điều tra của công an ghi nhận rằng "tất cả số tiền dùng để đi trốn đi vượt biên" đã được tiêu hết trước khi cả nhóm rời khỏi đất nước. Ông Đoàn Việt Trung - cựu chủ tịch liên bang của Cộng đồng Người Việt Tự do Úc châu - cũng đã nói: "Không ai kiếm được lợi nhuận từ chuyến đi. Và tất cả những người trên tàu đều xin tị nạn."[5]

Theo Công an huyện, họ đã phát hiện ý định bỏ trốn vào ngày 18/6/2015 và triệu tập cả ba người - bà Lụa, và người đồng tổ chức cùng chồng của bà lên đồn. Còn theo tường thuật của bà Lụa thì không phải vậy. Bà khẳng định với tôi rằng bà không được gọi lên đồn công an như họ nói trong cáo trạng, và bà cũng không biết, hay nghe gì về cái việc chuyện hai người kia bị gọi lên đồn công an. Công an thì nói rằng hai vợ chồng người đồng tổ chức "đã thay đổi ý định và không còn nghĩ đến việc rời bỏ đất nước" rằng "vào lúc đó thì những người hùn tiền cho chuyến đi trở nên nghi ngờ ... và cho là một trò lừa đảo nên họ chuyển sang ... phiền nhiễu và đe dọa bà Lụa và người phụ nữ kia. Vì việc này mà bà Lụa và hai vợ chồng kia đã quyết định khởi hành chuyến vượt biên vào ngày 1-7-2015," đó là chuyến đi đầu tiên của họ trên chiếc ghe được neo đậu bí mật tại Phan Thiết.

Khoảng ba tuần thì chiếc ghe mang ký hiệu BTH 96282TS của họ đã đi vào vùng biển Tây Úc cách bờ biển Dampier 93 dặm. Các thành viên trên con tàu chở dầu thuộc nhà thầu dầu khí Modec là những người đầu tiên nhìn thấy họ vào ngày 20 tháng bảy năm 2015. Các phương tiện truyền thông đưa tin cho biết tàu tìm kiếm và cứu hộ của cảnh sát ở Delphinus đã được khai triển để truy tìm vị trí chiếc ghe của những người xin tị nạn, theo sau là một tàu hải quân Liên Bang.[6] Sau khi tìm thấy thì ngày hôm sau các nhà chức trách Úc đã hộ tống chiếc ghe đánh cá của họ ra xa ngoài khơi.

Bà Lụa thì khẳng định rằng nhóm của họ được chuyển sang tàu Úc và ở trên đó ba ngày trước khi được chuyển sang một tàu lớn hơn vào ngày 24 tháng 7 năm 2015. Tại đây họ trải qua quá trình "sàng lọc tăng cường" do hai quan chức Úc thực hiện ngay ngoài khơi như nhóm người đi trước họ đã trải cách đó vài tháng.

"Vào lúc 10 giờ tối ngày 25 tháng 7, một nữ đại diện của Bộ Di trú đã đọc một tài liệu, thông qua một phiên dịch viên tiếng Việt, nói với chúng tôi rằng chính phủ Úc sẽ trả chúng tôi về Việt Nam," bà Lụa nói với tôi:

Tôi đứng lên và nói: "Nếu các ông bà đưa chúng tôi về Việt Nam, chúng tôi sẽ bị bỏ tù, con cái chúng tôi sẽ sống ra sao?" Nhưng đại diện bộ di trú nói: "Không, chính phủ Việt Nam đã thỏa thuận với chính phủ Úc và hứa với chúng tôi rằng họ sẽ không bắt hoặc bỏ tù quý vị. Họ sẽ giúp quý vị tìm việc làm và giúp con cái quý vị đi học. Vì vậy, đừng lo lắng. Chính phủ Việt Nam đã hứa họ sẽ không bao giờ bỏ tù quý vị." Tôi hỏi đi hỏi lại mấy lần về những chuyện có thể sẽ xảy ra cho chúng tôi nhưng tôi không nhận được thêm câu trả lời nào từ nhân viên di trú Úc.

Bà Lụa cũng đã nói tương tự như vậy với nhà báo truyền hình Kathy Triệu: "Vào lúc đó, chúng tôi quyết định phó mặc, vì nếu đất nước này không muốn chấp nhận chúng tôi thì đành chịu ra sao thì ra."[7]

Sau khi xác định rằng nhóm người Việt Nam xin tị nạn này không hội đủ điều kiện bảo vệ theo nghĩa vụ quốc tế, một lần nữa nhà chức trách Úc đã bí mật đưa họ về lại Việt Nam trong đêm ngày 25 tháng 7 năm 2015, có thể bằng máy bay thuê.[8] Tổng trưởng Di trú Peter Dutton sau đó đã từ chối bình luận về "các hoạt động trên biển," trong khi Thủ tướng Tony Abbott nói rằng Úc sẽ "hành động phù hợp với lợi ích quốc gia Úc và không … cung cấp tin tức những chuyến thuyền đó cho những kẻ buôn người trên biển."[9]

Từ bà Lụa tôi biết thêm một vài chi tiết: "Lúc 12 giờ đêm, họ chuyển chúng tôi đến bờ biển Úc (có lẽ là Darwin). Đến 1 giờ sáng họ đưa chúng tôi lên xe buýt tới sân bay, và máy bay cất cánh lúc 3 giờ sáng. Trên chuyến bay có đại diện của cơ quan nhập cư Úc, nhân viên Đại sứ quán Việt Nam và một số sĩ quan quân đội."

Sau khi hạ cánh xuống sân bay Tân Sơn Nhất, Thành phố Hồ Chí Minh lúc 8 giờ sáng ngày 26 tháng 7 năm 2015, một lần nữa họ được đại diện chính thức của Việt Nam và Úc bảo đảm rằng họ sẽ không bị trừng phạt. "Một nữ sĩ quan an ninh nói với chúng tôi rằng: thay mặt chính phủ Việt Nam họ đã ân xá cho chúng tôi," bà Lụa nói với đài RFA Tiếng Việt. "Họ nói rằng họ sẽ cho chúng tôi trở lại cộng đồng và không ai bị bỏ tù, nhưng rồi họ đã giam giữ chúng tôi, và bây giờ họ truy tố chúng tôi."[10]

Bà cáo buộc các quan chức nhập cư Việt Nam, những người đã chào đón họ tại sân bay, đã tổ chức một màn trình diễn cho các đối tác Úc an tâm. Những lời trấn an của đại diện chính phủ Việt Nam nói với những người bị trả về đều được dịch sang tiếng Anh ngay tại chỗ cho phía đại diện Úc nghe. "Nó được dàn dựng để tạo ấn tượng với người Úc rằng chúng tôi sẽ được đối xử tốt," bà nói với ABC thông qua thông dịch viên. "Tuy nhiên, liền sau đó chúng tôi bị đưa đến trại tạm giam. Chính phủ Việt Nam đã không giữ lời hứa.... Tôi bị giam ba tháng và bị đánh."[11] Bà giải thích cặn kẽ hơn cho Kathy Triệu: "Lúc nhập cảnh vào Sài Gòn (TP.HCM), công an tỉnh Bình Thuận và công an thị xã La Gi đều đợi chúng tôi.... Họ không chở chúng tôi về nhà. Họ nói với chúng tôi rằng họ sẽ chở chúng tôi về nhà, nhưng họ đã không làm như vậy."[12]

Bà Lụa nói với tôi rằng mặc dù bà "đã yêu cầu, với tư cách là đại diện của cả nhóm, xin cấp cho một lá thư cam kết rằng chúng tôi sẽ không bị trừng phạt vì trốn đi vượt biên," thế nhưng ngay sau đó họ bị lùa lên xe đưa về đồn công an La Gi, tại đây tất cả người lớn đều bị giữ lại. Đêm hôm đó họ được chuyển đến trại giam Phan Thiết. Bà Lụa và một số người khác bị giam riêng trong 26 ngày rồi mới đưa đi thẩm vấn. Chỉ trẻ em từ 16 tuổi trở xuống mới được phép trở về nhà.

"Họ nói rằng sau khi thành thật khai báo thì họ sẽ thả tôi ra," bà kể lại với Kathy Triệu:

Họ nói dối với tôi như vậy mỗi ngày. Sau đó, vào ngày 18 tháng 8, họ gạt tôi bằng cách nói rằng, "thu dọn quần áo đi, chị sẽ được về nhà với các con của chị." Tôi nghĩ mình được thả ra, nhưng khi họ chở tôi về nhà thì họ đọc lệnh bắt giữ....

Một người đàn ông ở đó nói với tôi "mấy người ký hay không ký thì chúng tôi vẫn sẽ đưa mấy người đi. Chúng tôi không quan tâm đến những gì chúng tôi hứa. Chúng tôi hứa điều đó với chính phủ Úc để họ chở mấy người trở lại đây. Nếu chúng tôi không hứa với họ thì họ sẽ không đưa mấy người về lại." Sau đó tôi hỏi anh ta, "vậy có nghĩa là chính phủ Việt Nam đã nói dối chính phủ Úc?" Anh ta hét vào mặt tôi, biểu tôi câm miệng và xém chút nữa là tát vô mặt tôi. Sau đó anh ta ra lệnh cho công an lôi tôi đẩy vào xe tù của trại giam. Họ đưa tôi trở lại Phan Thiết.... Tôi đã ở đó một tháng năm ngày. Trong thời gian đó, anh ta tiếp tục nói dối tôi và tìm cách buộc tôi ký các loại giấy tờ bằng cách nói rằng nếu chịu ký thì tôi có thể sẽ được về nhà. Tôi nói với anh ta rằng anh ta có thể đưa tôi đến bất cứ nơi nào anh ta muốn, nhưng tôi sẽ không ký bất cứ thứ gì hoặc nghe anh ta nói thêm gì nữa vì anh ta đã nói dối tôi rất nhiều lần.

Sau này bà kể thêm nói với tôi: "Trong thời gian đó họ đánh đập tôi.... Một thanh tra công an đã lấy lời khai của tôi và giám đốc công an tỉnh Bình Thuận cũng đến đe dọa tôi, nói rằng ông ta sẽ yêu cầu tòa án tuyên án 10 năm tù." Bà Lụa đã không thừa nhận bất kỳ tội danh nào.

Vào ngày 3 tháng 10 năm 2015, bà bị chuyển đến nhà tù ở La Gi, nơi bà tiếp tục trải qua những khổ nạn. Bà mô tả sự ngược đãi này với phóng viên đài ABC, Liam Cochrane, người được ông Đoàn Việt Trung giúp kết nối để phỏng vấn bà vào tháng 2 năm 2017. Câu chuyện của bà nhanh chóng trở thành tin tức rầm rộ ở Úc: "Tôi bị các nữ nhân viên an ninh đánh đập và ngược đãi, bị tát vào mặt, bị chửi thề và gọi tên. Các nữ cai tù này khi nổi cơn còn lấy khăn dơ và quần áo bẩn bỏ vào giếng của tù nhân bắt chúng tôi uống, giặt và nấu ăn bằng thứ nước bẩn đó."[13]

Bà Lụa nói với tôi, "trong một lần bị đánh đập, tôi chảy rất nhiều máu nên được đưa đến bệnh viện và được tạm tha để điều trị y tế."[14] Chi tiết này được nhắc đến trong cáo trạng của công tố viên như là "vấn đề sức khỏe."[15] Đến ngày 6 tháng 11 năm 2015 bà được cho tại ngoại về nhà. Được tại ngoại nhưng hàng ngày bà buộc phải nghe những lời kết tội mình và các con qua hệ thống loa phóng thanh. Chính quyền đã thu những lời buộc tội này và cho phát lên loa mỗi buổi sáng và chiều, ở cả địa phương bà ở và gần trường học của con bà, nơi bọn trẻ trở lại đi học khoảng một tháng sau khi bị trả về Việt Nam.

Ông Đoàn Việt Trung giải thích:

Chính quyền đặt hệ thống loa phát thanh tại nhiều nơi công cộng, nếu không muốn nói là hầu hết khắp nơi. Những thứ này được dùng để tuyên truyền thông tin nhà nước ... [Họ đưa lên hệ thống loa phóng thanh nói rằng] bà Lụa đã tìm cách trốn khỏi Việt Nam, và như vậy là một kẻ phản quốc.... Những thông báo buộc tội của họ đã được đưa ra trước khi diễn ra phiên xử, rồi sau phiên xử thì họ rao lên hệ thống loa phóng thanh rằng Lụa và tất cả những người khác đã bị tội như họ đã loan trước đó. Các buổi phóng thanh bêu tội chỉ dừng lại khi thời gian phát sóng của loa phát thanh được dùng để phát những thông tin về cuộc bầu cử Quốc hội diễn ra vào tháng 5 năm 2016.

Uyên và Đăng—hai đứa con lớn của Lụa—bị tác động rất mạnh vì việc này. Các em khóc và nói với mẹ rằng các em cảm thấy rất xấu hổ, không muốn đi học lại. Bà Lụa nhận thấy rằng trong thời gian này giấc ngủ của tụi nhỏ cũng bị ảnh hưởng. Lũ trẻ dễ khóc và ngủ không yên giấc. Bà thuyết phục với các con rằng chúng phải tiếp tục đi học. Những đứa trẻ đã nghe lời mẹ và tiếp tục đến trường.[16]

Cũng giống như những người trong chiếc ghe của bà Loan, chiếc ghe đầu tiên vượt biên vào khoảng từ tháng 3 đến tháng 4 năm 2015, cả bốn bị can trong chuyến đi của bà Lụa, kể cả bà, đều bị khởi tố và kết tội theo Điều 275 Bộ luật Hình sự Việt Nam 1999 về tội "Tổ chức, ép buộc người khác trốn ra nước ngoài hoặc ở lại nước ngoài trái pháp luật." Khoản 1 của Điều này quy định mức án phạt tù là "từ hai năm đến bảy năm." Tòa án La Gi là nơi xét xử vụ án của họ, phiên tòa diễn ra vào ngày 26/5/2016.

Ngay trước phiên tòa, Giám đốc Tổ chức Theo dõi Nhân quyền Úc (HRW Australia) là Elaine Pearson lên tiếng với tờ *The Guardian* rằng việc bỏ tù những người tìm cách rời bỏ đất nước của họ là "tàn nhẫn và bất hợp pháp." "Việc chính phủ Việt Nam truy tố bốn bị cáo vì đã rời khỏi Việt Nam là vi phạm quyền cơ bản của họ theo luật pháp quốc tế trong đó quy định rằng họ có quyền rời khỏi đất nước họ," bà nói. "Việt Nam đã ngang nhiên thất hứa với chính phủ Úc rằng họ sẽ không truy tố những người được đưa trở về. Úc nên yêu cầu chính phủ Việt Nam hủy bỏ mọi cáo buộc ngay lập tức và trả tự do cho họ."[17]

Bà Loan đã có mặt tại tòa để ủng hộ tinh thần cho những người bị buộc tội. Bà Lụa kể lại tình bạn của họ từ ngày đó: "Chúng tôi có cùng họ nên coi nhau như chị em."[18] Điều đáng quan tâm là: "Họ ra đi không có nghĩa là họ đang phản đối chính quyền cộng sản

Việt Nam." Lý do ra đi của họ được lặp lại ở cả phiên tòa xét xử ngày 26/5/2016 và phiên phúc thẩm ngày 01/9/2016: "Do hoàn cảnh gia đình khó khăn nên Trần Thị Lụa nảy ra ý định vượt biển sang Úc mong tìm một cuộc sống tốt hơn."[19]

Bà Lụa thì khẳng định rằng tình trạng kinh tế không phải là động cơ để họ đi, "Chúng tôi đi không phải vì không tìm được việc làm," như lời bà nói với Kathy Triệu trong một cuộc phỏng vấn sau đó:

> Chúng tôi hiển nhiên là có công ăn việc làm. Gia đình tôi làm ăn buôn bán, có ghe đi biển. Nhưng khi tàu Trung Quốc tấn công và bắt giữ ghe tàu của chúng tôi. Chúng tôi thông báo cho chính quyền Việt Nam tại thị trấn của chúng tôi yêu cầu họ cần có hành động bảo vệ ngư dân. Họ chỉ gật đầu và bảo chúng tôi tiếp tục ra khơi. Khi tàu Trung Quốc tiếp tục đâm vào thuyền của chúng tôi, giết chết ngư dân chúng tôi, thì họ trả lời là "chỉ có thể nhìn chứ không thể nói bất cứ điều gì." Đó là cuộc sống ở Việt Nam. Bạn không thể nói bất cứ điều gì. Không có nhân quyền.[20]

Những điều bà Lụa kể là những chuyện đã xảy ra đối với chuyến đi đánh cá xấu số mà thuyền của chồng bà - ông Nguyễn Long - vào năm 2011 cũng bị tàu Trung Quốc tấn công tại quần đảo Trường Sa và Hoàng Sa. Ông Long lúc đó đã gọi tín hiệu cấp cứu tới cho hải quân Việt Nam để nhờ giúp đỡ nhưng họ không phản hồi. Cũng giống như ông Lợi, khi trở về bờ ông Long đã trình báo sự việc với chính quyền địa phương tại La Gi, nhưng họ đều phớt lờ những lời báo cáo của ông, thay vào đó như ông nói là họ liên tục quấy rối gia đình.

"Do đó, dưới sự áp bức nhiều như vậy, làm sao chúng ta có thể sống tự do ở Việt Nam?" Bà Lụa hỏi. "Chúng tôi không có tự do, không có tự do ngôn luận, không có gì cả. Chúng tôi thậm chí không được lên tiếng. Khi chúng tôi lên tiếng, họ bắt và đánh chúng tôi khiến chúng tôi không còn lựa chọn nào khác. Khi họ làm xong, họ đe dọa chúng tôi nói rằng 'từ nay trở đi, mấy người còn dám tiếp tục nói nữa thôi?' Những việc như vậy, khiến chúng tôi thấy rằng chúng tôi không có bất kỳ tiếng nói nào."[21]

Cùng với bà Loan, bà Lụa đã cố gắng để lên tiếng, ông Đoàn Việt Trung và Elaine Pearson của HRW đã giúp sắp xếp để hai người phụ nữ này có cuộc gặp gỡ riêng với Thượng nghị sĩ Úc Hanson-Young tại một khách sạn ở Thành phố Hồ Chí Minh vào ngày 3 tháng 8, 2016. Thượng nghị sĩ - người mà một tháng sau trở thành Phát ngôn nhân về Di trú của Đảng Xanh, đã rất quan tâm đến những gì đã xảy ra với các gia đình này, và bà đã thay mặt họ nhiều lần công khai lên tiếng.[22]

"Trường hợp này có thể trình lên Tổng trưởng không" ông Trung đã hỏi qua email vào ngày 21 tháng 7, "rằng những người hiện đang phải đối mặt với án tù và sự phân biệt đối xử gần đây của chính phủ, họ có cơ sở lo sợ về sự đàn áp, và Úc nên xem xét lại các trường hợp của họ trong phần nghị sự của chương trình nghị sự về người tầm trú xa bờ?"

Bà Loan sau đó nhớ lại: "Chúng tôi đã kể lại việc chính phủ Úc trao trả chúng tôi và những cam kết rằng không để cho chính quyền Việt Nam bắt giam chúng tôi, rằng sẽ tạo công ăn việc làm, cho con chúng tôi đi học, và việc chính phủ Việt Nam đã không giữ lời hứa. Tôi cũng nói với bà Thượng Nghị Sĩ rằng công an Việt Nam đã đàn áp chồng tôi và anh ấy gặp khó khăn với chính quyền. Bà Thượng Nghị Sĩ cho biết bà sẽ trình bày điều này với chính phủ Úc."

Giữa lúc đó thì nhà chức trách Úc lại tiếp tục trao trả về 21 công dân Việt Nam tị nạn trên chiếc thuyền thứ ba. Đây là chiếc thuyền bị chặn ở Biển Timor, và những người trên thuyền một lần nữa đã không được công nhận là người tị nạn mà chính phủ Úc đã bí mật thanh lọc họ ở ngoài khơi. Họ bị đưa trở về lại Việt Nam bằng máy bay từ Darwin vào ngày 16 tháng 6 năm 2016. Nói về những người trên chiếc ghe thứ ba bị chặn bắt này, ông Dutton cho biết họ đã được đưa về an toàn: "Họ tuyên bố rằng họ cần được bảo vệ, những gì tìm thấy cho thấy họ không hội đủ điều kiện để được bảo vệ và họ đã được trả về Việt Nam." Thủ tướng Malcolm Turnbull cũng đã tận dụng cơ hội này để gửi một thông điệp mạnh mẽ đến những kẻ buôn người: "Điều quan trọng là thông điệp của họ được đưa ra để dụ mọi người lên thuyền đã bị phản bác bởi sự thật là chúng tôi kiên quyết ngăn chặn việc họ đẩy mạng sống của nhiều người vào nguy hiểm, đồng thời coi thường chủ quyền biên giới của chúng ta."[23]

Tôi có được thông tin về những gì đã xảy ra trong việc quay thuyền của Liên Đảng đối với con thuyền thứ 28 mà chính phủ Úc ngăn chặn, tức chiếc ghe thứ ba của những người tị nạn Việt Nam, là nhờ vào hai tài liệu chính thức mà Huỳnh Thị Mỹ Vân - một trong những người đi trên chiếc ghe đó cung cấp cho tôi - cho thấy Úc đã giam giữ bà và con gái lớn của bà là Nguyễn Huỳnh Lâm lúc đó 14 tuổi và con trai Nguyễn Huỳnh Sơn, 11 tuổi, với lý do họ là "những người nhập cư trái phép."

Tài liệu do Bộ Di trú và Bảo vệ Biên giới (DIBP) ban hành ngày 16 tháng 6 năm 2016 tại Căn cứ Hải quân Larrakeyah ở Darwin, căn cứ chính của Lực lượng Phòng vệ Úc ở Lãnh thổ phía Bắc trong đó nêu rõ rằng theo Mục 189 (1) của Đạo luật Di trú 1958 (Cth),

Nếu một viên chức biết hoặc nghi ngờ một cách hợp lý rằng một người trong khu vực di trú (trừ ra những nơi ngoài khơi không được tính đến) và cư trú bất hợp pháp thì viên chức đó có nhiệm vụ phải giam giữ người đó.[24]

Darwin, NT nằm trong khu vực di trú và không ở ngoài khơi. Một người nhập cư bất hợp pháp là người không có thị thực nhập cảnh sẽ là đối tượng của Đạo Luật này.

Quý vị đã đến Darwin vào ngày 16 tháng 6. 2016, dựa trên những thông tin hiện hữu, tôi có lý do chính đáng để nghi ngờ rằng quý vị là những người nhập cư bất hợp pháp và do đó tôi bắt giữ quý vị theo điều 189(1).

Quý vị hiện đang bị giam giữ Điều 189 của Đạo Luật.

Họ không bị Bộ Di Trú giam giữ lâu, họ đã bị đưa về Việt Nam cùng ngày hôm đó.

Theo tờ *The Guardian*, "Bộ Di Trú và Bảo Vệ Biên Giới chưa bình luận về việc liệu cơ quan này đã chắc chắn hoặc có sự bảo đảm rằng những người bị đưa trở về Việt Nam từ chiếc thuyền mới nhất sẽ không phải đối mặt với sự bắt bớ hay truy tố hay không."[25] Tuy nhiên, vào lúc đó, với thông tin có được về những gì đã xảy ra cho hai nhóm người tầm trú trước đó, chắc chắn thì ít nhất Úc cũng biết rằng những người bị coi là đã giúp tổ chức việc xuất cảnh "bất hợp pháp" có thể bị chính quyền Việt Nam bỏ tù.

Vào tháng 2 năm 2017, trạng sư Lyma Nguyễn có trụ sở tại Darwin đã nhờ các thành viên của nhóm mạng e-group VietBP 2013 - vốn rành rẽ các trường hợp tị nạn không thành công, bị truy tố và phải đối mặt với án tù nặng - giúp cung cấp bằng chứng xác thực về cách những người trả về bị đối xử tại Việt Nam. Cô cùng một số các luật sư nhân quyền và đại diện di trú hy vọng sẽ sử dụng các bằng chứng này trong các cuộc xem xét pháp lý. Mục đích của cô và nhóm là tìm một cơ hội cho họ bằng cách đưa ra các bằng chứng để những người có thẩm quyền xem xét liệu những hình phạt mà những người bị trả trở về đang gánh chịu có được xem là "tác hại đáng kể" hay không, và nếu có thì liệu một hình thức bảo vệ bổ sung cho họ

Australian Government

Department of Immigration and Border Protection

SECTION 189(1) DETENTION OF UNLAWFUL NON CITIZENS

SECTION 189 OFFICER'S NAME:

DETAINEE NAME: Lam Huynh NGUYEN (   ).

DATE:16/06/2016   PLACE: LARRAKEYAH NAVY BASE, DARWIN, NT.

MY NAME IS   , I AM AN OFFICER FOR THE PURPOSES OF SECTION 189 OF THE MIGRATION ACT 1958 ('THE ACT').

UNDER SECTION 189(1) OF THE ACT, IF AN OFFICER KNOWS OR REAOSNABLY SUSPECTS THAT A PERSON IN THE MIGRATION ZONE (OTHER THAN AN EXCISED OFFSHORE PLACE) IS AN UNLAWYFUL NON-CITIZEN, THE OFFICER MUST DETAIN THE PERSON.

DARWIN, NT IS IN THE MIGRATION ZONE AND IS NOT AN EXCISED OFFSHORE PLACE. AN UNLAWFUL NON-CITIZEN IS A NON-CITIZEN WHO DOES NOT HOLD A VISA THAT IS IN EFFECT.

ON YOUR ARRIVAL AT DARWIN ON 16TH JUNE 2016, BASED ON THE AVAILABLE INFORMATION, I REASONABLY SUSPECTED YOU TO BE AN UNLAWFUL NON-CITIZEN AND I THEREFORE DETAINED YOU UNDER SECTION 189(1).

YOU ARE NOW IN IMMIGRATION DETENTION UNDER SECTION 189 OF THE ACT

Signature:.............................   (Section 189 Officer)

Signature:.............................   (Detainee or parent/relative)

Tài liệu chính thức không phổ biến công khai của Bộ Di Trú Úc về việc giam giữ bà Vân và con gái lớn 14 tuổi của bà là Nguyễn Huỳnh Lâm do họ là "những người nhập cư trái pháp luật" (Nguồn: Huỳnh Thị Mỹ Vân).

58

có khả thi không.[26] Do thời gian gần đây tôi có tham gia nhóm mạng hỗ trợ người tầm trú Việt Nam nên tôi là một trong số những người đã cung cấp các bản khai như vậy, chỉ tiếc là nó đã không có mấy tác dụng.

"Các chứng từ không được đưa vào để xem xét," Lyma nói với tôi sau đó:

> Nó đã bị loại ra với lý do rằng 'bản cam đoan chỉ là lời nghe kể' và 'thông tin trong bản cam đoan không phải là trọng tâm của quyết định cần đưa ra,' cũng như 'Tòa án cấp dưới không bắt buộc phải điều tra những vấn đề đó'…
>
> Vấn đề khác là, cha mẹ của những trẻ em mà cô đã hỗ trợ, những người đã bị truy tố tại Việt Nam, bị truy tố vì hành vi đưa người khác sang Úc (tội 'buôn lậu người') – và sự phân biệt này đã được tòa án nhanh chóng làm rõ, khi tòa án xếp những người xin tị nạn đang được xem xét vào một hạng mục khác ('nạn nhân của tội buôn lậu người').

Thật vậy, vào tháng 6 năm 2017, Bộ Ngoại giao (DFAT) đã chính thức thừa nhận rằng "việc bắt giữ, điều tra và giam cầm kéo dài chỉ thực hiện với những người bị nghi ngờ có liên quan đến việc tổ chức các hoạt động buôn lậu người. DFAT hiểu rằng một số cá nhân trên tàu được đưa trở về Việt Nam vào năm 2016 là nằm trong trường hợp này."[27]

Tuy nhiên, bà Vân và chồng là ngư dân Nguyễn Tuấn Kiệt, cả hai đều nằm trong số bốn bị cáo từ chiếc thuyền thứ ba – bị đưa trở về vào ngày 16 tháng 6 năm 2016 và bị kết án tù. Một lần nữa, cả hai vợ chồng đều cam đoan rằng cả hai phía - Úc và Nhà chức trách Việt Nam - đều khẳng định và bảo đảm những người bị đưa trở về sẽ không bị trừng phạt, và họ đã thất hứa: "Họ [các quan chức] nói với chúng tôi rằng chính phủ Việt Nam đã hứa với chính phủ Úc rằng chúng tôi sẽ được trả tự do khi trở về Việt Nam," bà Vân nói RFA. "Một nữ đại diện của chính phủ Việt Nam nói với chúng tôi rằng chúng tôi rời Việt Nam vì lý do kiếm sống nên sẽ không bị bỏ tù."[28]

Và cũng như những lần trước đây, vào giữa tháng Mười Hai năm 2016, Luật sư Đôn là người hướng sự chú ý của chúng tôi về hoàn cảnh khó khăn của gia đình này khi bà Vân tìm tới ông để nhờ giúp đỡ. Bà đã đi gần 500 km từ nhà ở Bà Rịa Vũng Tàu ra Phú Yên là nơi ở của Luật sư Đôn để nhờ ông tư vấn trước khi phiên tòa diễn ra. Ngày 13 tháng 12, ông Kiệt đã bị kết án 30 tháng tù với lao động khổ sai ở trại giam Phước Cơ ở thị trấn Ngãi Giao thuộc huyện Châu Đức tỉnh Bà Rịa-Vũng Tàu cách nhà họ gần 50km.[29] Họ, cũng giống như tám bị cáo trước, bị kết án về tội "tổ chức đưa người vượt biên trái phép," TAND tỉnh Bà Rịa-Vũng Tàu đã kết họ án theo Điều 349 Bộ luật Hình sự Việt Nam mới 2015, có hiệu lực ngày 1/07/2016.[30]

"Tôi đã đọc cáo trạng của công tố viên và tôi thấy họ sẽ sử dụng Bộ luật Hình sự mới với các hình phạt tù khắc nghiệt hơn so với Bộ luật cũ," Luật sư Đôn nói với RFA. Theo bộ luật mới, ông Kiệt phải đối mặt với mức án từ bảy năm đến 15 năm, trong khi bà

Vân có thể bị phạt tù từ một năm đến năm năm. "Họ cho rằng những người xuất cảnh trái phép làm ảnh hưởng xấu đến uy tín đất nước, trật tự xã hội, nên quyết định khởi tố ... để cảnh cáo những ai có ý định rời khỏi đất nước."[31]

Quả thực, nhận xét của ông đã được TAND tỉnh Bình Thuận chứng thực trong phiên phúc thẩm ngày 1 tháng Chín, 2016 của bà Lụa: "Hành vi của các bị cáo là nguy hiểm cho xã hội, không chỉ xâm phạm nghiêm trọng trật tự quản lý hành chính nhà nước về nhập cảnh và xuất cảnh, mà còn gây mất an ninh trật tự tại địa phương, ảnh hưởng xấu đến uy tín, danh dự của quốc gia trong khu vực và trên thế giới."[32]

Tôi hỏi Luật sư Đôn vì sao mà ông luôn sẵn lòng cãi miễn phí cho những bị can như vậy, ông đáp: "Họ không còn nhà, không còn việc làm, bị chính quyền Việt Nam bỏ tù, và do đó đã đẩy toàn bộ gia đình họ vào chung số phận.... Những người này đã vượt biển sang Úc với mong muốn có cuộc sống tốt hơn so với ở Việt Nam. Họ không làm gì sai để chính phủ Việt Nam phải bỏ tù họ."[33]

Rốt cuộc thì bản án của ông Kiệt không dài như lo ngại ban đầu, còn bà Vân vợ ông thì bị tuyên 18 tháng tù treo, 36 tháng quản chế không được ra khỏi địa phương. Nhi giải thích: "Bản án của bà ấy có tính chất răn đe. Chỉ cần bà ấy không làm bất cứ điều gì trái ý chính quyền thì bà sẽ không phải ngồi tù. Nhưng nếu bà ấy rời khỏi địa phương của mình để tìm việc làm thì sẽ bị bỏ tù ngay lập tức."

Bà Vân cố gắng nuôi hai con ăn học bằng công việc may vá nhưng chỉ kiếm được khoảng 2 đô Mỹ một ngày. Không còn nhà,

Bộ Luật Hình Sự do Luật sư Đôn cung cấp.

phải ở nhà thuê, gia đình bà đối mặt với nguy cơ trở thành người vô gia cư. Bà cũng không có đủ tiền để ăn bữa trưa, vì vậy họ chỉ ăn một hoặc hai bữa một ngày, và hầu như không có tiền mua thịt để ăn. Bà còn phải gửi thức ăn vào thăm nuôi chồng hàng tháng do ở trong trại giam ông Kiệt không đủ đồ ăn và sức khỏe kém, ông bị sụt cân đáng kể từ lúc bị bắt ở tù ngay khi đặt chân về lại Việt Nam. Hàng tháng, mỗi lần đi thăm chồng bà Vân phải đi một quãng đường xa tốn kém không ít.

Bà Vân và hai con Nguyễn Huỳnh Sơn (trái), và Nguyễn Huỳnh
Lâm (phải) vào năm 2016 lúc chồng bà đang ở tù (Nguồn:
Huỳnh Thị Mỹ Vân).

Vào lúc đó, chúng tôi đã không đạt được chỉ tiêu đề ra trong chiến dịch gây quỹ cho bà Lụa và những người khác, mà cũng không có tiền để giúp cho gia đình mới này. Không muốn để họ không có gì trong khi họ đang hết sức trông cậy vào chúng tôi, vì vậy tôi quyết định thêm tên họ vào chiến dịch "Giúp nuôi lũ trẻ."

Qua Nhi, Luật sư Đôn giải thích thêm về hoàn cảnh họ với tôi:

Gia đình này có trình độ học vấn rất thấp. Cả hai vợ chồng đều chỉ học đến lớp 2 và hầu như không biết đọc biết viết nên có thể nói là mù chữ. Lập tài khoản Facebook và mở một tài khoản ngân hàng là những việc lớn đối với họ. Họ cần ai đó chỉ dẫn họ từng bước.

Trên hết, họ sợ công an. Bà Lụa và bà Loan đã đi từ Bình Thuận vào Bà Rịa để gặp bà Vân ngay tại tòa. Mục đích là để thuyết phục bà Vân và trấn an bà rằng nhận sự giúp đỡ từ nước ngoài là không sao, bởi vì bà quá sợ hãi khi công an nói với họ rằng những người ở nước ngoài chỉ muốn lợi dụng họ và khiến họ gặp rắc rối!

Trong khi đó, ngày 12 tháng 12 năm 2016, một ngày trước phiên tòa, ông Dutton và Bộ trưởng Công an Việt Nam - Đại tướng Tô Lâm, đã ký một Biên bản ghi nhớ mới (MOU) tại Canberra về việc trao trả lại "Công dân Việt Nam không có quyền nhập cảnh hợp pháp hoặc ở lại Úc, kể cả những tàu bị bị chặn trên biển." Ông

Dutton cho biết: Duy trì thỏa thuận này là "phù hợp với nghĩa vụ pháp lý trong nước và quốc tế của cả hai nước" và gọi đây là "một cột mốc quan trọng trong mối quan hệ song phương của Úc với Việt Nam, và là một phần thiết yếu trong nỗ lực chống di cư bất thường ở khu vực": "Chính phủ Liên Đảng cam kết bảo vệ biên giới của chúng ta, ngăn chặn những người buôn lậu và ngăn chặn những người mạo hiểm mạng người ở trên biển.... Biên giới của Úc vững vàng hơn bao giờ hết và các chính sách bảo vệ biên giới cứng rắn của chúng tôi luôn hiện diện."[34]

Các tổ chức nhân quyền đã nhanh chóng bày tỏ quan ngại. UNICEF cảnh báo, "các gia đình có thể có nguy cơ bị ngược đãi và bị vi phạm nhân quyền nghiêm trọng" và thúc giục "chính phủ Úc tiếp tục tìm kiếm các cách giải quyết trong khuôn khổ hợp tác bảo vệ chung ở khu vực nhằm tìm giải pháp cho người xin tị nạn và trẻ em tị nạn và hành trình có thể dự đoán được của họ."[35]

Về phần mình, chúng tôi có những mối bận tâm khác. Sau khi nói chuyện với bà Vân, Nhi nói với tôi: "Tôi sẽ cố gắng hết sức để xin tiền lo cho gia đình này. Tôi sẽ hỏi những người bạn thân của tôi để xin cho họ." Mặc dù không có gì bảo đảm rằng chúng tôi sẽ huy động được thêm bất kỳ khoản tiền nào nữa, số tiền có được sẽ được chia cho ba gia đình. Đó là tất cả những gì chúng tôi có thể làm, sau đó thì tính tiếp.

Tôi viết một bài báo, Nhi giúp dịch ra tiếng Việt và Đoàn Việt Trung giúp tìm cách đăng trên các phương tiện truyền thông Việt ngữ ở Úc. Chúng tôi cũng quyết định bắt tay vào một chiến dịch viết thư, loan báo cho những người Úc gốc Việt có máu mặt như các giám đốc điều hành, chủ nhà hàng về hoàn cảnh của những gia đình xin tị nạn không thành công này cũng như nỗ lực của chúng tôi trong việc giúp đỡ họ. Tôi nói rõ rằng trọng tâm của chúng tôi là phi chính trị và nêu lên mong muốn có được các cuộc hẹn gặp với từng nhà hảo tâm tiềm năng để kết nối với họ. Tôi cũng nói rõ rằng tôi không tìm kiếm sự đóng góp mà muốn "thảo luận về những gì có thể làm để giúp những người tuyệt vọng này có được cơ sở an toàn hơn, hơn là cách tôi tự làm một mình." Bài báo chưa bao giờ được đăng và tôi chỉ nhận được một thư trả lời cho chiến dịch viết thư của chúng tôi, từ chối một cách lịch sự và dứt khoát.

Chúng tôi không bao giờ biết được vì sao chiến dịch của chúng tôi hoàn toàn không được hồi đáp. Nhi cố gắng giải thích với tôi rằng nhiều người Việt Nam sống ở nước ngoài đã quay trở về và làm ăn với quê hương cũ của họ và vì vậy họ cảm thấy thoải mái hơn khi quyên góp ở nơi khác. Thật vậy, vào năm 2016, những người Việt tị nạn định cư tại Úc đã quyên góp hơn nửa triệu đô la hỗ trợ cho người tị nạn Syria.[36]

Đến tháng 1 năm 2017, chúng tôi chỉ còn lại 200 Úc kim (140 USD) cuối cùng của tiền quỹ quyên góp được. Tôi phải cấp tốc viết một bản cập nhật gởi tới các nhà hảo tâm đã đóng góp vào quỹ và khẩn khoản với họ rằng, "Trừ khi có thêm tiền, nếu không chúng tôi sẽ không thể nào hỗ trợ bảy trẻ em Việt Nam này. Cả bảy em đều có cha mẹ đang trong hoặc chờ thi hành án tù vì đã cố gắng đến Úc bằng thuyền vào năm 2015–16." Lời kêu gọi chỉ đủ để có thêm 700

Úc kim ($500 USD), ngoài ra là hết. Vốn là người năng động và tháo vát, Nhi giục tôi viết thư cho các tổ chức vận động người Việt quốc tế như BPSOS và Việt Tân.

Tôi đã không nhận được một phản hồi nào từ Việt Tân. Nhi cũng thừa nhận là "rất khó, vì họ chủ yếu chỉ muốn hỗ trợ các nhà hoạt động ở Việt Nam."[37] Tuy nhiên giám đốc điều hành BPSOS, Tiến sĩ Nguyễn Đình Thắng, tỏ ra rất quan tâm đến công việc của chúng tôi. BPSOS được biết nhiều với việc giải cứu hơn 25.000 thuyền nhân Việt Nam trong những năm 1980 và hiện đang hỗ trợ những "nạn nhân của vi phạm nhân quyền ở Việt Nam" và những đối tượng khác. Trên trang web của mình, BPSOS cho biết mục đích của tổ chức là "bảo vệ những người xin tị nạn Việt Nam ở các nước láng giềng và giải cứu nạn nhân của nạn buôn người trên khắp thế giới."[38]

Gần như ngay lập tức, từ Washington DC Tiến sĩ Thắng viết thư trả lời tôi và cảm ơn tôi vì "đã giúp chúng tôi chú ý đến hoàn cảnh của những người Việt bị trả về này. Tôi có lời khen ngợi các bạn đã làm tốt và thành công trong việc gây quỹ giúp đỡ gia đình bà Trần Thị Thanh Loan. Tôi muốn tìm hiểu thêm về các gia đình khác và điều kiện hiện tại của họ."

Chúng tôi biết rằng gia đình bà Vân, ông Kiệt và các con của họ nằm trong số 21 người tầm trú đã trốn khỏi Việt Nam bằng tàu đánh cá vào ngày 18 tháng 5 năm 2016. Sau đó chúng tôi mới biết thêm rằng công việc chuẩn bị cho chuyến đi đã được thực hiện trong một thời gian dài. Theo lời bà Vân, chồng bà đã được hai bị cáo khác đề nghị trả cho 20 triệu đồng (khoảng $860 USD) một tháng để làm tài công lái ghe sang Úc. Những người khác trong chuyến đi phải trả 50 triệu đồng (khoảng $2.100 USD) cho tiền ăn và nhiên liệu, tổng số tiền thu được là 450 triệu đồng (khoảng $19.300 USD) còn gia đình bà Vân ông Kiệt thì không phải đóng tiền. "Họ nói với chúng tôi rằng gia đình chúng tôi có thể đi mà không cần phải đóng tiền," bà nói với RFA. "Chúng tôi không có bất kỳ công việc nào khi đó, vì vậy chúng tôi rất mừng khi nhận được lời đề nghị."[39]

Bà Vân giải thích với tôi rằng chồng bà hỏi mua lại chiếc ghe từ một người bạn theo yêu cầu của một trong hai người bị cáo đã tiếp cận ông. Đây là người "chủ động yêu cầu mua thuyền, nhưng đã không trả tiền cho chủ thuyền sau khi ông ấy bị trả trở về nước. Về phần mình, chúng tôi rời Việt Nam vì không có chính sách cải thiện kinh tế và không có nhân quyền. Chúng tôi đã chuẩn bị tinh thần có thể sẽ chết trên biển trong việc tìm kiếm một cuộc sống tốt đẹp hơn ở một đất nước mới."

Trước khi đi vượt biên, ngay cả khi hai vợ chồng đều đi làm mà họ vẫn chật vật để sống. Bà Vân cho rằng thảm họa Formosa đã ảnh hưởng đến sinh kế của các ngư dân mà ông Kiệt là một người trong số đó. Ông phải vật lộn mới có thể kiếm được khoảng 40–50 Mỹ kim một tuần, có hôm phải trở về tay không. Thật vậy, vụ xả thải của hãng sản xuất thép Formosa vào hồi tháng 4 năm 2016 được xem là thảm họa môi trường tồi tệ nhất của Việt Nam. Nó khiến đời sống người dân dọc 200km bờ biển của bốn tỉnh miền Trung từ Hà Tĩnh đến Thừa Thiên Huế đều bị tê liệt. Chỉ tính số cá chết trôi dạt vào bờ được chính quyền thu dọn cũng lên tới khoảng 115 tấn, chưa kể sự thiệt hại của các sinh vật biển khác. Vào ngày 30 tháng 6 năm 2016, Formosa Hà Tĩnh Steel Corp - một công ty con của tập đoàn Formosa Plastics Group Đài Loan đã nhận trách nhiệm và đồng ý bồi thường 500 triệu Mỹ kim cho thảm họa biển này. Họ thừa nhận nguyên nhân là do đường ống dẫn nước thải công nghiệp độc hại của công ty đã thiết kế chạy thẳng ra biển xả thải trái phép. Tuy nhiên, đến thời điểm đó, ngư dân đã thiệt hại hàng chục triệu đô la. Chính phủ Việt Nam đã cấm bán và phân phối hải sản từ các khu vực bị ảnh hưởng. Theo thống kê chính thức, sinh kế của hơn 200.000 người bị thiệt hại, trong đó có hơn 40.000 ngư dân. Bà Vân cho biết: "Các công ty xử lý chất thải hóa học làm ô nhiễm nguồn nước, chính phủ Việt Nam không can thiệp và không bồi thường cho chúng tôi."

Chiếc thuyền của họ lênh đênh trên biển khoảng 25 ngày trước khi vào được lãnh hải Úc. "Chúng tôi bị đói và trên ghe có nhiều người kiệt sức. Máy tàu bị hư, chúng tôi trôi dạt mấy ngày chỉ trông chờ gặp được thuyền của ngư dân các nước láng giềng nhờ họ giúp đỡ. Cũng may là chúng tôi không gặp bất kỳ tàu Trung Quốc nào, chỉ có các thuyền của Indonesia và Thái Lan và họ đã cho chúng tôi thức ăn. Có đoạn, chúng tôi phải xuống bơi để đẩy ghe, rất nguy hiểm."

Họ bị chính quyền Úc bắt giữ vào ngày 10 tháng 6 năm 2016. "Chúng tôi ở rất xa đất liền. Chính phủ Úc đã giam giữ chúng tôi sáu ngày trên tàu của họ. Họ phỏng vấn từng người chúng tôi và

69

nói rằng chúng tôi may mắn vì một trong những con thuyền chúng tôi đi qua là cướp biển có nhiều cướp ở trên tàu. Họ cũng nói với chúng tôi rằng có rắn và cá sấu nước mặn ở dưới biển."

Sau khi hạ cánh xuống sân bay Tân Sơn Nhất ngày 16 tháng Sáu, 2016, chính phủ Úc đã trao cho mỗi người tị nạn bị trả về 4 triệu đồng (khoảng $172 USD) để "giúp chúng tôi bắt đầu lại cuộc sống," bà Vân nói. "Trước mặt các quan chức Úc, chính phủ Việt Nam hứa sẽ trả tự do cho chúng tôi. Nhưng sau khi quan chức Úc rời đi, chính phủ Việt Nam đã không giữ lời hứa. Họ đưa chúng tôi về đồn công an Bà Rịa-Vũng Tàu để thẩm vấn. Chồng tôi ngay lập tức bị nhốt riêng vì anh ấy là tài công. Họ đưa anh đến nhà tù nơi anh ấy bị giam cho đến khi xét xử."

Bà Vân nói với tôi gia đình bà đã bị phạt tiền hai lần. Tất cả những người bị trả về mỗi người bị buộc phải nộp 6 triệu đồng tiền phạt (khoản $260 USD), riêng gia đình bà còn bị chính quyền tịch thu hết 6000 Mỹ kim. "Đó là tất cả số tiền mà gia đình tôi tằn tiện để dành trong nhiều năm. Chính phủ Việt Nam nói rằng đó không phải là tiền của chúng tôi và họ tịch thu không có lý do. Tôi không hiểu tại sao."[40]

Bà Vân nói với RFA: "Tôi không nghĩ rằng mình đã phạm bất kỳ tội ác nào. Tôi đã không rủ bất kỳ ai đi với chúng tôi. Tôi cũng không tổ chức chuyến đi. Tôi không mua bất kỳ vật dụng nào cho chuyến đi. Tôi không biết gì cả. Tôi chỉ thu dọn đồ đạc và rời đi khi họ nói với chúng tôi rằng họ đã sẵn sàng để ra đi. Tôi là một nạn nhân."[41] Ông Kiệt ra tù vào tháng 10 năm 2018. Ông bị sụt 22 ký, sau thời gian ở tù ra ông trở thành một ông già, theo như lời vợ ông nói. "Anh ấy không có việc làm vì không ai dám nhận, do bản án của anh ấy," bà bày tỏ trong hoang mang.

Tôi gặp gia đình họ lần đầu tiên vào ngày 9 tháng 11 năm 2018 tại Thành phố Hồ Chí Minh. Cả gia đình đã đi từ nơi họ ở để đến gặp tôi, đem theo một người bạn Mỹ gốc Việt và vợ của anh ấy, hai người này đã đề nghị làm phiên dịch cho chúng tôi. Trong suốt thời gian gia đình bị đày ải - bị khởi tố bị tù đày -bà Vân luôn nhắc các con phải tập trung vào việc học. Lâm, con gái lớn của bà đã 16 tuổi và khá thông thạo tiếng Anh. Cô bé là một học sinh chăm chỉ và em ước mơ được học đại học để trở thành y tá.

Từ trái: Ông Kiệt, con trai Nguyễn Huỳnh Sơn, bà Vân, tác giả và con gái của hai vợ chồng họ - Nguyễn Huỳnh Lâm, tại TP Hồ Chí Minh, tháng 11, 2018.

Mặc dù chúng tôi chỉ có thể hỗ trợ chút ít, nhưng họ tỏ ra rất biết ơn. Dù vẫn bị công an theo dõi, ông Kiệt mong muốn có thể trở lại nghề đánh cá, và trong tương lai nếu có thể sẽ chuyển sang làm tài xế xe tải để có công việc ổn định hơn. Trong họ vẫn còn nhiều mối bận tâm: "Tôi muốn chính phủ tôn trọng, lắng nghe và giải quyết những khó khăn của chúng tôi," bà Vân nói. "Nhưng điều đó không thể xảy ra ở đất nước của tôi."

Thật vậy, sự quấy rối từ chính quyền đã đóng một phần lớn trong quyết định ra đi của bà Lụa, bà Loan và một người mẹ khác - bà Nguyễn Thị Phúc. Ba người phụ nữ này đã bí mật thu xếp và đưa gia đình bỏ trốn lần thứ hai đến Úc. Một quyết định mà họ không nói cho chúng tôi biết. Chúng tôi chỉ biết tin khi họ đã lên thuyền ra đi vào đêm ngày 30 tháng 1 năm 2017. Chuyến đi này của họ là một quyết định mất còn, nó thay đổi toàn bộ số phận của họ sau đó, và ít nhiều ảnh hưởng tới chúng tôi.

Chương 3
Chạy Trốn Lần 2

Đã mấy ngày trôi qua mà chúng tôi không nhận được tin tức gì từ bà Lụa và bà Loan. Điều này khá bất thường bởi Nhi vẫn thường xuyên liên lạc với họ. Ngày 1 tháng Hai, 2017, Nhi giúp tôi tìm hiểu xem hai người phụ nữ này có đang ở địa phương hay không. "Bà Loan không lên mạng," Nhi báo cho tôi biết. "Lẽ ra tối nay bà ấy phải liên lạc với chúng ta sau khi bán trái cây xong." Lúc ấy, chúng tôi không hề hay biết rằng họ đã bỏ trốn lần thứ hai và họ đã khởi hành từ hai hôm trước.

Nhi hỏi thăm Luật sư Đôn về họ nhưng ông cũng không biết gì thêm. Kể từ sau phiên kháng cáo, bà Loan vẫn giữ liên lạc với ông. Khi chúng tôi liên hệ, ông Đôn đang bận rộn với đứa con mới sinh và hứa sẽ cố gắng tìm hiểu sự việc rồi báo cho chúng tôi.

Những ngày sau đó, vẫn không có bất kỳ tin tức nào về họ khiến chúng tôi càng thêm lo lắng. "Không biết họ có gặp chuyện gì không," Nhi nói với tôi. "Không ai trong số họ lên mạng cả. Tôi gọi cho cả bà Lụa và bà Loan nhưng không có ai trả lời. Hy vọng họ không bị bắt và đưa vào trại giam. Luật sư Đôn nói nếu họ bị bắt, ông có thể tìm ra tin tức, nhưng cũng phải mất một thời gian vì công an Việt Nam có cách làm việc rất đặc biệt."

Có thể hình dung chúng tôi đã sửng sốt như thế nào khi đọc được loan báo công khai của Luật sư Đôn trên Facebook cá nhân vào ngày 3 tháng Hai, 2017. Ông vừa mới biết rằng ba gia đình đang trên đường vượt biển từ Việt Nam sang Úc, thuyền của họ đã qua lãnh hải Indonesia và đang tiến về vùng biển Úc. Ông dự đoán rằng nếu bị Úc trả về, bà Loan và bà Lụa sẽ đối mặt với án tù cho mỗi người là bảy và sáu năm, do họ sẽ phải thi hành phần còn lại của bản án trước đó kèm thêm án tù mới. Cả hai bà mẹ đã nói với ông rằng họ sẽ "nhảy xuống biển tự tử" vì không bao giờ chấp nhận quay lại Việt Nam. Bài đăng của ông kết thúc với lời "cầu mong ba gia đình sớm đến được bến bờ tự do!"[1]

Khi đó, chúng tôi không chắc ngoài ba bà mẹ và các con của họ thì còn ai khác trên thuyền. Tôi lập tức liên hệ với các tổ chức nhân quyền như Hội đồng Người Tị nạn Úc (RCOA) và Tổ chức Theo dõi Nhân quyền (HRW), cùng các cố vấn pháp lý từ Trung tâm Luật Nhân quyền (HRLC).[2] Tôi gấp rút tìm kiếm mọi cách để có thể giúp họ một khi thuyền họ vào lãnh hải Úc, mặc dù trong lòng tôi không tin chắc họ sẽ tới đích.

Điều tôi muốn làm cho họ lúc ấy là những gì đã nêu trên trang web *www.vietbp.org* mà tôi và Nhi lập ra trong năm đó, nhằm cung cấp thông tin cho các gia đình Việt Nam tị nạn bị trả về, như trường hợp của bà Lụa và bà Loan:

> Để xin tị nạn tại Úc, người đó cần có mặt trên lãnh thổ Úc. Họ có thể nhờ người khác cung cấp tên và vị trí hoặc tọa độ chính xác của họ khi đang ở trong vùng biển Úc. Ngoài ra, người tị nạn nên yêu cầu trợ giúp pháp lý để giải thích lý do họ rời khỏi Việt Nam. Cần lưu ý rằng bất kể kết quả xin tị nạn ra sao, người đó không thể nộp đơn xin thị thực để ở lại Úc, trừ khi có quyết định đặc biệt của Bộ trưởng Bộ Di trú.[3]

Trang web này được chúng tôi thiết lập sau khi chứng kiến sự lúng túng đáng kể từ phía những người ủng hộ người tị nạn mỗi khi có tin đồn rằng một con thuyền tầm trú đang tiến gần đến Úc. Nhận ra rằng sự hoang mang này xuất phát từ việc họ thiếu những thông tin súc tích ngắn gọn và hữu ích, do đó tôi đã biên soạn tài liệu tư vấn trên với sự tham khảo ý kiến từ các chuyên gia pháp lý. Tuy nhiên, làm sao chúng tôi có thể giúp đỡ các gia đình Việt nam này khi không có manh mối nào về danh tính những người trên thuyền, hoặc vị trí, tọa độ chính xác của họ trong vùng biển Úc. Đặc biệt là khi họ sử dụng phương thức định vị truyền thống của ngư dân Việt Nam khi đi biển. Và làm thế nào để họ – những người xin tị nạn – có thể hiểu rõ quyền lợi của mình, cũng như nghĩa vụ của chính phủ Úc, để đưa ra yêu cầu trợ giúp pháp lý khi còn lênh đênh trên biển?

"Theo hiểu biết của tôi, thì không có bất kỳ tài liệu nào được đề cập riêng cho trường hợp những người tầm trú vẫn còn lênh đênh trên biển hoặc đang ở trong vùng biển Úc," chuyên gia pháp lý Úc, Tiến sĩ Anthea Vogl nói, và bà khẳng định: "Nguyên nhân là do phần lớn các tài liệu vận động và dịch vụ hiện nay chủ yếu hướng tới những người đã nộp đơn xin tị nạn, thay vì cung cấp thông tin cho những ai chưa biết cách thực hiện quy trình này. Việc liên lạc khó khăn, thậm chí rất hạn chế trước khi đơn xin tị nạn được đưa ra, đặc biệt là đối với những người đến bằng thuyền, lý giải cho sự thiếu vắng các nguồn tài liệu hỗ trợ."[4]

Trong những tuần lễ trước khi chạy trốn, áp lực đối với cả bà Loan và bà Lụa ngày càng gia tăng. Chúng tôi biết cả hai người phụ nữ này đều vô cùng lo lắng về những bản án tù dài hạn đang chờ trước mắt. Họ cũng đã tiết lộ với chúng tôi, cũng như với Đoàn Việt Trung, rằng công an đe dọa là sẽ đánh đập họ trong tù vì trước đây đã từng kể xấu về chính quyền Việt Nam với người nước ngoài. Như bà Loan sau đó đã nói với SBS, "trưởng công an địa phương, Thiếu tá Bùi Thanh Trúc, đã nói với tôi không được phát biểu với bất kỳ cơ quan truyền thông nước ngoài nào. Ông ta còn hăm rằng, một khi vào tù thì tôi sẽ nhận hậu quả giống như chồng tôi."[5]

Vào ngày 21 tháng 1 năm 2017, Nhi nói với tôi rằng công an "dường như muốn đưa họ vào tù sớm. Chồng của bà Loan sắp được thả và chồng của bà Lụa đã bị đưa trở về từ Indonesia. Cũng có thể là họ muốn làm tiền." Hơn nữa, bà Loan đã báo với chúng tôi rằng một số bạn bè của bà, những người đã trốn cùng bà vào năm 2015, đã bị triệu tập đến đồn công an sát để trả lời các câu hỏi về bà, trong khi bà Lụa nhiều lần được thông báo rằng bà nên tự nguyện thi hành án tù sớm.

Nhi đã khuyên hai người phụ nữ: "Hãy bỏ ngoài tai những lời đe dọa đó và giữ thái độ im lặng, nếu có chuyện gì thì báo cho tôi biết ngay. Hiện tại, công an địa phương chỉ đang hù dọa chứ chưa có lệnh chính thức từ tòa án." Phải đến giữa năm thì chồng bà Loan, ông Hồ Trung Lợi, mới mãn hạn tù. Tuy vậy, Nhi lo lắng rằng ông có thể được ân xá sớm vào dịp Tết Nguyên Đán, và đoán rằng "công an có thể đưa bà Loan vào tù sớm hơn dự kiến."

Lúc bà Loan cùng các con bỏ trốn lần thứ hai, chúng tôi không biết ông Lợi có ở trên thuyền với họ hay không, liệu rằng ông được ân xá rồi bỏ trốn cùng họ? Chỉ sau đó, một trong những người chị của bà Loan mới thông báo cho chúng tôi biết rằng ông vẫn đang ở trong tù.

Có một điều rõ ràng là các tù nhân đã bị đối xử tồi tệ như thế nào trong tù. "Mỗi lần tôi đến thăm anh ấy, tôi đều thấy những chiếc xe cấp cứu đưa các tù nhân ra khỏi nhà tù," bà Loan nói với SBS. "Họ đã giữ lại thuốc của anh ấy. Không có thuốc uống, huyết áp anh lên cao khiến chân anh bị phù to không thể di chuyển hay đi lại được.[6]

Trong khi đó, chồng của bà Lụa, ông Nguyễn Long, đã trở về nhà vào ngày 25 tháng 12 năm 2016 và lập tức phải đối mặt với những sự sách nhiễu. Bà Lụa kể lại: "Công an địa phương liên tục

Ông Lợi mặc đồ tù trong lần thăm gặp của vợ, bà Loan, trước khi bà trốn khỏi Việt Nam (Hình: Trần Thị Thanh Loan).

triệu tập ảnh nhiều lần và gây ra cho ảnh rất nhiều rắc rối. Do đó mà chúng tôi buộc phải rời bỏ đất nước ra đi."

Nếu bà Loan hoặc bà Lụa cho chúng tôi biết về kế hoạch chạy trốn của họ, chắc chắn chúng tôi sẽ ra sức thuyết phục họ từ bỏ ý định. Bởi vì chúng tôi đã từng can ngăn họ đừng bao giờ thử lại cuộc hành trình nguy hiểm này. Nhưng họ không nói cho ai biết kế hoạch của mình lúc họ bí mật chuẩn bị cho chuyến đi từ hơn một tháng trước. Vào ngày 18 tháng 1 năm 2017, bà Lụa và người bạn là bà Nguyễn Thị Phúc đã đến An Lộc, một thị trấn nhỏ ở miền Nam Việt Nam để tìm mua một chiếc ghe và chuẩn bị lương thực cho chuyến đi. "Chúng tôi đã chi 245 triệu đồng (khoảng $10.500 USD) cho chiếc thuyền và lương thực, từ tiền để dành và mượn thêm của anh chị em trong nhà," bà Lụa giải thích sau đó. "Chồng tôi làm tài công vì ông là người có kinh nghiệm nhất."

Hóa ra, lần cuối cùng Luật sư Đôn nói chuyện với bà Loan là vào ngày 28 tháng 1 năm 2017 khi bà gọi cho ông từ một số điện thoại ở Việt Nam để chúc Tết. Tết Nguyên Đán là lễ hội quan trọng nhất trong văn hóa Việt Nam, đánh dấu sự khởi đầu của mùa xuân, và thường kéo dài nhiều ngày. Theo lời bà Lụa, nhóm 18 người gồm sáu người lớn và 12 trẻ em đã quyết định bỏ trốn trong dịp Tết vì "chúng tôi biết công an sẽ lơi lỏng trong thời gian này." Trước đó, vào ngày 22 tháng 1 năm 2017, ba người phụ nữ - Lụa, Loan, Phúc - đã đến thăm ông Đôn tại nhà riêng của ông ở Tuy Hòa, tỉnh Phú Yên, nhân chuyến đi hành hương đến nhà thờ Mằng Lăng, một trong những nhà thờ Công giáo cổ nhất ở Việt Nam. Họ khẳng định Luật sư Đôn hoàn toàn không biết gì về kế hoạch ra đi của họ.

Ông Đôn đã đăng hai bức ảnh về chuyến hành hương của các bà mẹ lên trang Facebook cá nhân vào ngày 9 tháng 2 năm 2017, sau khi các gia đình liên lạc với ông bằng thẻ sim Indonesia để nhờ giúp đỡ. Trong bài viết với tiêu đề "Cuộc chạy trốn ngoạn mục," ông giải thích rằng bà Lụa đã gọi cho ông từ một số điện thoại mã hóa và chỉ trả lời được vài câu hỏi trước khi mất liên lạc. "Mong giới luật sư và các tổ chức bảo vệ nhân quyền Úc sớm can thiệp để chính quyền của Thủ tướng Malcolm Turnbull chấp nhận những gia đình này được tị nạn. Nếu lần vượt biên này chính phủ Úc trả 3 gia đình về Việt Nam lần thứ hai, thì hình ảnh nước Úc nhân bản trong mắt mọi người sẽ không còn."

Bài viết của ông ngày hôm sau, 10 tháng 2 năm 2017, kịch tính hơn, cho biết nhóm đã bị "cảnh sát Indonesia trên đảo Java bắt giữ lúc 6 giờ chiều" và "đưa đến trại tị nạn địa phương." Đoàn Việt Trung đã kịp nói chuyện ngắn với một trong những cảnh sát: "Thuyền của họ bị hư động cơ và phải vào Indonesia để sửa chữa. Chiều nay tôi đã nói chuyện với Loan. Tôi gợi ý rằng New Zealand có thể sẽ ít nghiêm ngặt hơn [so với Úc]. Cô ấy nói rằng thuyền của họ không đủ mạnh để đi một hành trình dài như vậy."

Liền sau đó, chúng tôi biết được rằng sau khoảng 12 ngày lênh đênh trên biển, chiếc thuyền gỗ dài 8 mét, mang số hiệu BD30957TS, đã bị lạc hướng và trôi vào vùng biển Indonesia. Thuyền va vào rạn san hô trong cơn sóng lớn, khiến máy tàu bị hư, mất neo, và bắt đầu chìm. Sau gần 10 giờ đồng hồ vật lộn, ba gia đình may mắn được các ngư dân địa phương cứu vớt ngoài khơi vùng biển Java. Những ngư dân Indo đã kéo họ vào bờ tại làng Cibanua, thuộc tỉnh Banten ở cực tây đảo Java. Họ được cảnh sát và cư dân địa phương hỗ trợ. Họ đã mất hết tài sản trong quá trình trốn chạy.[7]

Với hy vọng rằng việc nói chuyện với truyền thông sẽ giúp thúc đẩy nỗ lực tìm kiếm nơi tị nạn ở nước thứ ba, bà Lụa đã chia sẻ với Đài Á Châu Tự Do (RFA): "Tôi đã cầu xin họ (chính quyền Indonesia) đừng trả chúng tôi về Việt Nam. Tôi đã đưa ra bằng chứng về việc chúng tôi bị tù đày, và họ nói rằng họ sẽ không trả chúng tôi về.... Nhưng họ nói chúng tôi phải chờ quyết định của cấp trên." Bà cũng cho biết "Việt Nam đã ban hành lệnh truy nã toàn quốc đối với chúng tôi," như Luật sư Đôn cũng đã kịp thông báo cho họ hay.[8]

Quả thực, Thẩm phán Lê Minh Chính của Tòa án Nhân dân La Gi không mất nhiều thời gian, ít nhất là đối với bà Loan. Quyết định "Hủy bỏ việc hoãn thi hành án phạt tù" do ông ký ngày 9/2/2017 đã nêu rõ:

TÒA ÁN NHÂN DÂN
THỊ XÃ LA GI
TỈNH BÌNH THUẬN
Số: 02/2017/QĐ-CA

CỘNG HÒA XÃ HỘI CHỦ NGHĨA VIỆT NAM
Độc lập - Tự do - Hạnh phúc

La Gi, ngày 09 tháng 02 năm 2017

QUYẾT ĐỊNH
HỦY VIỆC HOÃN CHẤP HÀNH ÁN PHẠT TÙ

CHÁNH ÁN TÒA ÁN NHÂN DÂN THỊ XÃ LA GI

NHẬN THẤY:

Sau khi ra quyết định thi hành án phạt tù số: 81/2016/QĐ-CA ngày 05 tháng 8 năm 2016 của Tòa án nhân dân thị xã LaGi, tỉnh Bình Thuận. Đối với Trần Thị Thanh Loan phải chấp hành án 36 (ba mươi sáu) tháng tù hiện đang được tại ngoại.

Ngày 15/8/2016 Tòa án nhân dân thị xã LaGi, tỉnh Bình Thuận ra Quyết định hoãn chấp hành án phạt tù số 08/2016/QĐ-CA; cho Trần Thị Thanh Loan được hoãn chấp hành án. Thời hạn hoãn từ ngày 15/8/2016 đến 15/8/2017.

Ngày 07/02/2017 Cơ quan Thi hành án hình sự - Công an thị xã La Gi có công văn số 10/THAHS , về việc thông báo Trần Thị Thanh Loan đã bỏ trốn khỏi địa phương.

XÉT THẤY:

Trong thời gian được hoãn chấp hành án, Trần Thị Thanh Loan đã đi khỏi nơi cư trú khi không được sự đồng ý của UBND phường Phước Hội.

Căn cứ vào các Điều 02, 20, 23 và 24 Luật thi hành án hình sự năm 2010.

QUYẾT ĐỊNH:

1. Hủy Quyết định hoãn chấp hành án phạt tù số 08/2016/QĐ-CA ngày 15 tháng 8 năm 2016.

2. Trong thời hạn 07 ngày kể từ ngày nhận được Quyết định này, Trần Thị Thanh Loan phải có mặt tại trụ sở Cơ quan thi hành án hình sự Công an thị xã LaGi để chấp hành án theo Quyết định thi hành án phạt tù số 81/2016/QĐ-CA ngày 05 tháng 8 năm 2016 của Tòa án nhân dân thị xã La Gi, tỉnh Bình Thuận.

Nơi nhận:
- *Người chấp hành án;*
- *VKSND thị xã La Gi;*
- *Cơ quan THAHS – CATX La Gi;*
- *Cơ quan THAHS – CAT Bình Thuận;*
- *Sở Tư pháp tỉnh Bình Thuận;*
- *UBND P.Phước Hội*
- *Lưu hồ sơ THA.*

CHÁNH ÁN

LÊ MINH CHÍNH

Quyết định Huỷ bỏ Lệnh Hoãn Thi hành Phạt tù của bà Loan (Nguồn: Trần Thị Thanh Loan).

Nói cách khác, nếu bà Loan bị trục xuất về nước, bà sẽ lập tức phải vào tù.

Chị gái của bà Loan ở Việt Nam kể với Nhi: "Công an đã bao vây quanh vùng để truy tìm họ, thẩm vấn gia đình chúng tôi để điều tra về tung tích của họ. Công an muốn biết chi tiết cách họ đã trốn thoát như thế nào và công an đang phối hợp với lực lượng bảo vệ bờ biển để xác định chính xác thời điểm họ rời khỏi Việt Nam." Bà Lụa cho biết thêm: "Công an Việt Nam rất tức giận. Họ không biết rằng trong nhóm có 18 người, họ chỉ nghĩ là có 16 người thôi. Họ xông vào nhà dân bất thần để lục soát tìm người."

SBS cũng đã đưa tin về việc này: "Truyền thông nhà nước Việt Nam cho biết, các cơ quan chức năng sẽ mở một cuộc điều tra hình sự mới đối với nhóm người này vì đã rời khỏi đất nước mà không có sự cho phép chính thức. Ủy ban Nhân dân tỉnh Bình Thuận đã chỉ đạo lực lượng biên phòng và công an địa phương xử lý nghiêm khắc những người tổ chức đưa người trốn ra nước ngoài trái phép bằng đường biển, theo thông tin từ trang báo mạng Bình Thuận."[9]

Luật sư Đôn cũng rơi vào diện nghi vấn: "Chính phủ Việt Nam nghi ngờ tôi đứng sau chỉ đạo các gia đình này vượt biển sang Úc lần thứ hai," ông chia sẻ với tôi sau đó. "Họ muốn truy tố tôi với tội danh tổ chức người khác trốn khỏi đất nước, nhưng không có đủ bằng chứng để thực hiện." Không phải đến bây giờ Luật sư Đôn mới bị gây khó dễ; trong nhiều năm qua, ông đã thường xuyên gặp phải sự quấy rối từ phía chính quyền. Ông liên tục bị sách nhiễu, thậm chí từng bị công an dọa giết và bị "những kẻ côn đồ được thuê" đe dọa tính mạng. Phần lớn những sự quấy rối này bắt nguồn từ công việc của ông, khi ông đóng vai trò là luật sư bào chữa cho các nạn nhân bị bạo hành bởi công an.[10]

Cuối cùng thì chúng tôi cũng có được danh sách những

người trong chuyến đi:

1- Trần Thị Lụa

2- Nguyễn Long (chồng) và các con cùng người nhà của họ gồm:

3- Nguyễn Thị Uyên (12 tuổi)

4- Nguyễn Hải Đăng (10)

5- Nguyễn Đăng Kôi (5)

6- Trần Thị Lệ (16 tuổi, em gái của Trần Thị Lụa)

7- Trần Thị Thanh Ngọc (16, cháu của Trần Thị Lụa)

8- Nguyễn Thị Kim Nhung (em gái út của Nguyễn Long)

9- Nguyễn Tài (em trai của Nguyễn Long)

10- Trần Thị Thanh Loan và 4 con gồm:

11- Hồ Thanh Nhã My (16)

12- Hồ Văn Lộc (13)

13- Hồ Thanh Nhã Trân (9)

14- Hồ Thanh Thảo Nhi (5)

15- Nguyễn Thị Phúc và 3 con gồm:

16- Trần Ngọc Tuấn (16)

17- Trần Thị Kiều Trinh (gần 15)

18- Trần Nguyễn Hoa Nhiên (gần 4 tuổi)

Qua Luật sư Đôn, Nhi có được số điện thoại của bà Lụa và cô đã tìm cách liên lạc với người đứng đầu văn phòng nhập cư tại Serang, thủ phủ tỉnh Banten. Người này giải thích bằng tiếng Anh rằng mặc dù nhóm người vượt biên đã an toàn và sẽ được đối xử tử tế, nếu chúng tôi muốn hỗ trợ thêm, thì phải thông qua "kênh phù hợp," chẳng hạn như Đại sứ quán Úc, vì ông không có thẩm quyền làm điều gì khác. Sau đó, qua các phương tiện truyền thông địa phương ở Indonesia, chúng tôi phát hiện ra rằng ông ấy đã liên hệ với nhà chức trách Việt Nam, và ngay lập tức, chính quyền Việt Nam yêu cầu Indonesia nhanh chóng đưa các gia đình này về nước.[11]

Sáng hôm sau, ngày 11 tháng 2 năm 2017, Nhi và tôi thấy mình bị cuốn sâu hơn vào câu chuyện khi được yêu cầu trả khoảng 400 Mỹ kim mỗi đêm cho chi phí chỗ ở và bữa ăn của 18 người xin tị nạn, cùng chi phí cho hai nhân viên di trú được chỉ định canh gác họ tại một nhà trọ ở Serang.[12] Yêu cầu này đến sau khi bà Lụa nhắn tin cho Nhi, khẩn khoản nhờ giúp đỡ. Nhi đã liên lạc với một phó giám đốc phụ trách nhập cư và được nghe giải thích rằng nhóm người này đã nhập cảnh vào Indonesia "bất hợp pháp," không có giấy tờ, và rất có thể sẽ bị trả về Việt Nam vì Indonesia không có bất kỳ khoản tài trợ nào để chi trả cho chi phí nhà ở, thức ăn hay hỗ trợ cho "người nhập cư bất hợp pháp."[13]

Ngày hôm đó là thứ Bảy, tất cả các văn phòng đều đóng cửa, không có ai để cầu cứu. Nhi cố gắng liên lạc với viên chức nhập cư, khẩn thiết trình bày về tình trạng khẩn cấp của họ, và xin đừng dẫn độ họ ngay lập tức. Cô đề nghị cho các gia đình cơ hội tiếp xúc với các đại diện nhân quyền để được tư vấn pháp lý. Viên chức nhập cư trả lời rằng không có nơi nào để họ ở, đồ đạc của họ đều không còn và văn phòng nhập cư không thể giữ họ được nữa. Cảnh sát cũng không thể tạm giam họ vì họ chưa bị buộc tội. Ông ta cho biết sẽ xin ý kiến chỉ đạo từ cấp trên, nhưng rất có thể họ sẽ bị trục xuất ngay lập tức.

Tuy nhiên, khi biết chúng tôi sẵn sàng hỗ trợ tạm thời, ông đồng ý chuyển họ đến nhà trọ, với điều kiện Nhi phải cung cấp bản sao hộ chiếu để xác minh danh tính. Đây là lý do chúng tôi phải trả mức phí cao ngất ngưởng trong năm ngày tiếp theo, sử dụng quỹ cộng đồng để giữ họ không bị trục xuất trong thời gian chờ đợi các biện pháp can thiệp khác. Chúng tôi nghĩ tốt nhất nên âm thầm giúp đỡ từ hậu trường, nhưng các gia đình sau đó đã tiết lộ với truyền thông Việt ngữ rằng chi phí sinh hoạt của họ ở Indonesia đang được trang trải bởi số tiền chúng tôi quyên góp.[14] Tiết lộ này của họ nhanh chóng thu hút truyền thông địa phương ở Indonesia. Hai người cùng một cảnh sát hộ tống mang theo máy ảnh đến nhà trọ muốn chụp hình họ khiến bà Loan hoảng sợ, đóng cửa lại và buộc họ phải rời đi, như bà Loan thuật lại với Nhi.

Mối quan tâm trước mắt của chúng tôi là tạo điều kiện cho các gia đình có thời gian để tìm kiếm đại diện pháp lý và được bảo vệ hợp pháp tại Indonesia, trước khi chính quyền Việt Nam tìm cách đưa họ trở về. Chúng tôi cũng muốn giữ số tiền quyên góp còn lại để dành cho tương lai của con cái họ, như mục đích ban đầu khi phát động chiến dịch gây quỹ và được nhiều người ủng hộ. Vì vậy, chúng tôi đã liên hệ với Tổ chức Trợ giúp Pháp lý Indonesia (YLBHI) và Diễn đàn Nhân quyền và Phát triển Châu Á (FORUM-ASIA),[15] cả hai đều có văn phòng tại Jakarta, với hy vọng những nơi này có thể cung cấp sự hỗ trợ kịp thời. Nhi cũng đã gửi báo cáo và tìm cách nói chuyện với đại diện của Cao ủy Liên Hiệp Quốc về người tị nạn (UNHCR) và Tổ chức Ân xá Quốc tế, trong khi tôi thông báo với

Nhi và tác giả vào tháng 2, 2017.

các tổ chức nhân đạo như BPSOS, HRW và Dịch vụ Tị nạn Dòng Tên (JRS) về tình trạng khẩn cấp của họ.

Ngay sau đó, một đại diện của Dịch vụ Tị nạn Dòng Tên (JRS) Indonesia[16] đã thông báo cho cả Cao ủy Liên Hiệp Quốc về người tị nạn (UNHCR) và Mạng lưới Xã hội Dân sự Bảo vệ Quyền của Người Tị nạn Indonesia (SUAKA) với hy vọng tổ chức này có thể cử đại diện đến thăm các gia đình. SUAKA theo tiếng Indonesia có nghĩa là "tị nạn," đặt việc cứu trợ người tị nạn là nhiệm vụ trọng tâm. Tổ chức này được thành lập vào cuối năm 2011, với sứ mệnh "bảo vệ và thúc đẩy quyền con người của người tị nạn và người tầm trú ở Indonesia," bao gồm việc "cung cấp hỗ trợ pháp lý, tư vấn và thông tin."[17] Do đó, tôi cảm thấy cần thiết viết thư cho SUAKA để cung cấp thêm chi tiết về trường hợp của nhóm người Việt. Nhờ vậy, Điều phối viên Phát triển và Pháp lý của SUAKA, Trish Cameron, đã hướng dẫn Nhi tìm một trong những đứa trẻ trong nhóm biết chút tiếng Anh để nói rằng, "Chúng tôi muốn xin quy chế tị nạn." Trish cũng đã thông báo cho Cao ủy Tị nạn (UNHCR) và Tổ chức Di cư Quốc tế (IOM)[18] để họ có thể hỗ trợ.

Không chỉ riêng SUAKA, chúng tôi nhiều lần được các nhà hoạt động nhân quyền khuyên nên tìm một đứa trẻ trong nhóm để gọi cho Cao ủy Tị nạn để xin quy chế tị nạn. Tuy nhiên, Nhi nhanh chóng nhận ra: "Vốn tiếng Anh của các em chỉ giới hạn ở những từ như 'hello, goodbye, help me.' Khi gọi đến UNHCR, bạn phải hiểu các hướng dẫn trong máy để biết bấm số chuyển đến đúng bộ phận. Những đứa trẻ không thể làm được việc này."

Trong lúc đó, nhà chức trách Việt Nam tiếp tục gia tăng áp lực để dẫn độ nhóm người này về nước. Ngày 13 tháng 2 năm 2017, Nhi nhận được cuộc gọi từ một nhân viên xuất nhập cảnh Indonesia tại Serang, báo rằng Đại sứ quán Việt Nam tại Jakarta đã liên hệ với họ, yêu cầu báo cáo về nhóm người vượt biên mà họ muốn đưa về Việt Nam.[19] Viên chức xuất nhập cảnh Indonesia đã đến nhà trọ gặp nhóm người Việt và đưa chồng của bà Lụa, ông Nguyễn Long, cùng Trần Ngọc Tuấn, con trai 16 tuổi của bà Phúc - người có thể nói chút ít tiếng Anh, đến văn phòng nhập cư để làm việc.

Một lần nữa, Nhi khẩn cầu họ đừng vội trục xuất nhóm người này, với hy vọng có thể có biện pháp pháp lý kịp thời để bảo vệ họ. Dù Indonesia không ký Công Ước Tị Nạn 1951 hay Nghị Định Thư 1967 về Quy Chế Tị Nạn,[20] nước này vẫn có truyền thống lâu đời trong việc tiếp nhận người tầm trú. Thực tế, quyền xin tị nạn chính trị được nhấn mạnh, với nguyên tắc không trả người về nơi họ ra đi nếu điều đó khiến họ gặp nguy hiểm. Quy định này được bảo đảm trong Hiến Pháp Indonesia, cũng như Luật Nhân Quyền và Quan Hệ Đối Ngoại năm 1999.[21]

Thêm vào đó, thông tin từ Điều phối viên của SUAKA, Muhammad Hafiz, cho biết Quy định số 125 năm 2016 của Tổng thống về Xử lý Người Tị nạn Nước ngoài (*Peraturan Presiden* hoặc *Perpres* trong tiếng Indonesia) "xác nhận định nghĩa về người tị nạn trong Công Ước Tị Nạn 1951 và không coi người xin tị nạn là người nhập cư bất hợp pháp" (Điều 1(1)).[22]

Theo *Perpres*, "việc xử lý người tị nạn được thực hiện giữa chính phủ trung ương và Liên Hiệp Quốc thông qua UNHCR tại Indonesia, và/hoặc các tổ chức quốc tế khác" (Điều 2(1)). Cụ thể, nếu "một người nước ngoài tuyên bố mình là người tị nạn," chính quyền Indonesia sẽ "phối hợp" với UNHCR tại Indonesia để xử lý dựa trên dữ liệu do các quan chức của Trung tâm Giam giữ Nhập cư thu thập qua việc kiểm tra giấy tờ, tình trạng nhập cư và danh tính của họ (Điều 13(2) và (3)).

Nói cách khác, miễn là các gia đình này nộp đơn xin tị nạn tại Indonesia, chính quyền địa phương sẽ phối hợp cùng Cao ủy Tị nạn UNHCR để xem xét đơn của họ. Họ chỉ có thể bị trục xuất một khi UNHCR "chính thức từ chối" công nhận họ theo quy định trong Điều 29.[23] Ngược lại, chính phủ Indonesia sẽ nhận được hỗ trợ tài chính "để xử lý người tị nạn" (theo Điều 40),[24] và sẽ hợp tác với Liên Hiệp Quốc thông qua UNHCR "để cung cấp dữ liệu và thông tin về người tị nạn" (theo Điều 42).

Mặc dù Cao ủy Tị nạn đã tiến hành xác định tình trạng tị nạn (RSD) và tổ chức tái định cư cho những người được chấp nhận ở các nước thứ ba từ năm 1979,[25] Quy Chế Tổng Thống (*Perpres*) lần đầu tiên chính thức hóa trách nhiệm của các cơ quan chính phủ và phi chính phủ Indonesia đối với người tị nạn và người tầm trú. Dù quyền hạn đáng kể đã được trao cho chính quyền địa phương, việc xác định tình trạng tị nạn (RSD) vẫn do Cao Ủy Tị Nạn đảm nhiệm.

Trần Ngọc Tuấn - cậu con trai 16 tuổi của bà Phúc và ông Nguyễn Long - chồng bà Lụa, đã được đưa đến văn phòng di trú địa phương để thẩm vấn. Tuấn kể với Nhi rằng cơ quan di trú Indonesia đã thông qua một phiên dịch viên tiếng Việt để hỏi họ lý do rời Việt Nam đến Úc và chi tiết về việc bị ngược đãi ở quê nhà. Nhi sau đó cũng bị hỏi những câu hỏi tương tự. "Họ nói miễn là chúng tôi có tiền trả cho chỗ ăn ở, chúng tôi có thể ở lại. Nhưng nếu không ai lo chi phí, chúng tôi sẽ bị trục xuất ngay lập tức," Tuấn kể.

Điều này khiến chúng tôi lo ngại rằng nếu cứ tiếp tục trả các chi phí, có thể không ai quan tâm đến việc giúp đỡ họ thực sự. Hơn nữa, chúng tôi biết rằng mình không thể duy trì khoản chi này lâu dài. Tất cả những nỗ lực của chúng tôi đều nhằm ngăn họ bị dẫn độ, nhưng giờ tiền quỹ đã cạn. Chúng tôi sắp phải đối diện với sự thật: Chúng tôi chỉ có thể chi trả chi phí cho họ thêm vài ngày nữa. Nếu họ không hoàn thành được thủ tục xin tị nạn trước khi tiền hết, chúng tôi sẽ không thể làm gì thêm.

Một lần nữa, tôi viết thư cho BPSOS để xin hỗ trợ tài chính. Giám đốc điều hành BPSOS, Tiến sĩ Nguyễn Đình Thắng, ngay lập tức sắp xếp để nhóm hỗ trợ khẩn cấp của tổ chức này giúp trang trải chi phí cho các gia đình tại Indonesia và hứa sẽ "cố gắng tìm kiếm một số kinh phí tái định cư cho họ," hy vọng là sẽ được vào Mỹ. Tuy nhiên, rốt cuộc điều này không thành hiện thực. Ông giải thích: "Chi phí khoảng 8.500 Mỹ kim mỗi tháng cho 18 thuyền nhân Việt Nam là quá lớn. Và không ai biết tình trạng này sẽ kéo dài bao lâu. Hiện tại, chúng tôi không có ngân sách để đáp ứng yêu cầu này."

BPSOS tiếp tục cố gắng xin trợ cấp từ các tổ chức quốc tế bằng cách chứng minh rằng những người lớn trong nhóm đã bị tổn hại do bảo vệ nhân quyền hoặc do đức tin tôn giáo của họ, nhưng cũng không thành công. "Ngay cả khi có được tài trợ, cũng không thể mong đợi nhiều hơn vài ngàn Mỹ kim," Tiến sĩ Thắng nói. Dù vậy, chúng tôi vẫn khẳng định rằng bất kỳ khoản nào, dù nhỏ, cũng sẽ vô cùng hữu ích.

Mặc dù BPSOS giúp chúng tôi cảm thấy bớt cô đơn hơn, tình hình của nhóm vẫn chưa được cải thiện. May mắn thay, vào ngày 14/02/2017, Nhi nhận được một tin vui: "Bà Loan vừa cho tôi hay rằng đêm qua có hai nữ tu đến thăm họ tại nhà trọ và cùng cầu nguyện. Các nữ tu chỉ nói được tiếng Anh và tiếng Indonesia, nhưng họ hứa chiều nay sẽ quay lại cùng với một linh mục. Tôi sẽ giúp phiên dịch. Có lẽ, nhà thờ Công giáo có thể giúp họ về chỗ ở và thực phẩm.

Các nữ tu cũng có thể hỗ trợ việc liên hệ với Cao Ủy Tị Nạn hoặc thậm chí đưa họ trực tiếp đến văn phòng của tổ chức này."

Tuy nhiên, chúng tôi nhanh chóng nhận ra rằng nhà thờ chỉ có khả năng quyên góp một ít thực phẩm và đồ dùng vệ sinh cá nhân. Các nữ tu được phép đi cùng các gia đình để tham dự thánh lễ vào mỗi Chủ nhật, còn ngoài ra thì họ cũng không thể làm gì hơn. Trong khi đó, chúng tôi vẫn chờ đợi xem liệu Bộ Di trú Indonesia có cấp phép cho Cao Ủy Tị Nạn đến thăm và đưa tên các thành viên trong nhóm vào danh sách những người xin tị nạn hay không.

Nhưng để Cao Ủy Tị Nạn UNHCR nhận thức đầy đủ về hoàn cảnh của họ thì chính các gia đình phải tự mình kêu gọi UNHCR, chứ chúng tôi không thể làm thay họ. Với sự hỗ trợ của Nhi, các gia đình đã gửi email cho UNHCR bằng cả tiếng Việt và tiếng Anh, yêu cầu được hỗ trợ thông dịch viên. Niềm hy vọng của chúng tôi dường như được thắp sáng khi một nữ tu báo với Dịch vụ Tị nạn Dòng Tên JRS rằng Cao Ủy Tị Nạn đã đồng ý đến thăm các gia đình vào tối hôm đó, cùng với một thông dịch viên. Nhưng niềm hy vọng ấy nhanh chóng vụt tắt vào sáng hôm sau: "Không có ai từ UNHCR đến," Nhi buồn bã nói với tôi. "Tôi đích thân gọi điện cho văn phòng UNHCR, và họ xác nhận rằng họ đã biết về trường hợp của nhóm này, nhưng sẽ phải chờ theo thứ tự. Họ không cho biết chính xác khi nào đến lượt của nhóm. Nếu các gia đình có thể nói tiếng Anh và trực tiếp đến văn phòng UNHCR ở Jakarta, quá trình sẽ nhanh hơn, nhưng không ai có thể thay họ làm điều đó. Vì vậy, nhóm không có lựa chọn nào khác ngoài việc chờ đợi đến khi họ được gọi. Tôi lo ngại rằng thời gian chờ có thể kéo dài từ vài ngày, vài tuần, hoặc thậm chí vài tháng."

Ngày 15 tháng 2 năm 2017 là một ngày đầy căng thẳng: Các gia đình đã ở trong nhà trọ bốn đêm, và chúng tôi phải đối mặt với quyết định liệu có thể tiếp tục trả tiền cho họ ở thêm đêm nào nữa hay không. Cảm giác lo lắng càng gia tăng khi chúng tôi biết rằng Bộ Di trú Indonesia có thể sớm trục xuất họ. "Dường như vào giữa đêm qua, một viên chức xuất nhập cảnh đã đến gặp bà Loan và đề nghị được nói chuyện với tôi," Nhi kể lại.

Khi bà Loan nói với viên chức rằng ở Úc lúc này đang là 3 giờ sáng và tôi đang ngủ, anh ta vẫn khăng khăng muốn thử gọi cho tôi. Tất nhiên, tôi không nghe máy, và sau đó anh ta yêu cầu bà Loan cung cấp số điện thoại của tôi. Tôi đoán là sáng nay anh ta sẽ gọi lại.

Dù chúng ta đã chi trả toàn bộ chi phí sinh hoạt cho các gia đình, nhưng chính quyền Indonesia vẫn phải trả lương cho hai sĩ quan được phân công canh gác họ. Tôi hiểu rằng ngân sách của họ rất eo hẹp và họ không có nhiều nguồn tài trợ cho "những người nhập cư bất hợp pháp." Điều tồi tệ hơn là điện thoại của nhóm đã hết tiền, và họ không có cách nào để nạp tiền vào thẻ vì chẳng còn tiền để mua. Điều đó đồng nghĩa với việc họ cũng không thể gọi cho bất kỳ ai để nhờ giúp đỡ.

Nhi đinh ninh rằng viên chức sẽ gọi để hỏi các gia đình còn ở lại nhà trọ bao lâu nữa, nhưng cuộc điện thoại đó đã không diễn ra do hôm đó là ngày nghỉ công cộng ở Indonesia vì bầu cử tiểu bang.

Chúng tôi cảm thấy thất vọng, nỗi phiền muộn càng gia tăng vì thiếu sự hỗ trợ trực tiếp. Một số thông tin chúng tôi nhận được, dù có ý tốt, lại hoàn toàn sai lệch. Như Nhi đã phàn nàn: "Chúng ta cứ chạy ngược chạy xuôi, lãng phí thời gian vô ích, vừa phải chịu đựng chi phí sinh hoạt cao cho họ vừa phải đối mặt với sự gây áp lực từ cơ quan di trú Indonesia."

Rõ ràng, số phận của nhóm hiện đang phụ thuộc nhiều vào Cao Ủy Tị Nạn. Đoàn Việt Trung đã khuyên chúng tôi ngay lập tức ngừng trả tiền nhà trọ. Ông giải thích rằng dù không có gì bảo đảm, ông "chưa bao giờ nghe nói ai đó bị bắt trả về như vậy cả" và tin rằng nhóm sẽ được đưa vào trại tạm giam. Ông cũng gọi cho bà Loan để giải thích điều này. Đại diện của Dịch vụ Tị nạn Dòng Tên đồng ý với ý kiến của Đoàn Việt Trung. Ông Trung khá bất ngờ khi biết số tiền chúng tôi đã chi cho chỗ ở và thực phẩm cho cả nhóm tị nạn. Ông trấn an tôi, "Indonesia không trả người về ... tôi sẽ rất ngạc nhiên nếu họ bị buộc quay trở về Việt Nam." Thực tế, UNHCR đã cam kết bằng văn bản rằng họ sẽ "can thiệp với chính quyền Indonesia để bảo vệ nhóm không bị trục xuất về nước do cư trú bất hợp pháp tại Indonesia."[26]

Dịch vụ Tị nạn Dòng Tên JRS cũng gợi ý rằng Tổ chức Di cư Quốc tế (IOM) có thể tham gia để "cung cấp nơi trú ẩn khi người nhập cư nhờ đến, đặc biệt nếu có trẻ em.... Chính phủ (Úc) chi rất nhiều cho các dịch vụ của IOM ở đây, điều này có lợi cho chúng ta...." Tổ chức Di cư Quốc tế , được thành lập vào năm 1951, hoạt động trên toàn cầu, và đã có mặt tại Indonesia từ năm 1979. Tổ chức này tự mô tả là "tổ chức liên chính phủ hàng đầu trong lĩnh vực di trú," chuyên thúc đẩy di cư nhân đạo và có trật tự vì lợi ích của tất cả mọi người. Vai trò của IOM bao gồm cung cấp "hỗ trợ nhân đạo cần thiết cho những di dân, bất kể họ là người tị nạn, những người phải di dời hay những người gặp khó khăn khác." IOM Indonesia là một trong những chi nhánh lớn nhất của IOM trên toàn thế giới, nhận được sự hỗ trợ từ nhiều quốc gia, trong đó có Úc.[27] Vào tháng 3 năm 2016, phát ngôn viên của Tổng trưởng Di trú Peter Dutton đã tự hào tuyên bố rằng Úc là "nơi cung cấp nguồn tài chính lớn nhất cho các hoạt động của Tổ chức Di cư Quốc tế tại Indonesia."[28] Con số này đạt khoảng 40 triệu đô la trong tổng chi phí 45 triệu Mỹ kim hàng năm cho hoạt động của IOM ở Indonesia.[29]

Lúc đó, chúng tôi nhận được hóa đơn từ nhà trọ yêu cầu thanh toán cho đêm thứ năm, nhưng không có tiền để trả. Ngay lập tức, nhà trọ đã cắt bữa ăn tối của các gia đình mà không thông báo cho chúng tôi. Kinh hoàng khi phát hiện những đứa trẻ đang đói, chúng tôi nghĩ ngay đến việc liên lạc với các nữ tu nhưng không được. May mắn thay, Nhi thường xuyên liên lạc với Grace Bùi, một người bạn Mỹ gốc Việt sống tại Bangkok và là tình nguyện viên hỗ trợ người tị nạn, đồng thời cũng từng là một người tị nạn. Grace Bùi đã gọi cho một trong những nhân viên bảo vệ mà Bộ Di trú cử đến canh gác. "Vào thời điểm đó, nhân viên di trú đang canh gác nhóm người Việt vào buổi tối, và tôi đã thông báo cho anh ấy về tình hình," Grace đã viết trên Facebook vào ngày 27 tháng 2 năm 2017. "Anh ấy đã mua bữa tối cho họ. Anh ấy là một người rất tốt."

Cuối cùng, nhờ tiền quỹ công chúng mà các gia đình được ở lại nhà trọ thêm một đêm nữa. "Chồng của bà Lụa đã quỳ xuống sàn van xin chính quyền Indonesia," Nhi kể với tôi, "và tôi phải hứa sẽ thanh toán hóa đơn nhà trọ để họ đồng ý không đưa nhóm người này đến trại giam."

Kể từ lúc đó, họ sẽ phải phụ thuộc vào Cao ủy Tị nạn, Tổng cục Di trú Indonesia (DGI) thuộc Bộ Tư pháp và Nhân quyền, và Tổ chức Di cư Quốc tế (IOM). Tuy nhiên, câu hỏi vẫn còn đó: liệu chúng tôi có đủ sức kéo dài thời gian để họ có thể nộp hồ sơ xin tị nạn hay không, hay chính quyền Việt Nam sẽ nhanh chân hơn trong việc buộc Indonesia phải cưỡng ép họ trở về?

Vào ngày 16 tháng 2 năm 2017, Giám đốc chiến dịch của Tổ chức Ân xá Quốc tế khu vực Đông Nam Á và Thái Bình Dương, ông Josef Benedict, cùng với điều phối viên của SUAKA, ông Febi Yonesta, đã gửi một lá thư cho Trưởng Đại diện UNHCR tại

```
                              INVOICE

Dear Miss Ann Nhi
bellow are the detail invoice for guest (Immigration Serang)


              Check In 2/15/17                Check Out 2/16/17
              No of Room/people   Price       No of day/times   Total
Room                    6         375,000          1            2,250,000
Extra bed/people        8         150,000          1            1,200,000
Lunch                  20          27,500          1              550,000
Dinner                 20          27,500          1              550,000
Sub Total                                                       4,550,000
              Tax 10%                                             455,000
              Service 7.5%                                        341,250
              Due On Tuesday, Feb 15, 2017                      5,346,250

              All Payment in IDR (Indonesia Rupiah)
              Please Made Payment by Western Union to
Name
Address


ID Number


Thank You
```

**Hoá đơn trả tiền nhà trọ ngày 15/2/2017
(Tên của nhà trọ đã được che đi).**

Indonesia, ông Thomas Vargas, bày tỏ mối quan ngại về 18 người tị nạn Việt Nam. Và họ cũng gửi một lá thư tương tự đến chính phủ Indonesia sau đó. Trong thư viết:

> Chúng tôi đặc biệt lo ngại rằng nếu họ bị cưỡng ép trở về Việt Nam, sáu người lớn trong nhóm có khả năng sẽ bị bắt giữ và có thể trở thành nạn nhân của tra tấn và/hoặc các hình thức đối xử hay trừng phạt tàn nhẫn, vô nhân đạo hoặc hạ thấp nhân phẩm….
>
> Chúng tôi kêu gọi Cao ủy Liên Hiệp Quốc về người tị nạn, theo nhiệm vụ được quy định trong các Điều 13 và 20 của Quy Chế Tổng thống về người tị nạn số 125 năm 2016,

ngay lập tức đăng ký cho 18 người này và tiến hành các thủ tục Xác định Tình trạng Tị nạn (Refugee Status Determination (RSD)) trong thời gian sớm nhất.

Trong thư, họ cũng nhắc đến Nhi và sự hỗ trợ của tôi đối với nhóm người vượt biên, mô tả đây là "sự can thiệp của một tổ chức phi chính phủ tại Úc chuyên về các vấn đề tị nạn." Bức thư mô tả tình cảnh của các gia đình đang bị "quản thúc tại nhà trọ, dưới sự giám sát của hai nhân viên di trú." Họ kết luận:

Việc trừng phạt một cá nhân vì thực hiện quyền xin tị nạn là tùy tiện và trái pháp luật. Cụ thể, kết án bà Loan và bà Lụa là trái với luật pháp quốc tế, và không nên xảy ra. Bắt giữ cha mẹ sẽ khiến trẻ em bị bỏ rơi, không có người giám hộ hợp pháp, vi phạm nghiêm trọng lợi ích tối cao của trẻ em. Theo Công ước về Quyền Trẻ em, mà Việt Nam là thành viên, đây là yếu tố cần được ưu tiên trong mọi hành động liên quan đến trẻ em, kể cả từ phía các cơ quan hành chính và tòa án.[30]

Điều đáng nói là bức thư được viết đúng vào ngày Cao ủy Tị nạn UNHCR thực hiện cuộc phỏng vấn không chính thức đầu tiên với các gia đình tại nhà trọ, với sự hỗ trợ của một phiên dịch viên tiếng Việt. Khi ấy, chúng tôi đã ngưng chi trả tiền ăn ở cho họ, vì dự đoán họ sẽ bị chuyển đến trại giam để chờ phỏng vấn chính thức từ UNHCR. May mắn thay, một người thân của họ tại Úc đã đồng ý tạm thời trang trải chi phí ăn ở, nhờ đó họ không phải bị chuyển đến trại giam mà được đưa đến một nhà trọ khác rẻ hơn. Chúng tôi hy vọng họ sẽ ở lại đó cho đến khi cuộc phỏng vấn diễn ra.

Chúng tôi cảm thấy nhẹ nhõm phần nào khi biết họ vẫn an toàn và được chăm sóc, nhưng Nhi còn lo xa hơn, cô tính đến việc tìm cách hỗ trợ các gia đình trong giai đoạn đầu của quá trình Xác định Tình trạng Tị nạn (RSD) do Cao ủy Tị nạn thực hiện, do đó cô đã yêu cầu Grace bay đến Serang để giúp thông dịch cho họ. Người bà con của họ ở Úc cũng đã đồng ý chi trả chi phí chuyến bay cho Grace và gửi thêm tiền để hỗ trợ các gia đình tị nạn. Tôi cũng đóng góp một khoản tiền từ quỹ quyên góp cho bà Loan, người đang có nhiều khó khăn nhất, để bà có thể mua điện thoại, thẻ điện thoại và một ít quần áo cho bốn đứa con của mình.

"Tôi nói với bà ấy rằng chị sẽ gửi tiền," Nhi kể: "Bà ấy khóc và nhờ tôi cảm ơn chị từ tận đáy lòng... Tôi không biết người thân của họ có thể giúp được bao lâu nữa, nhưng tôi đoán là không được lâu. Một khi số tiền này cạn kiệt, họ có thể sẽ bị giao nộp cho Đại sứ quán Việt Nam tại Jakarta, và họ sẽ bị đưa trở lại Việt Nam vì hiện đang có lệnh bắt giữ họ. Họ không phải là những người tị nạn bình thường. Họ bị xem là những kẻ trốn chạy vì có tiền án và án phạt chưa được thi hành."

Thực vậy, ở Việt Nam, chồng của bà Loan, ông Hồ Trung Lợi, đang chịu áp lực nặng nề trong tù, còn các họ hàng của họ thì bị hăm dọa, buộc phải kêu 18 người tị nạn quay về. Chúng tôi phát hiện ra rằng, trong cuộc phỏng vấn đầu tiên với Cao ủy Tị nạn tại nhà trọ, người thân của bà Loan đã gọi điện khiến bà khóc đến ngất xỉu. Bà nói, chính quyền Việt Nam dọa: "Ông ấy (ông Lợi) sẽ không bao giờ được thả nếu chúng tôi không quay về.

Lúc đầu, họ nói với ông ấy rằng chúng tôi đã chết trên biển vì đắm thuyền. Ông ấy gần như phát điên vì đau khổ. Sau đó, họ đưa ông ấy vào biệt giam, không cho phép em gái tôi thăm hoặc gửi thức ăn hay thuốc men. Cô ấy phải hối lộ cho họ mới được gặp, và chỉ kịp nói với ông rằng chúng tôi an toàn, trước khi công an kéo ông đi. Họ nói với gia đình rằng ông ấy sẽ bị trừng phạt vì 'lỗi lầm của tôi,' và chúng tôi tin rằng ông ấy có thể bị đánh đập." Bà Loan tố cáo công an Việt Nam "khủng bố" người thân của bà, cản trở việc họ buôn bán trái cây: "Tôi lo rằng công an sẽ phá hủy nguồn thu nhập duy nhất của họ để trả thù và để họ không có tiền giúp tôi và thăm nuôi chồng tôi."[31]

Theo tường thuật của SBS, người thân của họ ở Việt Nam đã "bị giám sát liên tục bởi lực lượng an ninh địa phương," một người bà con cho biết "nhân viên an ninh thường xuyên đến nhà chúng tôi để hỏi về người thân... Có công an mặc sắc phục và thường phục theo dõi khu dân cư và các sạp hàng nơi chúng tôi buôn bán. Họ cứ hỏi chúng tôi có biết người thân của chúng tôi đang ở đâu không."[32]

Nhi cũng liên lạc hàng ngày với gia đình họ ở Việt Nam để truyền đạt thông tin. "Họ không biết gì cả và rất lo lắng. Không ai dám đến thăm hay giúp đỡ họ; họ đang rất lo lắng. Họ tin rằng điện thoại của họ bị nghe lén và quá sợ hãi để gọi cho người thân ở Indonesia dù đang rất cần thông tin." Các nhân viên di trú Indonesia cũng theo dõi các cuộc gọi này.

Biết chắc rằng các gia đình không thể trở về Việt Nam, chúng tôi quyết tâm làm mọi cách có thể để giúp họ có được quy chế tị nạn ở Indonesia, đồng thời tiếp tục quảng bá quỹ cộng đồng nhằm bảo đảm tương lai cho các con của họ. Hơn nữa, chúng tôi cho rằng việc ông Lợi bị chính quyền Việt Nam ngược đãi cần phải nhanh chóng chia sẻ rộng rãi. "Tôi vui mừng vì dù có bao nhiêu khó khăn, mọi việc đang tiến triển," Nhi nói với tôi. "Chúng ta chỉ cần kiên trì tiếp tục."

Câu chuyện của họ thực sự đã thu hút sự chú ý của truyền thông, bà Lụa và bà Loan nhận nhiều câu hỏi từ báo chí ngay tại phòng trọ. Tuy nhiên, sức khỏe của bà Loan không tốt. Sau nhiều ngày than thở bị nhức đầu và chóng mặt, bà ngất xỉu và được đưa đi khám. Bác sĩ chẩn đoán bà bị cơn hoảng loạn do lo âu. "Các con bà ấy lo lắng vô cùng," Nhi nói với tôi. "Chúng sợ mẹ chết, khóc suốt đêm. Tôi nghĩ bà cảm thấy có lỗi vì hành động của mình khiến chồng bị trừng phạt. Tôi đã nói chuyện khá lâu với bà, khuyên bà cầu nguyện và đừng suy nghĩ nhiều, rằng bà có cơ hội tốt nhất để được chấp nhận tị nạn. Nhưng tôi nghĩ bây giờ bà mới thực sự hiểu con đường phía trước sẽ khó khăn đến mức nào, khi phải chăm sóc bốn đứa con ở một đất nước xa lạ."

Đến ngày 22 tháng 2 năm 2017, người thân cũng đã cạn kiệt tiền, sau khi chi hơn 2.700 Mỹ kim cho chỗ ở và ăn uống. Trong sự mong mỏi của chúng tôi là các gia đình sớm được Cao ủy Tị nạn phỏng vấn, cuối cùng họ cũng đã gặp Tổ chức Di cư Quốc tế IOM và sau đó được chuyển đến một nhà trọ rẻ hơn nằm cạnh một trung tâm Hồi giáo và nhà thờ ở Serang.

Trong khi đó, Grace vừa đáp xuống phi trường quốc tế Soekarno-Hatta ở Jakarta liền bắt chuyến xe buýt ba tiếng từ sân bay đi Serang gặp các gia đình. "Văn phòng di trú Indonesia, IOM và UN đều biết tôi sẽ đến, đặc biệt là văn phòng di trú rất vui khi tôi sẽ đến để giúp họ," cô viết trong một chia sẻ công khai trên Facebook với tiêu đề "18 người tị nạn Việt Nam ở Indonesia" vài ngày sau đó. "Họ (các gia đình) rất vui mừng khi gặp tôi. Chúng tôi đã gặp IOM và đăng ký cho họ."[33]

Tuy nhiên, vào cuối buổi chiều hôm đó, tình hình đã thay đổi khi một số nhân viên nhập cư Indonesia xuất hiện. "Họ bắt đầu thẩm vấn tôi và nói rằng những gì tôi đang làm là bất hợp pháp. Những gia đình này là người nhập cư bất hợp pháp và đang bị giám sát, vì vậy bất cứ việc gì tôi làm với các gia đình đều phải có sự chấp thuận của Bộ Di Trú. Họ yêu cầu tôi rời đi ngay lập tức."

Khi Grace phản đối rằng chuyến đi của cô đã được thông báo trước và ai cũng biết, tại sao bây giờ lại bị coi là bất hợp pháp thì cô không nhận được câu trả lời. Thay vào đó, cô bị thúc giục thuyết phục cả nhóm trở về Việt Nam. Khi cô từ chối, một trong những viên chức yêu cầu cô tập hợp tất cả các gia đình lại. Grace kể:

Viên chức này bảo họ nên trở về Việt Nam vì cuộc sống ở đó sẽ tốt hơn ở Indonesia. Cả nhóm bật khóc và cầu xin anh ta đừng đuổi họ ra khỏi nhà trọ. Họ giải thích điều gì sẽ xảy ra nếu họ trở về Việt Nam. Tuy nhiên, anh ta không tin và nói rằng Việt Nam sẽ không tống họ vào tù, vì theo anh ta, "Việt Nam là một đất nước tốt....

Anh ta hỏi họ sẽ làm gì nếu không có quốc gia nào chấp nhận cho họ tị nạn. Họ trả lời rằng họ chỉ muốn ở lại Indonesia, ở bất cứ đâu trừ Việt Nam, vì nếu quay về, họ sẽ bị đàn áp. Tôi nghĩ là anh ta đang chơi trò chơi tinh thần với họ, và đó là trò chơi tàn nhẫn nhất. Khi thấy các gia đình quỳ xuống van xin anh ta đừng đuổi họ ra ngoài, anh ta chỉ cười lớn....

Tôi tin rằng chính phủ Việt Nam đứng sau tất cả những việc này. Đại sứ quán Việt Nam đang cố gắng gây áp lực lên cơ quan nhập cư Indonesia ... Cuối cùng, anh ta bảo tôi nói với họ rằng nếu Đại sứ quán Việt Nam yêu cầu, thì cơ quan nhập cư Indonesia sẽ gửi họ trở lại Việt Nam. Anh ta cũng nói rằng Indonesia không muốn làm ảnh hưởng đến mối quan hệ hữu nghị với Việt Nam.[34]

Theo Nhi, sự thay đổi đột ngột trong thái độ của các nhân viên nhập cư Indonesia đối với Grace là do một thông tin không chính xác mà tôi đã cung cấp trong một cuộc phỏng vấn với ABC.[35] Tôi đã nhầm khi nói rằng "một nhân viên nhập cư có kinh nghiệm ... trong tuần này sẽ bay từ Thái Lan tới để hỗ trợ xử lý vụ việc." "Họ không muốn Grace ở đó," Nhi thuật lại:

Họ không cho cô ấy giúp đỡ. Thậm chí họ còn đe dọa sẽ trục xuất Grace.... Cô ấy chỉ đến bằng visa du lịch. Họ nói rằng nếu một người làm việc trong lĩnh vực di trú từ Thái Lan muốn đến đây làm việc, thì phải có thị thực lao động được Indonesia chấp thuận....

Tôi phải gọi cho bộ phận nhập cư để giải thích rằng đó chỉ là hiểu lầm, rằng chính tôi đã yêu cầu Grace giúp đỡ và cô ấy chỉ đến với tư cách một người bạn, xem có thể hỗ trợ được gì. Cô ấy không nhận thù lao cho việc này.

Chi tiết sai trong bài phỏng vấn với ABC sau đó đã được gỡ bỏ kèm theo lời giải thích, nhưng trước khi chúng tôi kịp đính chính thì tin này đã lan rộng trong các cơ quan truyền thông tiếng Việt, thậm chí còn sai lệch hơn. VOA đã đăng một bài viết nói rằng "một phái đoàn gồm các nhân viên LHQ" sẽ từ Thái Lan đến Indonesia để phỏng vấn các gia đình.[36] "Nó đã trở thành tin thất thiệt," Nhi than. "Tin này lan truyền trên Facebook, khiến nhiều người Việt nghĩ rằng 'ồ, xin tị nạn dễ quá, chỉ cần đến Thái Lan hoặc Indonesia là bạn có thể được LHQ phỏng vấn trong vài ngày!'"

Không ai được phép gặp họ nữa, dù Nhi vẫn tiếp tục nói chuyện với họ hàng ngày qua điện thoại. Các gia đình kể rằng nhân viên nhập cư Indonesia liên tục thuyết phục họ trở về Việt Nam. IOM cũng đã chuyển lại số tiền chúng tôi đã gởi cho các gia đình. Nhi giải thích: "Họ nói các gia đình không được phép có tiền khi bị giam giữ. Họ chỉ có thể nhận đồ ăn và quần áo qua đường bưu điện, nên Grace đã đi mua đồ cho họ vì họ không có gì. Giờ không ai chi trả cho họ nữa, họ không còn được tự do như trước mà bị coi là 'bất hợp pháp.'"

Như học giả Antje Missbach đã giải thích, cho đến năm 2018, IOM thường được thông báo "ít nhất là vì họ cần bồi hoàn các chi phí đã phát sinh ... chẳng hạn như chi phí chỗ ở tạm thời tại khách sạn, trường học và nhà thờ Hồi giáo; thực phẩm; cũng như nhân viên an ninh bổ sung và bảo vệ đêm. IOM thường chịu toàn bộ chi phí cho đến khi những người bị bắt được chuyển đến trung tâm giam giữ nhập cư – một quá trình có thể mất vài tuần do tình trạng quá tải."[37] Dĩ nhiên, chúng tôi không mong đợi sẽ được bồi hoàn.

Nhi và Grace đã chuyển sang làm phiên dịch viên thiện nguyện cho Tổ chức Ân xá Quốc tế với hy vọng tổ chức này sẽ tham gia nhiều hơn. Chúng tôi hiểu rằng nếu cả nhóm được cấp quy chế tị nạn thì việc kêu gọi quỹ sẽ dễ dàng hơn, vì khi đó chúng tôi có thể công khai hoàn cảnh của họ mà không lo ngại ảnh hưởng đến tình trạng của họ.

Trish Cameron, điều phối viên Trợ giúp Pháp lý của SUAKA, trấn an chúng tôi: "UNHCR đang vận động cho nhóm này mỗi ngày. Tôi liên lạc với họ hàng ngày về việc này." Thật vậy, vào ngày 26 tháng 2 năm 2017, Nhi thông báo rằng "có người từ UNHCR đến nhà trọ của họ với một thông dịch viên từ Jakarta, nhưng nhân viên Di trú Indonesia không cho họ vào. Họ nói rằng phải có sự chấp thuận của cơ quan chủ quản thì mới được phép gặp các gia đình."

Dù chúng tôi biết các đại diện của Cao ủy Tị Nạn đang đàm phán với các quan chức cấp cao tại Jakarta, kết quả vẫn chưa rõ ràng. "UNHCR có thể cấp tị nạn, hoặc có thể không, nhưng chúng tôi sẽ không từ bỏ," Grace nói. "Hiện tại, điều duy nhất chúng ta có thể làm là cầu nguyện cho họ. Cơ hội rất thấp, nhưng tôi tin vào điều kỳ diệu."

Chúng tôi đã tưởng rằng 18 người xin tị nạn sẽ được đăng ký với Cao ủy Tị nạn vào ngày hôm sau, Nhi vui mừng báo tin: "Bây giờ họ có thể chính thức nộp đơn xin tị nạn, và Indonesia không thể đưa họ về Việt Nam cho đến khi UNHCR quyết định họ có đủ điều kiện hay không. Như vậy, ít nhất họ sẽ an toàn trong vài tháng tới. IOM sẽ tiếp tục chi trả chỗ ở và các nhu cầu cơ bản. Tôi không chắc liệu Cơ quan Di trú Indonesia có định chuyển họ đi nơi khác hay không; tôi nghĩ họ sẽ làm vậy." Tuy nhiên, chúng tôi đã ăn mừng quá sớm: việc đăng ký quy chế tị nạn của họ sẽ mất ít nhất một tháng để hoàn tất.

Vào ngày 1 tháng 3 năm 2017, một nhà nghiên cứu của Tổ chức Ân xá Quốc tế đến thăm và giao các món hàng mà Grace đã mua, bao gồm thẻ điện thoại và cả số tiền tôi gửi cho bà Loan. Nhi giải thích:

Tổ chức Ân xá phải xin giấy phép trước khi giao, và mọi thứ chúng tôi gửi đều phải được kiểm tra và ghi lại bởi nhân viên Di trú. Lúc đó, các nữ tu đến thăm hai tuần một lần và mang theo thức ăn khi có thể. Tuy nhiên, việc thăm viếng các gia đình trở nên khó khăn vì phải nộp đơn xin phép trước. Bà Loan không thể ra ngoài mua sắm, nhưng ít nhất giờ đây bà có một số tiền để nhờ bảo vệ mua những thứ cần thiết. Họ được cung cấp một nồi cơm và cà ri mỗi ngày, nhưng không có trái cây hay rau xanh, nên bà muốn mua thêm trái cây, mì gói và đồ ăn cho bọn trẻ.

Ân xá Quốc tế cho chúng tôi biết ngay cả khi họ đã được đăng ký, việc xác định tình trạng tị nạn của họ có thể mất đến một năm hoặc lâu hơn, do UNHCR thiếu nhân lực và nguồn lực.[38]

Hôm đó, hai cảnh sát Indonesia đến thăm gia đình cùng một thông dịch viên tiếng Việt. Sau nhiều lo lắng, chúng tôi nhận ra họ chỉ muốn hỏi thông tin về nhóm người. "Họ hỏi liệu có ai ở Úc hay Thái Lan đã giúp chúng tôi lên kế hoạch cho chuyến đi không," bà Loan kể lại với Nhi.

Trong khi các gia đình chờ đợi cuộc phỏng vấn của Cao ủy Tị nạn để quyết định số phận của họ, chúng tôi lo lắng về việc gián đoạn học hành của lũ trẻ kể từ khi rời khỏi Việt Nam. Không thể chờ đợi đến khi có kết quả công nhận là người tị nạn, chúng tôi quyết định bắt đầu tìm kiếm trường học phù hợp cho các em. Tôi liên hệ với nhiều cơ sở giáo dục dành cho người tị nạn, còn Nhi thì trao đổi với các phiên dịch viên Việt Nam đang làm việc tại Indonesia để hiểu rõ hơn những khó khăn mà nhóm sẽ phải đối mặt trong thời gian tới.

Không phải lúc nào chúng tôi cũng đồng thuận với nhau về

về cách các gia đình nên ứng xử như thế nào, nhất là việc trả lời truyền thông. Về phần mình, tôi nghĩ rằng việc công khai có thể giúp họ được công nhận là người tị nạn, và thu hút sự chú ý chuyện ông Lợi bị ngược đãi trong tù ở Việt Nam là điều cần thiết, do đó mà tôi và Đoàn Việt Trung rất muốn các gia đình trả lời truyền thông, nhưng Nhi và Grace thì tỏ ra thận trọng. Hai người cho rằng nên chờ tôi và Đoàn Việt Trung rất muốn các gia đình trả lời truyền thông, nhưng Nhi và Grace thì tỏ ra thận trọng. Hai người cho rằng nên chờ cho đến khi hoàn tất việc đăng ký hoặc ít nhất là có được một số bảo đảm từ UNHCR hoặc SUAKA. Họ kiên quyết phản đối ý kiến của tôi.

Grace giải thích: "Tôi đã phải mua cho họ một thẻ SIM mới và bỏ số cũ vì quá nhiều phóng viên và người dân gọi cho họ. Điều

Ba đứa trẻ nhỏ nhất, từ trái: Nguyễn Đăng Kôi, Hồ Thanh Thảo Nhi, và Trần Hoa Nhiên; phía sau là Hồ Thanh Nhã Trân (Ảnh do Grace Bùi cung cấp).

này không an toàn cho họ lúc này." Cô nhận thấy rằng chính phủ Indonesia rất nhạy cảm với vấn đề người tị nạn. Việc quá nhiều người quan tâm công khai có thể gây phản ứng không mong muốn từ phía chính phủ. "Chúng ta chỉ nên tập trung vào những gì mang lại lợi ích trực tiếp cho họ," Grace nhấn mạnh.

Nhi đồng ý:

Thực ra, họ không được phép có điện thoại. Hai chiếc điện thoại đã bị tịch thu, và họ phải giấu hai chiếc còn lại. Mỗi khi dùng, họ phải trốn trong tủ. Nếu truyền thông biết, chính quyền có thể thu hết điện thoại của họ, và chúng ta sẽ mất luôn phương tiện liên lạc.

Công an Việt Nam vẫn đe dọa người thân của các gia đình rằng cả nhóm sẽ bị Indonesia trao trả về Việt Nam, trong khi Cao ủy Tị nạn UNHCR vẫn chưa phỏng vấn họ. Chúng tôi gửi email cho UNHCR và SUAKA nhưng không được hồi âm, khiến chúng tôi không biết phải làm gì tiếp theo.

Nhi đe rằng bất cứ ai muốn họ trả lời truyền thông sẽ phải chịu trách nhiệm nếu có rắc rối xảy ra. "Tôi không thể gánh cái trách nhiệm đó, Grace cũng vậy. Chị có gánh nổi không?" Nhi hỏi tôi:

Vấn đề là họ không phải những người tị nạn bình thường, mà là những người đào tẩu. Chính phủ Indonesia có lý do để trả họ về Việt Nam nếu muốn, nhưng may mắn là chúng ta đã đóng góp tài chính để giúp họ ở lại tạm thời. Tuy nhiên, tôi lo rằng nếu có quá nhiều tin tức, chính phủ Việt Nam sẽ gây áp lực, buộc Indonesia phải trả họ về.

Chưa kể đến việc các nhân viên kiểm soát nhập cư không phải lúc nào cũng cư xử đúng mực, họ đã đưa một số trẻ em lớn tuổi ra ngoài vào ban đêm và nói rằng nếu các em đồng ý uống rượu với họ thì họ sẽ nhận chuyển các gói hàng mà người thân của các em ở Việt Nam gởi qua cho các gia đình.

Cuối cùng, vào ngày 20 tháng 3 năm 2017, chúng tôi nhận được tin tức rằng UNHCR đã chính thức đăng ký nhóm người này. "Họ vừa hoàn tất thủ tục cho bà Lụa và gia đình," Nhi nói. "Ngày mai sẽ đến lượt bà Loan và bà Phúc cùng các con. Mỗi người sẽ được cấp một số hồ sơ xin tị nạn." Điều này có nghĩa là họ đã tạm thời an toàn. Grace đồng ý lúc này có thể thông tin cho truyền thông: "Họ đã ổn. Nhân viên Liên Hiệp Quốc đã trao cho các gia đình một triệu rupiah (khoảng $70 USD) và tặng quà cho các nhân viên di trú và người phụ nữ luôn bên cạnh các gia đình…. Nhân viên di trú luôn có mặt trong suốt thời gian UNHCR làm việc với các gia đình."

Mất một thời gian để cấp số hồ sơ, điều này có thể thấy từ bản Quy tắc Ứng xử dành cho Người Tị nạn và Người tầm trú ở Indonesia mà Cao ủy Tị nạn đã cung cấp cho bà Loan, với ghi chú viết tay ở đầu trang: "Chưa có số hồ sơ – phụ nữ có nguy cơ; gia đình có 4 trẻ em.”

BBC Tiếng Việt nhanh chóng đăng một bài viết, nói rằng các gia giờ đã "được hưởng quy chế tị nạn" và một cuộc phỏng vấn với Grace trong đó trích dẫn lời Grace nói rằng "trung tâm Hồi giáo nơi họ đang ở rất rộng rãi và sạch sẽ; họ được cung cấp đầy đủ thực phẩm, được giám sát và không được phép ra ngoài … 'Cuộc sống khá thoải mái,' bà Bùi nhận xét sau khi thăm ba gia đình vào tháng Hai." Bài viết kết thúc với một tuyên bố từ bà Phúc: "Mỗi ngày chúng tôi cầu nguyện để được công nhận là người tị nạn. Chúng tôi thà chết chứ không trở về Việt Nam."[39]

Ba người mẹ, cùng với Nhi và Grace, đều phàn nàn về sự không chính xác của bài viết trên BBC, bài viết này đang thu hút sự chú ý lớn từ độc giả Việt Nam. "Nó có hàng ngàn lượt xem và hàng trăm lượt chia sẻ," Nhi cho biết. "Nhưng hầu hết các bình luận đều chỉ trích các gia đình, và điều này có thể khuyến khích những người khác tìm cách trốn tới Úc một lần nữa.… Đọc bài viết, người ta có cảm giác như họ đã được chính phủ Việt Nam đối xử rất tốt, nhưng vẫn tìm cách bỏ đi và giờ sống trong điều kiện xa hoa, nên không cần phải giúp đỡ họ!"

Mặc dù bà Lụa và Grace hy vọng rằng UNHCR sẽ trở lại để phỏng vấn lần nữa vào tuần sau, nhưng quá trình này không nhanh chóng như vậy như thông tin do chính tổ chức này cung cấp: "Bạn sẽ được lên lịch phỏng vấn sớm nhất có thể sau khi đăng ký, nhưng hãy lưu ý rằng thời gian chờ tùy thuộc vào số lượng đơn xin tị nạn mà văn phòng tiếp nhận." Theo quy định thì khoảng thời gian giữa lúc đăng ký và lúc phỏng vấn không được quá sáu tháng, nhưng ở Indonesia, thời gian chờ đợi từ khi đăng ký đến lúc phỏng vấn có thể kéo dài từ 18 đến 24 tháng tùy theo độ phức tạp khác nhau của các trường hợp."[40]

Tại Việt Nam, công an đã mời người thân của các gia đình gồm chị gái bà Loan, em gái và mẹ chồng bà Lụa lên đồn để làm việc. Grace cho biết cô đã thông báo với LHQ về những bản án dài đang chờ họ nếu bị trả về Việt Nam. "Bà Lụa và bà Loan sẽ nhận 30 năm tù, bà Phúc nhận từ 20 đến 25 năm, và tất cả những người từ 17 tuổi trở lên sẽ bị nhốt tù." Những mức án mà nghe không giống với những gì mà luật sư Đôn phán đoán cho bản án mà họ có thể nhận cũng như đối chiếu với những quy định tôi đọc trong Luật Hình Sự Việt Nam. Rõ ràng, đây chỉ là những lời đe dọa, nhưng chúng tôi vẫn không thể yên tâm về pháp luật Việt Nam. Nhi kết luận: "Ở Việt Nam, họ thường đe dọa bằng lời nói, nên khó có bằng chứng để kiện."

Sau đó, chúng tôi phát hiện rằng những bản án đáng sợ mà công an Việt Nam đe dọa thực ra đã bị phóng đại. Tuy nhiên, việc công an khu vực đến nhà bà Loan và bà Lụa để tra hỏi vẫn diễn ra và được người nhà bí mật ghi lại, gửi ra ngoài làm bằng chứng. Grace chia sẻ: "Công an đã để lại số điện thoại.... Họ nói rằng sẽ có lệnh bắt giữ những người trong gia đình."

Grace đã thay mặt gia đình tăng cường vận động bằng cách gửi các tài liệu chứng cứ để thúc đẩy Cao ủy Tị nạn tiến hành phỏng vấn lần hai sớm nhất có thể. Cô nhấn mạnh: "Cách duy nhất để cứu

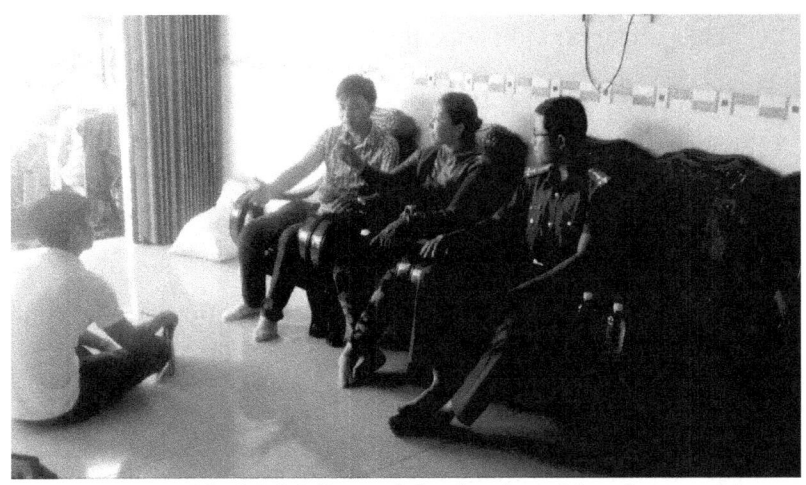

Hình được người nhà bà Loan bí mật chụp lúc công an khu vực (một người trong quân phục và một thường phục) tới nhà mẹ bà Loan tra hỏi chị gái bà Loan (giữa) (Nguồn: Trần Thị Thanh Loan).

họ là phải cấp quy chế tị nạn cho họ càng sớm càng tốt."

Theo hướng dẫn của Cao ủy Tị nạn, những người nộp đơn xin tị nạn có nguy cơ bị trả về, bị bắt giữ hoặc gặp vấn đề pháp lý nghiêm trọng sẽ được coi là "cần được can thiệp bảo vệ thấu đáo" và có thể được giới thiệu vào chương trình xử lý nhanh RSD (quy trình xác định tình trạng tị nạn), giúp rút ngắn thời gian chờ đợi.[41]

Hóa ra, bà Lụa và Grace đã đoán đúng: Cao ủy Tị nạn cùng với một thông dịch viên đã trở lại từ ngày 29 đến 31 tháng 3 năm 2017 để làm việc với nhóm. Theo quy định, mỗi người lớn sẽ có cơ hội giải thích lý do rời khỏi đất nước và tại sao họ không thể quay về. Họ được khuyến khích mang theo các tài liệu chứng minh nhân thân hoặc bất kỳ tài liệu nào liên quan giúp ích cho hồ sơ của họ.[42]

Bà Loan kể lại rằng cuộc phỏng vấn của bà kéo dài khoảng hai đến ba giờ. "Họ hỏi tôi về những gì đã xảy ra ở Việt Nam và tại sao tôi phải rời đi. Tôi cũng cho họ xem tài liệu tiếng Việt của tôi. Tôi không có luật sư," bà chia sẻ. Nhi kể thêm rằng lời kể của bà Loan đã khiến người thông dịch viên khóc và nhân viên Cao ủy Tị nạn cũng rất xúc động. Ngay cả Grace, nhận là người ít khóc, "cũng không kìm được nước mắt khi nghe chuyện họ" như cô thuật lại.

Theo thông tin từ Dịch vụ Tị nạn Dòng Tên JRS, "các cuộc phỏng vấn của Cao ủy Tị nạn để Xác nhận Tình Trạng Tị nạn thường được thực hiện bởi một nhân viên chuyên nghiệp, người này sẽ đặt câu hỏi gợi mở để lấy thông tin theo thứ tự thời gian. Trọng tâm không chỉ là xác định liệu họ có đủ điều kiện là người tị nạn theo Công ước về Người Tị nạn hay không, mà còn đánh giá độ tin cậy của lời khai và quyết định liệu họ có thuộc diện mở rộng của Cao ủy Tị nạn UNHCR hay sẽ bị loại khỏi danh sách tị nạn quốc tế. Cuộc phỏng vấn này có ý nghĩa quan trọng trong việc quyết định số phận của những gia đình đang tìm kiếm sự bảo vệ ở Indonesia."[43]

UNHCR đã nhấn mạnh rằng một người có được công nhận tình trạng tị nạn hay không thì "không phải là sự bảo đảm, mà nó chỉ có thể xảy ra." Người nộp đơn sẽ trình bày "lý do một cách mạch lạc và hợp lý, không mâu thuẫn với các sự kiện đã biết trước đó, và sẽ được xem xét cân nhắc liệu có khả tín hay không."[44] Theo quy trình tiêu chuẩn ở Indonesia, cũng như ở các nước Đông Nam Á khác, các gia đình đã không được cung cấp bản sao về những lời câu trả lời của họ.[45]

Trong khi chờ đợi xem ba gia đình có được Cao ủy Tị nạn chính thức công nhận là người tị nạn hay không, Nhi và tôi đã chuyển sang tập trung vào việc gây quỹ, còn Grace thì kêu gọi bạn bè của mình quyên góp. Nhóm các gia đình tị nạn lúc này cảm thấy thoải mái hơn một chút: "Bà Loan nói với tôi rằng người phụ nữ đã ở canh gác họ 24/24 đã rời đi," Grace cho biết, "và không còn ai từ Bộ Di trú canh gác xung quanh, nên họ cảm thấy thoải mái khi nói chuyện qua điện thoại."

Chúng tôi cũng bắt đầu phát triển một trang web bằng cả tiếng Anh và tiếng Việt với hy vọng sẽ thu hút sự chú ý của công chúng đến hoàn cảnh của các gia đình, hòng nhận được nhiều ủng hộ cho chiến dịch gây quỹ của chúng tôi, đồng thời tạo ra một nguồn tài liệu cho những ai trong tình huống tương tự có thể truy cập. Bên cạnh đó, chúng tôi muốn cảnh báo những người Việt khác về việc không nên mạo hiểm tìm đường đến Úc. Chúng tôi đã nêu rõ các chính sách khắc nghiệt của Tuần Tra Bảo vệ Lãnh Giới (Operation Sovereign Borders (OSB)) của Úc bằng cách đăng tải lại thông tin từ các chiến dịch thông tin công cộng của cơ quan này, bao gồm phiên bản tiếng Việt.[46] Chúng tôi đã nghĩ ra tên gọi "Viet BP: Helping You Stay Safe" (Viet BP: Giúp Bạn An Toàn) và thiết kế logo với hình ảnh hai bàn tay ôm lấy con thuyền trong cơn bão. Nhờ sự hỗ trợ của một nhà thiết kế web ở Thái Lan và một dịch giả từ Melbourne, cả hai đều là bạn của Nhi, chúng tôi đã ra mắt trang web www.vietbp.org vào giữa năm 2017.

Logo trên trang web của chúng tôi, www.vietbp.org.

Việc quyên góp tiền giúp cho các gia đình thật sự gặp khó khăn, nhất là trước những áp lực ngày càng tăng mà chúng tôi phải đối mặt. Khởi đầu từ tháng 7 năm 2016, chỉ trong vài tháng, chúng tôi đã từ chỗ hỗ trợ gia đình 5 người của bà Loan sang hỗ trợ 5 gia đình – 3 gia đình ở Indonesia và hai ở Việt Nam – tất thảy 29 người, trong đó có 16 trẻ em. Dù đã nỗ lực hết sức để vận động cũng như đặt hy vọng, thế nhưng sự chú ý của giới truyền thông đã không giúp cho việc quyên góp tiến triển, trang web của chúng tôi lập ra không thu hút được cộng đồng Việt Nam, thảng hoặc đôi khi là một vài đóng góp từ lòng hảo tâm của những người đã từng ở trong hoàn cảnh tương tự: "Chúng tôi là một doanh nghiệp nhỏ kinh doanh đồ nội thất tại Hoa Kỳ và cam kết giúp đỡ những thuyền nhân. Tôi đã từng ở Bataan, Philippines hơn 20 năm trước. Vì vậy, khi thấy họ trên tin tức, tôi cảm thấy rất đau lòng. Tôi hy vọng họ có thể đến Mỹ (chỉ hy vọng dưới chính quyền Tổng thống Trump) vì nếu họ đến được, tôi có thể giúp đỡ họ ... như cách mà tôi đã được giúp khi vừa đặt chân đến Mỹ. Chúng tôi rất biết ơn nước Mỹ và cam kết sẽ giúp đỡ những người khác."

**Quảng bá cuộc hội luận về người tị nạn, nhân quyền
và chiến dịch gây quỹ (Nguồn: Emanuel School)**

Cuối cùng, chiến dịch gây quỹ "Giúp Nuôi Lũ Trẻ" (Help Care for the Children) của chúng tôi đã hoạt động đến cuối năm 2017. Sau những nỗ lực cuối cùng của chúng tôi, quỹ đã thu được khoảng 10.000 Mỹ kim bằng cách liên hệ trực tiếp với tất cả những người quen mà chưa quyên góp. Thêm vào đó, một buổi thảo luận về người tị nạn và quyền con người, trong đó những người xin tị nạn chia sẻ câu chuyện của họ, được tổ chức tại trường học của con tôi cũng đã thu được một khoản đóng góp cần thiết.

Đến lúc đó, cả ba gia đình đều đã được cấp quy chế tị nạn từ lâu, thẻ tị nạn UNHCR của họ có hiệu lực từ ngày 5 tháng 5 năm

2017, tức là chỉ hơn một tháng sau cuộc phỏng vấn RSD - Xác định tình trạng người tị nạn - của họ.[47] Cả nhóm chỉ được thông báo vào ngày 23 tháng 5 năm 2017, khi hai đại diện của Cao ủy Tị nạn đến thăm họ để chia sẻ tin vui. Tuy nhiên, đến lúc đó, các gia đình đã trải qua gần hai tháng bị giam giữ, sau khi bị chuyển từ nhà trọ sang trung tâm tạm giam thuộc Tổng cục Di trú (DGI) ở Kuningan, Nam Jakarta, vào ngày 4 tháng 4 năm 2017.

Bà Loan (thứ tư từ trái) với các con, Lộc, My, Trân, và Nhi; Bà Lụa (thứ ba từ phải) cùng hai con trai Kôi và Đăng, và em chồng Nguyễn Thị Kim Nhung (phải) vào 2/4/2027 ngay trước khi họ vào trại tạm giam ở Jakarta (Ảnh do Trần Thị Thanh Loan và Trần Thị Lụa cung cấp).

118

Chương 4
Cuộc Sống ở Trại Tạm Giam

Cả tôi và Nhi đã liệu từ trước thế nào các gia đình cũng sẽ bị chuyển đến Trung tâm Giam giữ Di trú (IDC),[1] nhưng họ thì lại không hề hay biết gì, như bà Lụa sau đó kể lại vụ việc diễn ra vào ngày 4 tháng 4 năm 2017, "Chúng tôi hoàn toàn bất ngờ." Họ đã không được thông báo gì về điều này. "Lúc 4 giờ chiều, một chiếc xe buýt đưa cả 18 người chúng tôi đến trại tạm giam, cùng với ba lính canh. Có hai chiếc nữa cũng có lính canh đi theo, tôi không biết có bao nhiêu chiếc tất thảy."

Cuộc hành trình mất khoảng bốn giờ. Khi đến nơi, các gia đình lập tức bị phân tán. "Họ nhốt phụ nữ và trẻ nhỏ ở một bên, đàn ông và mấy thiếu niên trai ở bên kia. Chúng tôi không ra ngoài. Đến giờ ăn trưa hoặc tối, họ mở cửa đưa thức ăn rồi đóng lại."

Áp lực của việc bị buộc trở về Việt Nam vẫn không hề thuyên giảm. "Lúc thì họ khuyên chúng tôi quay về, họ nói với chúng tôi rằng Indonesia sẽ không mang lại tương lai tốt đẹp cho

Các bà mẹ và trẻ con đằng sau chấn song ở trại giam giữ người tầm trú, Jakarta, tháng 6, 2017 (Ảnh do Sunshine và Aaron Biskaps cung cấp).

con cái chúng tôi. Chúng tôi nói rằng nếu quay về, chúng tôi sẽ chết, cuối cùng thì họ mới thôi." Bà Lụa còn kể về những tác động của việc giam giữ đối với lũ trẻ:

Tuần hai ngày, vào phiên canh gác của một trong những giám thị tốt bụng, họ thấy tội nghiệp lũ nhỏ nên cho phép chúng ra chơi ở khuôn viên bên ngoài phòng giam. Ở đó tụi nhỏ có thể chạy nhảy và chơi đùa một chút.

Còn vào những ngày mà có viên chức canh gác nghiêm khắc đến, bọn trẻ chỉ đứng đó nhìn. Đối với những người lớn chúng tôi, khoảng sân 30 mét chẳng nhiều nhặn gì, nhưng với bọn trẻ đó là nơi chúng được chơi đùa. Chúng vui sướng khi có không gian để chạy nhảy. Chúng chờ và đếm ngược từng ngày cho đến ngày có viên gác tốt bụng đến canh để chúng được ra sân chơi. Vào ngày mà chúng biết là đến phiên của người canh gác tốt bụng đến, chúng thức dậy sớm, đánh răng, súc miệng, ăn sáng và đứng ngay cửa ngóng chờ. Tôi nhìn chúng đứng đó chờ đợi mà chỉ muốn khóc. Giờ nhắc lại thôi cũng khiến tôi muốn chảy nước mắt, nhớ lại cái cảnh chúng chờ đợi bên cánh cửa đó và hét lên phấn khích khi cuối cùng người canh gác cũng xuất hiện và cánh cửa được mở ra. Cửa vừa mở là là chúng chạy ào ra ngoài chơi.[2]

Việc bị chuyển đến trại giam giữ tầm trú rõ ràng có tác động mạnh lên những con người tội nghiệp này: "Khi họ chở cả nhóm đến trung tâm giam giữ Jakarta, cháu không

Những đứa trẻ nhỏ nhất: từ trái Kôi, Nhi, và Nhiên trong trại giam giữ, tháng 6, 2017 (Ảnh do Sunshine và Aaron Biskaps cung cấp).

nghĩ rằng cả nhóm sẽ bị nhốt," Hồ Thanh Nhã My, con gái lớn của bà Loan, kể lại. "Lúc đến nơi, mọi người tưởng đó là khách sạn, nhưng vào bên trong thì thấy đó là nơi nhốt người tị nạn. Cháu bước không nổi còn mẹ cháu thì ngất xỉu. Sống ở đó, mọi người bị gò bó bởi bốn bức tường, không nhìn thấy ánh nắng mặt trời nên thường xuyên đau ốm, khó chịu." Trần Thị Thanh Ngọc, cháu gái bà Lụa, đồng tình, nói rằng lúc đầu em thấy "vui mừng và may mắn" vì cứ tưởng đó là "một khu chung cư lớn." Sự vui mừng của em nhanh chóng chuyển sang nỗi sợ hãi: "Cháu cảm thấy đau khổ vì cuộc sống tăm tối của nhóm lúc đó … sau đó thì cháu cố gắng không nghĩ về điều làm mình sợ hãi mà bắt đầu cầu nguyện. Cháu biết có khó khăn thách thức."

Cho dù Grace, Nhi và tôi tìm mọi cách để đưa họ ra nhưng chẳng đi đến đâu. Một ngày sau khi họ được chuyển đến Jakarta, đại diện của IOM nói với Grace "chúng tôi không thể đưa họ ra khỏi nơi giam giữ vì họ đang bị giám sát về nhập cư, và IOM chỉ có thể cung cấp cho họ những nhu cầu cơ bản và hỗ trợ chính phủ Indonesia." Điều phối viên của SUAKA, Febi Yonesta giục chúng tôi kiến nghị lên Cao ủy Tị nạn, dù ông cũng không chắc là có được gì không. "Theo tôi biết, không có cơ chế bảo lãnh nào trong hệ thống nhập cư," như ông nhắn tin cho Grace. "Cả (luật) Di trú và Sắc lệnh của Tổng thống cũng cho biết có thể cho phép trẻ em, phụ nữ có thai, người bệnh và người cao tuổi được đưa ra ngoài trại giam khi có sự chấp thuận của trụ sở di trú và sự bảo lãnh của IOM về chỗ ở.[3] Tuy nhiên, vấn đề là tổng giám đốc di trú hiện tại có lập trường cứng rắn đối với những người xin tị nạn qua việc không thả họ ra khỏi trại giam. Chúng tôi đã có kinh nghiệm trước đây sau những lần cố gắng đưa những người tầm trú ra ngoài nhưng đã không thành công." Dù vậy thì Grace không cũng không chùn bước, như cô chia sẻ, Cao ủy Tị nạn "bảo tôi đến SUAKA, đến SUAKA thì ở đây nói là liên hệ với UN. Vậy thì tôi sẽ đi thẳng đến sở Di trú…. Tôi nghĩ chúng ta có thể vin vào bọn trẻ để đưa họ ra ngoài."

Các nữ tu và một số giáo dân từ giáo đoàn quốc tế, Phanxicô Thừa sai Đức Mẹ (FMM), tiếp tục đến thăm với tư cách là tình nguyện viên của Dịch vụ Tị nạn Dòng Tên (JRS). Họ mang theo mì gói và các thứ thiết yếu khác cho cả nhóm để có thêm thức ăn bổ sung vì trong trại giam chỉ cho hai bữa ăn chính mà không bữa sáng. Theo đề nghị của chúng tôi, họ vui vẻ tặng thêm cho tất cả 18 người bị giam giữ mỗi người một cái mền mà không nhận lại tiền trang trải chi phí từ chúng tôi. Không thể ra ngoài phơi đồ, các gia đình buộc phải ngủ trên đệm thấp, không gối không ga trải giường; nếu mền có bị ướt thì họ cũng phải chịu chứ không có cách nào khác. Các nữ tu muốn mang cho họ ấm điện nấu nước để ăn mì gói nhưng Bộ Di Trú Indonesia không cho.

Vào cuối tháng 4 năm 2017, bà Loan nói với chúng tôi rằng các quan chức Đại sứ quán Úc đã đến nhà bà ở La Gi, Bình Thuận để điều tra các khiếu nại của bà và bà Lụa. Grace cho biết:

> Chính phủ Việt Nam đã trả tiền cho một người bà con xa của gia đình để nói dối với Đại sứ quán Úc rằng nhà chức trách Việt Nam không gây hại gì khi họ trở về. Họ được trả 500.000 đồng (hơn 20 Mỹ kim một chút) mỗi đêm … những người khác cũng được mời chào trả tiền như vậy nhưng họ không làm.

Bà Loan rất tức giận vì các gia đình tị nạn lo sợ rằng điều đó có thể ảnh hưởng đến cơ hội của họ với LHQ. Tôi khuyên bà hãy bình tĩnh. Những người làm việc cho Đại sứ quán Úc tại Việt Nam không ngờ nghệch ngây thơ. Vấn đề của các gia đình là giờ không liên quan gì đến Úc nữa vì họ đang ở Indonesia, tuy nhiên các quan chức Đại sứ quán Úc cần điều tra vì chính phủ Úc ngay từ đầu đã trả những người này về Việt Nam mà không cho họ có cơ hội gặp LHQ.

Ban đầu, người thân của họ ở Việt Nam đã tiến hành ghi lại một bản tường trình về những gì đã xảy ra, mà Grace dự định gửi tới Cao ủy Tị nạn. "Họ nói với tôi rằng chính phủ Việt Nam đang dàn dựng những cuộc họp này và mua chuộc người dân đến để nói dối các quan chức Úc," Nhi giải thích:

Nó đã diễn ra trong ba ngày ở ba thị trấn khác nhau, Bình Thuận, Tân Tiến và Tân Thắng … Các câu hỏi được thiết kế để người tham dự chỉ có thể trả lời "có" hoặc "không." Họ không được phép nói một cách thoải mái để kể toàn bộ câu chuyện.…

Một thành viên trong gia đình đã nhận tiền để đi dự hai cuộc gặp như vậy bởi vì họ đã được các quan chức thị trấn tiếp cận. Các quan chức này hỏi họ rằng họ đã xin được giấy phép sửa sang mặt tiền ngôi nhà của họ chưa. Họ hiểu đây là một lời đe dọa, có nghĩa là nếu họ không tham dự, chính quyền sẽ không dễ dàng trả lại "sổ đỏ" tức giấy chứng nhận quyền sử dụng đất của họ. Không có sổ đỏ thì công an có thể lấy nhà của họ như chơi.

Mặc dù cuối cùng, bà Loan đã gửi cho Grace đoạn ghi âm nhưng chúng tôi không nhận được phản hồi từ Cao ủy Tị nạn.

Cuộc sống tại trại tạm giam của Tổng cục Di trú (DGI) ở Kuningan, Nam Jakarta, 2017.

Một bữa ăn thường ngày trong thời gian giam giữ, 2017 (Ảnh do Sunshine và Aaron Biskaps cung cấp).

Kể từ lần đầu tiên gặp các gia đình ở Serang vào tháng 2 năm 2017, Grace đã lên kế hoạch đến thăm họ lần nữa. Trong thời gian chờ sự cho phép của Bộ Di trú Indonesia, cô đã mua sẵn quần áo và đồ vệ sinh cá nhân cho họ. Tôi rất muốn đi cùng cô ấy. Chúng tôi đồng ý sẽ gặp nhau tại Jakarta vào ngày 1 tháng 6 năm 2017. "Bà Loan hỏi cô rằng có thể giúp mua điện thoại cho con gái bà để cô bé truy cập Internet cho việc học tập không," Grace thuật lại. "Màn hình điện thoại di động của cô bé bị nứt nhiều chỗ nên không nhìn rõ." Với mong muốn giúp tất cả 12 đứa trẻ có thể tiếp cận với các nguồn tài nguyên giáo dục trong thời gian bị giam giữ, chúng tôi lấy tiền từ nguồn quỹ công chúng đã quyên góp được để mua cho mỗi gia đình một điện thoại màn hình rộng cùng với sách và văn phòng phẩm. Grace cũng muốn bọn trẻ có thể sử dụng Facebook Messenger để hàng tuần truy cập lớp học tiếng Anh mà cô mở ở Bangkok cho thanh niên tị nạn người Thượng.[4] "Từ khi bước chân lên ghe để ra đi, mỗi người chúng tôi chỉ có một bộ quần áo," bà Lụa và bà Loan giải thích. "Lúc mới đến đây, mỗi lần chuyển trại hay đi bất cứ đâu, chúng tôi đều đi chân không chứ không có giày dép gì hết. Sau đó, một chiến dịch quốc tế đã quyên góp đủ tiền để mua giày và quần áo giúp chúng tôi có thể thay đổi."[5]

Trong khi chuẩn bị cho chuyến đi của mình, chúng tôi tiếp tục cố gắng thu hút sự chú ý của công chúng khắp nơi đến hoàn cảnh của các gia đình. Theo gợi ý của Grace và Nhi, tôi đã viết thư cho Thượng nghị sĩ Ngô Thanh Hải, ông là người Việt đầu tiên đắc cử chức vụ này tại Canada: "Nếu họ đủ may mắn được công nhận là người tị nạn, có thể mất nhiều năm nữa để tìm được một quốc gia thứ ba cho họ tái định cư. Tôi đang tự hỏi liệu Canada có thể giải cứu họ với chính sách nhập cư hào phóng của ông hay không?"[6]

Vào ngày 11 tháng Năm, 2017, tôi nhận được trả lời như sau:

Mặc dù họ bảo đảm rằng những người tị nạn sẽ không phải đối mặt với trừng phạt vì đã rời khỏi đất nước, nhưng chính phủ Việt Nam vẫn tiếp tục bỏ tù, đánh đập, tra tấn và truy tố những người tị nạn do chính phủ Úc đưa trả về Việt Nam. Những vi phạm nhân quyền và tự do dân sự cơ bản là lý do cốt lõi của việc tại sao nhiều người chọn cách bỏ trốn, chính phủ Canada và Úc biết rõ điều đó....

Với mối quan hệ bền chặt giữa chính phủ Canada và Úc, chúng tôi sẽ thảo luận và đưa vấn đề người tị nạn Việt Nam đang bùng phát trở lại này với Cao ủy Úc và các cơ quan có thẩm quyền thích hợp tại Ottawa, Canada.

Cảm ơn bà đã đưa danh sách những người này cho tôi. Xin lưu ý rằng chính sách nhập cư của Canada chỉ công nhận những người tị nạn trong các trung tâm giam giữ người nhập cư đã được UNHCR xác nhận.[7] Tôi hiểu quá trình lâu dài này thường khiến người nhập cư và gia đình của họ rơi vào tình huống khó khăn. Do đó, nên xem xét các lựa chọn sau khi các hồ sơ tài liệu đã được UNHCR chính thức xử lý.

Trong khi đó, vào ngày 9 tháng 5 năm 2017, Đại sứ Hoa Kỳ đã nghỉ hưu Grover Joseph Rees III đã đến thăm họ tại trại giam giữ. Grace đã giúp phiên dịch qua điện thoại từ Bangkok. Từng là Đại sứ tại Đông Timor, ông Rees trước đây cũng giữ chức vụ Chánh án Tòa án Tối cao Samoa thuộc Mỹ. Là một luật sư và giáo sư luật giàu kinh nghiệm, ông là người bảo vệ nhân quyền mạnh mẽ,

Đại sứ Hoa Kỳ đã nghỉ hưu Grover Joseph Rees III đã đến thăm các gia đình tại trại giam giữ, 9/05/2017.

ông cũng là Cố vấn cấp cao của Sáng kiến Quốc tế cho BPSOS. Giám đốc điều hành của BPSOS, Tiến sĩ Nguyễn Đình Thắng, đã giới thiệu chúng tôi tiếp cận ông để vận động quốc tế khi cần thiết.

Vào ngày 12 tháng 5, Grace báo cho biết các nhân viên nhập cư từ Serang đã thẩm vấn các gia đình bị giam giữ, thúc giục họ ký vào một văn bản mà họ không hiểu nên họ từ chối làm theo:

Các sĩ quan vẫn nghĩ ai đó ở Úc đã giúp cả nhóm trốn thoát khỏi Việt Nam…. Họ hỏi những câu hỏi mà lẽ ra họ phải biết, như bạn rời khỏi Việt Nam ở cảng nào; ai đã khuyên bạn đến Úc; bạn có bao nhiêu nhiên liệu; bạn có mang theo hộ chiếu và các giấy tờ khác như chứng minh thư của bạn không.

Họ cũng hỏi tôi rằng tại sao không nghe tin tức gì về tôi sau khi tôi rời Indonesia. Tôi trả lời rằng 'sau khi họ nói với tôi là tôi không được phiên dịch cho các gia đình và đe dọa sẽ bỏ tù tôi, thì tôi chỉ ở Jakarta có hai ngày rồi đi.' Họ đã xin lỗi nhiều lần về hành động của mình và nói rằng sếp của họ đã ra lệnh cho họ làm như vậy.

Cũng như lần trước, viên chức này một lần nữa thuyết phục các gia đình trở về Việt Nam. Ông ấy nói hãy nghĩ về những đứa trẻ, nhưng các gia đình trả lời rằng đó chính là lý do mà họ phải ra đi. Ông ấy hỏi tôi điều gì sẽ xảy ra nếu họ quay trở về, và tôi lặp lại những gì tôi đã nói ở Serang … rằng chính phủ đã nói với họ rằng họ sẽ phải ngồi tù bao nhiêu năm.… Ông ấy nói Bộ Di trú Indonesia sẽ không trục xuất họ.

Với lo ngại về điều kiện giam giữ có thể ảnh hưởng lên sức khoẻ và tâm lý của họ, đặc biệt là việc trẻ em khi bị sống trong môi trường thiếu ánh sáng mặt trời và không khí trong lành, Grace kiến nghị với các nhân viên nhập cư, và cô một lần nữa viết thư cho IOM và UNHCR. "Tôi đã gửi đơn khiếu nại của các bà mẹ và hỏi liệu họ có thể được đưa ra khỏi nơi bị giam giữ hay không," cô thuật lại. "Khi IOM đến, các gia đình quá căng thẳng nên chỉ có thể nói rằng họ cần bác sĩ đến khám khi bị bệnh, và con họ cần được đi học."

Mặc dù trong chuyến thăm sau đó từ UNHCR, họ đã mạnh dạn và can đảm yêu cầu được chuyển đi, Grace không mấy tin tưởng "Liên Hiệp Quốc quan tâm đến điều đó. Tôi cũng đã hỏi về kết quả của cuộc phỏng vấn, nhưng họ không nói bất cứ điều gì cho đến khi có kết quả cuối cùng. Ngay bây giờ, chúng ta chỉ còn cách kiên nhẫn chờ đợi."

Tôi cũng đã viết thư – một cách ngây thơ mà mãi sau thì mới biết – cho trưởng phái bộ lúc bấy giờ của IOM tại Indonesia, Mark Getchell, vào ngày 15 tháng 5 năm 2017, yêu cầu "lời khuyên về khả năng họ được chuyển đến nhà ở cộng đồng để gia đình có thể đoàn tụ, và con cái được học tiếp." Email của tôi đã không được trả lời trong gần một năm: Vào tháng 3 năm 2018 - gần hai tháng sau khi họ được thả khỏi trại giam – thì cuối cùng tôi cũng đã nhận được phản hồi từ ông Getchell, giải thích rằng trong những trường hợp như vậy, IOM rất tiếc không thể hỗ trợ.[8]

Tôi lẽ ra phải biết vai trò "quản lý chăm sóc người di cư không thường xuyên" của IOM cũng bao gồm việc phục vụ nhiều cơ sở giam giữ người nhập cư – 13 trung tâm (*rudenim* theo tiếng Indo) và 20 cơ sở tạm thời – trải khắp 13 trong số 33 tỉnh của quần đảo Indonesia: "IOM cung cấp dịch vụ tư vấn, chăm sóc y tế, thực phẩm, chỗ ở, giáo dục và hỗ trợ nghề nghiệp cho những người di cư đang ở trong và ngoài các trung tâm giam giữ nhập cư."[9]

Tuy nhiên, tình trạng quá tải vẫn là một vấn đề lặp lại ở phần lớn các trung tâm giam giữ, vốn ban đầu dành cho "người nước ngoài" đang chờ trục xuất, chứ không phải người tị nạn cụ thể. Tổng sức chứa chính thức là 1.200 người bị giam giữ trong tình trạng thô sơ, hoặc 3.000, nếu tính cả các cơ sở tạm thời. Tuy nhiên, trên thực tế, khoảng 3865 người liên quan đến UNHCR, bao gồm khoảng 980 trẻ em – những đối tượng dễ bị tổn thương nhất được cho là được "chăm sóc ưu đãi"– đã bị giam giữ riêng trong các trung tâm giam giữ vào cuối tháng 5 năm 2017.[10]

Kể từ lúc các gia đình bị giam giữ, chúng tôi tìm cách để thiết lập một mạng lưới hỗ trợ họ ngay tại chỗ. Với sự giúp đỡ của phóng viên Trần Hoà Ái của đài RFA trụ sở tại Washington, người đã đưa tin về câu chuyện của họ một thời gian, chúng tôi cố gắng tiếp cận với cộng đồng nhỏ người Việt Nam ở Jakarta. Không tìm được gia sư tiếng Anh gốc Việt để có thể đến thăm các em một cách thường xuyên, cô nói với chúng tôi về Trung tâm Việt ngữ Văn Lang, có trụ sở tại San Jose, California, để các em có thể tiếp cận chương trình giảng dạy trực tuyến ở đây. Điều này khó thực hiện trong tình hình của những gia đình trong trại, bù lại Viet Toon, một công ty xuất bản phi thương mại gốc Việt tại Washington DC, đã vui lòng tặng một bộ sách mà Hòa Ái đã giúp chuyển giao tận tình, khi cô quyết định dùng các kỳ nghỉ của mình để cùng chúng tôi đến Jakarta mấy lần bằng tiền túi của cô.[11]

Hòa Ái giúp giới thiệu cựu vận động viên thể hình và huấn luyện viên cá nhân người Mỹ gốc Việt, Sunshine Biskaps, người cũng từng là thuyền nhân khi còn một đứa trẻ. Chính Sunshine đã đề nghị phối hợp quyên góp quần áo cũ, sách cho trẻ em, và các nhu yếu phẩm khác từ các cộng đồng người nước ngoài ở Jakarta và Hiệp hội

Phụ nữ Hoa Kỳ mà cô là chủ tịch. Sunshine không có kinh nghiệm dạy học nên cô ấy gợi ý cho cả nhóm học tiếng Anh với một người bạn của cô.

Các em nhỏ khoe sách nhận được từ Viet Toon.

Vào khoảng giữa tháng 5, chúng tôi nghe tin rằng các gia đình có thể sắp được chuyển đến một cơ sở tốt hơn ở Jakarta. "Họ sẽ ở chung một phòng với nhau, và họ sẽ không bị nhốt," Grace nói. "IOM sẽ không giao đồ ăn cho họ nữa mà các gia đình sẽ nhận tiền và tự lo liệu. Những đứa trẻ có thể được đến trường." Trong khi các gia đình khẳng định việc di dời của họ được quyết định bởi chính "ông xếp lớn của Di Trú" do cần có phòng để giam giữ "70 người Trung Quốc nhập cư bất hợp pháp." Lúc đó chúng tôi không biết rằng việc di dời đến nhà ở cộng đồng mà tên gọi là chính thức là "giam giữ ngoại biên" - như mong muốn từ lâu của các gia đình - mãi nhiều tháng sau nữa mới thành.

Vào ngày 22 tháng 5, một quan chức của Cao ủy Tị nạn đã đến thăm họ để xem xét việc họ làm quen với chuyện bị giam cầm như thế nào – đây là một trong số 386 chuyến thăm mà tổ chức này đã thực hiện với các Trung tâm Giam giữ Di trú trên khắp Indonesia vào năm đó. Ngay ngày hôm sau, hai đại diện của UNHCR đích thân trao thẻ tị nạn cho họ. Như vậy, là hồ sơ tị nạn của họ đã chuyển sang một chương mới. Họ đã được chính thức công nhận tình trạng tị nạn trong số 1760 người tị nạn được cấp thẻ vào năm 2017.[12]

"Chúng tôi hét lên và khóc vì quá vui mừng," bà Phúc kể lại sau đó. "Cảm thấy như chúng tôi có được một cuộc đời mới." Ông Đoàn Việt Trung gọi điện chúc mừng: "Kể từ lần đầu quen biết cách đây 18 tháng, tôi đã nói chuyện với Loan và Lụa có lẽ 20 lần," ông

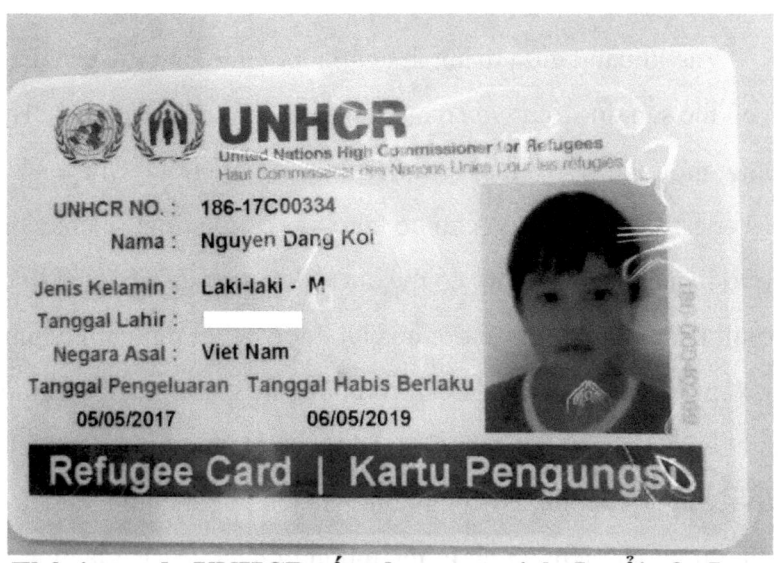

Thẻ tị nạn do UNHCR cấp cho con trai út 5 tuổi của Lụa, Nguyễn Đăng Kôi.

kể. "Mỗi lần như vậy giọng nói của họ đều lo lắng, sợ hãi hoặc mệt mỏi. Đây là lần đầu tiên tôi nghe thấy niềm vui trong giọng nói của họ, mừng cho họ quá!"

Trong sự phấn khởi, chúng tôi thông báo cho Dịch vụ Tị nạn Dòng Tên JRS và SUAKA, vốn đã được chính Cao ủy Tị nạn thông báo cho biết. "Kết quả mỹ mãn cho tất cả những nỗ lực kiên trì của bạn trong việc giúp đỡ họ," Điều phối viên Trợ giúp Pháp lý của SUAKA Trish Cameron viết: "Vai trò pháp lý của tôi trong việc vận động cho nhóm nay đã hoàn tất, vì tôi không thể hỗ trợ việc tái định cư, tuy nhiên, các bước bạn đang thực hiện rất tuyệt vời mà không phải người tị nạn nào cũng có thể có được. Chúc các bạn thành công với sứ mệnh.... Có vẻ như những gia đình bạn đang giúp đỡ nhận được rất nhiều hỗ trợ từ nhiều người ở Jakarta, điều này thật tuyệt vời. Hãy cập nhật cho tôi mọi tin tức về việc tái định cư của họ, mỗi thông tin tốt lành mà tôi nghe được là tia nắng giữa những áp lực ở đây."

Các phương tiện truyền thông Việt ngữ đã nhanh chóng loan tin việc họ chính thức được công nhận là người tị nạn và dẫn lời bà Loan: "UNHCR cho biết họ sẽ sớm làm việc với IOM và cơ quan di trú Indonesia để đưa chúng tôi ra khỏi đây."[13] Grace xác nhận điều này trong một cuộc phỏng vấn qua điện thoại từ Bangkok vào ngày hôm sau: "Sáng hôm qua UNHCR đã vào trại tị nạn của Bộ Di Trú. Họ đã gọi cho tôi và tôi đã nói chuyện trực tiếp với UNHCR. Họ cho biết những người này đã được cấp quy chế tị nạn. Những người tị nạn vẫn ở đó và đang chờ UNHCR và Bộ Di Trú sắp xếp để họ đến một nước thứ ba."[14]

Tin tốt nữa tiếp theo sau đó là việc ông Lợi được thả ra khỏi tù tại Việt Nam vào ngày 29 tháng 5 năm 2017, sớm hơn hai tháng so với bản án hai năm, với điều kiện ông phải ký cam kết nói rằng ông đã không bị ngược đãi, và công an giữ bản cam kết này. Thực tế, ông thường xuyên bị đánh, bị đá vào mặt vào đầu khiến mắt trái bị giảm thị lực; một quả thận của ông đã bị ảnh hưởng; và ông bị sụt ký đáng kể, do ăn phải thức ăn ôi thiu, khiến huyết áp của ông tăng vọt và dẫn đến đột quỵ.

Mặc dù Hiến Pháp Việt Nam (Điều 20 [1]), cùng với các luật khác, bảo vệ cá nhân và chống việc tra tấn, và dù Việt Nam tham gia các hiệp ước như *Công ước Quốc tế về các Quyền Dân sự và Chính trị* (ICCPR) và *Công ước Liên Hiệp Quốc về chống tra tấn và các hình thức đối xử hoặc trừng phạt tàn bạo, vô nhân đạo hoặc hạ nhục con người* (UNCAT), thì các nhà tù của Việt Nam vẫn nổi tiếng đối xử khắc nghiệt với cả tù nhân nói chung và các nhà hoạt động chính trị và nhân quyền, được gọi là "tù nhân lương tâm," điều mà chính quyền luôn phủ nhận. Một đồng nghiệp Việt Nam giấu tên nói với tôi: "Việt Nam là nước ký kết nhiều công ước quốc tế về bảo vệ quyền con người và quyền tôn giáo, nhưng tại sao họ lại vi phạm các nghĩa vụ quốc tế của mình? Và quan trọng hơn, tại sao cộng đồng quốc tế lại im lặng trước những vi phạm đó?"

Dưới sự giám sát của công an, trong sáu tháng sau đó ông Lợi không thể đi ra khỏi khu vực địa phương của mình mà không xin phép. "Các nhà chức trách đã đến nhà ông ấy và nói với ông ấy là muốn đi ra khỏi thị trấn thì phải báo cho họ biết," Grace nói với tôi. "Họ chúc mừng ông ấy việc bà Loan đã trở thành người tị nạn."

Trong lúc đó, chúng tôi tiếp tục cho chuyến đi sắp tới của mình như đã lên kế hoạch. Sunshine báo cho biết rằng cô ấy đã gom đầy các túi và thùng đồ cho các gia đình. Chúng tôi hẹn gặp nhau tại trại giam vào ngày 2 tháng 6, dù chúng tôi vẫn hy vọng họ sẽ được đưa ra ngoài trước thời gian đó. Đến Jakarta trước hai ngày, Grace và Hòa Ái đã tìm cách gặp các gia đình trước khi tôi đến vào ngày 1 tháng Sáu. Theo đề nghị của Grace, mọi người giữ bí mật chuyến thăm của tôi để tạo bất ngờ cho họ. Khi đón tôi ở sân bay, cô cho biết là chúng tôi nên tận dụng cơ hội đến gặp họ luôn vào buổi tối vì hôm đó là trùng vào phiên trực của một trong những viên chức "tốt bụng" của trại giam.

Tuy nhiên, bằng cách nào đó, cả nhóm chắc hẳn đã đoán được vì chúng tôi vừa đến bên ngoài tòa nhà nhập cư ở phía nam Jakarta thì bà Loan, bà Lụa và bà Phúc chạy xuống đường ôm lấy tôi: người bảo vệ tốt bụng đã cho phép họ ra khỏi nơi giam giữ để đón tôi.[15] Hoà Ái của RFA với máy móc sẵn trên tay đã ghi lại cuộc họp mặt của chúng tôi. Chúng tôi khệ nệ mang đồ đạc lên phòng của họ ở tầng ba trong khu trại tạm giam, lũ trẻ con đón chúng tôi ở khu vực tiếp tân. Trong video, bạn có thể thấy các bà mẹ dẫn chúng tôi qua một cánh cửa song sắt vào một hành lang, theo sau là một người bảo vệ Indonesia. Ở đó, đúng như họ mô tả, là hai phòng giam đối diện nhau: bên trái là một phòng dành cho đàn ông và các bé trai lớn, và bên phải là phòng dành cho các bà mẹ và trẻ em.

TỔNG CỤC VIII
TRẠI GIAM SÔNG CÁI
Số: 378/GCN

CỘNG HOÀ XÃ HỘI CHỦ NGHĨA VIỆT NAM
Độc lập - Tự do - Hạnh phúc

SỐ HSLĐ

2 4 8 1 1 6 0 4 4 6 4

GIẤY CHỨNG NHẬN
chấp hành xong án phạt tù

GIÁM THỊ TRẠI GIAM SÔNG CÁI

Căn cứ Điều 40 Luật Thi hành án hình sự năm 2010;

Căn cứ Bản án số 29/2016/HSST ngày 22/04/2016 của Toà án nhân dân TX.La Gi, Bình Thuận và Căn cứ Quyết định thi hành án số 56/2016/QĐ-CA ngày 27/05/2016 của TAND TX.La Gi, Bình Thuận,

CHỨNG NHẬN:

Họ tên: **HỒ TRUNG LỢI**; Giới tính: Nam; Năm sinh: 1974
Họ tên khác: Nguyên quán: Bình Thuận
Nơi ĐKTT: Khu phố 2, Phường Phước Hội, TX.La Gi, Bình Thuận
Họ tên bố: Hồ Văn Trọng (Đã chết); Họ tên mẹ: Trần Thị Hoa
Dân tộc: Kinh; Quốc tịch: Việt Nam
Tội danh: Tổ chức người khác trốn đi nước ngoài trái phép
Ngày bắt: 30/07/2015; Án phạt: 2 năm
Đã được giảm thời hạn: 1 Lần = 2 tháng
Đến nay chấp hành xong án phạt tù.
Về cư trú tại Khu phố 2, Phường Phước Hội, TX.La Gi, Bình Thuận
Hình phạt bổ sung phải tiếp tục chấp hành: Không.
Anh Hồ Trung Lợi phải trình diện tại UBND Phường Phước Hội, TX.La Gi, Bình Thuận trước ngày 06/06/2017.

NGƯỜI ĐƯỢC CẤP GIẤY
(Ký, ghi rõ họ tên)

Lăn tay
của người được cấp giấy
(Ngón trỏ phải)

Ninh Thuận, ngày 30 tháng 05 năm 2017

GIÁM THỊ

Hồ Trung Lợi

Nơi nhận:
- Người được cấp giấy;
- TAND TX.La Gi, Bình Thuận ;
- Công an TX.La Gi, Bình Thuận;
- UBND Phường Phước Hội, TX.La Gi, Bình Thuận;
- Trung tâm LLTP QG - BTP;
- Cục C53/A83 - BCA;
- Lưu HSPN.

- Danh bản số 853
- Lập tại: PC81B CA Tỉnh Bình Thuận
- Ngày: 31/07/2015

Thiếu tá Phan Hồng Lam

* Ghi chú: nếu có những vấn đề cần tư vấn về hòa nhập cộng đồng, liên hệ trực tiếp hoặc gửi thư theo địa chỉ, nơi sau: Cục Giáo dục cải tạo và hòa nhập cộng đồng, Tổng cục VIII, Bộ Công an - Số 17/175, Định Công, Hoàng Mai, Hà Nội (ĐT: 0433 401 405 Email: Cunglong786@yahoo.com.vn)

Giấy ra trại của ông Lợi (Ảnh: Trần Thị Thanh Loan).

138

Từ trái qua, phóng viên RFA Trần Hoà Ái, tác giả và Grace Bùi, tháng 6, 2017 (Ảnh: Trần Hòa Ái).

Mỗi phòng đều có một ổ khoá ở ngoài. Cuối hành lang cũng là một phòng giam mà tôi được cho biết đó là nơi "giam giữ những tên tội phạm thực sự." May mắn thay, ông Long chồng bà Lụa, em trai của ông Nguyễn Tài, con trai bà Loan Hồ Văn Lộc, và con trai bà Phúc Trần Ngọc Tuấn, đã được ra khỏi buồng giam của họ và được phép tháp tùng chúng tôi vào khu nữ. Dù chỗ ở tương đối thoáng và sạch sẽ nhưng không có cửa sổ và không có ánh sáng trời lọt vào. Tôi may mắn có Grace và Hòa Ái giúp thông dịch, nếu không thì chỉ có cách là ra hiệu. Chúng tôi trao quà và theo yêu cầu của gia đình, giữ lại các máy điện thoại màn hình lớn để đi để gắn SIM card.

Sáng hôm sau, tôi và Grace trở lại như dự định cùng với Sunshine và nhóm những bạn thiện nguyện của cô ấy cùng với một thông dịch viên người Việt. Tuy nhiên, lần này thì lại không được vào dễ dàng như hôm qua: một viên chức "nghiêm khắc hơn" canh gác ngày hôm đó. "Tôi đang trên đường đến trại tạm giam và người bạn Việt Nam của tôi đã ở đó," Sunshine nhắn. "Họ không cho phép cô ấy tiếp cận với

Nhân viên trại giam mở khoá cho phép các vị khách vào gặp các gia đình tị nạn trong phòng họ (Ảnh do Sunshine và Aaron Biskaps cung cấp).

gia đình ngay cả khi cô ấy đã nhắc đến tên của chị. Tôi chở một xe đầy những món quà quyên góp cho họ.... Vui lòng gọi cho tôi ngay khi chị nhận được tin nhắn này hoặc cung cấp cho tôi tên và số điện thoại của một người liên lạc tại địa phương ở Indonesia."

Cuối cùng, sau khi giải tỏa an ninh, một nữ bảo vệ trùm khăn yêu cầu Grace mặc một chiếc quần jean bên ngoài quần đùi, chúng tôi được phép lên lầu. Sunshine không chỉ có vô số đồ dùng mà còn có bàn ghế cho trẻ em và một chiếc xe đạp ba bánh, tiếc là từ điển Anh-Việt mà tôi đặt mua trên mạng đã không giao đến kịp. Nhưng

140

cũng may là người lính canh đã chịu mở khóa cửa phòng giam nơi các gia đình tụ tập phía sau chấn song giống như trong một cái lồng chờ đón chúng tôi.

Chúng tôi đã tận dụng cơ hội để hiểu nhau hơn, bất chấp rào cản ngôn ngữ. Sunshine có sáng kiến là chụp ảnh từng người trong số 18 người bị giam giữ, mỗi người cầm tấm biển ghi tên và tuổi của họ. Cô và người chồng Úc của cô, Aaron, còn đọc sách cho bọn trẻ.

Grace trở lại Bangkok vào chiều tối ngày hôm đó, Sunshine và tôi đi gặp Sơ Lidwina, hiệu trưởng trường trung học Pius ở Tegal, nằm ở giữa Java. Để có thể gặp chúng tôi, Sơ đã mất ba tiếng đồng hồ đi từ chỗ Sơ ở đến khách sạn chúng tôi trong tình hình kẹt xe chiều thứ Sáu. Với vốn liếng Việt ít ỏi, Sơ đã chủ động có những hỗ trợ ban đầu cho các gia đình từ khi họ đến Indonesia.

Từ trái: tác giả, Sunshine và Sơ Lidwina.

Ba đứa trẻ nhỏ tuổi nhất Nhi, Nhiên and Kôi, chụp hình với chiếc xe đạp ba bánh được tặng tại trại giam giữ, tháng 6, 2017 (Ảnh do Sunshine và Aaron Biskaps cung cấp).

Những người ủng hộ đến thăm các gia đình tị nạn đang bị giam giữ (Sunshine ở giữa, tác giả đứng thứ ba từ phải và Grace Bùi ngồi ngoài cùng bên phải) (Ảnh do Sunshine và Aaron Biskaps cung cấp).

**Trần Thị Lệ, em gái của bà Lụa
(Ảnh: Sunshine Biskaps).**

**Sunshine (phải) và chồng Aaron đang đọc sách cho bọn trẻ (Ảnh
do Sunshine và Aaron Biskaps cung cấp).**

Trong khi chúng tôi vẫn hy vọng các gia đình sẽ sớm được chuyển đến nhà ở cộng đồng thì một đại diện của Dịch vụ Dòng Tên JRS giải thích với chúng tôi rằng Bộ trưởng Di trú sẽ là người quyết định cuối cùng, và để đi đến điểm cuối đó thì cũng mất ít nhất là sáu tháng. Trong thời gian đó, nếu có bất kỳ vi phạm nhân quyền nào xảy ra trong trại tạm giam, chúng tôi có thể báo với JRS để họ tìm cách giúp.

Vào ngày 3 tháng 6, Sunshine và tôi trở lại trại tạm giam trước khi tôi về Úc. Sunshine đem giao lại điện thoại đã gắn SIM card, một số đồ dùng, thêm dưa hấu và đu đủ: đây là lần đầu tiên sau 5 tháng bọn trẻ mới được ăn những thứ trái cây đó.

Lũ trẻ được ăn trái cây sau mấy tháng trời bị nhốt (Ảnh do Sunshine và Aaron Biskaps cung cấp).

Aaron chào tạm biệt Kôi, con trai út của Lụa
(Hình do Sunshine và Aaron cung cấp).

Cô thậm chí còn tìm được một giáo viên có kinh nghiệm, chịu dạy tiếng Anh cho bọn trẻ trong những kỳ nghỉ của cô. "Làm sao nào để tôi có thể tới dạy học? Tôi có thể tới bất kỳ lúc nào hay là cần phải hẹn trước?" cô giáo thật thà hỏi. "Vui lòng cho tôi biết tôi cần phải làm gì, tôi rất sẵn lòng đóng góp phần việc của mình."

Tôi rời Jakarta vào chiều hôm đó sau cuộc chia tay đầy xúc động, vali của tôi - chỗ để đựng quà trong chuyến đi - giờ là một con tôm hùm khổng lồ bện bằng những chiếc túi nhựa nhiều màu mà các bà mẹ đã làm trong cả tuần để tặng tôi. Rời Jakarta, tôi yên tâm rằng chúng tôi đã làm hết sức mình để thiết lập một mạng lưới địa phương có thể giúp đỡ các gia đình trong thời gian họ bị giam giữ, ngay cả khi họ may mắn được đưa về một nơi tạm trú cộng đồng thì mạng lưới này cũng sẽ giúp đỡ để sắp xếp. Sunshine nhận lời phụ trách mạng lưới đó. Cô cho biết, cô muốn gặp họ thường xuyên "để xây dựng một mối quan hệ tốt đẹp."

Con tôm bện bằng các túi nilon, quà của các bà mẹ làm trong trại tạm giam tặng tác giả.

Tôi vừa hạ cánh xuống Sydney là nhận được tin nhắn từ Giám đốc Sự Vụ Quốc hội của Thượng nghị sĩ Ngô Thanh Hải khi đó, hỏi tôi là liệu tôi có thể gửi "tài liệu đầy đủ với những thông tin mới nhất, cho từng hồ sơ của những người xin tị nạn này không? Điều này sẽ giúp chúng tôi đẩy nhanh hồ sơ họ về phía trước." Tôi ngay lập tức gọi cho Grace, kêu cô nói với những người lớn mỗi người chụp lại thẻ tị nạn của họ, tất cả là 18 thẻ, gửi cho tôi để chuyển tới Thượng nghị sĩ. Phần mình, tôi cũng viết lời chú dẫn và tường trình từng hoàn cảnh gia đình đính kèm với hồ sơ.

Cũng lúc đó thì Grace nghe tin UNHCR đã làm việc với cơ quan nhập cư Indonesia và IOM về việc sẽ đưa các gia đình ra khu nhà ở cộng đồng trong tuần tới. Như vậy là kế hoạch này được thực hiện sớm hơn dự tính. Vào ngày 6 tháng 6, lính canh trại tạm giam nói với các gia đình rằng "họ sẽ được gửi đi đâu đó" và viết xuống những lời chỉ dẫn mà con gái bà Phúc, Trần Thị Kiều Trinh, dịch sang tiếng Việt: Nhóm 9 người đầu tiên sẽ bay đi ngày 13 tháng 6, tiếp theo là nhóm thứ hai ba ngày sau đó. Điều này nghe có vẻ đáng ngại: Liệu mạng lưới hỗ trợ của chúng tôi có bị vô dụng trước khi nó hoạt động?

Sunshine tình cờ đến thăm các gia đình trong ngày hôm đó đã dò hỏi một người bảo vệ, nhưng chỉ được cho biết rằng họ sẽ được đưa đến sân bay:

Tôi hơi buồn vì có vẻ như họ không ở lại trong vùng của tôi để tôi có thể giúp họ, dạy họ học cùng với nhóm gia sư mà tôi đã tập hợp được. Tôi đã mua hai bình nấu nước nóng, đũa nhựa, muỗng ăn và mấy cái chén sứ nhỏ. Tôi cũng đã gom thêm một mớ quần áo trẻ em, giày dép, văn phòng phẩm mới, sách và cả đồ chơi nữa. Các gia đình hỏi xin vali hay túi gì đó để đựng đồ của họ. Tôi lấy một vài chiếc túi có khóa kéo từ tủ quần áo của mình, tôi nghĩ cũng đủ, nhưng tôi cũng sẽ kiếm thêm. Tôi cũng chỉ đem cho họ những thứ thật cần thiết để họ có thể đem theo trên chuyến bay. Còn tất cả những thứ họ mà không thể sử dụng, tôi sẽ cho các tổ chức từ thiện địa phương ở đây.

Một loạt các cuộc điện thoại và email được gửi tới UNHCR, JRS và SUAKA để tìm xem họ được đưa tới đâu và cũng là để vận động họ ở lại Jakarta. Trong khi tôi lo sợ họ có thể bị trục xuất, điều này được cho là khó xảy ra, vì trong quá khứ Indonesia không có xu hướng đối xử với người tị nạn theo cách đó. Có nhiều khả năng - hoặc chúng tôi hy vọng như vậy - là họ sẽ được chuyển đến nơi ở của IOM tại một khu vực nơi khác.

Và chúng tôi sớm tìm ra. Họ đã được lên kế hoạch để đưa đến Semarang IDC, nằm ở bờ biển phía bắc thuộc Trung phần Java, tuy nhiên, họ sẽ được ở trong các khu nhà ở cộng đồng gần Jakarta, theo như chúng tôi hiểu, sự can thiệp gấp rút của UNHCR đã tác động vào điều đó. "Tuyệt vời!" Sunshine nói. "Tôi dự định đến thăm cùng với giáo viên mới của họ. Cô ấy có kinh nghiệm và vô cùng tâm huyết nên sẽ giúp ích rất nhiều cho các em nhỏ. Chúng tôi sẽ mang theo sách và tài liệu cho họ ngay bây giờ vì chúng tôi biết họ đang ở Jakarta."

Niềm vui lại chuyển sang kinh hoàng vào sáng hôm sau, khi bà Loan nhắc lại với Grace rằng lính canh khẳng định rằng Bộ Di trú sẽ đưa họ đi nơi khác trên đảo Java. Sunshine vẫn hy vọng họ sẽ ở đâu đó loanh quanh gần Jakarta. "Mỗi ngày tôi đều làm cái gì đó cho các gia đình này. Hôm nay tôi đã mua thêm một vài món đồ…. nên giờ tôi không biết là mình có nên mang thêm cho họ hay không. Toàn bộ văn phòng của tôi chất đầy những thứ tôi thu thập được cho họ."

Trong thời gian chờ đợi, một quan chức của UNHCR nói với Grace: "Chúng tôi rất biết ơn nếu bạn cho họ lời khuyên rằng họ không có quyền lựa chọn cho việc di chuyển của họ. Chỉ có Bộ Di

Trú là nơi duy nhất có thẩm quyền quyết định điều đó, còn IOM và UNHCR chỉ đóng vai trò cố vấn."

Vào ngày 8 tháng 6, như yêu cầu của bà Loan, Sunshine đã đưa cho bà số tiền tương đương khoảng 350 Mỹ kim mà tôi đã chuyển từ quỹ cộng đồng. Trong khi bà ấy muốn số tiền còn lại được gởi cho chồng mình, chúng tôi đã đồng ý gởi cho ông ấy đủ để chi trả cho cho chi phí y tế cần thiết mà ông ấy hiện đang cần, với mong muốn tiết kiệm những gì có thể cho tương lai của bọn trẻ. "Các gia đình lại yêu cầu máy may và bàn," Sunshine viết cho Grace:

> Tôi bối rối quá vì tôi nghĩ họ đâu có ở lâu. Tôi đã cố gắng nói với họ bằng tiếng Việt ba rọi của mình rằng họ không được phép đem bàn vào phòng của họ. Tôi sẽ tìm một chiếc máy may nhỏ. Tôi hy vọng nó sẽ được cho đem vào phòng giam và đem theo lên chuyến bay cùng họ. Họ cũng xin kéo cắt tóc và một bộ tông đơ điện tử. Tóc của mấy người nam dài quá. Nhưng tôi hơi lần khần vì tôi được thông báo là không được phép mang các vật kim loại sắc nhọn vào phòng giam.... Giám thị nói với tôi rằng tôi không được mua cho họ dao kéo bằng thép không gỉ, do đó mà tôi không nghĩ mình có thể đem kéo cắt tóc vào.... Tôi cũng không biết chắc rằng họ có được giữ kim may hay không, mà cũng không biết mức độ nghiêm ngặt như thế nào? ...

Grace khuyên cô ấy nên kiểm tra với quản giáo trước. "Nếu chị mua cho họ và họ bị thương khi sử dụng chúng thì chị có thể bị quy trách nhiệm. Họ muốn cắt tóc thì có thể yêu cầu với IOM." Các gia đình bày tỏ lòng biết ơn với Sunshine bằng cách làm tặng cô những vòng đeo tay bằng nhựa có tên của mỗi thành viên trong nhóm do họ tự tết.

Đến ngày 10 tháng 6, tôi đã nhận được phản hồi từ văn phòng Thượng nghị sĩ Ngô Thanh Hải: "Cảm ơn vì tất cả những tài liệu bổ sung này. Chúng tôi đã đưa họ đến các cơ quan có thẩm quyền cao nhất trong bộ di trú của Canada để họ xem xét ngay lập tức. Chúng tôi sẽ cập nhật cho bà ngay khi nhận được thông tin cập nhật từ họ."

Tối hôm đó, một quan chức di trú cao cấp đến nói chuyện với các gia đình đang bị giam giữ, hỏi xem họ có muốn rời khỏi Jakarta hay không. Thay vì nói rằng họ không muốn với lý do rằng họ đang có sự giúp đỡ rất tốt của nhóm hỗ trợ mới được hình thành, thế nhưng thật thất vọng khi chúng tôi biết rằng họ đã đồng ý. Sau đó, Grace nói với tôi: "Họ đồng ý vì một thông dịch viên nói với họ rằng họ không có lựa chọn nào khác. Bà Loan muốn nói với viên sĩ quan rằng bà muốn ở lại. Nhưng một số người khác nói với bộ di trú rằng họ sẽ rất vui khi được chuyển đi." Sau đó, nhận ra những hệ lụy, họ khẩn khoản yêu cầu Grace giải quyết tình trạng khó khăn của họ: "Tối qua, họ đã có một cơ hội vào và họ đã bỏ lỡ nó."

Ngày 12/6, IOM mang giấy tờ đã dịch sang tiếng Việt yêu

cầu cả nhóm ký tên. Với tiêu đề "Xác nhận tự nguyện dời đi," tài liệu nêu rõ:

> Tôi hiểu rằng theo yêu cầu của DGI (Tổng cục Di trú), IOM sẽ chuyển tôi (và gia đình tôi) từ phòng tạm giam của Tổng cục Di trú đến Trung tâm Tạm giam Di trú Semarang.
>
> Tôi cảm kích việc IOM sẽ tiếp tục hỗ trợ chăm sóc di trú cho tôi và gia đình tôi cho đến khi có được một giải pháp dài hạn.
>
> Tôi cũng xác nhận rằng tôi hiểu văn bản được đề cập ở trên và tuyên bố rằng tôi tự nguyện ký tên.

"Tự nguyện," Grace giải thích. "Bộ Di Trú không buộc họ phải dời đi. Tuấn, con trai 17 tuổi của bà Phúc, đã ký vào đơn. Giờ thì chúng ta không có thể làm gì được nữa." Tuy nhiên, câu hỏi đặt ra là liệu các gia đình có thực sự hành động theo ý mình muốn? Phải chăng chính quyền chỉ là làm theo thủ tục: Điều gì sẽ xảy ra nếu các gia đình từ chối ký?[16] "Tôi chắc chắn rằng ngay cả khi các gia đình kiên quyết không đi, họ sẽ bị ép buộc," như suy luận của Nhi sau sự việc này. "Ngoài ra, trong hoàn cảnh và khả năng của họ, với hầu hết thời gian sống trong sợ hãi và lo âu, chắc chắn họ không có đủ tự tin để chiến đấu."

Dịch vụ Dòng Tên JRS kêu gọi chúng tôi giữ thái độ tích cực: "Tốt nhất là bảo đảm rằng họ sẽ có được sự hỗ trợ ở bất cứ nơi nào họ đến," một đại diện nói với tôi. "Semarang IDC khá cởi mở và cũng có nhiều gia đình với trẻ em. Theo những gì tôi nghe được, vẫn chưa có chỗ ở cộng đồng nhưng JRS sẽ cố gắng tìm một số tình nguyện viên. Hãy yên tâm rằng mọi người đều được tiếp cận với giáo dục."

Vào lúc đó, tờ *Sydney Morning Herald* (SMH) cuối cùng cũng đồng ý đăng bài báo của tôi thông báo về việc họ được công nhận là người tị nạn.[17] Tôi cũng đã có một buổi nói chuyện trước công chúng với một lượng nhỏ khán giả tại Đại học New South Wales, buổi nói chuyện đầu tiên mở đầu cho những buổi tiếp theo sau đó. Ngày hôm sau, phóng viên Hòa Ái của Đài Á Châu Tự Do (RFA) đăng bài đặc quyền về chuyến thăm các gia đình tại nơi bị giam giữ trong đó có trích lời bà Loan: "Thay mặt cho tất cả 18 người, tôi xin bày tỏ niềm xúc động và lòng biết ơn sâu sắc tới Chính phủ Indonesia, Liên Hiệp Quốc và IOM, bà Shira, cô Grace Bùi, cô Ngọc Nhi đã đồng hành và quan tâm đến chúng tôi. Chúng tôi trông cậy vào sự giúp đỡ của họ để giúp chúng tôi tìm được cuộc đời mới ở một nước thứ ba."[18] "Chúng ta đã đi một chặng đường dài với họ," Grace chiêm nghiệm. "Nhức đầu, lo lắng, đau khổ, vui sướng, nước mắt và tiếng cười. Tôi sẽ không bao giờ quên trải nghiệm này."

Sau khi tất cả những người trưởng thành đã ký "Xác nhận tự nguyện di chuyển," chúng tôi định rằng họ sẽ được chuyển đến Semarang IDC sớm nhất là vào ngày 1 tháng Bảy. Tuy nhiên, việc di chuyển chỉ xảy ra vài tuần sau đó. Trong khi đó, các lính canh ngày càng nghiêm ngặt hơn, cản trở việc vào thăm viếng của

Sunshine mặc dù cô đã hào phóng cho tiền boa và tiền thuốc lá. An ninh được thắt chặt, người viếng thăm được hộ tống lên tầng 9 để xin phép giám thị trước khi được phép gặp các gia đình. Các bước kiểm tra chưa có trước đó cũng đã được áp dụng: bảo vệ của trung tâm giam giữ hỏi Sunshine làm sao cô ấy biết họ, kiểm tra giấy tờ của cô và một số quà tặng bị từ chối, chẳng hạn như dưa chưa cắt, được mua cùng với các hàng tạp hóa khác nhờ sự đóng góp từ một nhà hàng Việt Nam tại địa phương, vì dao không được phép mang vào phòng giam.

Sunshine viết cho chúng tôi vào ngày 14 tháng 6:

Họ cũng bị từ chối một vài cuốn sách tô màu và một số đồ chơi đẹp vì một lý do nào đó. Tôi cũng không thể mang hộp Lego cho bọn trẻ. Tuy nhiên, họ rất vui khi nhận được bột nhào play dough!

Đàn ông và những đứa con trai lớn hơn bị nhốt và không được tiếp xúc lẫn nhau. Thật buồn khi chứng kiến người cha, Nguyễn Long, không thể đến gần các con của mình. Những đứa con trai lớn hơn có vẻ xa cách, cũng thông cảm cho chúng. Tôi nhét hai con gà tươi làm sẵn qua song sắt cho họ và dành phần còn lại cho các bà mẹ, các cô gái và mấy đứa bé trai nhỏ. Các lính canh rất nghiêm khắc, yêu cầu tôi rời đi ngay khi họ ra lệnh, lúc đó là giữa bữa trưa, chỉ 30 phút sau khi họ cho tôi vào.

153

Tôi được biết mỗi người chỉ được đem tối đa 20 kg hành lý lên máy bay. Họ nói rõ rằng họ không muốn tôi đem đồ quyên góp vào cho họ nữa, vì lính canh hạn chế những thứ được đưa vào phòng giam. Họ chủ yếu quan tâm đến bộ bàn ghế mà tôi mang đến cho lũ trẻ …

Mặc dù giáo viên đã quyết định không tiếp tục việc dạy, một trong những người bạn của Sunshine đã kịp gởi được một số sách thiếu nhi đến, người bảo vệ "tốt bụng" thậm chí còn tặng hai chiếc vali.

Ngày 14 tháng 6 cũng là lúc ông Văn Phạm – một cựu thuyền nhân – thay mặt cho Cộng đồng Người Việt Tự do Úc châu Queensland (VCA-QLD) viết thư riêng cho cả Grace và tôi, có hảo ý bảo lãnh tư nhân cho tất cả các gia đình. Ông có kinh nghiệm đáng kể trong phát triển xã hội, đã có thời gian dài đóng góp cho cộng đồng người Việt phía Tây Bắc Melbourne, trước khi chuyển đến Brisbane: "Nay chúng tôi xin bảo lãnh họ sang định cư tại Brisbane, Úc. Nhưng không biết họ tìm nước nào để xin tị nạn và với yêu cầu của chính phủ Úc thì hồ sơ bảo lãnh làm như thế nào? Nếu có thể và với sự giúp đỡ của bà…, chúng tôi sẽ vận động cộng đồng của chúng tôi ở Queensland để hỗ trợ họ định cư tại đây."

Trong chuyến thăm của tôi tới Jakarta, lần đầu tiên Dịch vụ Dòng Tên JRS nói về khả năng các gia đình có thể được tài trợ tái định cư. JRS giải thích rằng Cao ủy Tị Nạn sẽ vận động hành lang các nước thứ ba đã ký Công ước về Người Tị nạn, theo hạn

Sunshine (giữa) ăn trưa cùng với các phụ nữ trong nhóm gia đình tị nạn (Ảnh do Sunshine và Aaron Biskaps cung cấp).

ngạch chấp nhận, nhưng quá trình này có thể mất nhiều thời gian. Nhóm cũng có thể đăng ký bảo trợ tư nhân nếu họ có gia đình trực hệ ở nước ngoài, nhưng điều này có thể rất tốn kém. Một người đại diện đề nghị tiếp cận một luật sư di trú sẵn sàng làm miễn phí, nhưng với kinh nghiệm vận động cho người tị nạn ở Sydney, tôi biết sẽ khó như thế nào để tìm được người như vậy.

Cũng lưu ý rằng mặc dù chính phủ Úc chính thức cho phép những người tị nạn bên ngoài đất nước – những người đáp ứng một số yêu cầu về sức khỏe, tư cách, và các yêu cầu khác – có thể tự nộp đơn xin thị thực với sự hỗ trợ, được gọi là "đơn xin tị nạn tự giới thiệu," thì cơ hội được chấp nhận là rất thấp, thậm chí sau nhiều năm

155

chờ đợi. Các ưu tiên chính thức đó gồm những người được giới thiệu hoặc đã đăng ký với UNHCR hoặc những người có "thành viên gia đình thân thiết ở Úc" hoặc "những người đồng ý cư trú ở vùng quê."[19] Ngược lại, Canada thường không chấp nhận các đơn đăng ký trực tiếp từ người tị nạn: Việc giới thiệu tái định cư thường chỉ có thể được thực hiện bởi UNHCR và các tổ chức tương tự, các nhà bảo trợ tư nhân, hoặc là kết quả của một thỏa thuận với một tổ chức hay quốc gia nước ngoài.[20]

Trên thực tế, tôi đã viết thư cho giám đốc điều hành của Hội đồng Tị nạn Úc (RCOA), Paul Power, người đã cam đoan với tôi trong một email ngày 23 tháng 6 năm 2017, mà ông đã nhắc lại vào ngày 26 tháng 4 năm 2020, rằng RCOA

Đã thu hút sự chú ý của Trợ lý Cao ủy UNHCR, Volker Türk và các quan chức cấp cao khác ở Geneva tại phiên họp tham vấn mở rộng thường niên của UNHCR với các tổ chức phi chính phủ vào tháng 6 năm 2017, đề cập đến bài báo của bà trên tờ *Sydney Morning Herald* và gợi ý rằng điều này dường như là một sự vi phạm rõ ràng nghĩa vụ không được khước từ theo Công ước về Người Tị nạn mà Úc đã ký kết. Chúng tôi cũng nhấn mạnh tầm quan trọng của việc tìm nơi tái định cư cho phụ nữ và trẻ em. Ông Türk thừa nhận rằng vấn đề đã được ông lưu ý, nói rằng ông sẽ xem xét và nếu cần sẽ nêu vấn đề này với Chính phủ Úc.[21]

Cuối tháng đó, trong chuyến viếng thăm Ottawa, ông Power đến gặp cố vấn của Thượng nghị sĩ Canada Ngô Thanh Hải để thảo luận về vụ việc.

Trong lúc đó, UNHCR cũng đã cảnh báo cho các gia đình về những khó khăn của việc tái định cư ngay sau họ đăng ký tư cách xin tị nạn vào tháng 3 năm 2017: "Tái định cư KHÔNG phải là quyền và do đó không có chuyện sẽ hiển nhiên được cho tái định cư sau khi tình trạng tị nạn được công nhận." Hơn nữa, theo Bộ Quy tắc Ứng xử do UNHCR soạn thảo: "Cơ hội tái định cư thành công trên toàn cầu là rất hạn chế. **Do đó, với tư cách là người tị nạn được công nhận, bạn nên hiểu rằng <u>không phải tất cả những người tị nạn được công nhận đều sẽ và có thể được</u> tái định cư ở nước thứ ba**.... Quá trình tái định cư có thể kéo dài rất lâu và thời gian chờ đợi cũng như quyết định cuối cùng không thuộc về UNHCR mà thuộc về quốc gia tái định cư."[22]

Một tập tài liệu khác của UNHCR có sẵn trực tuyến thậm chí còn nêu lên điều kiện khó khăn hơn: "Các quốc gia tái định cư chỉ cung cấp hạn chế một số nơi tái định cư hàng năm cho chưa đến 1% người tị nạn trên toàn thế giới. Vì Indonesia có số người tị nạn tương đối nhỏ so với các quốc gia nhận người tị nạn khác nên số lượng nơi tái định cư dành cho người tị nạn ở Indonesia ít hơn nhiều so với sự mong đợi của mọi người. Nói một cách đơn giản, số người tị nạn ở Indonesia nhiều hơn là số nơi để tái định cư. Do đó, bạn nên hiểu và chấp nhận rằng bạn có thể không bao giờ được xét duyệt tái định cư từ trại tập trung Indonesia...." Thật vậy, vào năm 2017, tổng số người trong trại tị nạn ở Indonesia, theo ghi nhận của UNHCR, là khoảng 13.800 người, bao gồm 4.000 người tầm trú và 9.800 người tị nạn, và chỉ có khoảng 760 người trong số đó được đi tái định cư.[23]

UNHCR đề xuất ra hai "giải pháp toàn diện" hay "lâu bền" khác và được IOM hỗ trợ, và nó thậm chí còn tệ hại hơn: các gia đình không những không thể trở về Việt Nam một cách an toàn và tự nguyện mà cũng không được ở lại Indonesia và hưởng các quyền lợi chính thức ở đất nước vốn là "nơi tị nạn đầu tiên của họ."[24]

Do đó giải pháp bảo trợ tư nhân có một hấp lực đáng quan tâm vào lúc đó. Mặc dù chúng tôi nghĩ rằng họ có nhiều cơ hội để được Canada chấp nhận và cấp visa bảo vệ hơn dù họ không có người thân nào sống ở đó, nhưng tôi cũng đồng ý tìm hiểu thêm về đề nghị đầy nhân ái của ông Văn Phạm thay mặt cho Cộng đồng Người Việt Tự do Queensland. Vào ngày 15 tháng 6 năm 2017, các bà mẹ đã xuất hiện trong livestream của Thanh Tâm Nguyễn – một người Mỹ gốc Việt – trên Facebook và kênh YouTube của cô để nói về tình trạng của họ. "Chúng ta cần một nước thứ ba chú ý đến họ," Grace nói với tôi. "Một số khán giả cho biết họ sẽ viết thư cho Canada để hỗ trợ yêu cầu của chúng tôi về việc tái định cư cho các gia đình."

Đến ngày 17 tháng 6, Sunshine cảm thấy việc "thăm viếng với một khoản thời lượng khả dĩ cần có" với nhóm trở nên khó khăn hơn, ngay cả trong ca làm việc của viên chức tốt bụng. "Tôi đoán nó không chỉ phụ thuộc vào những người bảo vệ đang làm nhiệm vụ, mà còn ở an ninh cổng vào và các quan chức nhập cư ở

158

**Từ trái, Trân, Kôi, Sunshine đang ẵm Nhiên, Nhi đứng kế bên
(Ảnh do Sunshine và Aaron Biskaps cung cấp).**

tầng 9. Thật không may, với những quy định nghiêm ngặt của trại giam, tôi không chắc liệu sắp tới họ có muốn có khách viếng thăm hay không. Tôi rất vui vì đã mang lại cho các gia đình một chút vui vẻ và thoải mái trong thời gian họ ở đó. Tôi sẽ tiếp tục cố gắng hết sức để giúp họ có được những nhu cầu cơ bản trong thời gian họ ở Jakarta."

Họ rất nhớ cô ấy. Con gái lớn của bà Loan, Hồ Thanh Nhã My, sau này nói cho tôi biết rằng cô bé đã "mỗi ngày đều muốn có Sunshine đến thăm." Ngày 7 tháng 7, Sunshine đã cố gắng vào thăm họ nhưng lính canh không cho cô vào. "Tôi đã có thể gửi số tiền tương đương khoảng 350 Mỹ kim cho bà Loan trích ra từ số tiền quỹ quyên góp được từ công chúng, một vài hộp thức ăn, quần áo và giày dép. Tôi không nghĩ mình còn có thể thăm họ được vì lính canh đã khiến việc thăm viếng trở nên bất khả thi ... thật là bực bội và đáng thất vọng!" Lo ngại rằng nhóm hiện đang mòn mỏi trong tình trạng lấp lửng, tôi năn nỉ cô ấy thử lại vài tuần sau. "Tôi muốn đến đọc sách cho họ nghe hoặc ăn trưa cùng họ," cô ấy trả lời vào ngày 23 tháng 7, "nhưng thật đáng buồn, những điều này dường như không thể thực hiện được nữa.… Tôi cầu chúc cho họ những điều tốt lành!"

Lúc đó Grace đã cho chúng tôi biết ngày khởi hành của họ là ngày 28 tháng 7. Đồng thời, cộng đồng người Việt Tự do Queensland vẫn kiên trì với ý tưởng bảo trợ của mình, chủ tịch Cộng đồng Người Việt Tự Do Queensland, Bác sĩ Bùi Trọng Cường,[25] viết cho tôi: "Tôi đang sắp xếp để gặp Tổng trưởng (Nội vụ) Dutton trong vài tuần tới. Làm ơn cho tôi xin: mã số của từng trường hợp, họ tên các thành viên, ngày tháng năm sinh, ngày bị đưa về VN, hình phạt ở VN, cách họ bị quấy nhiễu, những khó khăn xảy ra với các trẻ nhỏ, họ bỏ trốn lần nữa vào lúc nào, ngày mà họ được cấp

160

quy chế tị nạn, và càng nhiều chi tiết càng tốt. Tất cả những người xin tị nạn thất bại đều được thông báo rằng họ sẽ không bị trừng phạt. Trong thời gian chờ đợi, nếu có thể, hãy liên hệ với người thân của họ ở Úc. Hãy giữ liên lạc nhé."

Mặc dù lúc đầu, Bác sĩ Bùi Trọng Cường nghĩ rằng cộng đồng của ông có thể tham gia cùng với thân nhân người Úc của các gia đình để đồng bảo trợ cho nhóm người tị nạn, nhưng kế hoạch đó đã không bao giờ thành hiện thực. Do hiểu rõ về các chính sách bảo vệ biên giới nghiêm ngặt của Úc, đặc biệt là liên quan đến những người đã tìm cách đến Úc bằng thuyền, nên chúng tôi đã khuyên họ không nên tiếp cận Chính phủ Úc vào lúc này. Tuy vậy, tôi cũng rất hào hứng với những hứa hẹn tiềm năng, dù khiêm tốn hơn, trong Chương trình Hỗ trợ Cộng đồng CSP (Community Support Program), phiên bản mới nhất vừa được giới thiệu vào tháng đó. Biết đâu cộng đồng người Việt Tự do Queensland có thể tìm được một doanh nghiệp địa phương sẵn sàng tài trợ cho một trong số các gia đình, hỗ trợ họ xin visa và định cư trong 12 tháng thì sao?

Chương trình bảo trợ tư nhân mới của Úc được hoan nghênh như là "theo bước chân của Canada." Chương trình này là một phần trong hạn ngạch tăng thêm số lượng người tị nạn và người nhập cư nhân đạo, theo đó đã có tới 1000 người vào thời điểm lúc đó có thể được đề xuất tái định cư nhờ vào các cá nhân, gia đình, doanh nghiệp và các nhóm cộng đồng.[26] Mặc dù các chi tiết chính xác vẫn chưa được tiết lộ, nhưng các ứng viên cho "thị thực nhân đạo đặc biệt toàn cầu phân lớp 202" sẽ phải đáp ứng một loạt các yêu cầu về

161

nhân đạo và "vốn nhân lực" ("human capital"), bao gồm cả những việc xảy ra ở bên ngoài nước Úc và bên ngoài quê hương của họ, nơi họ đối mặt với việc bị "phân biệt đối xử đáng kể dẫn đến vi phạm trắng trợn nhân quyền"; đáp ứng "tiêu chuẩn sức khỏe tối thiểu"; trong độ tuổi từ 18 đến 50; "có tư cách tốt"; có kỹ năng làm việc và chính thức đồng ý "tôn trọng lối sống của Úc và tuân thủ luật pháp Úc."[27]

Lúc đầu, Nguyễn Thị Phúc và ba đứa con của bà có vẻ như hội đủ các yêu cầu, nếu không muốn nói là tất cả. Là một người kinh doanh nhỏ buôn bán cá ở thị xã La Gi, tỉnh Bình Thuận, bà cùng chồng là ngư dân Trần Văn Yên và gia đình của họ nằm trong nhóm 46 người Việt tị nạn đã tìm cách đến Úc vào tháng Ba 2015, và bị trả về. Cũng như bà Loan và ông Lợi, lúc đầu họ trốn khỏi Việt Nam do ngư trường của họ bị xâm phạm, tàu của họ bị các tàu Trung Quốc tấn công. Thêm vào đó, việc họ vượt biên cũng là để tìm kiếm tự do tôn giáo, do họ đã phải chịu sự phân biệt đối xử một cách có hệ thống chỉ vì là người Công giáo dưới chế độ Cộng sản. "Chúng tôi mất kế sinh nhai nhưng vẫn phải đóng thuế mà lại còn cao hơn trước," sau này bà Phúc nói với tôi. "Chồng tôi và tôi cũng từng bị một kẻ tấn công đánh đập, họ cáo buộc chúng tôi ăn cắp một đôi dép lào." Tuy nhiên, khác với bà Loan và ông Lợi, chính quyền Việt Nam không coi họ là người tổ chức chuyến đi. Thật vậy, họ chỉ trả cho bà Loan số tiền tương đương 500 Mỹ kim để mua sữa, trái cây và các nhu yếu phẩm khác cho gia đình họ trong chuyến đi.

"Khi chúng tôi trở về, tôi đã bị bắt giam và tra tấn trong bảy ngày trước khi được trả tự do với án treo 27 tháng tạm tha," bà Phúc kể:

> Chính quyền không cho phép tôi tiếp tục công việc kinh doanh của mình nên tôi thành người thất nghiệp. Tôi thường xuyên bị triệu tập lên công an địa phương trình diện, bị làm khó làm dễ. Họ thuê côn đồ theo dõi tôi 24/24 chỉ vì tôi vượt biên trái phép. Tôi không phạm tội....
>
> Các con tôi phải chịu sự chế giễu của giáo viên và nhà trường. Giáo viên hỏi làm sao mà những kẻ vượt biên trái phép lại có thể học hành được, và nói rằng bất kỳ nỗ lực học tập nào cũng vô ích. Rồi cô giáo dẫn con tôi ra cột cờ bêu tên để cả trường biết về tấm gương xấu của một người vượt biên trái phép. Con tôi học lực khá nhưng bị xếp hạng hạnh kiểm kém và phải học lại lớp 9....
>
> Tại phiên tòa, quan tòa nói rằng tôi trốn ra nước ngoài với ý định hành nghề mại dâm và bán những đứa em của mình cho một nhà chứa. Tôi đứng dậy định phản đối nhưng bà Toà đập bàn không cho tôi nói. Tôi không có quyền trả lời; những tên côn đồ đi theo tôi làm tôi phân tâm, khiến tôi quên hết mọi việc mình vừa làm.

Trong khi đó, chồng bà bị kết án 24 tháng tù treo và cố gắng tiếp tục đánh cá để kiếm tiền nuôi đình, và ông có thể bị gọi lên đồn công an bất cứ lúc nào. Ông ấy khẳng định đây là một chủ đích của

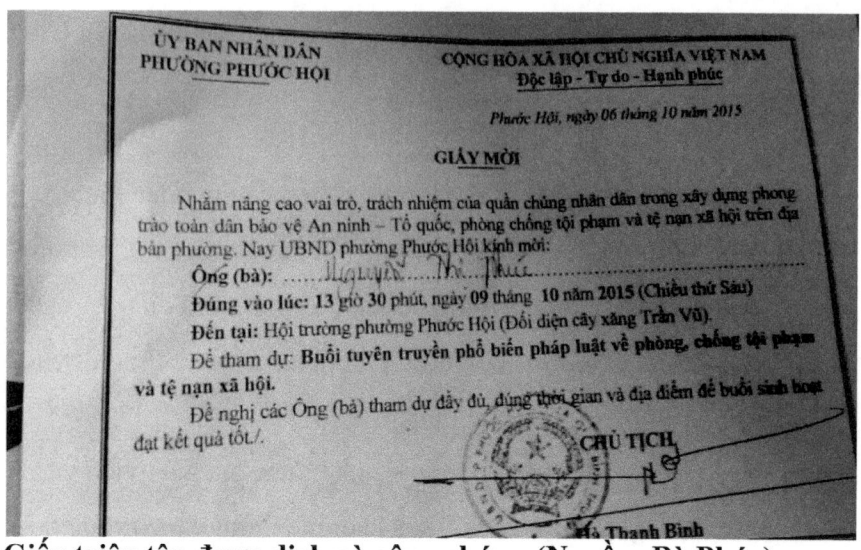

Giấy triệu tập được dịch và công chứng (Nguồn: Bà Phúc).

chính quyền "để ngăn cản chúng tôi đi làm. Họ thường chế giễu chúng tôi, theo dõi chúng tôi, đến nhà chúng tôi để làm phiền chúng tôi."

Hình phạt của họ ở Việt Nam nghiêm khắc hơn nhiều so với mô tả của Bộ Ngoại giao (DFAT). DFAT tiếp tục khẳng định rằng trong khi "các hoạt động buôn người, dù là người tổ chức hay người trả tiền để đi đều bị giam giữ để thẩm vấn," thì "tất cả các cá nhân liên quan có thể xem là những người di cư đã sử dụng dịch vụ của những kẻ buôn người và thường chỉ bị phạt hành chính."[28]

Vào thời điểm vợ con ông bỏ trốn lần hai vào tháng 1 năm 2017, ông Yên đã ở Indonesia, bị bắt cùng với ông Long và những người khác vào ngày 24 tháng 7 năm 2016 với cáo buộc đánh bắt cá trái phép trong vùng biển Indonesia. "Tôi không quen thuộc với khu vực này và không nhận ra rằng mình đã vi phạm lãnh hải," như ông

164

giải thích sau đó. Ban đầu ông bị bỏ tù một năm, vào ngày 16 tháng 1 năm 2017, ông bị chuyển từ nơi giam giữ ở Ranai, quần đảo Natuna, đến Trung tâm giam giữ người nhập cư Tanjung Pinang trên đảo Bintan, tỉnh Riau, Sumatra,[29] và sẽ bị trục xuất về Việt Nam vào ngày 16 tháng 6 năm 2017.

Ông mô tả cuộc sống của một tù nhân ở Tanjung Pinang, nơi đã được sửa sang và mở rộng với sức chứa tối đa 600 người với sự hỗ trợ của IOM vào năm 2008. Tòa nhà thô sơ ba tầng có khoảng 12 khu, mỗi khu được thiết kế để nhốt khoảng 30 tù nhân trong sáu phòng cách ly[30]:

Trong tù, chúng tôi được ăn ngày ba bữa: sáng một chén cơm, trưa hai chén, tối hai chén. Chỉ vậy và chúng tôi không nhận được thêm bất kỳ thực phẩm nào khác. Nếu chúng tôi được cho một miếng thịt gà nhỏ, những người phân phát sẽ giữ lại cho mình. Chúng tôi mua mì tôm về xin nước nóng nấu lên rồi trộn với cơm là xong bữa.... nước thì chúng tôi lấy nước giếng. Trong thời gian bị giam giữ, tôi chỉ được phép ra ngoài mỗi tháng một lần, vào những ngày tập thể dục và ngày lễ cũng được cho ra, nhưng tất cả phải ở trong khuôn viên nhà tù.

Mặc dù ông ấy có thể sẽ tìm cách ở lại Indonesia và nộp đơn xin tị nạn, nhưng vào thời điểm đó thì vẫn chưa rõ liệu ông ấy có được đoàn tụ với gia đình hay không, vì vậy cộng đồng người Việt

Nam Tự do Queensland quyết định sẽ nỗ lực bảo trợ cho vợ con ông.

Sau khi nhóm 18 người tị nạn được đưa đến Semarang IDC vào ngày 28 tháng 7 năm 2017, chúng tôi không nhận được tin tức gì trong hai ngày. "Bà Loan nói với tôi rằng điện thoại của họ đã bị tịch thu khi vừa đến nơi," Nhi sau đó giải thích. "Họ chỉ còn một chiếc điện thoại, nhưng nó đã hết tiền." Thông tin này chỉ đến sau khi họ đã gửi được ba bức ảnh: Một bức là cả nhóm tại Nhà ga số 3 của Sân bay Quốc tế Soekarno-Hatta ở Jakarta trước khi họ khởi hành và hai cái còn lại cho thấy điều kiện tại Semarang rõ ràng là khắc nghiệt hơn nhiều so với những gì họ đã trải qua khi bị giam giữ ở Nam Jakarta.

"Bà Loan nói họ không được tự do," Nhi xác nhận. "Họ bị nhốt cả ngày với nhau; ban đêm, họ thậm chí không được đi xuống nhà vệ sinh chung ở tầng dưới. Về thức ăn, họ phải đưa tiền cho lính canh, những người này sẽ ra ngoài mua cho họ. Họ tự nấu ăn, nhưng lính canh luôn lấy một phần."[31] Thường xuyên bị camera giám sát, phòng giam của họ cũng nhỏ hơn rất nhiều và không sạch sẽ như ở Jakarta.

Quá lo lắng về những gì nghe được, tôi đã liên lạc với Đại sứ nghỉ hưu Rees, Dịch vụ Dòng Tên JRS và những người ủng hộ người tị nạn khác hỏi xem liệu có thể làm gì để cải thiện tình hình của họ hay không. Tôi viết cho JRS: "Họ được thông báo rằng họ sẽ ở đó ít nhất một năm và có thể là hai hoặc ba năm cho đến khi họ tìm được nơi tái định cư ở nước thứ ba." Chúng tôi cũng lo lắng rằng họ sẽ cạn kiệt tài chính. Mặc dù tôi hiểu rằng IOM sẽ trả tiền ăn ở cho họ, nhưng rõ ràng là họ đang dựa vào quỹ cộng đồng, ít nhất là thời gian đầu. "Đó là lý do tại sao tôi không nghĩ việc bỏ tiền mua điện thoại, máy tính bảng là một ý kiến hay," Nhi chỉ ra. "Khi ở trong trại tị nạn, họ cần tiền để sinh tồn hơn là giáo dục."

May mắn thay, sự hỗ trợ đã có liền tay: "Tôi nhận được tin nhắn từ bà Loan nói rằng họ sắp hết tiền, nhưng may mà có IOM đang cung cấp thực phẩm," Nhi báo cho biết điều này vào ngày 3 tháng 8.[32] "Hôm nay, một nhóm của Liên Hiệp Quốc đã đến thăm, mang theo sữa và trái cây tươi. Bà ấy cũng xoay sở để nạp thẻ điện thoại của mình." Và trong thời điểm thích hợp, IOM cũng sẽ sắp xếp cho cả nhóm thỉnh thoảng được đi dạo bãi biển.

Cả nhóm chụp hình tại sân bay quốc tế Jakarta trước khi được đưa đến Semarang.

Điều kiện sống tại trại giam giữ Semarang IDC.

Theo lời khuyên của JRS, tôi viết thư cho một linh mục Công giáo địa phương, hỏi ông liệu có thể đến thăm các gia đình không. Nhi cho biết: "Các em nhỏ rất muốn được đi lễ nhưng không được phép ra ngoài, kể cả ngày Chúa Nhật. Bà Loan nói họ đã xin phép quản giáo và sẽ tiếp tục xin để họ được đi lễ." Vị linh mục đã xin phép trưởng trại giam đến thăm các gia đình cùng với hai nữ tu nhằm tìm hiểu xem sau khi mọi thứ đã ổn định thì những hạn chế đó có thay đổi gì không.[33] "Vấn đề chính sẽ là rào cản ngôn ngữ," một đại diện của Dịch vụ Dòng Tên JRS giải thích, và hỏi tôi có thể giúp thu xếp một phiên dịch viên qua điện thoại từ Jakarta hay không. Tôi đề nghị Nhi hoặc Grace, nhưng cả hai đều không nhận được sự cho phép chính thức. "Họ không được sử dụng điện thoại hoặc lên mạng," Nhi cho biết vào ngày 5 tháng 8. "Họ phải lén lút làm như vậy một cách bí mật. Vì vậy, họ không thể truy cập vào điện thoại máy tính bảng mà cô đưa cho họ hoặc tham dự bất kỳ lớp học trực tuyến nào."

Hơn nữa, những người lớn còn cần phải để mắt đến con cái của họ chặt chẽ hơn, vì sợ chúng bị ảnh hưởng xấu, do chúng buộc phải sống chung với những người tầm trú khác. Mặc dù sức chứa chính thức của Semarang IDC là 60 "người nhập cư bất hợp pháp," nhưng đã có 84 người cư trú ở đó vào ngày 30 tháng 6 năm 2017, một tháng trước khi các gia đình đến.[34] Có lúc chúng tôi sợ rằng một trong những em gái lớn trong nhóm đã bị sờ mó đụng chạm. Em gái sau đó đã được bác sĩ kiểm tra, và cho uống thuốc kháng sinh chống nhiễm trùng, nhưng khi mẹ em đòi lính canh cho bà xem đoạn phim CCTV về vụ việc được cho là em đã bị tấn công, thì yêu cầu của bà đã bị từ chối. Như thường lệ, Grace đã báo cáo vụ việc với UNHCR và IOM.

Việc làm cầu nối liên lạc và trở thành chỗ dựa tinh thần cho các gia đình đã gây không ít căng thẳng cho Nhi và Grace. "Họ liên tục gọi cho tôi. Vì họ ít học nên việc gì họ cũng cần giúp đỡ," Nhi bộc bạch: "Ban đầu, tôi nghĩ rằng mình sẽ giúp phiên dịch, nhưng một năm nay, công việc đó đã tiêu tốn rất nhiều thời gian và tiền bạc của tôi. Nó ảnh hưởng việc học tập và công việc chính của tôi. Bởi vì chị không nói được tiếng Việt, nên chị không nhìn thấy những đòi hỏi và áp lực, mà tôi và Grace đã phải chịu trong năm qua, để giúp đỡ các gia đình, và đỡ đần chị trong việc này. Tôi nghĩ rằng khối lượng công việc và sự căng thẳng đã góp phần khiến tôi bị bệnh.”

Ít nhất là khi các thành viên trong nhóm bị bệnh, các bác sĩ Indonesia địa phương thường cho phép Grace phiên dịch, mặc dù IOM đã mất khá nhiều thời gian để sắp xếp các cuộc hẹn khám bệnh. Tuy nhiên, đến tháng 9 năm 2017, chúng tôi được hướng dẫn rằng “người ngoài” không được phép thông dịch cho những người bị giam giữ ở Semarang nữa, yêu cầu của bà Phúc muốn có Nhi hỗ trợ tư vấn bà về chứng trầm cảm của bà cũng đã bị từ chối. “Bác sĩ nói với bà ấy rằng chứng trầm cảm ở trại tị nạn đang lan rộng và trấn an bà ấy hãy cố gắng sống theo cách tốt nhất có thể,” Nhi kể. “Cháu rất sợ và buồn khi bị cầm tù,” Hồ Thanh Nhã My sau này chia sẻ với tôi. “Ai cũng thấy tù túng, ăn uống không đầy đủ, lên giường trằn trọc không ngủ được. Có rất nhiều muỗi. Cháu muốn được tự do. Cháu không được học hành và không được tiếp xúc với bên ngoài khu vực nhà tù. Ngày nào cháu cũng cầu trời cho mọi người được mau chóng rời khỏi đây.”

Cuối cùng, một số hạn chế đã được dỡ bỏ, máy tính bảng điện thoại được phép sử dụng trở lại; các gia đình có thể đi ra ngoài bốn giờ mỗi tuần để đi lễ nhà thờ ngày Chúa Nhật; bọn trẻ được tự do sử dụng sân chơi, các em trai được tham gia các lớp học nghề mộc. Bà Phúc và các con được chuyển đến khu vực riêng ở tầng dưới, nghĩa là họ chỉ có thể liên lạc với những người còn lại trong nhóm qua điện thoại. “Ở đây cháu có thể chạy nhảy,” cháu bà Lụa, Trần Thị Thanh Ngọc, chia sẻ. “Thỉnh thoảng giáo viên đến dạy chúng cháu tiếng Anh và tiếng *Bahasa Indonesia*.”[35]

Vào giữa tháng 8, bà Loan báo cho biết rằng theo lời của trưởng trại giam, họ sẽ được chuyển đến Jakarta, nhưng việc chuyển đi đã không xảy ra, mặc dù họ vẫn luôn hy vọng. "Họ đi học một số lớp tiếng Anh nhưng chủ yếu là học tiếng Indonesia," Nhi nói với tôi vào ngày 17 tháng 10. "Họ được thông báo rằng họ sẽ không được chuyển ra khỏi đó cho đến khi họ đủ thông thạo tiếng Indonesia để sống tự lập. Họ có đủ thức ăn cơ bản, nhưng nếu họ muốn thêm, chẳng hạn như trái cây, họ phải đưa tiền cho lính canh để mua giùm."

Trong một chuyến đi ngắn đến Melbourne, cuối cùng tôi đã gặp trực tiếp Đoàn Việt Trung. Ông cho biết ông cũng đã nói chuyện với chủ tịch Cộng đồng Người Việt Tự Do Queensland (VCA-QLD), Bác sĩ Bùi Trọng Cường, về các khả năng bảo lãnh.

Ngày hôm sau, 22 tháng 10, tôi nhận được một tin nhắn tuyệt vời nhất từ ông Văn Phạm với tư cách là chủ tịch mới của ủy ban tị nạn VCA-QLD:

Tác giả với Đoàn Việt Trung.

Cộng đồng Người Việt Tự do Úc châu Queensland đã quyết định bảo lãnh cho bà Nguyễn Thị Phúc và ba người con của bà sau kết quả cuộc họp cách đây hai tuần qua. Trước khi chúng tôi có thể tiến hành lý thủ tục bảo lãnh, chúng tôi muốn tìm kiếm những điều sau:

(1)   Văn bản giấy tờ có công chứng tất cả thông tin của gia đình bà Phúc bao gồm tình trạng tị nạn và ảnh;

(2)   Thư xác nhận nguyện vọng sang Úc định cư của gia đình bà Phúc;

(3)   Thành lập nhóm bảo lãnh để tiến hành vụ việc;

(4)   Tổ chức một cuộc vận động tài chính để nhận quyên góp và hỗ trợ từ cộng đồng người Việt để bảo trợ cho gia đình bà Phúc.

Trong khi VCA-QLD sẽ chịu trách nhiệm cho hai bước cuối cùng mà ông Văn Phạm ban đầu ước tính sẽ hoàn thành trong vòng một đến ba tháng, ông ấy cần sự hỗ trợ của chúng tôi để có được các tài liệu cần thiết: "Nếu có thể nhận được thư xác nhận - có chứng thực - từ bà Phúc bằng cả tiếng Việt và tiếng Indonesia, thì điều đó sẽ tốt hơn cho chúng tôi khi điền đơn xin thị thực, và thảo luận với cộng đồng người Việt của chúng tôi." Bà Phúc đã gửi một bức thư, chỉ có tiếng Việt, vào ngày 23 tháng 10.

Ba ngày sau, Giám đốc Sự vụ Quốc hội (Director of Parliamentary Affairs) của Thượng nghị sĩ Ngô Thanh Hải viết cho tôi: "Tôi có một vài thông tin cập nhật để lưu ý các bạn. Cộng đồng người Canada gốc Việt đang gây quỹ để có được nguồn ngân quỹ cần thiết cho bảo trợ tư nhân số lượng lớn những người tị nạn này, và sẽ nộp đơn với Chính phủ Canada. Chúng tôi sẽ cập nhật cho bạn những tiến triển tiếp theo."

Vào ngày 17 tháng 11, chúng tôi nhận được thêm tin vui từ văn phòng Thượng nghị sĩ, giới thiệu chúng tôi với Đỗ Kỳ Anh và James Nguyễn từ VOICE Canada, "một nhóm bảo trợ cộng đồng có thể hỗ trợ chúng tôi tiến lên phía trước." Một nhân viên của Thượng nghị sĩ cũng được chỉ định làm "người liên lạc chính cho trường hợp này." Từ giờ trở đi, chúng tôi sẽ làm việc cùng với VOICE Canada về chương trình mà văn phòng Thượng nghị sĩ Ngô Thanh Hải gọi là "con đường lý tưởng tái định cư cho người tị nạn."

VOICE, viết tắt của Vietnamese Overseas Initiative for Conscience Empowerment, chính thức đăng ký thành lập tại Hoa Kỳ vào năm 2007. Đây là một tổ chức phi lợi nhuận, hoạt động với mục đích xây dựng "một xã hội dân sự mạnh mẽ, độc lập và năng động tại Việt Nam. Nhiệm vụ của chúng tôi là cải thiện tình hình nhân quyền … bằng cách củng cố xã hội dân sự và pháp quyền."[36] Chi nhánh độc lập của VOICE Canada được thành lập vào năm 2014, chủ tịch Đỗ Kỳ Anh, một kế toán viên công chứng ở Toronto và cũng là một cựu thuyền nhân, làm việc với một nhóm tình nguyện viên Việt Nam, để bảo trợ cho những người tị nạn theo cách mà chính họ đã được giúp đỡ trong quá khứ.

Tôi lập tức viết thư cho Kỳ Anh hỏi liệu ông ấy có thể nói chuyện trực tiếp với các gia đình ở Indonesia không. Vào ngày 24

173

tháng 11, chúng tôi đã có cuộc điện đàm đầu tiên trong số nhiều cuộc điện đàm với Đoàn Việt Trung, với tư cách là chủ tịch VOICE Úc Châu lúc bấy giờ, và Bác sĩ Bùi Trọng Cường ở Queensland. Chúng tôi đã đồng ý rằng điều quan trọng là phải cùng nhau làm việc để đạt được kết quả tốt nhất, và nếu cộng đồng người Việt Tự do Queensland thất bại, thì người Việt Canada sẽ tiếp quản. "Mặc dù Queensland muốn giúp bảo lãnh gia đình bà Phúc, nhưng không có gì bảo đảm là họ sẽ thành công," tôi giải thích với Nhi và Grace. "Tuy nhiên, họ sẽ cố gắng. Trong khi đó, Đỗ Kỳ Anh cho biết cộng đồng người Việt Canada sẵn sàng bảo trợ tư nhân cho tất cả 18 thành viên trong gia đình tị nạn đến Canada! Để làm như vậy họ sẽ cần huy động rất nhiều tiền. Chúng ta sẽ nỗ lực cùng nhau để hỗ trợ người Canada đạt được mục đích."

Không giống như người Úc, Canada chắc chắn đã có kinh nghiệm đáng kể, VOICE Canada đã bảo trợ hơn 100 người tị nạn Việt Nam từ Thái Lan trong giai đoạn 2014–2017, cũng như một số gia đình người tị nạn từ Syria, với tỷ lệ chấp thuận cho phía tài trợ là 100%, trong khuôn khổ Chương Trình Tư Nhân Canada Bảo Trợ người tị nạn (PSR). Chương trình này được thiết lập vào năm 1978 nhằm ứng phó với cuộc khủng hoảng người tị nạn Đông Dương. PSR ước tính đã thu hút khoảng hai triệu người Canada tham gia tái định cư cho hơn 300.000 người tị nạn trong 40 năm qua, giúp nhiều gia đình đoàn tụ trong suốt thời gian đó. Bên cạnh sự hỗ trợ thường xuyên của chính phủ Canada về tiếp nhận nhân đạo,[37] đây còn là chương trình bảo trợ người tị nạn tư nhân lâu đời nhất và thành công

174

nhất trên thế giới.[38]

VOICE là một trong nhiều tổ chức ở Canada dung hòa về tôn giáo, dân tộc, cộng đồng, và nhân đạo, được Bộ Di Trú Tị Nạn và Quốc Tịch Canada (IRCC)[39] chấp thuận là Bên Bảo Lãnh gọi tắt là SAH (Sponsorship Agreement Holder). VOICE đã ký một thỏa thuận pháp lý với Chính phủ Canada để "giúp hỗ trợ những người tị nạn từ nước ngoài khi họ tái định cư ở Canada." VOICE trực tiếp bảo lãnh những người tị nạn, hoặc làm việc với những người khác trong cộng đồng, để hỗ trợ hoặc hợp tác với họ trong việc đứng ra bảo lãnh. Những người tị nạn có thể được VOICE chọn hoặc "được giới thiệu bởi người bảo trợ" - giống như nhóm gia đình ở Indonesia, hay hiếm hơn - được đề cử bởi một văn phòng thị thực ở nước ngoài, sau khi họ xem xét các hồ sơ do UNHCR cung cấp. Thật vậy, những người đi qua chương trình tư nhân của Canada là "nhóm người tị nạn tái định cư duy nhất trên thế giới được chỉ định tên cụ thể để bảo lãnh bởi những nhà bảo trợ, cộng đồng và từ chính những người tị nạn đi trước."[40] Trong nỗ lực bảo đảm "sự bảo vệ kịp thời" cho người tị nạn, chính phủ Canada đã giới hạn số lượng đơn đăng ký mới mà các Bên Bảo lãnh SAH bên ngoài Quebec có thể nộp: Năm 2019, giới hạn được đặt ở mức 10.500 người, dự kiến tăng lên 12.500 vào năm 2020.[41]

Với dự định ban đầu bảo lãnh cho khoảng ba gia đình người Syria, VOICE đã phát động một chiến dịch gây quỹ quốc gia có tên là Người Việt Canada vì Mạch Sống Syria gọi tắt là VIETCAN4LLS (Vietnamese Canadians for Lifeline Syria) vào năm

2015, với mục tiêu là phải đạt được 100.000 đô la Canada: "Bản thân chúng tôi là những thuyền nhân," luật sư James Nguyễn giải thích. "Vì vậy, đây là cách của chúng tôi … đền đáp lại…."[42]

Sự hưởng ứng rất lớn đã cho phép VOICE có thể bảo lãnh năm gia đình Syria.

Với nhóm gia đình người Việt tị nạn ở Indonesia, Kỳ Anh nói rằng VOICE có kế hoạch mời 20 công dân Canada trưởng thành hoặc thường trú nhân ở Toronto, và cụ thể hơn là cộng đồng người Việt Mississauga, để thành lập các "Nhóm Năm Người" (G5) đứng ra bảo trợ cho 18 người của bốn gia đình tị nạn.[43] Trong khi đó, VOICE Australia và Cộng đồng Người Việt Tự do Queensland (VCA-QLD) sẽ quyết định liệu họ có thể đóng góp hỗ trợ tài chính hay không.

Chúng tôi có những mong muốn lớn: Trong khi gia đình bà Loan và bà Lụa mong ước một ngày nào đó có thể tái lập cuộc sống của họ ở Mississauga, thì bà Phúc và các con của bà dường như may mắn có được hai lựa chọn: Hoặc là đến Ontario với những người khác hay gia nhập đại gia đình ở Brisbane? Như tôi đã viết cho bà Loan: "Mọi người hy vọng bây giờ sẽ có một người bảo trợ – dù ở Canada hay Úc – những người quan tâm đến bạn và muốn giúp đỡ bạn." Và với bà Lụa: "Cô có một mục tiêu và một điều gì đó để mong đợi – tự do ở Canada – hy vọng là trong vòng một năm. Vì vậy, hãy nói với mọi người kể cả trẻ em, và tất cả những người trong nhóm là nên tập trung vào việc cố gắng học tiếng Anh cũng như tiếng Indonesia."

Vietnam after April 30, 1975

Syrian refugees fleeing from civil war

Vietnamese Canadians for Lifeline Syria (VIETCAN4LLS) is a national campaign, spearheaded by VOICE Canada, to mobilize organizations and individuals across Canada to aid with the Syrian refugee crisis. We, Vietnamese Canadians, can empathize with the plight of the Syrian refugees, as we too had to flee our country 40 years ago after the Communist took over Vietnam in 1975. Many of us were very fortunate to be able to come to a great country such as Canada, whose government and people opened their arms and hearts when we were all so desperate. It is time for us Vietnamese Canadians to give back by mobilizing our community to help the Syrian refugees.

MISSION

- Raise at least $100,000 to sponsor 3 Syrian refugee families.
- Create awareness and engage our community to get involved and give back.
- Create a network for Vietnamese organizations and individuals who would like to help the Syrian refugees.
- Provide support for the Vietnamese organizations and individuals through the sponsorship process.
- Act as the liaison between Lifeline Syria and other Vietnamese organizations and individuals.
- Be fiscally responsible and transparent with all funds raised and disbursed.
- Unite Vietnamese groups across Canada to work together towards one initiative.
- Showcase to the world that Vietnamese Canadians care and are ready to pay it forward like how the world had helped us in the late 70's.

DONATE TODAY

There are three easy options to donate:

Option 1 - Donate to VOICE Canada
Write cheque payable to VOICE Canada
289 Old 16th Avenue, Richmond Hill, Ontario, L4B 3N1
Memo: Syrian Refugee

Option 2 - Donate to Phap Van Buddhisst Cultural Centre (tax receipt will be issued)
Write cheque payable to Phap Van Buddhist Cultural Centre
420 Traders Blvd E, Mississauga, ON L4Z 1W7
Memo: Syrian Refugee

Option 3
Please donate online by visiting our website or visit
http://bit.ly/VietCan4LLSyriaDonateNow

www.VietCan4LifelineSyria.com

For additional inquiries, please contact Ỳy Anh Đo (416-417-1098) Lê Quốc Tuấn (416-473-8826) Lê Lương (647-818-8089); James Nguyễn (416-738-3261), Nguyễn Quang (847-388-8203), Tom Tứng (416-856-7711)

Quảng bá của chiến dịch gây quỹ quốc gia Vietnamese Canadians for Lifeline Syria (VIETCAN4LLS) của VOICE Canada vào năm 2015 (Nguồn: VOICE Canada).

Tuy nhiên, thực tế khắc nghiệt hơn nhiều. Trong lúc mòn mỏi bị giam giữ, bà Lụa nghe nói rằng cả nhóm sẽ được chuyển đến Jakarta trước Giáng sinh. Không rõ liệu họ sẽ bị giam giữ một lần nữa hay cuối cùng được ở nhà cộng đồng như họ vẫn mong muốn từ bấy lâu. Vào cuối tháng 12, bà Loan báo cho chúng tôi biết rằng việc chuyển nhà của họ đã bị hoãn lại trong vài tuần nữa. Tuấn, con trai của bà Phúc, xác nhận sự trì hoãn này trong cuộc gọi video với Bác sĩ Bùi Trọng Cường khi chúng tôi gặp nhau lần đầu ở Brisbane.

Kỳ Anh cuối cùng cũng đã nói chuyện được với các gia đình: "Tôi nói với họ rằng chúng tôi hiện đã có đủ người đứng ra bảo trợ và đang vận động để quyên góp một số tiền. Tôi cam đoan sẽ cố gắng hoàn thành mọi việc nhanh nhất có thể…. Tôi rất vui … hãy cho họ biết về ý định và quyết tâm của chúng tôi trong việc giúp họ tái định cư ở Canada."

Lúc ở Brisbane, tôi cũng đã gặp Nhi để trao đổi về cách xử lý các mẫu đơn nhập cư Canada mà Kỳ Anh đã gửi cho chúng tôi để giúp các gia đình điền chúng.[44] Vấn đề trước mắt của chúng tôi là dịch tất cả sang tiếng Việt. "Tôi đã xem mẫu đơn Canada, mẫu duy nhất mà tôi tải xuống được cho đến nay, và đây là những thông tin tôi không biết," tôi nói với cô ấy:

Tôi cần tên đầy đủ của mỗi người họ được viết bằng tiếng Việt.

Đối với mỗi người lớn, tôi cần viết bằng tiếng Anh họ và tên của cha và mẹ của họ cũng như tên thời con gái của mẹ họ, ngày tháng, thành phố và quốc gia sinh của cha mẹ họ và ngày mất của mỗi người.

Tôi cũng cần biết đối với mỗi người nộp đơn liệu họ có bị kết án hoặc bị buộc tội ở bất kỳ quốc gia nào không? Họ đã nộp đơn xin bảo vệ tị nạn ở bất kỳ quốc gia nào trước đây hoặc với UNHCR chưa?

Họ đã từng bị từ chối quy chế tị nạn ở bất kỳ quốc gia nào trước đây chưa?

Họ có bị từ chối nhập cảnh vào bất kỳ quốc gia nào không?

Họ đã từng bị bỏ tù trước đây chưa?

Họ có bất kỳ bệnh nghiêm trọng? Nếu có, chúng tôi cần cung cấp thông tin chi tiết.

Tôi cần thông tin chi tiết về trình độ học vấn của mọi người, đặc biệt là các năm cụ thể đối với trường trung học hoặc trường nghề, tên trường trung học, thành phố, loại chứng chỉ, ngành học.

Đối với người lớn, tôi cần thông tin chi tiết về những gì họ đã làm trong mười năm qua, bắt đầu từ những việc gần đây nhất: ngày tháng, hoạt động, thành phố, chức vụ, tên công ty, trường học.

Họ có phải là thành viên của bất kỳ tổ chức nào, kể cả chính trị, xã hội, thanh niên hay sinh viên không?

Họ có giữ bất kỳ vị trí nào trong chính phủ không?

Họ đã thực hiện nghĩa vụ quân sự chưa? Ngày tháng,

ngành phục vụ, cấp bậc, ngày thời gian tại ngũ, lý do thôi
phục vụ.

Tôi cần tất cả các địa chỉ cụ thể nơi họ đã sống trong
mười năm qua; không dùng hộp thư bưu điện.

Họ cũng cần ký vào từng tài liệu.

Phản ứng của Nhi trước một loạt những yêu cầu này rất ngắn
gọn: "Cái này yêu cầu rất nhiều thông tin, đòi hỏi RẤT NHIỀU
công việc, và cũng sẽ mất RẤT NHIỀU thời gian để hoàn thành. Tôi
sẽ phải dịch các câu hỏi cho họ; họ sẽ phải viết ra tất cả các câu trả
lời; sau đó tôi sẽ gọi cho chị, dịch nguyên văn những gì họ đã viết,
và chị sẽ phải ghi lại các thông tin đó để viết lại bằng tiếng Anh phù
hợp."

Nhận thấy đây chỉ là một trong nhiều biểu mẫu cần hoàn
thành cho mỗi người lớn, chúng tôi quyết định nhờ một người phiên
dịch khác thực hiện thay vì Nhi, để cô có thời giờ hơn cho vấn đề
sức khỏe của mình. "Nhưng nếu chị không tìm được ai khác, tôi sẽ
làm," cô nói. "Chị biết tôi không bao giờ nói không với việc giúp đỡ
mọi người nếu họ cần tôi." Theo lời giới thiệu của Hồ Khánh Lan,
một người ủng hộ VOICE Canada, tôi đã tiếp cận với dịch giả
chuyên nghiệp ở Sydney, Trung Sylvain Le Minh, người đã vui lòng
tham gia. Từ đó trở đi, tôi xem qua từng biểu mẫu, gởi email cho
anh ấy danh sách các câu hỏi cần dịch sang tiếng Việt. Sau đó, mỗi
người lớn sẽ viết câu trả lời của họ và gởi cho Trung để dịch sang
tiếng Anh rồi chuyển cho tôi để điền vào đơn giúp họ. Một quá trình

180

lằng nhằng và vất vả, cần ít nhất 100 giờ trong tám tháng để hoàn thành với độ chính xác cần thiết.

"Khánh Lan, James và tôi sẽ chịu trách nhiệm phần thông tin của người bảo trợ trong đơn," Kỳ Anh viết cho tôi vào ngày 18 tháng 12, "và thật tuyệt nếu chị có thể giúp Loan, Lụa, Long và Phúc hoàn thành phần của họ. Hãy đặt mục tiêu là sẽ nộp hồ sơ trong thời gian sớm nhất." Hóa ra, Khánh Lan sẽ là một trong những nhà tài trợ của G5, trong khi James cùng với nữ doanh nhân kiêm người vận động chính sách Lê Lương làm công việc vận động của chính phủ, ba người họ phụ trách các thủ tục giấy tờ bảo trợ thực tế và xem xét các đơn đăng ký trước khi nộp. VOICE Canada không chỉ bảo đảm tất cả các yêu cầu tài trợ tư nhân được thực hiện, mà quản trị viên của họ còn sắp xếp các bản dịch của các tài liệu quan trọng được chứng thực, sự hỗ trợ từng bước của Lê Lương cũng giúp cho sự hợp tác của chúng tôi luôn chặt chẽ.

Ngày 26 tháng 1, 2018, trùng ngày Quốc khánh Úc, bà Loan nhắn: "Hôm nay cả 'nhà Việt Nam' được chở tới khách sạn. Sẽ ở tại khách sạn để chờ đi Jakarta." Từ thông tin này, chúng tôi suy đoán rằng cả nhóm cuối cùng đã ra khỏi trại tạm giam và được chuyển đến một khách sạn ở Semarang. Họ sẽ đợi đến ngày 7 tháng 2 năm 2018 có thể họ sẽ phải ký một cam kết nữa với IOM để được lên máy bay đến Jakarta vào ngày hôm sau. Từ đó, họ sẽ được chuyển đến nhà ở cộng đồng Tangerang ở ngoại ô thủ đô, đánh dấu sự khởi đầu của một chương mới trong hành trình tìm kiếm tự do của họ.

Hai vợ chồng bà Lụa (trái) và ông Long (phải) cùng ba con, bà Loan (thứ hai từ trái) và bốn con, đang chuẩn bị lên máy bay tại Sân bay quốc tế Ahmad Yani, Semarang, để đến Jakarta, 8 tháng 2 năm 2018.

Chương 5
Đoàn Tụ Cùng Cha

"Mỗi gia đình đều có phòng riêng. Chúng tôi được tự do và không bị nhốt nữa." Bà Loan kể lại việc cả nhóm được chuyển từ nơi giam giữ sang khu nhà ở cộng đồng. Họ nằm trong số hơn 1.600 người tị nạn được chính phủ Indonesia trả tự do vào năm 2018. Cho đến tháng 12, chỉ còn 1%, tức khoảng 120 người, trong số người tị nạn được Cao Ủy Tị Nạn (UNHCR) Indonesia cấp số đăng ký là vẫn còn bị giam giữ.[1] Thật vậy, kể từ giữa năm 2014, Indonesia đã là một trong 12 quốc gia trọng tâm trong chiến dịch "Vượt ra bên ngoài sự giam giữ" (Beyond Detention) của UNHCR, mục đích là chấm dứt việc giam cầm những người tị nạn và người tầm trú, thay vào đó là "các biện pháp thay thế" (Alternatives to Detention (ATD)). Beyond Detention cũng đặt mục tiêu là đến năm 2019 thì tất cả trẻ em sẽ được trả tự do.[2]

Việc các gia đình được chuyển chỗ ở vào đầu năm 2018 trùng hợp với việc báo chí đưa tin về tình trạng quá tải người tầm trú và người tị nạn ở Jakarta. Do trong trại quá đông đúc, họ phải dựng

Các gia đình ngay sau khi đáp xuống phi trường quốc tế Soekarno-Hatta, Jakarta vào ngày 8 tháng 2 năm 2018.

lều sống ở phía trước các trung tâm giam giữ. Sở dĩ họ làm như vậy để còn có thể vào trại nhận thức ăn, bởi họ không có đủ khả năng sống và cũng không có sự trợ giúp nào. Họ chịu bị cầm giữ, chịu bị "mất tự do để đổi lại việc có thức ăn" hàng ngày. Họ tin rằng, cũng như kinh nghiệm thực tế của các gia đình cho thấy, rằng "cách duy nhất để được xem xét tái định cư với sự hỗ trợ quốc tế là phải được thanh lọc tại một trung tâm giam giữ."[3]

Tuy nhiên, từ ngày 15 tháng 3 năm 2018, tình hình còn khó khăn hơn và không có trường hợp mới nào được chuyển đến IOM nữa do "chính phủ Úc cắt giảm hỗ trợ." Điều mà IOM hiểu là không còn nguồn tài trợ của Úc cho các những người tị nạn hay tầm trú độc lập mới đến. Như một nhân viên của JRS giải thích: "Hiện thời Bộ Di Trú Indonesia không muốn đưa bất kỳ ai vào trung tâm giam giữ, vì điều đó có nghĩa là Bộ Di Trú sẽ phải trả tiền thực phẩm, chăm sóc sức khỏe, v.v., và như vậy cũng có nghĩa là việc giam giữ đang đóng lại, nó đang kết thúc, và đó là một điều tốt."[4]

Rất may, do được cấp quy chế tị nạn trước ngày Úc cắt giảm hỗ trợ hạn khá lâu nên các gia đình giờ không bị trói buộc với các trại giam, thay vào đó họ đã có được nơi ở tự do cho mình. Sau gần mười tháng dài ở hai trung tâm giam giữ, cuối cùng họ được cấp chín phòng trên tầng bốn của khu phức hợp nhà ở giá rẻ cho người tị nạn IOM ở Tangerang - một trung tâm đô thị nằm ở ngoại ô phía tây Jakarta. Khu nhà này là một trong khoảng 42 khu nhà ở cộng đồng nằm rải rác ở sáu trong số 34 tỉnh của Indonesia do Úc tài trợ thông qua IOM.[5]

Từ nay trở đi, họ sẽ ngủ hai người một phòng với những tiện nghi tương đối thoải mái theo điều kiện nhà ở bình dân của Indonesia, mà sau này bà Loan mô tả là "giống như nhà nghỉ dưỡng. Tất cả các phòng đều giống nhau; mỗi phòng có hai tủ quần áo, hai giường, một tủ lạnh, một phòng tắm, một máy điều hòa, một TV và một cái bàn." Khu nhà của họ cũng nằm ở vị trí thuận tiện gần giao thông công cộng, chợ và dịch vụ y tế.

Tuy nhiên, sự hưng phấn ban đầu của chúng tôi cũng nhanh chóng hạ nhiệt khi nhận thấy rằng quyền tự do của họ vẫn bị hạn chế nghiêm trọng. Mặc dù giờ đây họ có thể đi ra vô theo ý muốn, có thể

Tài, ông Long, bà Lụa và ba đứa con, bà Loan và bốn đứa con trước cửa chung cư, nơi ở mới của họ ở Tangerang, ngày 8 tháng 2 năm 2018.

mua sắm tự nấu ăn, nhưng họ vẫn không được phép làm việc và không được học chính thức, nhất là trẻ em - không thể theo học tại các trường học địa phương. Cho đến lúc đó thì chỉ có khoảng 10% trong số khoảng 4.000 trẻ em tị nạn là có thể đến trường công ở Indonesia, mặc dù trên lý thuyết không có lệnh cấm nào đối với việc này kể từ giữa năm 2018. Số lượng ít ỏi trẻ em đi học là nhờ vào chính quyền địa phương, trong đó có Tangerang, đồng ý với IOM cho phép một số lượng hạn chế trẻ em vào học ở hệ thống giáo dục công của họ. Một năm sau đó thì chính phủ Indonesia mới chính thức hóa việc trẻ em tị nạn vào các trường công tại đây.[6]

"Ngôn ngữ là trở ngại lớn nhất để người tị nạn có thể ghi danh vào học các trường công," Michael Koeniger, đại diện của

Dịch vụ Nhân đạo Giáo hội Toàn cầu (Church World Service (CWS)) Indonesia trả lời câu hỏi ban đầu của tôi vào tháng 4 năm 2017. "Bọn trẻ cần có khả năng tiếng Indonesia đủ để theo học," và cũng cần có giấy tờ phù hợp để có thể ghi danh vào trường.[7] Mặc dù CWS là cơ quan được Cao Ủy Tị Nạn LHQ (UNHCR) ủy thác để thực hiện các chương trình giáo dục và dạy nghề chính quy và không chính quy ở Indonesia,[8] nhưng CWS không thể hỗ trợ trực tiếp cho nhóm tị nạn Việt Nam: "CWS chỉ hoạt động ở Jakarta và rất tiếc là chúng tôi chưa hỗ trợ bất kỳ trường hợp nào là người tị nạn Việt Nam, vì thế chúng tôi không có người để nói tiếng Việt hoặc có thể đưa ra lời khuyên (thường thì những người tị nạn khác là nguồn tư vấn tuyệt vời cho người tị nạn và người tầm trú mới đến)," ông Koeniger nói với tôi. "Xin lỗi, tôi không thể giúp gì hơn được nữa."

Dù vậy, chúng tôi vẫn không dễ dàng từ bỏ. "Trọng tâm trước mắt của chúng tôi là tìm một trường học có thể nhận 12 đứa trẻ," tôi thông báo trên trang web của chúng tôi khi cả nhóm vừa được cho ra ngoài ở. "Việc tái định cư ở một nước thứ ba – mong muốn tột cùng và giải pháp tối ưu cho hoàn cảnh khó khăn của họ – không biết đến khi nào, dù chúng tôi đang nỗ lực tìm kiếm nó."

Sau khi các gia đình đã yên ổn ở Tangerang, ông Koeniger đề nghị chúng tôi liên hệ với một trung tâm tị nạn gần đó cũng như Dịch vụ Cứu trợ Công giáo (CRS) và trung tâm từ thiện Hồi giáo Dompet Dhuafa, cả hai đều cung cấp dịch vụ giáo dục cho người tị nạn, cùng với các trách nhiệm khác.[9] Thật tiếc là không ai trong số các cơ sở này có thể giúp được, ngay cả một số các trường tị nạn ở đó mà tôi tiếp cận cũng không thể giúp gì được, bởi hầu hết họ đều phục vụ cho cộng đồng Hazara rất lớn của người Iran và người Afghanistan.[10]

Dù Dịch vụ Nhân đạo Giáo hội Toàn cầu CWS đã chuyển yêu cầu của chúng tôi tới UNHCR và IOM nhưng cũng không có kết quả gì. "IOM có chương trình và chính sách giáo dục riêng, và vì các gia đình người Việt đang sống ở nơi của họ nên việc ghi danh con cái họ vào các trường công lập là do IOM hỗ trợ," Andi Juanda, giám đốc chương trình tị nạn đô thị của CWS giải thích:

Hơn nữa, thông tin mới nhất mà chúng tôi nhận được từ IOM là việc đăng ký vào trường công sẽ bắt đầu vào tháng 7 năm 2018. Số lượng nhận vào tùy thuộc vào số chỗ còn trống tại các trường công lập cũng như kết quả phỏng vấn của trường … và các em không có đủ khả năng tiếng *Bahasa Indonesia* để được vào học các trường công. Do vậy, trong thời gian chờ đợi, các em có thể tham gia các lớp học tại nhà bắt đầu vào đầu tháng 3 (sẽ có lớp học tiếng *Bahasa*), và người lớn có thể tham gia lớp học tiếng *Bahasa* để họ có thể dạy cho các em. Thông tin này được chia sẻ với các gia đình kể từ khi họ đến.

Đúng là không lâu sau thì các giáo viên IOM đã đến khu nhà của họ để dạy học, hai lần một tuần, mỗi buổi học kéo dài 90 phút và dạy bằng tiếng Anh. Họ chia ra làm hai nhóm học riêng biệt, một lớp cho trẻ từ 6 – 10 tuổi và một cho các em từ 11 – 15 tuổi, ngoài ra còn có một số các bài học tiếng Indonesia khác. "Do cháu 18 tuổi nên IOM không cho cháu cùng học," My sau đó nói với tôi. "Mong bà và cộng đồng giúp đỡ cháu được đến trường như những bạn khác.… Chúng cháu mong sớm được rời khỏi đây để có thể đến trường và thực hiện ước mơ của mình." Con trai bà Phúc là Tuấn cũng đồng tình: "Cuộc sống của cháu khá hơn nhiều nhưng ở đây buồn hơn vì không được học hành để nâng cao kiến thức."

IOM cung cấp các bài học Toán và Khoa học Xã hội cho các em, ngoài ra, các em có thể đến trung tâm tiếng Anh, Yayasan LIA ở xa hơn,[11] một hoặc hai lần một tuần. "Bà Loan hỏi chị có còn lại một ít tiền của bà ấy không," Grace viết, "để bà ấy trang trải chi phí đi lại cho các con của mình." Chúng tôi quyết định sử dụng phần còn lại của quỹ cộng đồng cho mục đích đó – gửi tiền cho bà Loan qua Grace vì người tị nạn không được phép mở tài khoản ngân hàng ở Indonesia. Nhưng đến giữa năm 2018, những bữa học và việc đi đến trung tâm nằm trong số các dịch vụ khác của IOM đã dừng lại. "Tôi không biết tại sao," bà Loan nói. "Bây giờ IOM không cho phép … một số người nói IOM đã chi tiêu rất nhiều tiền cho việc đó nên họ ngưng lại."

Dù IOM khẳng định sự cắt giảm hạn ngạch tài trợ của Chính phủ Úc – có hiệu lực từ giữa tháng 3/2018 – sẽ không ảnh hưởng đến những người tị nạn mà họ đang hỗ trợ, thì điều này rõ ràng không đúng, bởi vì hầu hết các dịch vụ đào tạo nghề dành cho người lớn cũng đóng cửa vào thời gian đó.[12] Tuy nhiên, trong những năm tiếp theo, IOM vẫn tổ chức một khóa học không thường xuyên. Chẳng hạn như vào giữa tháng 11 năm 2019, những người tị nạn ở Tangerang được khuyến khích đăng ký tham gia một khóa học về thực phẩm đông lạnh vào buổi sáng, còn buổi chiều thì họ có thể chọn học trang trí bánh, pha cà phê, hay làm xà bông. Gần một nửa nhóm quyết định tham gia, phần lớn chọn làm xà bông. Riêng bà Lụa thì chọn đồ đông lạnh và trang trí bánh. Bà hào hứng kể, "Tôi cùng với chị gái và cháu gái tôi sẽ đến lớp. Lê và Tài sẽ học pha chế cà phê."

Các gia đình tỏ ra tháo vát trong việc tự giúp mình. Tháng 5/2018, My cùng hai cô gái khác là Trần Thị Kiều Trinh - con gái bà Phúc, và Trần Thị Thanh Ngọc hay còn gọi là Vy - cháu gái bà Lụa, tham gia công tác tình nguyện. Họ được đào tạo trở thành trợ lý mầm non tại JoyCare, một trung tâm giữ trẻ và có thêm các nhóm vui chơi cho trẻ tại địa phương. Đây cũng là nơi cung cấp chương trình hỗ trợ người tị nạn.

Trang web của tổ chức nêu rõ: "Với những hạn chế trong việc tiếp cận các dịch vụ công hiện có (như giáo dục, chăm sóc sức khỏe, v.v.), những người tị nạn phải vật lộn mỗi ngày để tìm kiếm hy vọng.... JoyCare muốn tiếp cận cộng đồng này và chào đón họ đến với gia đình chúng tôi! Chúng tôi hân hạnh mở một lớp học (2– 5 tuổi) và trợ cấp học phí cho họ."[13] Vào cuối năm 2018, Sandy Ooi - người sáng lập JoyCare và là giám đốc trường mầm non – cho biết rằng đã tìm được các nhà tài trợ để chi trả học phí cho 8 trong số 14 trẻ em tị nạn đã đăng ký và "ba thanh thiếu niên tị nạn đang được đào tạo nghề."

Sandy và đồng nghiệp người Mỹ - Nanci Long - cũng giúp các cô gái ghi danh vào các lớp học trực tuyến về tiếng Anh, Toán và Hóa học hoặc Sinh học. Họ dự định sẽ mở thêm lớp Khoa học Máy tính trong thời gian tới. "Nhà thờ Anh giáo Providence của chúng tôi đã thành lập 'Góc Học Tập' (Learning Lab)," Sandy giải thích, "một chương trình trực tuyến, chủ động tự học ở nhà." Chương trình này tập trung vào việc giáo dục thanh thiếu niên tị nạn ở Indonesia, chuẩn bị cho "các em thi lấy bằng tương đương trung học để có thể theo đuổi giáo dục đại học."[14]

Trinh mô tả thời khóa biểu trong tuần: "Từ thứ Hai đến thứ Sáu, 8h –12h là cháu dạy ở JoyCare. Sau đó là giờ nghỉ trưa. Buổi chiều cháu tự học tiếng Anh với mẹ và chị gái. Thứ Ba hàng tuần, cháu học trực tuyến, còn thứ Bảy và Chủ nhật, cháu học bài, giúp đỡ mẹ và đi nhà thờ." Đến tháng 7/2019, con gái bà Lụa là Nguyễn Thị Uyên cũng tham gia vào nhóm, đi làm việc thiện nguyện vào mỗi buổi sáng các ngày trong tuần, và cùng với các chị em bạn gái khác trong nhóm học vào ba buổi chiều mỗi tuần. Trong khi đó, Sandy đã chuyển Vy đến một trung tâm giữ trẻ khác "để em ấy có thể học cách làm việc với trẻ em không phải là người tị nạn…. vì đôi khi các cô khá dễ dãi và thoải mái với trẻ em tị nạn, do quá quen thuộc và do cùng hoàn cảnh cùng điều kiện sống. Tôi muốn họ hiểu rằng trong thế giới thực, người ta đòi hỏi cao hơn và kỳ vọng nhiều hơn những gì họ biết."

My (phải) đang làm trợ lý mẫu giáo tình nguyện tại JoyCare.

Từ trái: Trinh, Ngọc (Vy) và My trong Góc Học Tập "Learning Lab."

Gia đình của bà Loan và bà Lụa trong Lễ Thêm Sức của con mình, ngày 10 tháng 11 năm 2019 (hình do Trần Thị Thanh Loan và Trần Thị Lụa cung cấp).

Con trai của bà Loan, Hồ Văn Lộc, trong Lễ Bí Tích Thêm Sức (hình do Trần Thị Thanh Loan cung cấp).

Bà Loan trong khuôn viên nhà thờ (do Trần Thị Thanh Loan cung cấp).

Ngược lại, Tuấn ban đầu vẫn quyết tâm để vào học trong hệ thống trường công Indonesia, đi xe máy đến học với gia sư dạy tiếng Indonesia tại một trung tâm tị nạn với hy vọng sẽ vượt qua bài kiểm tra và phỏng vấn tuyển chọn. "Cháu bị rớt rồi," Cậu ấy nói với tôi vào tháng 6 năm 2019:

Các môn khác cháu đạt điểm cao nhưng họ nói với cháu rằng điểm *Bahasa* của cháu thấp, chỉ 40 nên không thể vào lớp và họ nói với cháu rằng nếu muốn vào học, cháu phải trả 2 triệu rupiah [khoảng $140 USD] mỗi năm. Vì vậy, bây giờ cháu đang chờ IOM. Nếu họ chịu chi trả, cháu có thể vào học. Cháu đã đợi sáu tháng và học tập chăm chỉ nhưng kết quả là con số 0…. Cháu muốn … nâng cao kiến thức của mình. Đó là quyền mà cháu được hưởng; chúng cháu phải cố gắng. Vì chờ ở đây không biết khi nào mới đi được, nên trước mắt có cái gì tốt là cháu nắm bắt nó.

Tuấn tiếp tục học tiếng Indonesia với cộng đồng Công giáo địa phương. Em cũng nỗ lực cải thiện tiếng Anh của mình bằng cách mượn sách giáo khoa đại học từ bạn bè và tình nguyện làm việc cho các tổ chức từ thiện Thiên Chúa Giáo cũng như nhà thờ Công giáo, nơi mà các gia đình đi lễ vào mỗi sáng Chủ Nhật. Đó cũng là thời gian duy nhất trong tuần mọi người có dịp ăn mặc tươm tất để đi ra ngoài.

Tôi đã sẵn sàng cho việc tài trợ việc học của cậu trai trẻ,

nhưng rốt cuộc cậu giải thích rằng chính rào cản ngôn ngữ đã khiến cậu không thể đăng ký học. Đến tháng 7 năm 2019, một lần nữa, Sandy và Nanci đã giúp giải quyết những khó khăn này bằng việc mở thêm một lớp Learning Lab - Góc Học Tập - trực tuyến ba buổi sáng mỗi tuần. Lớp học này dành cho các em thiếu niên nam tị nạn đến từ các quốc gia khác nhau như Sri Lanka, Iraq và Afghanistan. Tuấn và Hồ Văn Lộc - con trai bà Loan - đăng ký học lớp này. "Chúng tôi chỉ bảo và hướng dẫn họ," Sandy nói, "nhưng khoảng 95% là do họ tự định hướng. Tôi nói với họ nếu họ vi phạm quy tắc, chỗ của họ sẽ bị thay thế. Không ai có thời gian cho việc đó cả!" Tuấn viết cho biết rằng cậu rất thích các lớp học: "I study every day. I know many friends. They so great and they from many different countries [nguyên văn] … from them I learned many things …" (Tôi học mỗi ngày. Tôi biết nhiều bạn bè. Họ thật tuyệt vời và họ từ nhiều quốc gia khác nhau ... tôi đã học được nhiều điều từ họ …)

Vào đầu tháng 10 năm 2019, sự kiên trì của cậu cuối cùng đã được đền đáp bằng việc nhận được học bổng dành cho người tị nạn để theo học chương trình quản lý khách sạn kéo dài 4 năm tại UPH College - một trường trung học Cơ Đốc giáo tư thục ở Tangerang. Trường UPH, được sự bảo trợ của Đại học Pelita Harapan College, có hơn 1.000 sinh viên đến từ 34 tỉnh của Indonesia. Đây được coi là trường đầu tiên ở Indonesia giới thiệu các chương trình được dạy hoàn toàn bằng tiếng Anh. Tuấn sẽ sống ở ký túc xá trong trường để tập trung vào việc học. Để được nhận vào, thí sinh thường phải đáp ứng nhiều yêu cầu lúc ghi danh, bao gồm cung cấp giấy tờ tùy thân

Dear: Shira Sebban

"Hello miss shira". How are you, this is the Fist time I Write letter, Thank you for help My Family.

- My name is Loc, I'm 17 year old, and I am is son of Loan and Loi.

Today I Writing this letter Cause Share with you about ~~those~~ My life in Indonesia.

Ever since I move Tangrang to Jarkata My life very boring, 1 Week I have 3days come to class and many day else I'm Just Sleep and study in My room, day by day I Just Think "how can I improve My english for better and My Sister, she have a friend name Sandy, miss. Sandy Talk with my Sister about learn english on computer, That's So Great", and my sister request me join to Sandy class and I accept her request and Join Sandy class.

Trang đầu tiên của một lá thư mà Lộc viết cho tác giả vào tháng 7 năm 2019, ngay sau khi cậu tham gia Góc Học Tập "Learning Lab."

198

và bản sao - có chứng nhận - kết quả học tập cũng như trả "phí phát triển" là 47.000.000 Rupiah Indo (IDR) (khoảng $3.300 USD) cộng với học phí 19.750.000 IDR ($1.400 USD) mỗi học kỳ.[15] Theo giới thiệu của Tổ Chức Di Dân Quốc Tế (IOM), Tuấn tham gia sinh hoạt tại Hội Thánh Cộng Đồng Sứ Mệnh Mùa Gặt (Harvest Mission Community Church (HMCC)),[16] và trở thành một thành viên nhiệt tình. HMCC và IOM giới thiệu những cơ hội học hành cho những người tị nạn "có đủ điều kiện và quan tâm." Khóa học Nhà hàng - Khách sạn nơi Tuấn học là một trong số đó.

"Không dễ để tiếp cận bất cứ điều gì mà không có điều kiện," Tuấn nói với tôi và giải thích rằng cậu đã phải chờ rất lâu sau khi tham gia phỏng vấn và làm bài kiểm tra đầu vào để biết mình đã được nhận, và phải cam kết học tập nghiêm túc cũng như tuân thủ nội quy của trường. Sau đó, cậu đã giúp Trinh em gái mình đăng ký học. Họ chưa bao giờ được đi học trong một cơ sở giáo dục lớn như vậy: "Cháu vào lúc giữa kỳ; đó là lý do tại sao cháu chỉ có chạy và hỏi thăm. Ở trường của cháu có hồ bơi, sân bóng rổ, sân bóng đá, futsal (loại bóng đá sân gạch), cầu lông và một số môn khác nhưng không thể xem hết toàn bộ…."

Nhận thấy các sinh viên khác có máy tính, cậu hỏi tôi có thể giúp mua một chiếc máy tính xách tay với giá 8.900.000 rupiah (hơn $600 USD) cho cậu ấy không. Tôi nghĩ mình có thể chia sẻ chi phí với một số nhà tài trợ trước đây và cũng để khuyến khích cậu học hành nên tôi đã liên hệ với nhà trường để hiểu rõ hơn về chính sách của trường. Tuy nhiên để gửi tiền cho cậu thì không dễ chút nào.

"Cháu đã thử nhiều cách nhưng không ai cho cháu (mượn) tài khoản ngân hàng," cậu than thở. Dù vậy, tôi vẫn thấy mình cần nói chuyện trực tiếp với Tuấn và truy cập trang web của trường Đại học UPH để tìm hiểu thêm về Chương trình Quản lý Khách sạn. "Tốt hơn hết, hãy ghé thăm trường đại học nếu bạn tình cờ ở trong nước," như thông tin trên trang web của trường chia sẻ.

Cuối cùng, chúng tôi không thể cung cấp máy tính: Đơn giản là có quá nhiều nhu cầu trong khi nguồn vốn thì hạn hẹp để có thể đáp ứng hết. Yêu cầu của Tuấn đưa ra vào lúc có một yêu cầu cấp thiết khác là bà Lụa cần dịch các tài liệu tòa án để nộp vào hồ sơ tái định cư của gia đình bà.[17] "Không sao, vậy thì giúp dì Lụa đi," cậu tử tế trả lời. "Cảm ơn bà Shira, xin hãy giúp dì ấy." Cậu, mặc dù rất nỗ lực thực hiện ước mơ theo đuổi một nền giáo dục chính quy ở Indo, nhưng cũng không quên mục tiêu cuối cùng của nhóm là tái định cư ở một nước thứ ba.

Trong lúc đó, những người lớn trong nhóm cũng tự mình nỗ lực học hành mà không cần ai thúc đẩy. IOM cung cấp cho những người từ 16 tuổi trở lên các lớp học tiếng Anh hai buổi một tuần, mỗi buổi hai tiếng. Việc đi học đối với các bậc cha mẹ chưa từng đến trường hoặc gần như chỉ học hành dở dang đến lớp 3 thật không dễ dàng gì. Ngoài chuyện học cho mình, họ còn có trách nhiệm quản thúc lũ trẻ học hành. "Sáng nấu ăn xong, tôi học tiếng Anh," Lụa kể với tôi. "Tôi học một mình. Chỗ nào không biết đọc, tôi hỏi con gái tôi. Các con tôi buổi sáng học tiếng Anh trên Internet, buổi chiều học trên YouTube. Em dâu tôi dạy con trai út của tôi. Em ấy tìm

Tuấn trong bộ đồng phục đầu bếp tập sự (hình do Trần Ngọc Tuấn cung cấp).

thấy các chương trình và tải chúng xuống máy tính bảng mà bà đã đưa cho tôi." "Cháu không đi tới lớp học; cháu học ở nhà," em gái Lụa là Trần Thị Lệ nói thêm. "Cháu thức dậy, đọc kinh và tự học tiếng Anh; thời gian còn lại cháu dành cho việc giao tiếp làm quen mọi người. Cộng đồng người Indonesia rất thân thiện. Cuộc sống ở Indonesia tốt nhưng không ổn định. Cháu rất hoang mang. Cháu mong cộng đồng [ở nước ngoài] sẽ giúp cháu định cư ở nước thứ ba để cháu có thể sớm trở lại trường học."

Cuối cùng, vào cuối tháng 9 năm 2019, đứa trẻ nhỏ nhất trong nhóm là Hoa Nhiên, 6 tuổi, đã được Trường KANIA - một trường tiểu học Thiên Chúa giáo địa phương - nhận vào học. Mẹ em, bà Phúc kể rằng bà biết đến trường từ một số phụ nữ theo đạo Tin Lành và đã đến hỏi xem con gái mình có thể ghi danh học được không. "Tôi biết chi phí rất cao. Tôi nói tôi sẽ làm bất cứ điều gì để con tôi được đến trường.… Cháu bé phải nói được tiếng *Bahasa* nhưng ở đó họ cũng dạy tiếng Anh."

Thông thường, nhà trường sẽ thu trước một triệu rupiah ($68 USD) gồm chi phí đăng ký, đồng phục, các hoạt động và dã ngoại, sách vở. Số tiền này chỉ trả một lần cho cả năm. Ngoài ra, mỗi tháng trường sẽ thu 100.000 rupiah ($6.80 USD) tiền học. Với gia đình bà Lụa nhà trường chỉ lấy một nửa: "Họ biết rằng chúng tôi là người tị nạn và không có việc làm … Cứ 16 ngày tôi lại đóng tiền. Tôi sẽ trả học phí hàng tháng cho con tôi."

Bà Decy, người chịu trách nhiệm về chương trình giảng dạy cũng như đào tạo giáo viên của trường, rất hài lòng với sự tấn tới của cô bé. "Thật vui khi có Nhiên ở trường.… Gia đình cũng rất hợp tác để giúp Nhiên tiến bộ trong học tập." Bà giải thích: "Trường học của chúng tôi đang giúp học sinh học Lời Chúa thông qua các môn học ở trường (dựa trên Kinh Thánh). Khi học sinh hiểu được ý muốn của Chúa trong cuộc đời mình thì họ có thể biết mục đích tại sao họ cần học tập. Các em đến trường không chỉ vì mọi người ở độ tuổi của các em đều đi đến trường. Đến trường không phải là cực nhọc mà là một niềm vui."

Tôi rất muốn những đứa trẻ khác cũng được vào trường đi học như Nhiên, nhưng chúng tôi nhanh chóng nhận ra trường chỉ còn một chỗ trong năm học đó. Bên cạnh đó, học phí cũng là một vấn đề vì nhà trường cũng không thể đưa ra mức giảm giá hào phóng như đối với Hoa Nhiên, dù bà Decy nhấn mạnh rằng vì là tổ chức phi lợi nhuận nên trường trợ cấp cho tất cả học sinh nào gia đình không đủ khả năng chi trả học phí thường xuyên. Tiền học phí hàng tháng đối với bà Loan là điều không thể, vì vậy tôi đề nghị giúp đỡ cô con gái út của bà là Nhi, lúc đó mới 8 tuổi. Tổng chi phí cho thời gian còn lại của năm học sẽ là 1.900.000 rupiah ($130 USD) vì cháu đã bỏ lỡ ba tháng đầu của năm học. Sau khi kiểm tra tiếng Indonesia và Toán, cô bé ngay lập tức được nhận vào và đi học luôn vào ngày hôm sau. Tôi còn tiếp tục hỗ trợ việc học của cô bé cho đến ngày gia đình họ rời Indonesia. Vào thời gian cuối, khi học phí tăng gấp đôi do tình hình COVID-19, nhà trường phải chuyển sang học trực tuyến, chúng tôi đã có được Mai Pham - biên tập viên đài SBS Việt ngữ - giúp chia đôi chi phí học tập của Nhi.

Nhi trong bộ đồng phục học sinh mới, tháng 10 năm 2019 (do Trần Thị Thanh Loan cung cấp).

Hàng tháng, IOM cấp cho mỗi người lớn 1.250.500 rupiah ($88 USD) tương đương 3 đô một ngày), còn trẻ em được cấp 500.000 rupiah ($35 USD) mỗi em. Số tiền này được các gia đình dùng để trang trải cho tất cả mọi chi phí. Có khoảng 7.700 người tị nạn và người tầm trú nằm trong sự chăm sóc của IOM nhận được số tiền này, cao hơn đáng kể so với số tiền mà Cao Ủy Tị Nạn LHQ có thể cung cấp, và họ cũng chỉ cung cấp giới hạn cho những trường hợp đặc biệt.[18]

"Hàng tháng, vào ngày nhận trợ cấp của IOM, tôi đi mua thực phẩm cho cả tháng," bà Loan kể với tôi. "Sáng thức dậy là tôi chuẩn bị bữa ăn cho cả ngày. IOM không cho phép chúng tôi đi làm nên tôi chỉ ở nhà học tiếng Anh qua YouTube và chăm sóc gia đình.... Buổi chiều, tôi ra ngoài đi dạo và giao lưu, nói chuyện với người Indonesia. Thỉnh thoảng tôi gọi điện cho bạn bè ở Việt Nam." Còn bà Phúc thì nói bà hài lòng với cuộc sống mới này của mình: "Cuộc sống của tôi hạnh phúc. Tôi cảm thấy ở đây tốt hơn ở Việt Nam. Buổi sáng, tôi tập thể dục. Sau đó thì nấu ăn và dạy con nhỏ nấu món Việt, vậy là thì hết ngày."

Bữa ăn được chuẩn bị tại bếp chung lộ thiên trên tầng thượng, các gia đình thường dọn ngồi ăn trên sàn ở hành lang để tránh nóng. IOM cũng trợ cấp dịch vụ chăm sóc y tế cơ bản, cho phép họ khám bệnh tại *Puskesmas* - một mạng lưới các phòng khám sức khỏe cộng đồng, với mức phí tối thiểu. Tuy nhiên, do không đủ điều kiện nhận bảo hiểm y tế quốc gia, nên người tị nạn và người tầm trú không thể tiếp cận các phương pháp điều trị phức tạp và tốn kém hơn trừ khi IOM đồng ý trả trước.[19]

Thật vậy, bất chấp những nỗ lực của họ, vẫn không có triển vọng nào cho các gia đình là sẽ được hòa nhập vĩnh viễn với các quyền lợi như người dân Indonesia, dù đây là "quốc gia tị nạn" hay "nơi tầm trú đầu tiên" của họ, mà ngày nay nó được nhắc nhiều đến như một "quốc gia quá cảnh."[20] Mặc dù không có chính sách tị nạn với các quy định nhất quán, nhưng rõ ràng là họ vẫn bị cấm làm việc

Bà Phúc đang nấu ăn (do Nguyễn Thị Phúc cung cấp).

chính thức và kiếm tiền hợp pháp. Họ không được địa phương cấp giấy tờ tùy thân, không thể chính thức tiếp cận thị trường lao động và nhà ở, cũng như không được hưởng lợi từ các dịch vụ xã hội, do vậy mà càng gia tăng sự phụ thuộc vào khoản chu cấp cơ bản của IOM và các tổ chức phi chính phủ khác. Như UNHCR đã nêu rõ: "Ở Indonesia, hiện chỉ có chương trình hồi hương và tái định cư tự nguyện dành cho người tị nạn."[21]

Và cơ hội tái định cư thông qua UNHCR là rất nhỏ. Ưu tiên của Cao ủy Tị nạn là "các biện pháp lưu trú tạm thời thích hợp cũng như các cơ hội sinh kế." Cơ quan tị nạn cấp cao của LHQ này thực hiện một chiến dịch áp phích do Viện trợ Nhân đạo Liên minh Châu Âu tài trợ vào cuối năm 2017, khuyến khích những người đã được UNHCR cấp số đăng ký nên chủ động "chuẩn bị cho tương lai của bạn":

• Với số lượng **địa điểm tái định cư từ Indonesia hạn chế**, do đó hãy tập trung sức lực vào **các hoạt động giúp làm phong phú thêm cuộc sống của bạn.**
• Sử dụng **tài năng và kỹ năng** mà bạn có vào các công việc tình nguyện **hỗ trợ những người tị nạn** khác và **cộng đồng sở tại** của bạn.
• Tham gia **thể thao** và các hoạt động **giải trí tích cực.**
• Học tiếng **Bahasa Indonesia** để giao tiếp với người dân Indonesia đã chào đón bạn gia nhập cộng đồng của họ.

• Tham gia các **sự kiện văn hóa địa phương** của Indonesia.

• Tận dụng các **cơ hội giáo dục** cho bản thân và con cái.

• Đăng ký các chương trình **đào tạo nghề** và các khóa học **đại học trực tuyến**.

• Mở rộng kỹ năng và kinh nghiệm của bạn thông qua **thực tập và học việc**.

• Luôn **tôn trọng luật pháp và phong tục của Indonesia,** và hãy nhớ rằng **bạn là khách ở đất nước này.**[22]

Các gia đình đã cố gắng hết sức, nhưng thực tế là họ vẫn ở trong "tình trạng tị nạn kéo dài," bị coi là người ngoài hoặc khách dài hạn của một "chủ nhà bất đắc dĩ," buộc phải sống trong "tình trạng quá cảnh được chấp nhận" trong một thời gian không xác định mà không có "phương tiện sinh hoạt đầy đủ và thỏa đáng"–một tình huống được mô tả là "sự thờ ơ mang tính thiện chí" ("benevolent neglect") – và điều này chỉ khiến chúng tôi càng quyết tâm hơn để giúp họ có được "sự bảo vệ hiệu quả" ở những nơi khác.[23]

Trong lúc đó, Cộng đồng Người Việt Tự do Queensland (VCA-QLD) đã phát động chiến dịch quyên góp để có tiền bảo lãnh cho bà Phúc và các con của bà. Họ tổ chức một chương trình dạ tiệc gây quỹ tại một nhà hàng Việt Nam ở Brisbane vào ngày 3 tháng 3 năm 2018. Tôi nhận lời Bs Bùi Trọng Cường - Chủ tịch Ban Chấp Hành Cộng Đồng Người Việt Tự Do Queensland (VCA-QLD) phát biểu mà giờ mới thấy nó dài quá: Người dịch đã cần mẫn dịch lại từng câu sang tiếng Việt trong lúc khán giả bồn chồn. Một đoạn video do bà Phúc và các con chuẩn bị cũng được trình chiếu và trong buổi tối. Bà cũng đã được kết nối để nói chuyện trực tiếp với 300 khán giả qua điện thoại từ Tangerang. Khoảng 12.000 Mỹ kim đã được quyên góp trong đêm đó. Bác sĩ Bùi Trọng Cường đã đưa lên cho thấy có rất nhiều tờ tiền mệnh giá 100 đô Úc, những đồng tiền tiết kiệm từ đồng lương khó nhọc của nhiều người. Một sự kiện khác được tổ chức tại Chùa Linh Sơn ở Darra Queensland vào ngày 12 tháng 5 năm 2018, đã quyên góp

Từ trái sang: Bà Phúc với Nhiên, Tuấn và Trinh (hình do Nguyễn Thị Phúc cung cấp).

được thêm khoảng 10.000 Mỹ kim. "Thành công ngoài mong đợi," như lời ông Văn Phạm nói.

Câu hỏi phải làm gì với số tiền đáng kể như vậy ngày càng trở nên cấp bách hơn. Vào thời điểm đó, chúng tôi vẫn hy vọng rằng có thể tiến hành đăng ký theo Chương trình Hỗ trợ Cộng đồng (CSP) mới ra của Úc. Và nếu chúng tôi thất bại, thì số tiền đó sẽ được chuyển cho VOICE Canada, nơi đang tiến hành chương trình Tư nhân Bảo trợ Người Tị nạn (PSR) cho cả nhóm để có thể định cư ở Canada.

Ông Văn Phạm và bà Đỗ Mỹ Linh - thành viên Ủy ban Tị nạn VCA-QLD - phát biểu tại buổi gây quỹ ở Brisbane vào ngày 3 tháng 3 năm 2018 (do Bác sĩ Bùi Trọng Cường cung cấp).

Sư cô Thích Nữ Trí Lưu trao tấm séc cho Bác sĩ Bùi Trọng Cường vào ngày 12 tháng 5 năm 2018 (do Bác sĩ Bùi Trọng Cường cung cấp).

Mọi chuyện vẫn còn đang ngổn ngang, một mặt chúng tôi vẫn xúc tiến việc vận động và vẫn chưa biết sẽ được nước nào chấp nhận cho định cư, một mặt Sunshine tiếp tục thu thập quần áo, sách vở và đồ dùng học tập để gởi đến Tangerang cho các gia đình. Đó cũng là lúc cả nhóm được triệu tập đến văn phòng UNHCR ở Jakarta để nhận thẻ tị nạn thế hệ mới. Với hệ thống thu thập dữ liệu cá nhân sử dụng kỹ thuật sinh trắc học, UNHCR hy vọng công nghệ mới sẽ "được các quan chức chính phủ công nhận nhiều hơn và cung cấp sự bảo vệ nâng cao" cho những người xin tị nạn và người tầm trú đã được UNHCR cấp số đăng ký.[24]

Lúc đó, tôi đang hối thúc VCA-QLD xem xét các yêu cầu đối với loại Visa Nhân đạo Đặc biệt Toàn cầu 202 của Úc, loại thị thực mà chúng tôi vẫn hy vọng bà Phúc và các con của bà sẽ đủ điều kiện. Chúng tôi đặc biệt lo ngại về vô số khoản phí mới xuất hiện trên trang web chính thức của Bộ Di Trú, "không tính phí nộp đơn cho loại thị thực này trừ khi bạn được đề xuất theo Chương trình Hỗ trợ Cộng đồng"[25]–cũng như các yêu cầu về tư cách cá nhân.

"Bạn có thể phải cung cấp giấy chứng nhận của cảnh sát tại mỗi quốc gia mà bạn đã sống từ 12 tháng trở lên trong suốt mười năm qua từ lúc bạn tròn 16 tuổi," tôi nói với Bác sĩ Bùi Trọng Cường và Đoàn Việt Trung.[26] "Tôi không biết làm cách nào bà Phúc có thể thu xếp việc này với Việt Nam – có vẻ như là không thể, tôi bày tỏ." Tuy nhiên, tôi đồng ý hỗ trợ bằng cách xem xét kỹ hơn các mẫu đơn đăng ký theo yêu cầu của cơ quan nhập cư Úc, trong khi VCA-QLD tìm kiếm lời khuyên pháp lý. Luật sư của họ, Nguyễn

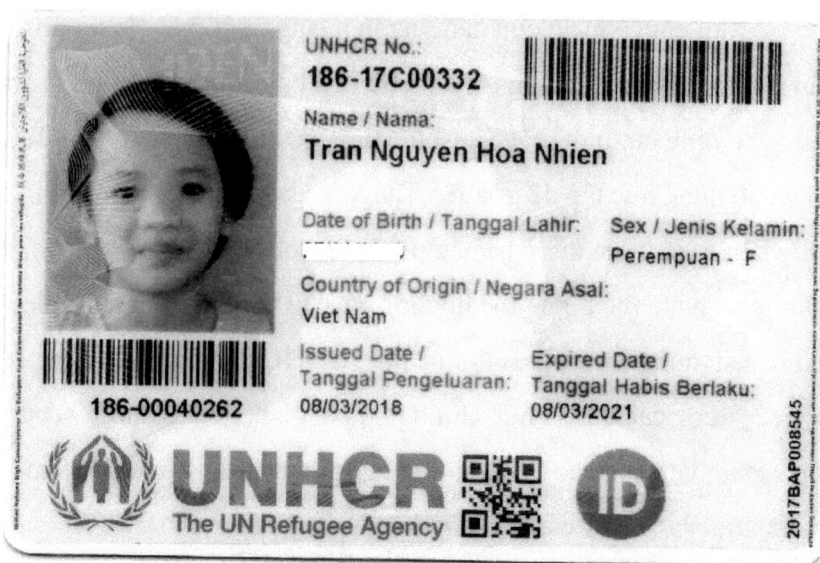

Thẻ tị nạn mới của UNHCR được cấp cho bé Trần Nguyễn Hoa Nhiên khi đó gần năm tuổi.

Thị Hiền, không hề dè dặt: "Một đại diện di trú và luật sư đảm nhận một trường hợp biết chắc là thua, nhưng lại tạo cho khách hàng một hy vọng hão huyền, thì có thể phải đối mặt với hình thức kỷ luật, bất kể có tính phí hay không.[27] … Một giải pháp phù hợp hơn và có cơ hội thành công cao hơn đó là các lãnh đạo cộng đồng Việt Nam ở đây làm việc với UNHCR và tìm kiếm sự giúp đỡ từ các lãnh đạo cộng đồng Việt Nam ở Mỹ, Anh, Canada, Đức hoặc Pháp để xem họ có thể giúp bảo lãnh cho các gia đình tới bất kỳ quốc gia nào trong số những quốc gia có luật tị nạn linh hoạt hơn."

Chúng tôi ý thức rõ rằng các gia đình có rất ít cơ hội được UNHCR chính thức giới thiệu tái định cư, và Bác sĩ Bùi Trọng Cường đồng tình với chúng tôi: "Chúng ta phải thực tế và suy nghĩ nhiều hơn về thời gian chờ đợi cũng như việc học tập của các em.

Giải pháp tốt nhất chúng ta có lúc này là đợi đến cuối tháng 3. Đến lúc đó chúng ta sẽ thảo luận lại. Chúng tôi đã nhận được sự hỗ trợ mạnh mẽ từ cộng đồng. Tôi vẫn còn chút hy vọng."

Đồng thời, chúng tôi cũng gặp phải trở ngại trong quy trình nộp đơn xin nhập cư vào Canada. Tại đây có một "Nhóm 5" (Groups of Five (G5)) công dân Canada hoặc thường trú nhân nhận bảo lãnh các gia đình tị nạn. Tuy nhiên quy định của chính phủ Canada đòi hỏi các gia đình phải cung cấp bằng chứng hợp lệ về việc được UNHCR hoặc một tổ chức ngoại quốc công nhận tình trạng tị nạn.[28] Và họ không chấp nhận thẻ tị nạn – thứ giấy tờ duy nhất mà các gia đình có.

Lúc đó các gia đình tị nạn Việt Nam này không có trong tay "Giấy chứng nhận tình trạng tị nạn" hay "thư ủy nhiệm" ("mandate letter") để có thể chứng minh tình trạng tị nạn của mình, vì UNHCR ở Indonesia không phải lúc nào cũng cung cấp loại tài liệu này cho người tị nạn ở đây.[29] Nhưng thật may mắn là đồng nghiệp của tôi, Alison Battisson, sáng lập viên và giám đốc công ty luật từ thiện Human Rights for All,[30] đã ra tay giải cứu, nhờ vậy mà ngày 22 tháng 3 năm 2018 các gia đình đã có thể nhận các lá thư ủy nhiệm này tại trụ sở UNHCR ở Jakarta. "Chúng tôi có một địa điểm tiếp tân dành cho người tị nạn ở bên cạnh tòa nhà nhằm tránh cảnh đông người tụ tập chờ đợi," một quan chức UNHCR giải thích với Alison họ muốn các gia đình thông báo trước về thời điểm nhóm dự định đến. "Đôi khi chúng tôi có hàng trăm người tị nạn đến và ban quản

UNHCR
United Nations High Commissioner for Refugees
Haut Commissariat des Nations Unies pour les réfugiés

UNHCR
Representation for Indonesia

Menara Ravindo, 14ᵗʰ Floor
Jl. Kebon Sinh, Kav – 75
Jakarta Pusat 10340
Indonesia

Tel: +62 21 2964 3802
Fax +62 21 2964 3601
Email: insja@unhcr.org

19 March 2018

Notre/Our code: 18/INSJA/HCR/30468

Re: **Status Confirmation – Tran Thi Lua and Family**

To whom it may concern,

Upon their request, I would like to confirm the status of the following individuals:

Case Number	Name	Sex	Place of Birth	Date of Birth	Country of Origin
186-17C00334	Tran Thi Lua	Female	Ha Tinh, Vietnam		Vietnam
	Nguyen Long	Male	Phan Thiet, Binh Thuan, Vietnam		Vietnam
	Nguyen Thi Uyen	Female	Phan Thiet, Binh Thuan, Vietnam		Vietnam
	Nguyen Hai Dang	Male	Phan Thiet, Binh Thuan, Vietnam		Vietnam
	Nguyen Dang Koi	Male	Phan Thiet, Binh Thuan, Vietnam		Vietnam
	Tran Thi Le	Female	Phan Thiet, Binh Thuan, Vietnam		Vietnam
	Tran Thi Thanh Ngoc	Female	Phan Thiet, Binh Thuan, Vietnam		Vietnam
186-17C00335	Nguyen Thi Kim Nhung	Female	Phan Thiet, Binh Thuan, Vietnam		Vietnam
186-17C00336	Nguyen Tai	Male	Phan Thiet, Binh Thuan, Vietnam		Vietnam

Thư ủy quyền của gia đình Lụa (do Trần Thị Lụa cung cấp).

lý tòa nhà lo lắng."

Bà Phúc nhận được hai bản sao lá thư của gia đình mình. Một bản chúng tôi dùng để nộp vào hồ sơ xin định cư ở Úc của gia đình bà, chúng tôi phải tính cả hai đường để cho chắc ăn. Tôi cũng đã gửi cho Tuấn, con trai bà, đường link của cuốn sách, *Cuộc Sống ở Úc: Các giá trị và nguyên tắc của Úc*, phiên bản tiếng Việt để cậu đọc. Đây là cuốn sách dành cho người lớn đang muốn xin nhập cảnh vào Úc, giúp họ hiểu trước khi ký vào "Australian Values Statement," một văn bản đòi hỏi người nộp đơn công nhận các giá trị của Úc.[31]

Vị quan chức này bồi thêm một số ý kiến: "Bảo lãnh tư nhân đòi hỏi phải có tiền. Gia đình sẽ phải tự bỏ tiền túi để đến Jakarta để phỏng vấn với quốc gia nơi đến, và thường thì cơ quan nhập cư yêu cầu người tị nạn trả tiền cho người hộ tống. Gia đình đã bàn bạc về

215

khoản tài chính liên quan mà UNHCR và IOM không thể chi trả chưa?"

Song song với việc giải quyết các yêu cầu khác nhau của việc nhập cư vào Canada và Úc, tôi cũng đã ngay lập tức chuyển các giấy chứng nhận tị nạn cho Đỗ Kỳ Anh của VOICE Canada, sau đó thì viết thư cho luật sư Nguyễn Thị Hiền của VCA-QLD bày tỏ mối quan tâm lớn của tôi về việc "các câu hỏi của Canada thân thiện và dễ dàng hơn nhiều so của người Úc" cho vấn đề nhập cư.

Chính quyền Việt Nam có thể đã không xem Phúc và các con của bà như là những người tổ chức vượt biên sang Úc lần đầu vào tháng 3 năm 2015, nhưng theo chính phủ Úc cho biết thì họ đã hai lần tìm cách đến Úc "trái phép bằng thuyền" và chúng tôi biết việc này sẽ ảnh hưởng đến hồ sơ xin định cư của bà. Hơn nữa, các mẫu đơn nhập cư của Úc đòi hỏi phải xem xét liệu bà có người thân nào đang ở Úc chưa, và nếu có thì tình trạng định cư của họ là gì. "Nếu giả dụ bà Phúc có một người chị đang ở Úc nhưng không phải là công dân Úc, thì bà ấy cần phải khai rõ chuyện này," tôi viết cho Hiền, còn "Canada thì không có điều khoản tương tự."[32]

Bên cạnh đó, chúng tôi có những mối lo lắng về khả năng nói và viết tiếng Anh của bà Phúc, dù chúng tôi giải thích với nhau rằng bà có thể học, để có thể đáp ứng yêu cầu của chính phủ đối với người nộp đơn. Chính sách của Úc ưu tiên cho "vùng xa và nông thôn Úc" và cho những người đã "chuẩn bị sẵn sàng để sống ở nông thôn."[33] Thêm nữa, thời gian xử lý thị thực kéo dài và quá trình ra quyết định có thể mất nhiều tháng, thậm chí nhiều năm như cảnh báo của cơ quan chức năng: "Số lượng đơn xin tái định cư chúng tôi nhận được mỗi năm lớn hơn nhiều so với số lượng thị thực hiện có."[34]

Tuy vậy, mối lo chính của chúng tôi là chi phí tài chính cao khi nộp hồ sơ: "Nếu chúng ta quyết định nộp đơn và bà Phúc bị từ chối, thì liệu hơn 27.000 Úc kim ($18.600 USD) phí xin thị thực có được trả lại cho Cộng đồng Người Việt Tự do Queensland để các bạn có thể đóng góp số tiền đó (theo hiểu biết của chúng tôi) giúp VOICE Canada bảo trợ cho bà và các con của bà định cư ở Canada?"

Thoạt đầu, tình hình có vẻ không rõ ràng, bởi chương trình bảo trợ tư nhân của CSP hoàn toàn mới và mọi điều khoản không hẳn là đã được đề cập. Nhưng sau thì chúng tôi cũng biết rằng tiền hoàn lại chỉ xảy ra trong một vài trường hợp hạn chế.[35] Luật sư Hiền nói rõ hơn: "Phí xin visa sẽ không được hoàn lại. Tôi đã cố gắng tìm cách lấy lại cho khách hàng trong những trường hợp này nhưng không được. Với những ràng buộc như vậy thì việc đi Canada là đáng quan tâm hơn. Tôi đã nói chuyện với một luật sư rất có kinh nghiệm về tình trạng của bà Phúc và thấy rằng không mấy sáng sủa ở phía trước." Đoàn Việt Trung đồng tình: "Tôi nghiêng về việc bỏ Úc và nhờ VOICE Canada tiếp nhận. Tuy nhiên, lý do chính để bỏ Úc không phải là vấn đề tiền mà là khả năng bị từ chối."

Vào ngày 27 tháng 3 năm 2018, Chính phủ Úc đã công bố danh sách các Tổ chức Đề xuất được Công nhận (Approved Proposing Organisations (APOs)). Đây là các nhóm cộng đồng được chỉ định chính thức có mục đích kết nối các nhà bảo trợ tư nhân với những người định nộp đơn theo Chương trình Hỗ trợ Cộng đồng (Community Support Program (CSP)), đồng thời các nhóm này cũng giúp giám sát quy trình cấp thị thực của các đơn xin.[36] APOs còn đảm nhận vai trò giúp đỡ những người mới đến hội nhập vào đời sống ở Úc và có thể đạt được sự độc lập về tài chính trong năm đầu tiên. Họ được tính phí cho các dịch vụ của mình và các phí này không hoàn trả. Chưa kể phần phí xin thị thực vốn đã cao như nói ở trên, thì tổng chi phí cho một gia đình năm người có thể lên tới 100.000 Úc kim (hơn $69.000 USD).[37] Đến đây thì rõ ràng là VCA-QLD sẽ bị thiệt hại rất lớn nếu như đơn xin của bà Phúc bị từ chối.

"Vì vậy, điều cần xem xét là ông thấy có nên tiếp tục thúc đẩy hồ sơ bà Phúc hay không, hay là chuyển hướng sang hỗ trợ bà ấy qua Canada, hoặc không nữa thì bảo lãnh một gia đình tị nạn khác có cơ hội tốt hơn?" Tôi viết thư bày tỏ với bác sĩ Bùi Trọng Cường. "Nếu không, ông có thể bỏ lỡ một trường hợp tị nạn.... Có lẽ hay nhất bây giờ là VCA-QLD bàn bạc xem quý vị muốn hợp tác APOs nào và có thể xin họ một số lời khuyên."

Luật sư Hiền đề nghị Bác sĩ Bùi Trọng Cường là nên để cho bà Phúc quyết định: "Vì tỷ lệ sang Úc thành công rất thấp,[38] … còn sang Canada có thể cao hơn. Tốt hơn hết là nói chuyện với bà Phúc và xác định nơi mà bà và gia đình muốn đi? … Ngoài ra, có lẽ bà Phúc nên nộp đơn vào CẢ HAI quốc gia, rồi nơi nào nhận thì mình đi. Nếu nộp hồ sơ ở Úc, tôi rất vui lòng giúp kiểm tra các đơn từ bước cuối trước khi nộp vào." Đoàn Việt Trung không đồng tình với ý kiến này: "Đối với tôi, Canada là con đường để đi, còn quyết định là do Bác sĩ Bùi Trọng Cường và đồng sự."

Thật vậy, một điều cần cân nhắc khác là trong khi Úc chỉ nhận tối đa 1.000 chỗ trong hạn ngạch tị nạn và nhân đạo cho chương trình cộng đồng CSP, còn Canada thì số lượng người tị nạn nhân vào theo tài trợ tư nhân ở Canada tăng lên mỗi năm và bổ sung vào các chương trình khác. Thêm vào đó, tiền trợ cấp chi tiêu hàng năm của chính phủ cũng tăng. Năm 2017, chính phủ Canada đã công bố "Kế hoạch cấp độ nhập cư nhiều năm" ("multi-year Immigration Levels Plan"), dự định đón 57.000 người thông qua chương trình Tư nhân Bảo trợ Người Tị nạn PSR trong thời gian ba năm. Hơn nữa, "phần lớn sự gia tăng nơi tái định cư" đều thuộc loại này. Đến đầu năm 2022, sau đại dịch COVID-19, con số dự kiến sẽ tăng vọt lên mục tiêu hơn 85.000 người tị nạn theo chương trình tư nhân bảo trợ trong khoảng thời gian 2022–2024.[39]

Vào giữa tháng 4, tình hình trở nên căng thẳng sau khi các cuộc thảo luận với cả cố vấn pháp lý và bà Phúc, cộng đồng người Việt ở Queensland quyết định không tiếp tục theo đuổi việc bảo lãnh vào Úc. "Nếu Úc khó khăn như vậy xin hãy chuyển gia đình tôi sang Canada," bà Phúc nói với tôi. "Bất cứ nơi nào tốt cho gia đình tôi. Dù bà có làm như thế nào thì chúng tôi sẽ nghe theo."

Đó là quyết định đúng đắn mà lẽ ra chúng tôi phải nhận ra sớm hơn, bà Phúc và các con thực tế không có cơ hội được Úc chấp nhận vì họ đã đăng ký với UNHCR ở Indonesia sau ngày 1 tháng 7 năm 2014.[40]

Ngay cả một yêu cầu có vẻ thông thường như cung cấp ảnh của từng thành viên trong gia đình khi nộp đơn xin nhập cảnh Canada cũng trở nên khó khăn bởi rào cản ngôn ngữ. Các thông số chi tiết về ảnh bằng tiếng Anh trên trang web khiến họ không hiểu đã đành, dù có những hình ảnh mẫu đi kèm[41] và dù chúng tôi đã cung cấp bản dịch tiếng Việt, nhưng khi nhóm truyền đạt hướng dẫn cho tiệm chụp ảnh người Indonesia thì họ lại gặp trở ngại một lần nữa. Cuối cùng, sau nhiều cuộc điện thoại, tin nhắn với những bức ảnh không đạt yêu cầu, tôi đã liên hệ với Sunshine và cô đã tìm được một thông dịch thông thạo cả tiếng Indonesia và tiếng Việt để giúp họ.

Và khi một nút thắt gay cấn này vừa được tháo gỡ thì nút khác lại hiện ra. Vào ngày 19 tháng 4 năm 2018, IOM chính thức yêu cầu mỗi người trưởng thành phải ký vào một văn bản gọi là "tuyên bố tuân thủ" (declaration of compliance), đồng ý ở lại nơi ở được chỉ định ở Indonesia để tiếp tục nhận được các dịch vụ hỗ trợ của IOM,[42] khiến cả nhóm hoảng loạn và một cuộc gọi đến Đỗ Kỳ Anh của VOICE Canada để được trấn an, trước khi họ ký bản cam kết. "Vấn đề là khi sợ hãi, họ sẽ làm bất kể cái gì mà không lường hết hậu quả," Nhi nhận xét.

Chúng tôi đã hy vọng có thể nộp tất cả đơn đăng ký cho Bộ Di trú, Tị nạn và Quốc tịch Canada (Immigration, Refugees and Citizenship Canada (IRCC)) vào cuối tháng 5 năm 2018. Tuy nhiên, vào ngày 23 tháng 5, bà Loan bất ngờ thông báo với tôi trên Facebook Messenger: "Hôm nay tôi vui mừng báo tin báo cho bà là chồng tôi đã đến Indonesia để thăm chúng tôi. Tôi rất là vui mừng."

Chúng tôi vui và bất ngờ. Cho đến khi hỏi thêm, bà Loan mới cho biết là rằng ông ấy dự định ở lại chơi với gia đình khoảng ba tuần rồi trở về Việt Nam "vì anh ấy không phải là người tị nạn và nếu anh ấy ở đây lâu, anh ấy sẽ sẽ khó ra nước ngoài."

Lần sau chót mà chúng tôi biết tin về ông Lợi là ông đã trở lại đi biển, mặc dù vẫn đang bị quản chế trong phạm vi khu vực xung quanh thị trấn La Gi, tỉnh Bình Thuận. Tuy nhiên, trong vài tháng qua, có vẻ như ông được tự do đi lại hơn. Tôi thậm chí còn không biết rằng ông ấy có hộ chiếu, trong khi những người còn lại trong gia đình ông không có giấy tờ gì khi họ đến Indonesia. Bà Loan giải thích rằng chồng bà đã có hộ chiếu vào năm 2014 trước khi gia đình tìm cách vượt biên sang Úc lần đầu tiên. Bà sau đó cũng đã gởi tôi một bản sao hộ chiếu của ông Lợi.

Hóa ra, như Nhi phát hiện và tôi báo lại với Kỳ Anh: "Ông ta chỉ thử vận may và không hiểu sao tên ông ấy không bị đưa vào danh sách đen nên đã mua được vé và lên máy bay." Khi được hỏi làm cách nào để có đủ tiền mua chuyến bay, ông giải thích rằng ông đã mượn tiền anh trai mình. Hoặc ít nhất đó là những gì chúng tôi tin vào thời điểm đó, chi tiết câu chuyện chỉ được tiết lộ nhiều năm sau bởi cháu chị Loan, Trần Bảo Anh, một tiếp viên hàng không của Vietnam Airlines, là nhân tố không thể thiếu trong sự ra đi của ông Lợi.

"Một ngày nọ, tôi nhận được lịch bay trong đó có chuyến bay đến Jakarta," Bảo Anh kể lại với tôi vào tháng 8 năm 2022 từ Vương quốc Anh, nơi cậu hiện đã được tái định cư an toàn.

Tối hôm đó, tôi nhắn tin qua Facebook cho dì hỏi là có cần tôi mang thức ăn cho dì không. Sau một chút suy nghĩ, dì nói rằng tất cả những gì dì muốn là tôi giúp đưa dượng sang Indonesia đoàn tụ với gia đình. Tôi lo lắng vì nếu là một công dân bình thường thì lên máy bay ra nước ngoài quá dễ, đằng này dượng tôi lại là một người mới ra tù và đang trong thời gian quản chế.

Tôi khuyên dì không nên làm vậy, nhưng dì không nghe và rốt ráo mượn tiền mua vé máy bay. Chúng tôi quyết định dượng sẽ bay cùng tôi. Dượng bị mất trí nhớ tạm thời do bị công an đánh vào đầu và tra tấn quá nhiều. Chúng tôi lên kế hoạch rời nhà lúc 2 giờ sáng để không bị công an theo dõi và không ai để ý; sau đó lên xe ra sân bay để bay chuyến lúc 8h20; và chúng tôi đã bàn cách ứng phó với công an và hải quan sân bay nếu bị phát hiện. Cân hành lý và lấy vé xong, tôi kêu dượng xếp hàng ở hải quan để làm thủ tục xuất cảnh, rồi tôi qua cổng an ninh của phi hành đoàn.

Đây là thời điểm quan trọng nhất. Tất cả chúng tôi đều lo lắng, kể cả những người thân ở nhà, theo dõi hành trình của chúng tôi và cầu nguyện cho chuyến đi tốt đẹp. Nếu chúng tôi qua được hải quan với hộ chiếu được đóng dấu, chúng tôi sẽ thành công. Nếu không, dượng tôi sẽ lại bị bắt, có thể bị đưa ra tòa, và tiếp tục bị tra tấn trong tù. Chúng tôi chào tạm biệt nhau và hẹn gặp nhau ở cửa máy bay.

Sau khi hoàn tất thủ tục xuất cảnh, tôi dừng lại và nhìn dượng tôi đang chờ hải quan đóng dấu hộ chiếu để xuất cảnh. Dượng có vẻ như đang gặp một số vấn đề khi nhân viên hải quan đặt ra nhiều câu hỏi. Tôi quyết định mạo hiểm, đến gặp dượng và nói chuyện với viên hải quan để giúp dượng đi qua. Tôi nhét 200 USD vào hộ chiếu của dượng để hối lộ, viên chức này đã nhắm mắt làm ngơ và đóng dấu vào hộ chiếu của dượng tôi ngay lập tức. Sau đó chúng tôi lên máy bay và bay tới Jakarta. Khi đến nơi, chúng tôi quá đỗi vui mừng. Niềm vui vỡ òa khi nhìn thấy nhau. Chúng tôi tưởng mình đang mơ vì chưa bao giờ tin mình có thể rời khỏi Việt Nam.[43]

Mặc dù gia đình sẽ không bao giờ được đoàn tụ nếu không có sự giúp đỡ của Bảo Anh, nhưng chính lòng dũng cảm và sự kiên trì tuyệt đối của bà Loan đã thuyết phục được cháu trai bà hành động ngay từ đầu – và đã có những hậu quả, như Bảo Anh nhận thấy sau khi trở về Việt Nam: "Khi tôi trở về lại thị trấn quê nhà thì tôi được biết tin đáng sợ là chính quyền Việt Nam đã cử nhiều công an đến gia đình chúng tôi để dọa nạt, thẩm vấn, yêu cầu giao ông Hồ Trung Lợi, nhưng mọi người đều nói không biết ông ở đâu. Sau đó, do từng tham gia hoạt động chính trị chống nhà nước nên tôi nghỉ việc

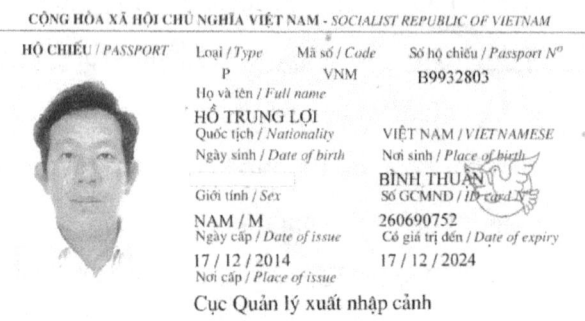

CỘNG HÒA XÃ HỘI CHỦ NGHĨA VIỆT NAM - *SOCIALIST REPUBLIC OF VIETNAM*

HỘ CHIẾU / *PASSPORT*

Loại / *Type*　Mã số / *Code*　Số hộ chiếu / *Passport N°*

P　　　VNM　　B9932803

Họ và tên / *Full name*

HỒ TRUNG LỢI

Quốc tịch / *Nationality*　VIỆT NAM / *VIETNAMESE*

Ngày sinh / *Date of birth*　Nơi sinh / *Place of birth*

　　　　　　　　　　BÌNH THUẬN

Giới tính / *Sex*　Số GCMND / *ID card*

NAM / M　　　260690752

Ngày cấp / *Date of issue*　Có giá trị đến / *Date of expiry*

17 / 12 / 2014　　17 / 12 / 2024

Nơi cấp / *Place of issue*

Cục Quản lý xuất nhập cảnh

P<VNMHO<<TRUNG<LOI<<<<<<<<<<<<<<<<<<<<<<<<<<

B9932803<7VNM7409163M2412171260690752<<<<<78

THỊ THỰC — *VISAS*

9

Hộ chiếu của ông Lợi có đóng dấu xuất cảnh của Hải Quan Việt Nam (do Hồ Trung Lợi cung cấp).

ở Vietnam Airlines. Tôi đã vượt biên sang Campuchia để bay sang Anh, nơi tôi được cấp quy chế tị nạn."

Trở lại tháng 5 năm 2018, chúng tôi không hình dung việc ông Lợi có thể quay về lại Việt Nam sau những gì ông ấy đã trải qua và cách ông bị đối xử. Như tôi đã nói với Kỳ Anh, "Chúng tôi mong muốn ông ấy nộp đơn xin quy chế tị nạn với UNHCR Jakarta và ở lại với gia đình ông ấy rồi cùng họ định cư ở Canada. Nhưng chúng tôi không biết liệu điều này có khả thi hay không và không muốn làm cuộc sống của ông ấy trở nên tồi tệ hơn."

Lê Lương là một người hoạt động cho VOICE Canada, đồng tình với ý kiến này của tôi và nói: "Tôi không thể khuyên ông ấy quay lại Việt Nam rồi, vì ông ấy có thể sẽ không trở ra được nữa. Ông ấy có thể bị bắt khi quay về, vì gia đình ông ấy đang ở Indonesia." Hơn nữa, bà Lương nói thêm, nếu ông Lợi có thể về Việt Nam mà không xảy ra sự cố gì thì "Canada sẽ đặt câu hỏi tại sao ông ấy được về, còn những người còn lại trong gia đình thì không. Điều này có thể gây nguy hiểm cho đơn đăng ký của mọi người, không chỉ gia đình ông ấy."

Tuy nhiên, như tôi đã chỉ ra cho Lê Lương thấy rằng cả bà Loan và bà Lụa đều là "những người thực sự gặp nguy hiểm và không thể quay trở về. Mới tuần trước trên truyền hình Việt Nam đã đăng mẫu tin truy nã họ…. Ông Lợi không rơi vào hoàn cảnh này – ông ấy đã chấp hành xong bản án và chưa hề tìm cách vượt biên bằng thuyền." Quả thực, Grace Bùi đã chia sẻ trên Facebook ngày 18/5/2018 rằng cơ quan chức năng tiếp tục quan tâm đến hai bà mẹ:

"Hai ngày qua Chính phủ Việt Nam đăng trên truyền hình truy nã bà Trần Thị Lụa và bà Trần Thị Thanh Loan."

Tôi quyết định tham khảo ý kiến của luật sư nhân quyền người Úc Alison Battisson, và bà đồng ý thảo luận với văn phòng UNHCR ở Jakarta. Khi bà Loan hỏi ý kiến chúng tôi về tình trạng của chồng, chúng tôi đã thuyết phục chồng bà nộp đơn xin tị nạn ở lại Indonesia. "Nhưng chúng tôi không muốn khiến ông ấy làm điều sai trái," tôi nói trước. "Đó là lý do tại sao chúng tôi đang tìm kiếm lời khuyên trước tiên. IOM sẽ không tiếp nhận bất kỳ trường hợp tị nạn mới nào kể từ giữa tháng 3 năm 2018 và chúng tôi không muốn ông ấy bị tách khỏi gia đình hoặc bị giam giữ." Alison thực tế hơn: "Gia đình có đủ nguồn lực để hỗ trợ Lợi ở Indonesia không, nếu không có sự hỗ trợ của IOM? Nếu được thì đó có vẻ là cách hay nhất." Nhi khẳng định: "Họ có thể hỗ trợ ông ấy bằng khoản trợ cấp hiện có. Ông ấy ăn uống không bao nhiêu, bà Loan nói vậy!"

Tuy nhiên, Grace nhấn mạnh rằng thủ tục chính thức phải được tuân thủ: ông Lợi không thể đơn giản xin tị nạn mà không có người hướng dẫn và phiên dịch giúp. Nếu không, ông ấy sẽ không bao giờ có được một cuộc phỏng vấn. Nhi đồng tình: "Tôi không muốn ông ấy vội vàng làm mất cơ hội của mình…. Tôi sợ rằng nếu ông ấy cứ bước vào nộp đơn và nhận được câu trả lời 'không' ngay từ đầu vì gặp không đúng người thì thật là thảm họa."

Vấn đề càng trở nên rối ren hơn như chúng tôi nhận ra ngay sau đó và cả hai vợ chồng đều hoảng sợ. Nhi giải thích, một luật sư ở Việt Nam, một người bạn của Võ An Đôn, đã khuyên rằng nếu ông Lợi không nộp đơn xin tị nạn, ông có thể "cứ bình yên về nhà và mọi chuyện sẽ ổn thôi." Nhi giải thích thêm rằng "Khi được biết có thể ảnh hưởng đến mọi người, bà Loan sợ quá nên thuê khách sạn để ở với ông Lợi, thậm chí còn định bỏ trốn cùng ông và điều này là vi phạm pháp luật, sẽ khiến cả hai gặp rắc rối lớn với IOM."

Và để giải quyết, Grace đồng ý bay sang Jakarta – theo yêu cầu của Nhi – một lần nữa để hỗ trợ. "Tôi đang làm việc với Liên Hiệp Quốc và họ sẽ chấp nhận ông Lợi," cô nói với tôi vào ngày 31 tháng Năm, 2018, "nhưng chắc cũng phải đợi lâu thì họ mới nhét ông ấy vào danh sách, và visa của ông ấy sẽ hết hạn vào ngày 22 tháng Sáu. Tôi đang định đến đó và đăng ký ông ta trực tiếp với Liên Hợp Quốc."

Cuộc phỏng vấn đăng ký UNHCR đầu tiên của ông diễn ra vào ngày 11 tháng 6. "Grace cùng đến với ông Lợi, nhưng vài phút sau, Grace bước ra," bà Loan kể lại sau đó. "Có người đã làm việc với UNHCR để dịch cho anh ấy qua điện thoại." Grace sau đó cũng giúp sắp xếp hình ảnh của ông Lợi theo yêu cầu của Canada. "Hôm nay chồng tôi đi LHQ," lời bà Loan, "và rất mừng khi được UN cấp giấy cho chồng tôi." Bà cũng đã chuyển cho tôi "Thư Xem Xét" ("Under Consideration Letter") chính thức của UNHCR.[44] Bức thư tuyên bố rằng ông Hồ Trung Lợi đã nộp đơn xin tị nạn ở Indonesia và "là người được UNHCR quan tâm," người "đặc biệt nên được bảo vệ khỏi bị buộc phải quay trở lại một quốc gia nơi ông ấy… có thể phải đối mặt với những mối đe dọa … tính mạng hoặc sự tự do của mình."

Cuộc phỏng vấn thứ hai được lên kế hoạch vào ngày 20 tháng 6 sau khi Grace rời Jakarta. "Chúng ta cần đợi cho đến khi Liên Hiệp Quốc quyết định liệu ông ấy có vượt qua cuộc phỏng vấn hay không," cô nói với tôi vào ngày hôm sau. "Có thể phải mất một tháng hoặc lâu hơn để họ làm được điều đó." Tuy nhiên, chỉ một tuần sau ông ấy đã được cấp thẻ tị nạn UNHCR trong sự ngạc nhiên và vui mừng của tất cả chúng tôi.

Thẻ này kèm theo một thông báo chính thức bằng cả tiếng Anh, tiếng Farsi, tiếng Ả Rập và tiếng Somali, giải thích rằng ông ta đã được UNHCR công nhận là người tị nạn và mặc dù thẻ ID mới không nêu rõ tình trạng của người được cấp, nhưng nó kết hợp "một loạt các các tính năng bảo mật, bao gồm liên kết tới ứng dụng điện thoại di động cho phép chính quyền Indonesia xác nhận đăng ký của bạn với UNHCR khi cần thiết."

Một lần nữa, UNHCR nhân cơ hội này nhấn mạnh cơ hội tái định cư hạn hẹp dành cho người tị nạn ở Indonesia: "Bạn sẽ được liên hệ trong trường hợp bạn được xác định tái định cư, nhưng với cơ hội tái định cư ít ỏi dành cho người tị nạn ở Indonesia thì rất tiếc điều này không mấy xảy ra. Chỉ những người tị nạn dễ bị tổn thương nhất ở Indonesia mới có thể được ưu tiên tái định cư. Tái định cư không phải là quyền hiển nhiên, tự động dành cho tất cả người tị nạn."

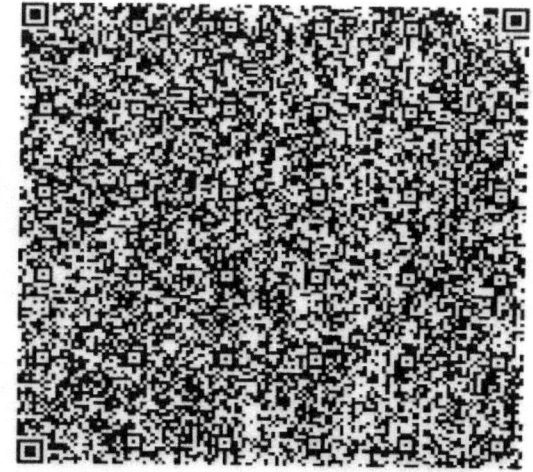
Mặt trước và mặt sau thẻ tị nạn của UNHCR của ông Lợi (do Hồ Trung Lợi cung cấp).

Ông Lợi đoàn tụ với gia đình một lần nữa vào tháng 9 năm 2018
(Hình do Trần Thị Thanh Loan cung cấp).

Ngồi ăn ở ngoài hành lang. Bên trái: Ông Long, Đăng con trai
Long, Lụa, Kôi con trai Lụa. Bên phải: Ông Lợi, bà Loan, Trân
con gái Loan.

Thật vậy, đến năm 2018, số lượng người tái định cư từ Indonesia đã giảm xuống còn khoảng 400 người mỗi năm, chưa đến 3% trong khoảng 14.000 người tị nạn và tầm trú tại Indonesia.[45] Trên toàn thế giới, các số liệu thống kê thậm chí còn trần trụi hơn, UNHCR khẳng định: "70,8 triệu người lần đầu bị buộc phải rời khỏi nhà, trong đó có gần 25,9 triệu người tị nạn mà số dưới 18 tuổi chiếm hơn một nửa." Ước tính, trong số 1,4 triệu người cần được tái định cư, chỉ có 92.400 người là đạt được, chiếm tỷ lệ 0,066%, trong đó số người được UNHCR hỗ trợ là 55.680. Canada tiếp nhận hơn 28.000 người, với gần 19.000 người nằm trong chương trình bảo trợ tư nhân – nhiều hơn bất kỳ quốc gia nào trong số 24 quốc gia có liên quan. Tiến sĩ Shauna Labman - một học giả pháp lý người Canada - nhận xét, "Thật không may, thành tựu này cho nói lên sự suy giảm số lượng người được tái định cư ở những nơi khác nhiều hơn là về sự tăng ở Canada."[46]

Khi ở Indonesia, Grace cũng có ý định giúp đỡ chồng bà Phúc là ông Trần Văn Yên, người vẫn đang mòn mỏi trong trại tạm giam Tanjung Pinang trên đảo Bintan. Việc chỉ xảy ra sau khi bà Phúc cuối cùng thú nhận sau nhiều mắc mứu rằng bà muốn đưa tên chồng vào đơn xin nhập cảnh Canada của mình. Lúc đầu, bà nhờ Grace thay mặt ông Yên tiếp cận UNHCR vào tháng 6 năm 2017, khi ông Yên gần như đã thụ xong bản án một năm tù – do đánh bắt trái phép ở vùng biển Indonesia – và đang đứng trước nguy cơ bị trục xuất về Việt Nam. Đáp lại, UNHCR đã yêu cầu thêm thông tin về tình hình của ông. Ông Yên sau đó cho biết, một tháng sau khi được chuyển từ nhà tù đến nơi mà ông gọi là "trung tâm chờ quá cảnh" ở Tanjung Pinang, một nhân viên đã đến đây để gặp ông. Theo Grace, IOM cũng đã đến thăm ông và đồng ý bắt đầu cung cấp tiền chi tiêu cho ông.

"Tại trung tâm chờ đợi, họ giam tôi một mình trong phòng; có phòng tắm và nhà vệ sinh," ông Yên nói với tôi. "Người ở đây được ăn ngon hơn; được uống nước chai…. Đến giờ ăn, họ đưa thức ăn qua một cái lỗ trên hàng rào sắt. Đến lúc dọn phòng thì tôi được phép ra ngoài…. Hai tuần hoặc mỗi tháng một lần mà cần người dọn dẹp, nhổ cỏ, nhặt rác thì họ mới đưa tôi ra ngoài làm những công việc này. Sau khi làm xong, họ lại đưa tôi trở về phòng."

Ông cho biết là mình đã bị chuyển đi bốn tháng sau đó, vào giữa tháng 10 năm 2017, đến một nơi mà ông gọi là "trung tâm giam giữ người tị nạn" ở Tanjung Pinang:

Tôi bị nhốt trong một khu vực nhỏ, cùng với sáu người Thái không phải người tị nạn và họ đang chờ gởi trở về. Cửa bị khóa 24/24. Tôi rất buồn vì không biết tâm sự với ai. Tôi đứng gần cửa nhìn sang phía bên kia và thấy một đám đông mà tôi biết là người tị nạn. Một thời gian, họ được chuyển đến trung tâm mới, nhưng không hiểu sao tôi lại bị bỏ lại phía sau. Lúc đó gạo không được phát hàng ngày như trước. Họ phát tiền để mỗi người ra ngoài mua thức ăn.

Thật vậy, một nơi tạm trú mới của IOM hay còn gọi là ATD ("Alternative to Detention" - "Giải pháp thay thế cho việc giam giữ") dành cho 500 người tị nạn đã được mở ở Bintan. Người ở đây được phép đi lại tự do vào ban ngày nhưng ban đêm phải vào lại đó để ngủ. Họ cũng được nhận một khoản trợ cấp nhỏ để mua thực phẩm và các chi phí khác.[47]

Cuộc phỏng vấn đầu tiên của ông Yên với UNHCR diễn ra vào tháng 4 năm 2018 như đã đăng ký, sau khi được cơ quan nhập cư Indonesia cho phép. "Khi Liên Hiệp Quốc phỏng vấn tôi lần đầu tiên, họ đã đưa cho tôi một tài liệu," ông ấy nói với tôi. "Tôi hỏi người phiên dịch thì họ nói đó là biện pháp bảo vệ tạm thời để tôi không bị đưa về Việt Nam."

Grace giải thích, vốn là con lai được nhận làm con nuôi, ông Yên không biết gì về người mẹ Việt cũng như người cha Mỹ của ông. Ông đã đồng ý để tổ chức Con Lai Không Biên Giới (Amerasians Without Borders (AWB)) giúp tìm kiếm người thân bên phía cha ông. Đây là một tổ chức phi lợi nhuận, người sáng lập tổ chức này, Jimmy A. Miller, là bạn của Grace.[48] "Nếu chúng tôi tìm thấy bất kỳ ai liên quan đến ông ấy, Bộ Ngoại giao sẽ xử lý thủ tục giấy tờ của ông. Tôi sẽ cố gắng nói chuyện với Liên Hiệp Quốc…. Vấn đề là ông Yên đang ở trên một hòn đảo khác…. Tôi đang cố gắng xin một số tiền quyên góp từ bạn bè để có thể bay đến đó giúp đỡ ông ấy."

Kết quả là cơ quan nhập cư Indonesia không cho phép Grace gặp ông Yên, tuy vậy UNHCR vẫn đồng ý phỏng vấn ông lần thứ hai vào ngày 20 tháng 6 năm 2018. "Tôi không phiền chút nào," Grace nói. "Thà có cuộc phỏng vấn vẫn hơn chứ." Trước khi rời Jakarta, cô cũng đến Đại sứ quán Mỹ để xem có thể làm được gì cho ông ấy. Cô cũng đã chuẩn bị tinh thần để kháng cáo nếu ông thất bại. Nhưng rất may là UNHCR Indonesia đã công nhận ông Yên là người tị nạn, cùng với ông Lợi, vào ngày 27 tháng 6 năm 2018, mặc dù phải đến đầu tháng Chín ông Yên mới được thả ra khỏi nơi giam giữ và đoàn tụ với gia đình. "Tin vui," Tuấn - con trai ông - nói với tôi vào ngày 10 tháng Bảy. "Cháu đã nói chuyện với Liên Hợp Quốc về ba cháu. Ông sẽ đến đây trong vài tuần nữa. Cảm ơn bà và cô Grace đã giúp đỡ gia đình…. cháu giờ chỉ chờ … mọi chuyện sẽ ổn thỏa."

Trước đó, dù chưa biết khi nào hai ông bố của các gia đình này được công nhận là người tị nạn và đoàn tụ với gia đình họ, nhưng chúng tôi đã tính đến việc đưa họ vào quy trình xin thị thực Canada. Vì, trong một số trường hợp, Canada cho phép các thành viên gia đình "không đi cùng" ("non-accompanying") sẽ được đi sau "trong vòng một năm" theo quy chế "One Year Window (OYW) of Opportunity," với điều kiện họ đã được khai báo trong đơn đăng ký ban đầu.[49] May mắn thay, giờ họ đã được đoàn tụ, chúng tôi cần phải làm lại đơn để khai lại những thay đổi trong hoàn cảnh của họ, vì có thế sẽ làm chậm quá trình nộp hồ sơ định cư.

Một lần nữa, chúng tôi nhờ đến Alison Battisson để có được tất cả các thư ủy nhiệm mới nhất của văn phòng UNHCR ở Jakarta, trong đó có tên của cả hai người cha vào danh sách thành viên gia đình của họ như yêu cầu của Bộ Di Trú, Tị Nạn và Quốc Tịch Canada (Immigration, Refugees and Citizenship Canada (IRCC)). Việc sắp xếp để có một bức hình chụp ông Yên không dễ dàng gì khi ông vẫn đang bị giam giữ. "Thưa Bà, cháu không chắc khi nào ba cháu sẽ (được) thả," Tuấn viết vào ngày 25 tháng 7. "Chúng cháu cố gắng nói rằng người nhập cư bị giam giữ ra ngoài chỉ để chụp hình nhưng họ không cho phép.... Họ nói phải có sự đồng ý của LHQ hoặc IOM." Tuy nhiên, một tuần sau, với sự giúp đỡ của bà Lụa, Tuấn bằng cách nào đó đã gởi được bức ảnh cần thiết cho VOICE Canada. Chúng tôi vẫn không biết họ đã làm điều đó như thế nào.

Và một lần, cậu cũng đã gởi chữ ký của cha mình trong khi ông Yên vẫn đang bị giam giữ. Nhờ vậy mà cuối cùng chúng tôi đã có thể nộp đơn xin thị thực hoàn chỉnh của gia đình – bộ đơn cuối

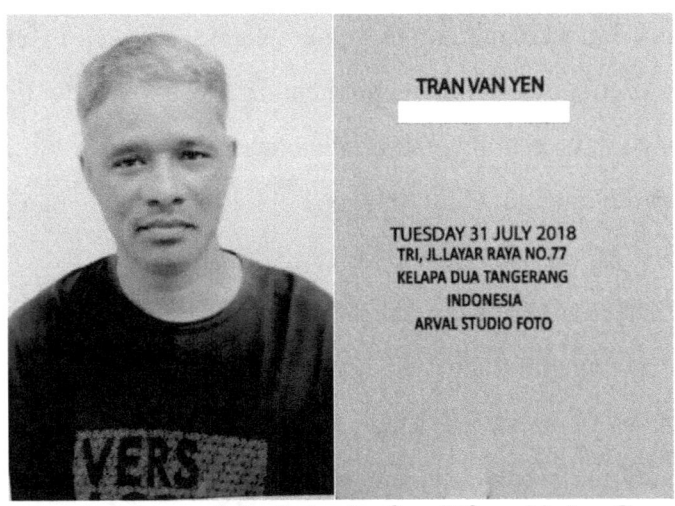

Mặt trước và mặt sau bức ảnh của ông Yên gửi cho Cơ quan Di trú Canada (do Trần Ngọc Tuấn cung cấp).

cùng trong nhóm 20 người cho đến lúc đó – cho Bộ Di trú Canada.
VOICE Canada có khả năng vẫn có thể tìm được nhiều nhà bảo trợ
tư nhân hơn trong số những người đã sẵn sàng để hỗ trợ chính thức
thông qua "Nhóm 5" (G5).[50] G5 hình thành là cho các gia đình Việt
tị nạn này. Họ là những "người bảo trợ" tình nguyện, họ hợp tác
đảm nhận việc xây dựng các kế hoạch định cư chi tiết, từ tính toán
chi phí sinh hoạt trong một năm, đến việc sắp xếp chỗ ở, chăm sóc
và hỗ trợ tại cộng đồng địa phương cho những người mới đến nhằm
giúp họ "thích nghi với cuộc sống ở Canada." Tất cả chỉ bằng
khoảng một phần ba chi phí của chương trình bảo trợ tư nhân của
Úc, cũng nhờ hồ sơ xin tị nạn của Canada không phải trả phí thị thực
hoặc phí đăng ký.[51]

Hóa ra thì việc chuẩn bị hồ sơ của ông Yên cũng không
chậm mấy so với những người lớn khác trong nhóm - mẫu đơn xin
thị thực của họ được ký trước ông không bao lâu. Khi Kỳ Anh đề
nghị họ ký đơn và đánh dấu rõ ràng nơi cần ký nhưng họ vẫn không
hiểu, bất kể tôi gửi bao nhiêu email chỉ dẫn. Thêm vào đó, tiệm
photocopy nơi họ ở đóng cửa nghỉ lễ cũng làm họ chậm trễ. Một lần
khác là tấm hình chụp chính thức của ông Lợi đã không bao giờ đến
được VOICE Canada và phải làm lại từ đầu.

"Thật không may, chúng tôi phải nộp toàn bộ hồ sơ hoàn
chỉnh," Kỳ Anh giải thích. "Hồ sơ đăng ký sẽ bị trả lại nếu có bất kỳ
thông tin nào bị bỏ sót." Chuyện đơn giản là hồ sơ nhập cư Canada
đòi hỏi mỗi người nộp đơn phải có một email riêng, thế nhưng một
số người trong nhóm trước giờ chưa từng sử dụng email. Họ điền

chung địa chỉ email với những người thân khác có biết chút ít về kỹ thuật số hơn họ, và thế là hồ sơ của họ bị trả lại.

Trường hợp hồ sơ đăng ký của bà Lụa cũng vậy, do em gái bà là Trần Thị Lê và cháu gái Trần Thị Thanh Ngọc đều chưa đến tuổi trưởng thành và nằm trong nhóm "người phụ thuộc trên thực tế" ("de facto dependents")[52] mà bà Lụa là người chăm sóc chính của họ, do đó phải ghép hồ sơ của họ vào khung hồ sơ gia đình bà. Mãi cho đến ngày 31 tháng 8 năm 2018, Kỳ Anh mới có thể báo cho biết: "Lê Lương đã hoàn thành xong 3 hồ sơ cuối cùng. Chúng đã được gửi đến Bộ Di trú Canada ngày hôm nay. Chúng tôi giờ đã chính thức nộp đơn. Hy vọng Cơ quan Nhập cư Canada sẽ nhanh chóng xem xét.... Chúng tôi rất mong được chào đón tất cả mọi người đến Canada."

Niềm vui chưa vội mừng thì lúc đó chúng tôi biết được rằng ông Lợi sẽ không được phép sống cùng gia đình trong khi nhóm đang chờ tái định cư. Đây là hậu quả trực tiếp của việc chính phủ Úc chấm dứt chương trình tài trợ tự động của IOM cho những người mới đến Indonesia sau tháng 3. Grace nói với tôi: "Ông ấy sẽ phải ở trong khách sạn cho đến khi được tái định cư ở nước thứ ba." Bà Loan nói điều này làm tăng thêm sự phức tạp và tốn kém. "Gia đình tôi bây giờ đang bối rối," bà viết cho tôi và giải thích rằng đại diện IOM đã đến nói chuyện với nhóm vào giữa tháng Bảy. Đối với hơn 5.000 người tị nạn mới như ông Lợi - riêng trong bảy tháng đầu năm 2018 đã có tới 755 người - "IOM không thể trợ cấp bất cứ thứ gì về thực phẩm, khám bệnh, tiền bạc hay nhà ở.... Anh ấy không được

237

phép tham gia các lớp học tiếng Anh dành cho người tị nạn; nếu bị bệnh, anh ấy không thể đến bệnh viện IOM mà phải đến bệnh viện tư để điều trị; hàng ngày anh ấy ở với gia đình còn buổi tối anh phải về khách sạn ngủ."[53]

Quả thực, nội quy sinh hoạt trong khu nhà ở của họ được in bằng nhiều thứ tiếng, dán cạnh cửa chính và trên mỗi tầng ghi rõ ràng: "Khách bên ngoài đến ký túc xá phải trình giấy tờ tùy thân cho nhân viên bảo vệ. Khách không thể ở lại qua đêm và phải rời khỏi ký túc xá trễ nhất là 10 giờ tối."[54] "Tôi không bị cảnh sát hay IOM theo dõi mà bị quản lý tòa nhà theo dõi bằng camera," bà Loan giải thích. "Nếu tôi vắng mặt nhiều ngày không lý do, họ sẽ thông báo cho IOM. Nhưng chồng tôi bị IOM theo dõi, … trước đây họ đã kêu quản lý đến phòng tôi lúc 11 giờ đêm để kiểm tra xem chồng tôi có ở lại không." Lúc đầu, bà thuê một phòng cho chồng tại một căn nhà gần đó với giá 900.000 rupiah/tháng ($65 USD), một số tiền không nhỏ so với trợ cấp IOM hàng tháng dành cho một người trưởng thành. Sau thì bà tìm được một nơi rẻ hơn, giá 700.000 rupiah ($50 USD) cách ký túc xá khoảng 20 phút đi bộ.

Nhưng với ông Yên thì tình hình khác hẳn. Ngay sau khi được đoàn tụ với gia đình vào ngày 9 tháng Chín năm 2018, thì ông được phép sống cùng họ. IOM bố trí thêm một phòng ở một tầng khác trong cùng khu nhà ở cho người tị nạn ở Tangerang. "Cuộc sống của tôi bây giờ thoải mái. Tôi có được nhiều tự do hơn," ông nói với tôi. Ông cũng cho biết trợ cấp hàng tháng mà gia đình nhận được không đủ trang trải mọi chi phí của họ, nhất là khi ba đứa con của họ "đang lớn lên mỗi ngày với nhiều nhu cầu hơn." Ông nói thêm rằng "anh chị em bên vợ tôi hỗ trợ thêm một số để trang trải phần thiếu hụt. Ở đây họ không cho phép chúng tôi làm việc. Nếu ai đó tìm cách đi làm lậu mà bị cảnh sát phát hiện thì họ sẽ báo với IOM và IOM sẽ cắt trợ cấp." Họ cũng sẽ có nguy cơ bị đưa trở lại nơi giam giữ.[55]

Đến ngày 14 tháng Chín, Bộ Di Trú Canada đã thông báo cho tất cả các gia đình, cũng như những nhà bảo trợ rằng Trung tâm Điều hành Tái định cư ở Ottawa (ROC-O) đã nhận được đơn đăng ký của họ. Một chặng đường dài phía trước. Theo số liệu thống kê chính thức, tính đến tháng đó đã có "đơn đăng ký của hơn 44.200 người tị nạn đang chờ được xử lý."[56] Điều đáng mừng là cho đến lúc đó không có hồ sơ nào bị trả lại. Hy vọng rằng chúng tôi sẽ đi qua

Ông Yên và gia đình trong ngày đoàn tụ, ngày 9 tháng Chín năm 2018 (Hình do Nguyễn Thị Phúc cung cấp).

239

giai đoạn "kiểm tra tính đầy đủ" ("completeness check") - giai đoạn đầu tiên của quá trình đánh giá - và sau đó mã số hồ sơ sẽ được cấp cho từng trường hợp để dùng trao đổi thư từ với Bộ Di Trú Canada trong tương lai.

Ngay khi bà Phúc nói với ông Văn Phạm, Chủ tịch Ủy ban Tị nạn tiểu bang Queensland ở Úc, rằng chồng bà đã chính thức được công nhận là người tị nạn và đoàn tụ với gia đình, ông Văn liền liên lạc Kỳ Anh để nghị phía bảo trợ Canada đưa tên ông Yên vào hồ sơ xin định cư Canada của họ. "Phúc, Yên và các con của họ đều đã có tên," Kỳ Anh nói với ông. "Cả gia đình sẽ được phỏng vấn cùng nhau và hy vọng sẽ đến Canada cùng lúc." Giữa tháng 8 năm 2018, Cộng đồng Người Việt Tự do Queensland chuyển cho VOICE Canada số tiền mà họ quyên góp cho gia đình bà Phúc, và được Bác sĩ Bùi Trọng Cường Chủ tịch VCA-QLD thông báo với những người góp quỹ tại buổi họp ngay trong tháng sau đó.

Sáu tháng sau, vào ngày 9 tháng 4 năm 2019, bà Lụa chuyển tiếp cho chúng tôi thông báo bà nhận được từ ROC-O rằng đơn bảo lãnh cho gia đình bà đã được phê duyệt: Họ đã vượt qua cái được gọi là "Giai đoạn 1." Grace viết: "Chị đã biết tin gì chưa, hồ sơ của gia đình bà Lụa đã được chuyển đến văn phòng ở Singapore để thực hiện bước tiếp theo. Tin vui." Tôi coi việc hồ sơ xin bảo lãnh của nhóm G5 được chấp thuận gần như là điều không phải bàn cãi: "Tôi rất vui và không ngạc nhiên," tôi viết cho Kỳ Anh, người cùng với gia đình mình trở thành một phần trong số các nhà tài trợ. "Tôi biết kết quả là anh sẽ được chấp thuận nhờ làm việc cẩn thận tỉ mỉ và

1065 Canadian Place Suite 307, Mississauga, ON L4W 0C2, Tel. 416-417-8098, Fax 905-212-7087

August 28, 2018

To: Dr. Bui Trong Cuong

Dear Dr. Bui Trong Cuong,

On behalf of VOICE Canada, I would like to thank the Australian community for their generous contribution of $27,983.00 CAD received on August 20th, 2018.

Please rest assured that 100% of the Australian community's contribution will be used to sponsor the family of Mrs. Nguyen Thi Phuc.

It is our hope that we will have more chances to work together to help even more refugees.

Sincerely,

Tuan Le, VP
VOICE Canada

Thư cảm ơn của VOICE Canada gửi đến Cộng đồng Người Việt Tự do Queensland (do VOICE Canada và Bác sĩ Bùi Trọng Cường cung cấp).

nhờ lịch sử bảo trợ tuyệt vời của anh."

Trong khi đó, cùng ngày ở Việt Nam, số phận của Võ An Đôn dường như đã được định đoạt: "Tôi đã bị rút giấy phép hành nghề luật sư vĩnh viễn, không có khả năng phục hồi," ông thông báo bằng tiếng Việt trên Facebook. Sau phiên xét xử, Tòa án Nhân dân Tối cao ở Đà Nẵng đã giữ nguyên quyết định tước quyền hành nghề của anh từ quyết định của Liên đoàn Luật sư Việt Nam. Sự việc xảy ra có thể kể từ ngày 26 tháng 11 năm 2017, Luật sư Đôn bị loại khỏi danh sách hiệp hội luật sư địa phương, chỉ vài ngày trước phiên tòa phúc thẩm của nhà hoạt động nhân quyền và blogger nổi tiếng "Mẹ Nấm" Nguyễn Ngọc Như Quỳnh. Vì việc này, ông đã không được tham dự trong nhóm luật sư biện hộ cho cô ấy tại tòa. Ông bị cáo buộc "phỉ báng," "lợi dụng quyền tự do ngôn luận" trả lời giới truyền thông nước ngoài và "đưa ra những tuyên bố sai trái làm mất uy tín của Đảng Cộng Sản, nhà nước và các luật sư Việt Nam," những người mà ông đã lên án là tham nhũng,[57] và vì vậy bị tước giấy phép hành nghề. Ngay sau khi Liên đoàn Luật sư Việt Nam (VBF) thu giấy phép hành nghề vào ngày 21 tháng 5 năm 2018, đã có hơn một trăm trong số khoảng 14.000 luật sư của Việt Nam viết thư yêu cầu Ủy ban Thường vụ xem xét lại hành động kỷ luật này. Chưa hết, vào tháng Chín 2018, trang Facebook của ông cũng bị khóa. Chỉ khi ông khiếu nại với bên Facebook thì nó mới được mở lại sau đó mấy tháng.

Luật sư Võ An Đôn được nhiều người biết đến như là "luật sư nông dân" vì ngoài hành nghề luật sư, ông còn làm nghề nông để

Luật sư Võ An Đôn (phải) bồng đứa con nhỏ nhất của ông, bên cạnh là bà Loan (giữa) và bà Lụa (trái), khi họ gặp nhau để chuẩn bị ra tòa vào tháng 4 năm 2016 (do Trần Thị Thanh Loan và Trần Thị Lụa cung cấp).

nuôi gia đình nhỏ của mình. Ông đã kiện lên Bộ trưởng Tư pháp vào tháng 12 năm 2018, yêu cầu được phép tiếp tục hành nghề luật sư nhưng tất cả đều vô ích. Trường hợp của Luật sư Đôn không phải là cá biệt. "Kể từ năm 2017, chính quyền Việt Nam đã tăng cường đàn áp các luật sư nhân quyền, những người đã bị sách nhiễu và/hoặc bị thu hồi giấy phép hành nghề."[58]

Không bao giờ ngại nói lên suy nghĩ của mình, ông Luật sư nói với tôi rằng ông không hề hối tiếc và vẫn tiếp tục hỗ trợ pháp lý cho những người cần giúp đỡ: "Việc (chính quyền) bỏ tù những người tìm cách đến Úc bằng thuyền và những người vượt biển để đến Úc lần thứ hai là một trong những lý do khiến chính quyền Việt Nam tước quyền hành nghề luật sư của tôi vĩnh viễn. Dù bị tước giấy phép hành nghề nhưng tôi chưa bao giờ hối hận về những gì mình đã làm cho những người đang gặp hoàn cảnh khó khăn. Những gì tôi đã làm là góp phần đấu tranh đòi công lý chống lại một chính quyền áp bức."[59]

Chúng tôi cũng đã sẵn sàng đấu tranh cho công lý ở Việt Nam, mặc dù theo cách khiêm tốn hơn nhiều, giúp một gia đình xin tị nạn thất bại học cách tự đứng trên đôi chân của mình.

Chương 6
Đứng Trên Đôi Chân Của Mình

Vào cuối tháng Ba năm 2017, tôi nhận được các cuộc gọi từ một số điện thoại Việt Nam vào những giờ bất thường, mà thường là vào giữa đêm. Các cuộc gọi tiếp tục suốt bốn tháng sau đó, mặc dù tôi chưa bao giờ kịp nghe máy. "Cô có tin được không, Nhi?" Cuối cùng đầu tháng Tám thì tôi hỏi Nhi. "Cô có nhớ tôi đã kể với cô là tôi nhận được nhiều cuộc gọi từ Việt Nam và cô không biết là ai không? Tôi đã đặt tên cho người đó là 'Duệ.' Cô đoán xem ai? Chúng ta biết mẹ của cậu ấy. Mấy tháng qua cậu ấy đã cố gắng gọi cho tôi.... Bây giờ tôi thì nhận ra cậu ấy là ai và tôi đã xin lỗi cậu ấy."

Nhi nghe vậy nhưng không tin. "Lạ quá. Tôi nói chuyện với bà ấy vài lần và bà ấy không hề nói gì về việc con trai bà ấy tìm cách liên lạc với chị.... Tôi cũng đã dò hỏi quanh xem có ai biết đó là ai không, nhưng không ai biết cả.... Cậu ấy không hề tìm cách liên lạc với tôi hay Grace." Tôi quả quyết với Nhi rằng tôi đã "giải quyết" được bí ẩn này bằng cách tìm kiếm tên cậu nhỏ ấy trong các hồ sơ lưu trên máy tính của tôi, và tôi đã tìm thấy tên cậu trong một văn bản cũ do Đoàn Việt Trung dịch nói về một số gia đình đang gặp khó khăn mà Luật sư Đôn đã nhờ chúng tôi giúp đỡ nếu có thể. "Chị có chắc đó là cậu ấy không, chẳng may có ai đó giả mạo cậu ấy thì sao?" Nhi thận trọng. "Tôi nghĩ bà Cẩm sẽ nói cho tôi biết nếu con trai bà tìm cách liên lạc với chị mà không được. Bất kỳ ai cũng có thể đăng ký thẻ SIM dưới tên đó.... Thử để tôi gởi lời kết bạn với cậu ấy trên Facebook và khi cậu ấy chấp nhận tôi sẽ cho chị hay, và tôi có thể nói chuyện với cậu ấy."

Cuối cùng, hóa ra cả hai chúng tôi đều sai: Một thành viên trong gia đình họ đã gọi cho tôi, nhưng người gọi là cậu con trai nhỏ hơn tên Tú, lúc đó mới 13 tuổi. Sự kiên trì của một người trẻ như vậy thật ấn tượng: Cậu quyết tâm tìm kiếm sự giúp đỡ để giảm bớt hoàn cảnh khó khăn cho gia đình mình. "Mẹ cậu không biết là cậu sử dụng mạng," Nhi xác nhận. "Bà ấy nói rằng cảm ơn chị; số tiền chị gửi đã giúp họ rất nhiều. Gia đình thật sự đang gặp khó khăn. Bà ấy phải làm việc 12–14 giờ mỗi ngày, rửa chén bát cho quán ăn. Bà ấy dậy từ 6 giờ sáng và chỉ về nhà vào lúc gần nửa đêm. Con trai nhỏ của họ đi bán vé số dạo và chỉ mới học xong lớp 3. Họ hầu như không có thời gian để ngủ!"

Do chồng bị tàn tật và không còn khả năng lao động, bà Cẩm làm bất kỳ công việc vặt nào mà có ai thuê mướn, lau chùi quét dọn, cào nghêu, và giúp việc cho bất cứ ai cần. Trong khi đó Tú, con trai nhỏ của bà, mỗi sáng phải dậy sớm đi đến đại lý vé số nhận vé và đi bán dạo khắp các đường phố. "Thậm chí còn có nguy cơ bị cướp vé số," Nhi nói thêm. "Cả ngày họ có thể kiếm được nhiều nhất là 50.000 đồng ($2 USD), cũng có khi không kiếm được đồng nào vì người ta không có việc để thuê bà làm."

Do bà làm việc dài giờ và không thời khóa biểu thất thường, cộng với việc phải chăm sóc người cha già yếu thường xuyên nhập viện, nên chúng tôi khó liên lạc với bà ấy. Vì vậy, để không làm phiền Nhi hoặc Grace quá nhiều, tôi đã nhờ những người bạn Việt Nam khác giúp thông báo cho gia đình biết mỗi khi tôi gửi tiền cho bà trích từ quỹ cộng đồng "Help Care for the Children." Số tiền này bà cũng đã dùng để mua thuốc cho chồng mình.

Ở tuổi 15, Duệ - con trai lớn của họ - trở thành trụ cột chính gánh vác gia đình. Sau khi mất việc tại một quán cà phê, cậu đã xin được việc làm ở một quán ăn khác. Tiền lương của cậu, chưa tới 3 Mỹ kim mỗi ngày, là nguồn thu nhập ổn định duy nhất mà gia đình trông cậy vào. Cậu cũng đã trở thành người đàn ông của gia đình và là người duy nhất có thể làm các công việc nặng, luôn cả việc cõng và đỡ ông của mình ra vào.

Một thời gian, chúng tôi đã muốn tìm một cách mà có thể giúp đỡ gia đình này lâu dài. Dần dần, chúng tôi nhận ra rằng khuyến khích và hỗ trợ Duệ theo học một khóa đào tạo nghề phù hợp có thể giúp họ có thể tự đứng trên đôi chân của mình. Điều này cuối cùng đã trở thành tên của chiến dịch gây quỹ cộng đồng thứ ba của chúng tôi vào tháng Tám năm 2018. Chúng tôi đã viết cho các nhà tài trợ tiềm năng: "Chúng ta đều biết câu nói, 'Cho người con cá, bạn nuôi họ một ngày. Dạy người cách câu cá, bạn nuôi họ cả đời.' Bạn có sẵn lòng giúp biến điều này thành hiện thực cho Duệ và gia đình của cậu ấy không?"

Nếu cách đây chỉ 12 tháng thôi thì thật khó để chúng tôi có thể tìm được lối ra cho quyết định này. May mắn là sau những cuộc tìm kiếm trực tuyến chúng tôi đã tìm ra được một tổ chức phù hợp với nguyện vọng của mình, họ đang rao tuyển khoảng 40 ứng viên, cho công việc đào tạo định định kỳ.[1] "Mặc dù họ tuyển học viên tuổi từ 16–22, tôi nghĩ Duệ nên thử hay ít nhất cũng tìm hiểu về nó," tôi nói với Nhi. "Trường sẽ tổ chức ngày hội tư vấn tuyển sinh vào tuần tới - một ở miền Nam và một ở miền Bắc. Tôi biết cậu ấy không ở gần đó và sẽ phải đi xa, nhưng chúng ta có thể giúp cậu ấy. Nếu họ nói cậu ấy không đủ tuổi, cậu ấy có thể chuẩn bị cho năm sau nếu điều này thực sự hấp dẫn cậu ấy."

Cuộc gọi đầu tiên của Nhi đến gia đình nhận được phản hồi nhanh chóng nhưng rất tôn trọng. "Dù là khóa học miễn phí, nhưng cậu ấy sẽ phải rời xa nhà để đi học, và không có lương. Trong khi gia đình dựa vào cậu ấy, họ cần cậu ở nhà để chăm sóc gia đình và cần thu nhập của cậu ấy để sống sót." Nghe vậy, nhưng tôi không thể không làm cái gì đó, bởi tình hình ngày càng trở nên bức bách khi Tú - cậu con trai nhỏ - bắt đầu nhắn tin cho tôi mỗi tháng để xin tiền. Cậu mượn điện thoại của bạn và sử dụng Google Dịch thuật để gởi tin. Nếu không có ai quyên góp thì tôi sẽ tự mình hỗ trợ, cách này hay cách khác. Hơn nữa, sự quyết tâm của cậu nhỏ thật sự lay động: Chúng tôi không thể bỏ rơi gia đình cậu ấy.

Đến tháng Mười năm 2017, tôi tìm ra một giải pháp khả thi: Tại sao không gây quỹ để bù cho khoản tiền lương làm việc ở quán cà phê của Duệ ? Nhi tỏ ra hoài nghi: "Tôi nghĩ tốt hơn hết là cậu ấy nghỉ làm để đi học cho tương lai của mình, nhưng nói gì thì nói chúng ta vẫn cần sự đồng ý của cậu và gia đình." Không khó để nhìn thấy những thách thức trước mặt khi thực hiện ý tưởng này. "5 đô la một ngày tức là 35 đô la một tuần," tôi tính toán. "Cứ cho là 50 đô là một tuần đi thì cũng chỉ 200 đô mỗi tháng, hay 2.400 đô cho cả năm. Chúng ta có thể gây quỹ để giúp họ. Thậm chí, chúng ta có thể gây quỹ gấp đôi con số đó và giúp họ thuê người hỗ trợ gia đình, chăm sóc ông nội và làm việc nặng trong nhà, để cậu trai trẻ có thể xây dựng tương lai cho chính mình và giúp đỡ gia đình nhiều hơn về lâu dài."

Không có gì ngạc nhiên khi bà Cẩm do dự nếu để con trai lớn phải rời xa nhà. Chồng bà vẫn cần chữa bệnh và "họ dựa vào cậu ấy rất nhiều," Nhi giải thích, "từ việc nói chuyện với bác sĩ đến đọc hướng dẫn sử dụng thuốc cho cha .... Bà ấy muốn được giúp một khoản vốn nhỏ để mở ra buôn bán kinh doanh gia đình hơn là để con trai mình đi xa, nhưng bà không dám nói thẳng ra như vậy.... cách suy nghĩ của họ khác. Bản thân bà không được đi học đầy đủ nên không nhìn nhận sự việc theo cách của chúng ta.... Hy vọng bà ấy sẽ hiểu được lợi ích mà kế hoạch của chị đề ra để giúp họ, rằng nó tốt hơn cho họ về lâu dài."

Thực sự việc gây quỹ cộng đồng để giúp một thiếu niên học nghề trong hai năm, tại một đơn vị có uy tín dù sao cũng hợp lý hơn, so với việc hỗ trợ một công việc kinh doanh không rõ ràng. "Tôi không thể tùy tiện gây quỹ cho bất cứ việc gì," tôi nói với Nhi. "Bà Cẩm cần có kế hoạch chi tiết và suy nghĩ kỹ lưỡng vì chúng ta phải chịu trách nhiệm trước những nhà hảo tâm."

Sau một vài lần cố gắng thuyết phục mà không được, Nhi chán nản. "Tôi xin lỗi, nhưng chị sẽ phải tìm người khác để giúp liên lạc với bà Cẩm. Tôi không làm được. Tôi mệt quá và nói chuyện với bà ấy thật căng thẳng vì khó làm cho bà ấy hiểu quan điểm của chị." May mắn là Đoàn Việt Trung đã tốt bụng tiếp sức giúp tôi làm việc với gia đình, nhưng chúng tôi vẫn không thuyết phục được họ. Sau cùng chúng tôi quyết định không gởi tiền nữa cho đến khi xác định được quyết định của họ. Tôi cũng đã bỏ lỡ thời gian để vận động một chiến dịch gây quỹ trước thời hạn cuối cùng để ghi danh học.

Tuy nhiên, đến giữa năm 2018, Tú, người có vẻ đã trở thành phát ngôn viên của gia đình, đã hỏi liệu chúng tôi đã nộp đơn cho anh trai của cậu ấy chưa, và Nhi đồng ý thử nói chuyện với mẹ cậu ấy một lần nữa. Bà ấy không còn lựa chọn nào khác là phải hỏi qua Nhi để cô phiên dịch giùm họ: "Bà Cẩm vừa nhắn tin cho tôi nói rằng bất cứ điều gì chị cần từ bà ấy xin hãy liên lạc qua tôi vì bà ấy không hiểu và còn phải nhờ hoặc trả tiền để nhờ người dịch hộ.… Bà ấy nói đã nộp đơn và sẽ cho chúng ta biết nếu đơn được chấp thuận. Bà cũng nói rằng con trai út muốn học nghề mộc hơn là quay lại trường học. Cậu ấy có khiếu thủ công và không mặn mòi lắm với việc học chữ. Chị thấy sao?"

Không muốn cậu nhỏ phải kết thúc việc học ở độ tuổi quá trẻ, chúng tôi đã thuyết phục bà cân nhắc các lựa chọn khác, nhưng kết quả không mấy khả quan. "Bà đã hỏi xung quanh và nói rằng không có trường dạy ban đêm hay dạy thêm cho lớp 4. Những dịch vụ đó không có ở Việt Nam vì không mấy người quan tâm. Lựa chọn duy nhất là cho Tú học trường công, nhưng cũng không có gì chắc chắn là cậu sẽ được nhận vào học."

Bà Cẩm đã liệt kê các chi phí dự kiến của gia đình, qua đó chúng tôi có thể lên kế hoạch cho chiến dịch gây quỹ. Biên tập viên Mai Phạm của SBS Việt Ngữ đã phỏng vấn Duệ và tôi cho chương trình phát thanh hàng tuần, *Hạt Giống Yêu Thương*, phát sóng vào ngày 9 tháng Tám năm 2018, vào đầu cuộc gây quỹ. Theo sau đó là các phương tiện truyền thông Việt Nam khác cũng liên tục đưa tin. "Gia đình em nợ nần rất nhiều, và em không biết khi nào mới hết nợ," Duệ nói với các nhà báo. "Ước mơ của em là có một nghề nghiệp để giúp đỡ gia đình."

Lúc đầu để thu hút các nhà tài trợ người Việt, tôi đã viết một lá thư ngỏ gửi đến một tờ báo cộng đồng địa phương, nhưng tiếc là không được đăng. Nhi cũng quảng bá chiến dịch tới gần 40.000 người theo dõi trên Facebook của cô ấy, trong khi một người ủng hộ ở Sydney là cô Christina Nguyễn đã nhiệt tình dịch một bài viết để Võ An Đôn chia sẻ với gần 70.000 người theo dõi trên trang Facebook của ông. "Có một số người ở Việt Nam cũng muốn quyên góp," Nhi tâm sự, "nhưng họ không thể gửi tiền ra nước ngoài, vì vậy họ đã yêu cầu tôi cung cấp một số tài khoản địa phương để chuyển tiền trực tiếp."

Cuối cùng, số tiền quyên góp đã vượt quá mong đợi, đạt hơn 8.000 Mỹ kim trong vòng bốn tuần. Đặc biệt, hai vợ chồng Nha sĩ Hà Công Hồng và vợ bà Tạ Thị Thu Trang, bạn của Mai Phạm, đã hào phóng giúp hoàn tất chiến dịch, cũng như sự hỗ trợ của Hiệp hội Phụ nữ Việt Nam Úc châu, ở Melbourne.[2] Qua Nhi, Bà Cẩm bày tỏ lòng biết ơn của mình: "Bà ấy và gia đình mang ơn chị rất nhiều. Bà vẫn không thể tin rằng lại có người tốt đến như vậy. Bà chưa bao giờ dám nghĩ rằng hai con của mình sẽ có cơ hội học hành, và có một nghề nghiệp ổn định. Bà ấy không biết làm sao để cảm ơn cho đủ."

Theo thư mời của trường, vào đầu tháng Chín, bà đã đưa Duệ đến văn phòng trường ở Thành phố Hồ Chí Minh để em làm các bài kiểm tra cơ bản về đọc viết và làm toán, và trả lời các câu hỏi sát hạch. "Thằng bé tội nghiệp đang rất căng thẳng vì nó chưa bao giờ đi đâu ra khỏi xã của mình," Nhi nói với tôi. "Nó chỉ đi làm rồi về nhà chứ chưa đi đâu xa bao giờ. Chị có thể gửi cho bà ấy ít tiền để bà mua vé xe đò xe buýt cho hai mẹ con không? Tôi mới nhắn tin cho cậu nhỏ nói rằng cháu sẽ thích Sài Gòn, và nên coi đây như một dịp để khám phá. Nếu chị có ít tiền để mẹ nó đưa nó đi tham quan một chút và ăn một bữa ngon, thì nó sẽ thích chuyến đi này."

Duệ nhận được thông báo yêu cầu trở lại để làm bài kiểm tra cuối cùng và phỏng vấn vào ngày 19 tháng Chín. Dù tỉ lệ nhận vào là 1/7, nhưng chúng tôi vẫn lạc quan rằng Duệ sẽ vượt qua và bắt đầu chuẩn bị cho những gì chúng tôi nghĩ là chuyến bay sắp tới của em ra Hà Nội. Tại đây các học viên mới tuyển sẽ có một tháng thử thách trước khi được nhận vào đào tạo chính thức, theo quy trình tuyển sinh khắt khe của đơn vị dạy nghề. "Tôi không nghĩ họ sẽ từ chối nó," Nhi nói, "nhưng việc đào tạo có thể sẽ là một thử thách lớn vì họ yêu cầu tiêu chuẩn khá cao. Hy vọng cậu có thể đáp ứng được kỳ vọng."

Như tất cả các "ứng viên phù hợp," cơ sở đào tạo đã gởi nhân viên đến nhà thăm gia đình, kiểm tra hoàn cảnh, và nói chuyện với hàng xóm. Đoàn Việt Trung đã liên hệ với người nhân viên tuyển sinh này và thông báo cho cô ấy biết về chiến dịch gây quỹ của chúng tôi, đồng thời yêu cầu tôi cung cấp thêm thông tin về hoàn cảnh cá nhân của họ.

Trong khi đó, cậu em nhỏ Tú cũng bắt đầu sự nghiệp học nghề mộc của mình. "Bà ơi, học phí của con là 20 triệu đồng ($860 USD). Tiền này đóng một lần, học cho đến khi ra nghề."[3] Nhớ lại những gây rắc rối trước đây khi gửi một số tiền tương tự nên tôi đã nhờ Nhi tìm hiểu thêm. "Tôi hơi lo lắng," cô ấy trả lời tôi vào ngày 8 tháng Mười. "Bà Cẩm nói đó không phải là trường, mà chỉ là một người bạn của gia đình làm thợ mộc và có một xưởng mộc. Ông ấy nhận dạy cháu và cho cháu ăn trưa để cháu có thể ở xưởng cả ngày học nghề. Vì không phải là trường nên cháu có thể học bao lâu cũng được, cho đến khi học đủ kỹ năng để tự làm việc trong xưởng. Nhưng sẽ không có chứng chỉ nào. Chị nghĩ sao? Bà ấy nói rằng cháu còn quá nhỏ để tham gia các lớp học hoặc trường học chính quy."

Vì muốn giữ chi phí ở mức thấp, chúng tôi quy định rằng chúng tôi chỉ có thể dành khoảng 35 Mỹ kim mỗi tháng trong hai năm hoặc 70 đô mỗi tháng trong một năm. Nhưng ông chủ xưởng mộc này không muốn vậy: "Bà ấy nói rằng ông ấy muốn nhận trước 5 triệu đồng ($215 USD), sau đó là 3 triệu đồng ($130 USD) mỗi tháng, và bà ấy sẽ chụp hình biên nhận gửi cho chị. Ở Việt Nam, đó là chi phí thông thường cho một khóa học nghề tư nhân, cũng là thu nhập trung bình của một lao động phổ thông. Duệ khi làm việc ở quán cũng được bao ăn như vậy.... Đó là cách làm việc của họ, không theo quy định nào hết, mọi thỏa thuận đều nói miệng và có thể thay đổi bất cứ lúc nào.... Vấn đề là nhiều người Việt Nam nghĩ rằng những nhà hảo tâm ở nước ngoài giống như con ngỗng vàng, vì vậy họ sẽ cố gắng lấy càng nhiều tiền càng tốt."

Tôi cố gắng thuyết phục rằng với học phí như vậy cho việc dạy nghề mà không có được một chứng chỉ chính thức là khá cao, hơn nữa chi phí đó sẽ giới hạn những gì chúng tôi có thể làm cho gia đình một khi Duệ rời nhà. Chúng tôi kiên trì thuyết phục người thợ mộc chấp thuận với đề nghị ban đầu của mình, và cuối cùng ông nhận Tú vào học nghề mà thậm chí chưa nhận được khoản thanh toán đầu tiên.

Việc học nghề của Tú coi như tạm xong, còn chuyện học của Duệ . Sau nhiều lần chờ đợi công bố nhập học của trường mà không đâu đến đâu, tôi quyết định liên lạc với người sáng lập và chủ tịch của trường để trực tiếp nói chuyện với ông về hoàn cảnh của gia đình. Thường thì ông không tham gia vào việc tuyển sinh, nhưng ông nói ông biết tất cả thông tin cần thiết về Duệ.

Vào ngày 24 tháng Mười năm 2018, ông thông báo cho tôi về quyết định của họ:

Tôi đã xem xét tất cả các báo cáo trong hai tháng qua và thật bất đắc dĩ tôi phải báo tin này cho bà đó là Duệ đã không vượt qua vòng phỏng vấn và không đậu trong đợt tuyển dụng lần này.... Tôi đã trực tiếp nói chuyện với cậu trai trẻ này và cậu ấy còn quá non nớt.... Dù vậy, nhưng chúng tôi sẵn lòng cho cậu ấy nộp lại đơn trong sáu tháng tới.... Chương trình học của chúng tôi đòi hỏi sự cam kết, kiên trì và tự giác.... Mặc dù trong lòng tôi muốn NHẬN, nhưng kinh nghiệm của chúng tôi thì nói KHÔNG, vì chúng tôi không muốn đặt cậu ấy vào tình huống thất bại. Chúng tôi mong bà hiểu cho. Giá mà tôi có thể mang đến tin tốt hơn. Dĩ nhiên, nếu bà có bất kỳ ứng viên nào khác cho chương trình, xin đừng ngần ngại giới thiệu họ cho chúng tôi.

Trong khi tôi vẫn tiếp tục hy vọng rằng Duệ sẽ sớm trưởng thành đủ để có thể tận dụng lời mời nộp đơn lại của họ, nhưng Nhi thì bi quan hơn. Cô đề nghị nên để cậu ấy học một bằng cấp gì đó gần nhà hơn. "Cậu ấy đến từ một ngôi làng xa xôi; tính tình nhút nhát, rất hoang mang khi phải xa gia đình, và cả hai cha mẹ đều mù

255

chữ. Sự non nớt không thể thay đổi đột ngột trong sáu tháng. Sâu thẳm trong lòng, cậu ấy không muốn tham gia khóa học này. Ngay cả khi cậu ấy vượt qua được vòng phỏng vấn, với thái độ như vậy, làm sao cậu ấy có thể vượt qua được hai năm đào tạo? Tôi sẽ thử nói chuyện với cậu ấy lần nữa để xem thực lòng cậu ấy muốn gì."

Ngày 9 tháng Mười Một năm 2018, nhân dịp chồng tôi tham dự một hội nghị tại Thành phố Hồ Chí Minh, tôi tháp tùng theo và sắp xếp một cuộc gặp gỡ với người sáng lập và cũng là chủ tịch trường dạy nghề tại đây, và cũng để gặp bà Cẩm và các con của bà. "Bà ấy vui mừng đến nỗi tối qua không ngủ được," tôi kể lại với Nhi. "Chúng tôi đã ôm nhau, đó là một khoảnh khắc rất xúc động.... Hôm đó Duệ nói với mẹ rằng cậu ấy chưa sẵn sàng.... Tất cả những gì cậu ấy cần làm là tham gia một cuộc phỏng vấn khác, nhưng nếu cậu ấy không muốn đi, cậu ấy phải cho chúng ta biết kế hoạch của cậu, để chúng ta có thể giải thích rõ ràng minh bạch với các nhà tài trợ. Trước khi gặp cậu ấy, ông chủ tịch trường dạy nghề hẳn đã nghĩ rằng Duệ cảm thấy mình có lợi thế nhờ tiền hỗ trợ từ nước ngoài, nhưng giờ ông ấy hiểu rằng cậu ấy là một người con hiếu thảo."

Thật vậy, như ông ấy nói với tôi, "Duệ đang muốn làm cha mẹ vui lòng, những người đang ép buộc cậu ấy đi, nhưng cậu ấy cũng cảm thấy bất an khi phải rời xa mẹ trong lúc bà cần mình, cậu rất thương và lo lắng cho mẹ." Trường học sẽ cho phép Duệ có được tuổi thơ mà cậu chưa từng có, bao gồm các kỳ nghỉ, thể thao, và thời gian giải trí - tất cả những thứ cậu ấy đã bỏ lỡ khi phải ra đời sớm để lo cho gia đình. Hơn nữa, trong khi nghĩa vụ quân sự vẫn là bắt buộc ở Việt Nam, học sinh của trường nằm trong số những người được miễn.

Còn về Tú, thay vì tiêu tốn số tiền vất vả kiếm được vào việc học nghề mộc không có chứng chỉ, sẽ tốt hơn nhiều nếu tìm một giáo viên tư để giúp cậu ấy bù đắp kiến thức tiểu học vào ban đêm, còn ban ngày cậu vẫn có thể bán vé số. Vị chủ tịch trường dạy nghề hào phóng đề nghị giúp cậu ấy đăng ký vào trường trung học. Nếu cậu ấy vẫn muốn học nghề mộc thì vẫn còn rất nhiều lựa chọn đào tạo nghề khác để cân nhắc.

"Tội nghiệp mấy đứa nhỏ," Nhi cảm thán. "Tôi hy vọng các em sẽ cố gắng. Các em đã nghỉ học quá lâu, đến nỗi mất hết tự tin."

"Con thương mẹ con lắm," Duệ viết cho tôi sau cuộc gặp gỡ. "Con đã nhìn thấy mẹ phải khổ sở, hy sinh quá nhiều cho gia đình. con muốn giúp mẹ, nhưng con không biết phải làm sao."

Trong những tháng sau đó, chúng tôi tiếp tục giữ liên lạc với gia đình họ. Đoàn Việt Trung thỉnh thoảng gọi điện để thảo luận về kế hoạch, nhưng Tú vẫn kiên quyết rằng cậu muốn tiếp tục "học việc" trong năm nay, trong khi Duệ dường như chưa quyết định được điều gì. "Nếu họ không muốn tiếp tục, thì tôi nghĩ chúng ta cũng không thể tiếp tục hỗ trợ họ và sử dụng quỹ chung khác với những gì đã cam kết với các nhà hảo tâm," tôi viết cho Nhi trong sự tuyệt vọng. Tôi cũng cảnh báo Tú: "Hãy suy nghĩ thật kỹ, vì một khi cháu đã dùng số tiền đó, nó sẽ không có nữa, và tôi không thể kiếm lại được. Tôi muốn tương lai tốt đẹp nhất cho cháu."

Tuy nhiên, đến giữa tháng Hai năm 2019, Duệ đồng ý tham gia một cuộc phỏng vấn khác. Một lần nữa, tôi gửi tiền để cậu và mẹ có thể đi xe đò lên Thành phố Hồ Chí Minh, tới nơi thì mới biết rằng trường dạy nghề đã cử một sinh viên ở địa phương đã tốt nghiệp để liên lạc với cậu trong những tháng trước đó. Rốt cuộc thì buổi phỏng vấn được lên lịch vào ngày 16 tháng Tư, Duệ có vẻ thoải mái hơn rất nhiều sau khi hoàn tất. "Họ nói rằng câu trả lời của anh ấy đã trưởng thành hơn trước," em trai cậu kể lại với tôi. "Họ nói anh ấy về chờ kết quả."

Cuối cùng vào ngày 1 tháng Năm, chúng tôi đã có tin vui: "Anh con đã thi đậu. Vào ngày 6 tháng Năm, anh ấy sẽ có mặt ở Hà Nội. Bà có thể gửi tiền cho anh ấy được không?" Tú cũng nhắc tôi rằng đã đến hạn thanh toán học phí nghề mộc hai tháng một lần, tuy nhiên, do nhầm lẫn vì rào cản ngôn ngữ, tôi chỉ gửi đủ tiền để trang trải cho việc học nghề của cậu. Trong khi đó, vé máy bay đã được đặt, nhưng bà Cẩm không có tiền để thanh toán, và bà cũng muốn mua một ít quần áo mới cho con trước khi cậu ấy khởi hành.

Không còn đủ thời gian để gửi thêm tiền, tôi đề nghị họ hoãn trả tiền học nghề mộc, nhưng tiền đã được thanh toán. Tôi nhờ Nhi cố gắng thuyết phục bà Cẩm nhưng không xong. Bí thế, tôi cầu cứu chủ tịch trường dạy nghề. "Không cần mua quần áo, cậu ấy cứ đến như cậu ấy vốn có," ông ấy trấn an tôi:

Những thứ còn lại chúng tôi sẽ từ từ cung cấp. Xin hãy nhớ rằng các bạn học cùng lớp với cậu ấy đều đang ở trong tình cảnh tồi tệ như cậu ấy hoặc thậm chí hơn....

Tôi cần cô hứa với tôi là không gửi tiền cho cậu ấy trong hai năm, dù tình hình ở đây có khó khăn đến mức nào, để tôi có thể dần dần giúp cậu ấy thoát khỏi thói quen dựa dẫm mà cậu ấy có vẻ đã có với cô hoặc bất kỳ người nước ngoài nào. Khoản trợ cấp mà cô đang cho cậu ấy cộng với việc đã được chi trả toàn bộ chi phí học tập và sinh hoạt là đủ rồi. Nếu cô đã gây quỹ xong, tôi đề nghị cô tài trợ cho cậu ấy thông qua chương trình của chúng tôi.... Xin chúc mừng - cô sẽ thấy một chàng trai trẻ mạnh mẽ tự tin, hoàn toàn khác với trước đây, khi kết thúc quá trình này.

Sau khi đã nhất trí với nhau rằng việc gây quỹ cộng đồng là nhằm hỗ trợ gia đình trong thời gian Duệ vắng nhà, chúng tôi đồng ý rằng trường sẽ tìm cho cậu ấy một nhà tài trợ trong lúc chúng tôi tập trung vào việc gây quỹ.

Duệ đã bay đến Hà Nội kịp thời để bắt đầu khóa học, và tôi cũng đã trả lại tiền vé máy bay cho trường như đã hứa. Bức ảnh Duệ chụp tại sân bay mà không có chút nụ cười nào cho thấy tâm trạng nặng nề của cậu. Cậu ấy rõ ràng đang mang một gánh nặng của trách nhiệm vượt quá tuổi tác của mình. Chưa kể đến những mong đợi của người thân quen ở nhà, như Tú em trai cậu nói, "Bây giờ Mẹ một mình phải lo toan mọi thứ, và Mẹ không than phiền gì cả. Bà con họ hàng của con chỉ hy vọng rằng anh con sẽ thành tài để có thể đỡ đần cho Mẹ sau này."

"Con không biết nói gì," Duệ viết vào đêm trước khi lên đường. "Con hứa sẽ học tiếng Anh và học nghề cho tốt để có thể thường xuyên nói chuyện với bà. Con cảm ơn bà và các ân nhân khác đã giúp đỡ gia đình con. Con hứa sẽ cố gắng hết sức."

Chỉ một tuần sau khi bắt đầu khóa học, cậu ấy đã bắt đầu thử viết bằng tiếng Anh, "It is very good and fun" ("Rất thích và vui"), cậu ấy chia sẻ và bày tỏ hy vọng trong tương lai chúng tôi có thể thưởng thức bữa ăn do cậu nấu. Với những người bạn trên Facebook, cậu ấy giải thích rằng cậu ấy "learning to listen" ("đang học nghe"), còn hình ảnh mà gia đình chia sẻ với tôi cho thấy rõ ràng là Duệ đã nhanh chóng hòa nhập vào môi trường mới của mình. "Dạ, anh trai con rất giỏi, anh cố gắng vượt qua thử thách," Tú xác nhận. Chủ tịch trường dạy nghề cũng viết thêm: "Cậu ấy đã ổn định và vui vẻ. Tôi nghĩ nên chia sẻ cho cô biết điều đó."

Vào ngày 19 tháng Sáu năm 2019, chúng tôi nhận được tin Nhi đã qua đời vì ung thư. Là một người kín đáo, chỉ cách đó vài tuần cô ấy mới chia sẻ với tôi rằng tình trạng bệnh của mình đã trở nặng như thế nào. Chồng tôi và tôi đã bay đến Brisbane để nói lời từ biệt. Nhi là một người hết lòng ủng hộ cho quyền con người. Cho đến những giây phút cuối cùng của đời mình, cô cũng chưa từng bao giờ dao động trong việc hỗ trợ những người tị nạn mà chúng tôi đang cố gắng giúp đỡ. Chúng tôi cảm nhận sâu sắc sự vắng mặt của cô, và như bà Loan nói, "chúng tôi coi cô ấy như gia đình mình."

Trong khi đó thì chuyện học nghề của cậu con trai nhỏ - Tú - vẫn là một mối lo, bởi chẳng mấy chốc là hết một năm học việc với người thợ mộc địa phương, mà bằng cấp thì không có, chứng chỉ cũng không. Đây là điều tôi vẫn lấn cấn bấy lâu nay, vì vậy tôi quyết định sẽ không tiếp tục đóng tiền cho việc học nghề không chứng chỉ của cậu ấy, thay vào đó làm theo lời khuyên của chủ tịch: "Đề nghị của tôi là cô nên ra điều kiện và thời hạn cho sự hỗ trợ của cô, nếu không thì cậu ấy sẽ ỷ lại vào lòng tốt của cô và không chủ động trong cuộc đời mình. Tôi biết các nơi dạy nghề khác nhau ở Việt Nam. Nếu cô cần giúp đỡ thì cho tôi hay."

Trong nhiều tháng, tôi đã thúc Tú, lúc này đã 15 tuổi, sắp xếp gặp mặt để thảo luận về triển vọng của cậu ấy. Chúng tôi cũng muốn giúp bà Cẩm mở một cửa hàng tạp hóa nhỏ tại nhà như mong muốn của bà. Chủ tịch trường dạy nghề nơi Duệ đang theo học đã rất tốt bụng giúp coi qua kế hoạch của bà trước khi tôi cung cấp vốn theo từng chặng một, nhằm giúp bà khởi nghiệp thành công. Tôi hy vọng một khi không còn hỗ trợ tài chính cho việc học nghề mộc của Tú nữa thì họ biết lo xa hơn, và tìm cách bươn chải mạnh mẽ hơn. Như người sáng lập trường giải thích, "họ thường chỉ nghĩ đến hiện tại, làm sao để sống cho qua ngày. Họ không nhìn vào tương lai lâu dài của mình."

Tuy nhiên, nhiều tuần trôi qua mà không có tin tức gì, ngoại trừ một yêu cầu họ muốn tôi gởi số tiền hỗ trợ hàng tháng sớm hơn định kỳ vì ông nội của họ đã bị bệnh nặng. Để thận trọng, tôi đã hỏi nhà trường nơi Duệ học có thể giúp cử một cựu học viên gốc địa phương tới thăm gia đình, đồng thời nói Duệ động viên em trai mình hay không. "Họ nói cậu ấy cần thêm thời gian để suy nghĩ về những gì cậu ấy muốn làm," chủ tịch giải thích. Trong suốt thời gian đó, ông và tôi giữ liên lạc với nhau qua email, và thỉnh thoảng gặp nhau tại Sydney khi có thể.

Trong khi Tú không còn liên lạc với tôi nữa, có lẽ vì điện thoại của mẹ cậu ấy bị hư và chưa sửa được, thì Duệ vẫn trả lời lại các câu hỏi của tôi một cách đều đặn. Giữa tháng Mười năm 2019, cậu ấy buồn bã thông báo rằng ông nội của cậu qua đời. Phản ứng đầu tiên của tôi là đề nghị cho cậu ấy về nhà, nhưng cậu ấy giải thích rằng tang lễ đã diễn ra rồi. Nhớ lại lời khuyên của người sáng lập, tôi chỉ dừng lại ở việc chuyển lời chia buồn đến gia đình.

Sau đó, vào đầu tháng 11, cậu ấy tiết lộ rằng em trai mình đang làm bồi bàn với mức lương khoảng 3 triệu đồng ($130 USD) một tháng, và trấn an tôi rằng em trai có vẻ bằng lòng với công việc mới này. Lòng đầy lo lắng, tôi đã viết thư cho chủ tịch:

Tôi đoán rằng do tôi đã từ chối tiếp tục trả tiền cho việc học nghề mộc của cậu ấy, mà có lẽ gia đình đã kêu cậu ấy đi tìm một công việc để đóng góp vào thu nhập? Tôi cảm thấy buồn quá vì theo tôi hiểu, cậu ấy rất thích nghề mộc, và như anh cũng biết là tôi đã rất mong cậu ấy chịu hẹn gặp anh và tôi để thảo luận về tương lai của cậu ấy. Tôi cũng đã hy vọng giúp mẹ của họ mở một cửa hàng tạp hóa (như bà ấy đã bày tỏ mong muốn) … Rõ ràng nếu cậu ấy cảm thấy hạnh phúc, thì có lẽ sau khi Duệ tốt nghiệp, chúng ta nên xem xét việc đưa Tú nối bước anh trai đi học nghề ở trường của anh. Tôi rất mong có được một lời khuyên của anh lúc này. Liệu có ai có thể nói chuyện với Duệ không? Tôi đang rất chật vật trong việc giao tiếp.

Một tuần sau, tôi nhận được thư trả lời:

Tôi nghĩ cô sẽ tự hào về câu trả lời mà Duệ đã nhờ tôi chuyển lại cho cô. Cậu ấy nói rằng có lẽ để em trai làm việc tại quán cà phê cũng tốt.... Cậu ấy đã khuyên em nhiều lần và cảm thấy rằng em trai mình không hiểu và sẽ không hiểu. Cậu ấy đề nghị cô nên để mặc cho em trai mình như vậy một thời gian - khi cậu ấy trưởng thành hơn và bớt cứng đầu, cô và gia đình cậu ấy sẽ có thể nói cậu ấy nghe. Duệ đã trưởng thành và những gì cậu ấy nói ra rất chín chắn - cô có thấy vậy không? Cậu ấy nhiều lần muốn nhắn tin để giải thích với cô nhưng cảm thấy tiếng Anh của mình không đủ để nói chuyện. Cậu ấy nói rằng khi hoàn thành khóa học, cậu ấy sẽ có thể giao tiếp tốt với cô.

Đến tháng 12 năm 2019, tôi bắt đầu nhận được yêu cầu từ Duệ và em trai của cậu ấy về việc sắp xếp cho cậu về nhà đón Tết Nguyên Đán vào tháng sau. Mặc dù ban đầu tôi đã dự trù ngân sách cho vài chuyến bay để cậu ấy có thể thăm gia đình, nhưng tôi không thể quên cam kết đã đưa ra trước đó rằng sẽ không gửi thêm tiền "dù có khó khăn đến đâu." "Chủ tịch nói rằng trường đã cung cấp mọi thứ bạn cần, và tôi nên để bạn đi xe đường dài Bắc-Nam như mọi người khác," tôi viết cho Duệ. "Nếu tôi mua vé máy bay cho cháu, sẽ không còn bao nhiêu tiền cho gia đình cháu, và tôi vẫn tin tưởng mẹ và em trai của cháu mong muốn xây dựng cuộc sống của họ trong tương lai." Tuy nhiên, sau khi nghĩ đi nghĩ lại và nhận thấy rằng Tết là một dịp đặc biệt và sẽ không có kỳ nghỉ kéo dài nào khác trong suốt khóa học, bởi sang năm thứ hai là Duệ sẽ phải vừa học vừa làm nên tôi đã quyết định. "Cảm ơn rất nhiều vì đã lo cho con," cậu ấy nói khi nhận được vé. "Con sẽ không bao giờ quên bà; bà đã giúp con rất nhiều. Con thương bà nhiều lắm!" Mai Phạm nhận xét về sự tự tin ngày càng tăng của cậu ấy khi cô có cuộc phỏng vấn tiếp theo cho chương trình phát thanh hàng tuần của đài, "Hạt Giống Yêu Thương," phát sóng trên SBS vào ngày 12 tháng 3 năm 2020: "Duệ nói rằng cậu ấy đã tìm thấy tương lai của mình," cô nói với tôi, "Cậu ấy giờ có một cuộc đời mới."

Tuy nhiên, sự bùng phát và lan rộng của virus COVID-19 đã làm đình trệ và cản trở những kế hoạch đã được chuẩn bị cẩn thận trước đó. Trong khi Duệ vẫn an toàn trong khu cách ly với những người mà cậu ấy bây giờ gọi là "trường học gia đình" ở Hà Nội, thì vào đầu tháng 4, gia đình cậu ấy đang phải vật lộn để kiếm sống, cả Tú và mẹ của cậu ấy đều đã mất việc. Tôi đối mặt với một tình thế khó xử: Liệu tôi có nên gửi khoản hỗ trợ tài chính hai tháng một lần sớm hơn, để cứu trợ ngay lúc này, dù có nguy cơ làm cạn kiệt nguồn lực mà khó lắm mới có được, trước khi Duệ có thể giúp san sẻ gánh nặng gia đình? Rõ ràng là chúng tôi cần thay đổi chiến lược, nhưng phải làm như thế nào? Tôi hối thúc hai anh em bàn luận với nhau và khuyên họ nên liên hệ với người sáng lập trường trước khi trông chờ vào sự giải cứu của tôi.

Hóa ra là ba tuần trước, bà Cẩm đã nói với Duệ rằng bà rất muốn mở một tiệm tạp hóa tại nhà và đã giục cậu ấy giúp bà liên hệ với ông chủ tịch. "Tôi đã định bay vào TP. Hồ Chí Minh để thăm bà ấy và xem qua kế hoạch kinh doanh của bà," ông ấy nói với tôi khi tôi gọi điện cho ông để xin lời khuyên, "nhưng bà ấy chưa bao giờ gọi." Sau đó thì mới biết ra là Duệ đã yêu cầu mẹ mình trì hoãn việc mở tiệm tạp hóa cho đến khi dịch bệnh bớt căng thẳng, và do vậy tôi đồng ý tiếp tục gánh vác trách nhiệm tài chính cho gia đình thông qua quỹ cộng đồng, khi cần thiết.

Cuộc gặp gỡ của họ cuối cùng đã diễn ra tại Thành phố Hồ Chí Minh vào đầu tháng Năm, vào thời điểm đó, tôi đã rút quỹ cộng đồng hàng tháng - với tốc độ này, các số tiền còn lại trong tài khoản sẽ nhanh chóng hết sạch. Phải đến khi đại dịch xảy ra, bà Cẩm mới nhận ra rằng bà phải hành động để tự giúp mình. "Tôi đã cập nhật những thông tin mới nhất của Duệ với bà ấy, cũng như chia sẻ những mong mỏi của chúng ta. Tôi cũng nói rõ là tôi không phải là người cô gởi tới để kiểm tra. Nhưng trong khi cô muốn điều tốt nhất cho bà ấy và có thể là hoàn toàn tin tưởng bà ấy thì số tiền từ quỹ cộng đồng mà cô gởi cho bà ấy hàng tháng cần phải được minh bạch," Đó là những gì chủ tịch nói với bà và thuật lại với tôi.

Thật ngạc nhiên và vui mừng là bà ấy đã mở được một cửa tiệm tạp hóa đơn sơ ngay tại nhà, và mở cửa bán suốt ngày, từ sáng đến tối. Bà đồng ý rằng muốn kiếm được một khoảng thu nhập tiền lời 200.000–300.000 đồng ($9–13 USD) một ngày, tương đương khoảng 275–400 Mỹ kim một tháng, thì sẽ cần phải bán thêm cà phê và tiếp theo là đồ ăn sáng cho dân địa phương. Để có thể mở bán thêm hàng ăn uống, bà sẽ mướn một người bà con tới phụ và trả tiền cho họ. Việc buôn bán sẽ phải được đăng ký và nộp thuế, người sáng lập trường thậm chí đề nghị bay vào cùng Duệ "để hỗ trợ tinh thần" và phụ mua những vật dụng cần thiết, ghế và bàn, và một quầy bán hàng rong. "Cậu ấy thương mẹ mình nên muốn vào để góp sức," vị chủ tịch nói. Chi phí cho việc mở cửa hàng tạp hóa này được trích từ quỹ cộng đồng.

Về phần cậu con trai nhỏ Tú thì vẫn chưa suy nghĩ nghiêm túc về tương lai của mình - ngoài việc bày tỏ mong muốn vô TP. Hồ Chí Minh để bán cà phê mà cậu hy vọng sẽ xin được việc. Khi được hỏi liệu cậu đã có ngành nghề nào trong đầu chưa, cậu chọn nghề vẽ bảng hiệu, mặc dù cậu không biết gì về chi phí đào tạo hay những thứ liên quan. Sao không làm nghề mộc, ít nhất cũng đã học qua một thời gian rồi? Sự yêu thích nghề mộc của cậu đã giảm bớt bởi những vết thương ở tay. Với việc lên Sài Gòn bán cà phê, chủ tịch thẳng thắn bày tỏ: "Không ai mướn một đứa trẻ 16 tuổi trong thành phố. Cậu sẽ bị bóc lột, còn chúng tôi thì sẽ không hỗ trợ để cậu đưa mình vào nguy hiểm."

Giữa lúc chưa biết đi đâu về đâu thì mọi người đồng ý rằng cậu có thể ở nhà để giúp mẹ mình trong việc buôn bán mà chúng tôi đoán là sẽ phát triển thành một loại cửa hàng tiện lợi kiểu Việt Nam. Bà ấy cũng mong cậu nhỏ sau này sẽ chọn nộp đơn vào trường dạy nghề giống như anh trai cậu, như chúng tôi đã khuyến khích Nguyễn Huỳnh Sơn, thiếu niên con của một gia đình thuyền nhân bị trả về, làm vào cuối năm đó.[4] "Điều quan trọng là chúng ta phải giúp cho những thanh niên này tìm được hướng đi để họ không rơi vào những tình huống nguy hiểm," trưởng phòng marketing và phát triển đối tác của trường đồng ý.

Bà Cẩm đã tỉ mỉ lên một danh sách dài các hàng hóa để bán khai trương mà chủ tịch và Duệ sẽ mua cho bà khi họ bay từ Hà Nội vào Thành phố Hồ Chí Minh vào đầu tháng 6 rồi từ đó mướn xe để chạy về thị trấn La Gi. Khi được yêu cầu nghiên cứu giá của từng mặt hàng, bà đã cẩn thận tính toán trong khoản ngân sách 1.700 Mỹ kim, số tiền mà tôi chuyển cho bà từ quỹ cộng đồng, cùng với tiền vé máy bay cho Duệ. Chủ tịch tự mua vé máy bay cho mình và bỏ tiền thuê xe như phần ông "đóng góp cho gia đình."

"Họ quá là may mắn," là nhận xét của Mai Phạm khi tôi hào hứng kể cho cô ấy nghe tin vui. "Thật vui mừng và cảm động khi nhìn thấy những điều này. Tiệm tạp hóa này là cả một gia tài đối với nhiều người ở Việt Nam. Và đó là kết quả của tình yêu thương, sự quan tâm và lòng trắc ẩn. Thiệt tình là tôi không biết dùng từ nào để diễn tả lòng biết ơn của mình khi thấy những gì chị đã làm cho họ."

"Niềm vui và nụ cười của bà khiến mọi thứ trở nên xứng đáng," chủ tịch nói về bà Cẩm. "Bà ấy cảm thấy được tiếp sức." Công việc kinh doanh dần trở nên ổn định hơn, Tú chăm chỉ giúp mẹ mình và bày tỏ lòng biết ơn vì gia đình đã có công ăn chuyện làm ổn thỏa. Tuy nhiên, hễ quỹ cộng đồng còn thì họ vẫn tiếp tục gọi điện cho tôi hai tháng một lần để xin thêm tiền. Tôi tính toán thấy số tiền này sẽ kéo dài đến tháng Hai năm 2021 thì chấm dứt. Tôi hy vọng đến lúc đó họ có thể tự xoay xở được, dù Duệ vẫn chưa tốt nghiệp. Cậu bé chắc chắn đang ngày càng tiến bộ, vị chủ tịch khen ngợi cậu vì sự độc lập của mình - "biết sử dụng đầu óc và giàu lòng trắc ẩn." Tin nhắn tiếp theo tiết lộ nhiều hơn: "Cậu nhỏ đang làm rất tốt. Bây giờ anh chàng cũng có bạn gái rồi!"

Đến cuối tháng Mười năm 2020, trường đồng ý nhận ứng viên khác của chúng tôi là Sơn, sau khi cậu lọt qua một vòng tuyển chọn nghiêm ngặt như Duệ đã làm. Lâm – chị gái của Sơn – là người nảy ra ý định để cậu cậu thi vào trường và dẫn dắt cậu nộp hồ sơ. "Gia đình chúng con rất biết ơn những gì bà đã làm cho chúng con trong những năm qua. Bà là ân nhân của gia đình chúng con," Lâm viết cho tôi. Cô bày tỏ lòng biết ơn chân tình nhưng thật ra tôi chỉ thông báo cho họ về cơ hội này, vậy thôi. "Sau khi gặp bà và nghe lời khuyên của bà, em ấy đã tìm hiểu," Lâm nói thêm. "Việc bỏ học không liên quan gì đến đam mê và ước mơ của em ấy."

Trong chuyến về thăm nhà ngắn ngủi của em trai vào dịp Tết Nguyên Đán vào tháng Hai năm 2021, Lâm vui mừng báo tin rằng cô đã được nhận vào chương trình điều dưỡng bốn năm chính quy

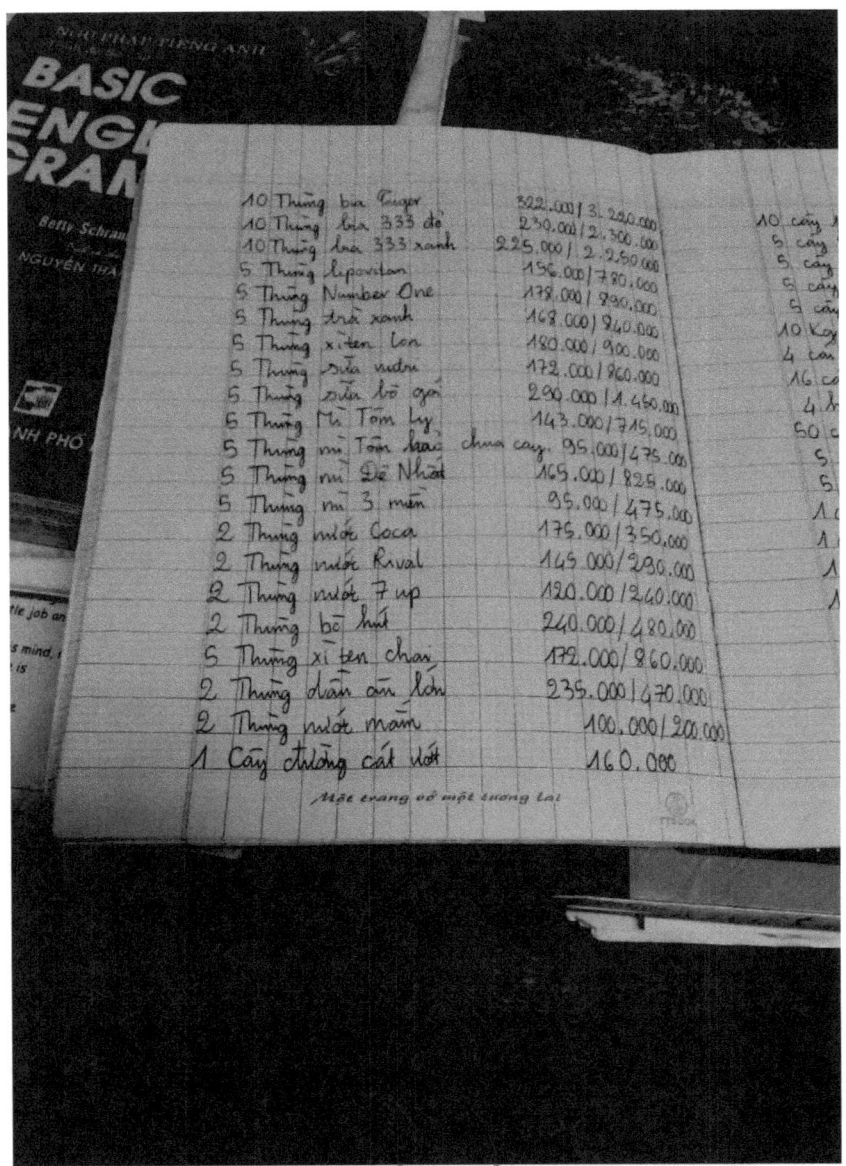

Danh sách hàng hóa của bà Cẩm chuẩn bị cho ngày khai trương tiệm tạp hóa gồm đủ mọi thứ từ thuốc lá, bia và nước ngọt cho đến tủ lạnh, cân ký và thùng đựng đồ, cũng như những bao gạo, đồ nấu ăn và các sản phẩm từ sữa, cà phê và trà xanh (Tài liệu lưu trữ của tác giả).

tại một trường đại học tư thục địa phương và sẽ bắt đầu học vào tháng sau nếu đại dịch không gây trở ngại. Lúc đầu, cô được nhận vào một khóa học ở nơi khác có học phí cao hơn, và cô đã nghĩ đến việc hoãn lại một năm đi học làm thợ móng tay từ một người bạn chịu dạy cô miễn phí, nhằm có tiền nuôi sống bản thân. Để giúp con bà Vân - mẹ cô - cũng xoay xở để học thêm nghề may hy vọng kiếm thêm ít tiền cho trang trải học phí. Nhưng vốn nhanh nhạy tháo vát, Lâm đưa ra một quyết định khả thi hơn, rẻ tiền hơn và nó cho phép cô nhập học sớm hơn. "Con sẽ làm một số công việc bán thời gian để giúp mẹ con," cô nói với tôi, "làm móng tay, hoặc bất cứ việc gì khác như thu ngân hay chạy bàn."

Đến tháng Ba năm 2021, Lâm đã bắt đầu khóa học điều dưỡng, nhưng lệnh phong tỏa COVID do biến thể Delta kéo dài trong sáu tháng làm gián đoạn việc học của cô. Cô phải chuyển sang học trực tuyến và cô vẫn lạc quan: "Mẹ con vừa mới nuôi hai con heo để có thêm thu nhập. Mọi thứ đều ổn." Về phần Sơn - em trai cô - sau một thời gian làm quen với môi trường học nghề thì cậu cũng đã thích nghi và đi vào guồng. Lâm cho biết là cậu em rất yêu quý vị chủ tịch trường dạy nghề và coi ông như một người cha thứ hai. "Dễ thương vậy," chủ tịch hồi đáp, "Tôi đang cố gắng giúp cậu xây dựng sự tự tin." Cố gắng của cậu đã được đền đáp khi chẳng bao lâu Sơn giành được giải nhì trong một cuộc thi ở trường học nghề.

Sơn tại Sân bay Tân Sơn Nhất TP. Hồ Chí Minh, ngày 1 tháng 11, 2020 (nguồn Nguyễn Huỳnh Lâm).

Tháng sau đó, tôi nhận được tin nhắn từ Duệ: "Con và lớp của con đã xong bài thi cuối cùng. Con vô cùng biết ơn bà và những người đã giúp đỡ con. Con hy vọng sẽ được gặp bà trong nay mai." Tôi đã hy vọng là mình có thể bay đến Hà Nội để dự lễ tốt nghiệp của cậu ấy, nhưng đành xếp lại vì đại dịch, do không có chuyến bay nào đến Hà Nội trong nhiều tháng liền. Một điểm son cho trường là vào thời điểm đó, trường đã rất nhanh nhạy tháo vát, sắp xếp cho những học viên mới tốt nghiệp có được ba tháng thực tập, để họ luyện tay nghề trước khi thị trường việc làm tại Việt Nam có thể hồi phục và mở cửa trở lại. Nhờ vậy, dù COVID vẫn hoành hành và cản trở các kế hoạch, Duệ vẫn tiếp tục thực tập tại một khu nghỉ dưỡng ở biển nơi cậu được đưa đến làm việc lúc đầu, và cậu cũng tranh thủ thời gian này để nghỉ ngơi và thư giãn. Với việc lễ tốt nghiệp bị hoãn lại đến tháng Sáu năm 2022, cậu quyết định nhận việc ở đó khi tình hình ổn định.

"Cậu ấy là một chàng trai đặc biệt, và cô nên hãnh diện về cậu," Chủ tịch viết. "Cậu ấy đã trở thành một người đàn ông trưởng thành, tốt bụng và tác phong chuyên nghiệp như tôi vẫn tin ở cậu ấy. Khi lớp của cậu ấy xong kỳ thi cuối cùng và nói lời tạm biệt vài ngày sau đó, họ đã ôm nhau và khóc suốt đêm. Đây là dấu hiệu cho thấy họ đã trưởng thành như thế nào và họ đã trở thành một gia đình gắn bó như thế nào. Cho đến lúc này, Duệ có gia đình và có thêm bạn bè để đồng hành cùng cậu ấy. Cảm ơn cô đã giúp làm thay đổi cuộc đời của cậu ấy và gia đình. Tôi nghe nói cửa hàng đang hoạt động tốt và sắp tới họ sẽ mở bán thêm đồ ăn sáng."

272

Sơn ở Hà Nội (nguồn Nguyễn Huỳnh Lâm).

Vào cuối năm 2021, Duệ và các bạn học cũ đã trở lại Hà Nội để chuẩn bị cho bài kiểm tra tiếng Anh, nếu đậu với điểm số cao họ có cơ hội giành được học bổng một năm học nghề tại Úc. "Cậu ấy đã tiến bộ vượt bậc trong kỳ thi này," chủ tịch viết. Mặt khác, Sơn đã rời khỏi chương trình học và đang làm việc và sống tại Hà Nội với một người bạn, trường dạy nghề đã giúp họ tìm được việc làm để họ có thể hỗ trợ gia đình. "Chúng tôi sẽ cập nhật cho cô về tiến trình của cậu ấy ... cũng như sẽ tiếp tục hỗ trợ và cố vấn cho cậu." Tuy nhiên, đại dịch đã buộc Sơn phải trở về nhà, và cậu muốn tìm việc tại Thành phố Hồ Chí Minh. Chị gái cậu, đang là sinh viên năm thứ hai ngành điều dưỡng, đã chuyển đến ở trong ký túc xá của trường và chỉ về thăm gia đình vào mỗi thứ Bảy. Cô sau đó đã giành được học bổng 4 năm trị giá 40% để học ngành điều dưỡng tại Hoa Kỳ.

Vào tháng 5 năm 2022, tôi bất ngờ nhận được tin nhắn từ Duệ: "Con sẽ tốt nghiệp vào ngày 21 tháng Sáu. Vì vậy, con sẽ rất mừng nếu bà có thể dành thời gian đến đây." Thế là ước mơ bấy lâu nay của tôi là được đích thân ăn mừng thành tích của chàng trai trẻ ấy nay đã có thể thực hiện được. Tuy nhiên, mẹ cậu không đi được vì bà quá lo lắng khi rời cửa hàng và tự mình bay ra Hà Nội để dự lễ tốt nghiệp, do vậy tôi đã sắp xếp cho Tú đi thay bà - chuyến đi đầu tiên của cậu nhỏ đến thủ đô - như vậy ít nhất cũng có một thành viên trong gia đình có mặt tại lễ tốt nghiệp. Duệ sau đó đã gửi một bản ghi hình cho ba mẹ xem. Gặp nhau tại buổi lễ, và sáng hôm sau chúng tôi đã có dịp tham quan cơ sở vật chất của trường trước khi tôi bay đến Thành phố Hồ Chí Minh, để thăm cơ sở kinh doanh của bà Cầm. Đến nơi thì tôi mới biết tiệm tạp hóa thật ra là được mở ngay gian trước của căn nhà thô sơ của bà ở ngoại ô một thị trấn đánh cá.

Khi chúng tôi ngồi cùng nhau bên bộ bàn ghế nhựa trẻ em rẻ tiền nhiều màu sắc, bà kể với tôi qua một người phiên dịch, "Khi tôi ở đây, tôi không nhớ về những ngày khó khăn, và tôi thấy bình yên." Bà cho biết Tú đã quay lại nghề mộc, công việc giúp cậu phụ bà trả tiền thuê nhà, tiền điện, nước, và cậu cũng giúp bà đi mua đồ về bán tại tiệm. Ngoài ra cậu còn giúp đỡ cha cậu mỗi khi ông đi đánh bắt loanh quanh ở trên biển gần nhà vào những ngày đẹp trời. Tú thậm chí còn trả góp để mua một chiếc xe máy màu đỏ tươi, được dựng trang trọng ngay giữa nhà, bên cạnh những kệ hàng khiêm tốn, bên dưới bàn thờ tổ tiên và các bức tranh Chúa Jesus và Đức Mẹ Maria.

Gần hai năm sau, vào tháng 5 năm 2024, tôi bất ngờ nhận được tin nhắn từ Duệ nói với tôi rằng Tú đã được nhận vào cùng chương trình học nghề hai năm như cậu trước đây và Tú sẽ bay ra Hà Nội.

Thời gian sẽ trả lời liệu những người trẻ tuổi này có nhận ra tiềm năng thực sự của mình hay không, và như người sáng lập trường dạy nghề này đã dạy chúng ta, khi bạn trao cho ai đó tình yêu và sự tin tưởng, bạn mở ra cho họ một cánh cửa tương lai.

Chương 7
Chờ Định Cư Canada

Thời điểm 2019, các gia đình ở Indonesia vẫn trông ngóng chờ xem liệu họ có được chấp nhận cho định cư tại Canada hay không. Không có thêm hồ sơ bảo lãnh tư nhân nào khác được phê duyệt, ngoại trừ gia đình bảy người của bà Lụa (tính luôn hai người được ghép hộ là em gái Trần Thị Lệ và cháu gái Trần Thị Thanh Ngọc). Ngay cả gia đình này cũng chưa nhận được bất kỳ thông báo nào kể từ khi Văn phòng Di trú, Tị nạn và Quốc tịch Canada (IRCC) tại Cao ủy Canada ở Singapore nhận hồ sơ của họ vào ngày 15 tháng 4 năm 2019.

Thời gian trôi qua mà không có tin tức, chúng tôi mòn mỏi chờ đợi trong lo lắng, không biết khi nào các cuộc phỏng vấn tị nạn của họ sẽ được lên lịch. Vào ngày 30 tháng Năm, tôi đã bày tỏ sự sốt ruột của chúng tôi với Đỗ Kỳ Anh và Lê Lương, và cũng để nói cho hai người họ biết về nỗi bất an ngày càng tăng của bà Loan: "Gia đình tôi đang chờ giấy tờ, tôi rất lo lắng...." Dù VOICE Canada tỏ ra lạc quan rằng chúng tôi sẽ sớm nhận được tin tức. Về phần mình, tôi rất muốn có một sự liên hệ với Trung tâm Điều hành Định cư ở Ottawa (ROC-O) để cập nhật tình trạng hồ sơ, bởi vì cũng đã hơn chín tháng kể từ khi chúng tôi nhận được thư Xác nhận nhận Hồ sơ (Acknowledgement of Receipt (AOR)).

Đầu tháng Bảy thì Kỳ Anh cũng bắt đầu tỏ ra lo lắng: "Nhiều Nhóm Năm người (G5) đã bị từ chối vì những lý do rất nhỏ và chung chung," anh ấy viết. "Chúng ta chỉ có thể chờ đợi thêm chút nữa." Anh ấy đính kèm một bài báo về kết quả một cuộc khảo sát trực tuyến, với tiêu đề "Phần lớn người Canada phản đối việc chấp nhận thêm người tị nạn."[1]

Việc Canada nhận người tị nạn đã đạt đỉnh từ cuối năm 2015 đến đầu năm 2016, với hơn 25.000 người tị nạn Syria được tái định cư trong vòng khoảng bốn tháng dưới thời Thủ tướng Pierre Trudeau.[2] Thêm vào đó, khi Hoa Kỳ trở nên khắt khe hơn đối với người tị nạn dưới thời Tổng thống Donald Trump, Canada bắt đầu từ chối nhiều đơn xin tị nạn của những người vượt biên trái phép qua các cửa khẩu không chính thức.

Thực tế, trong thời gian chuẩn bị cho cuộc bầu cử liên bang tháng Mười năm 2019, chính phủ của Đảng Tự do đã có những sửa đổi đối với *Đạo luật Bảo vệ Người Di trú và Tị nạn* (IRPA), đáng chú ý là việc coi những người xin tị nạn đường bộ, đã nộp đơn tại một "quốc gia thứ ba an toàn" ("safe third country" (STC)), là không đủ điều kiện. Rõ ràng, sự ủng hộ của Canada đối với nhập cư ít nhiều cũng phụ thuộc vào "nhận thức rằng nhà nước vẫn kiểm soát được biên giới."[3]

Văn phòng Di trú (IRCC) cam đoan rằng những người "vượt biên bất thường" từ năm 2017 "vẫn trong danh sách chờ theo thứ tự và không chiếm chỗ của những tị nạn nước ngoài đang chờ tái định cư ở Canada." Ngân sách đã được tăng thêm để đối phó với áp lực này, nhưng Kỳ Anh cho biết là "IRCC vẫn phải điều chuyển nhân viên và tài nguyên để thanh lọc hồ sơ của những người vượt biên."[4]

Dù vậy, Canada vẫn giữ được danh tiếng của mình là một quốc gia sẵn lòng chào đón và chia sẻ "gánh nặng quốc tế", khi mở cửa đón nhận hơn một nửa trong số 62.000 người tị nạn Syria tái định cư, trong thời gian từ 2015 đến 2020, nhờ chương trình bảo trợ tư nhân.[5] Hơn nữa, từ năm 2017, Sáng kiến Bảo trợ Người tị nạn Toàn cầu (the Global Refugee Sponsorship Initiative (GRSI)), do chính phủ Canada và UNHCR đề xuất, nhằm thúc đẩy tái định cư dựa vào bảo trợ của cộng đồng tại các quốc gia khác, là lấy cảm hứng từ mô hình bảo trợ tư nhân của Canada.[6] Năm 2019, Canada chấp nhận khoảng 30.000 người trong tổng số 107.800 người tị nạn từ 26 quốc gia – "số lượng người tị nạn cao nhất trên toàn thế giới, hai năm liên tiếp."[7] VOICE Canada đã thành công với 50 người tị nạn Việt Nam từ Thái Lan trước đó, dịp này cũng đã bảo trợ một gia đình Syria và đang chờ họ đến.[8]

Thấy bà Loan lo lắng quá, tôi gợi ý bà gởi thư thẳng tới Trung tâm Điều hành Định cư Ottawa để hỏi tình hình hồ sơ. Bà nhận được câu trả lời liền sau đó, thông báo về điều mà chúng tôi đã biết: Hồ sơ bảo trợ của bà đã được tiếp nhận và đang trong quá trình xử lý. Hai người em chồng của Lụa là Nguyễn Thị Kim Nhung và Nguyễn Tài cũng định viết thư hỏi, nhưng tôi cản vì thấy không cần. Họ lo âu thấy rõ. Cả hai người đều phải nộp đơn riêng biệt mà chưa có đơn nào được chấp nhận.

Ngày 10 tháng Bảy năm 2019, nỗi lo sợ của chúng tôi đã trở thành hiện thực; cả hai đơn đều bị từ chối. Trung tâm Điều hành Định cư Ottawa (ROC-O) nói kế hoạch tái định cư của người bảo trợ thiếu thông tin. "Nhìn chung, tôi không hài lòng với các câu trả lời ... cho thấy nhóm bảo trợ chưa có sự chuẩn bị đầy đủ," viên chức viết - mặc dù, như Kỳ Anh nhấn mạnh, "hồ sơ của họ đã được chuẩn bị rất giống với của Lụa, Lệ và Ngọc. Gần đây Văn phòng Di trú, Tị nạn và Quốc tịch Canada IRCC đã từ chối nhiều đơn như vậy."[9]

Gia đình Lụa buồn bã. Họ là một gia đình gắn bó, đã cùng sống và đùm bọc lẫn nhau tại Việt Nam, cùng chạy trốn trong thứ nhất bị Úc trả về, và lần này bị kẹt ở Indonesia. Khi được hỏi về những phẩm chất cá nhân giúp họ có thể hòa nhập vào cuộc sống định cư tại Canada, cả hai chị em họ đều nhấn mạnh lòng tận tụy và trách nhiệm trong việc chăm sóc cho người thân. Liệu giờ đây, cơ quan di trú Canada có chia cắt họ?

Vẫn còn một cơ hội: "Nếu tình hình có thay đổi đáng kể hoặc có thông tin mới bù đắp cho những thiếu sót hiện tại," ROC-O kết luận, "bạn có thể nộp một đơn đầy đủ mới." Tôi tìm cách an ủi bà Lụa, nói rằng nếu gia đình bà được đi định cư trước, họ có thể chuẩn bị cho hai người em chồng sau này qua khi có thể, lúc đó

279

cuộc sống cũng dễ dàng hơn. "Đây rõ ràng là một thất bại của chúng tôi," Kỳ Anh thừa nhận. "Nhưng xin đừng nản lòng. Chúng tôi cam đoan sẽ làm lại hồ sơ cho Tài và Nhung. Chúng tôi sẽ tìm nhà bảo trợ mới và nộp lại đơn với nhiều chi tiết hơn, và mô tả rõ ràng hơn về kế hoạch tái định cư của chúng tôi. Hãy kiên nhẫn."

Theo "dự báo về thời gian xử lý" của IRCC, các hồ sơ nhập cư từ Indonesia nộp sau ngày 31 tháng Bảy năm 2018 cần trung bình 31 tháng từ "ngày chúng tôi nhận được hồ sơ hoàn chỉnh của bạn" cho đến khi "chúng tôi đưa ra quyết định." Chưa hết, họ còn kèm theo một lưu ý: "Sau khi thị thực của bạn được chấp thuận, bạn có thể cần thêm thời gian để chuẩn bị giấy tờ xuất cảnh."[10] Điều này có nghĩa là ngay cả gia đình bà Lụa, ít nhất cũng phải đến giữa năm 2021 thì mới hy vọng đặt chân đến Canada - mặc dù chính phủ Canada liên tục hứa sẽ xử lý các đơn xin thường trú này hiệu quả hơn.[11] Nhìn lại, tôi mới thấy mình ngây thơ đến mức nào khi nghĩ rằng họ có thể đi sớm đến nơi.

Dù thế nào thì chúng tôi cũng đã cam kết đồng hành với họ và chia sẻ với nhau tất cả những mối bận tâm lớn nhỏ, lâu dài hay bất chợt. Bà Loan thông báo rằng một trong những người bảo trợ của gia đình bà đã chuyển nhà. Tôi nhắn tin cho Kỳ Anh, và anh lập tức gọi cho bà: "Chúng ta chỉ cần cập nhật thông tin," anh trấn an, "và nhân đây sẽ nói rõ hơn về kế hoạch tái định cư để hy vọng tăng cơ hội được chấp nhận." Trường hợp bảo trợ của gia đình bà Loan có chút trục trặc, như anh giải thích sau đó, vì người bảo trợ lúc đầu của họ đổi ý, hay nói một cách văn hoa là 'rút lui do hoàn cảnh cá nhân thay đổi'. Với vai trò giám sát, VOICE Canada lập tức chuyển hồ sơ của họ sang cho các nhà bảo trợ mới, có đủ thời gian và khả năng tài chính để cam kết.[12] "Ôi Lạy Chúa," bà Loan kêu lên khi nghe tin hồ sơ đã được nộp lại. "Nghe xong mà mừng quá.... Tôi vui quá."

Ngược lại, hai chị em Nhung và Tài phải làm lại từ đầu. Trong khi tôi giúp họ điền lại các biểu mẫu, thì VOICE Canada tập trung thu thập thông tin của nhà bảo trợ, cố gắng hoàn thành hồ sơ nhanh nhất có thể, để không làm chậm trễ thêm. Cuối cùng, cả hai được bảo trợ đặc biệt theo diện SAH (Sponsorship Agreement Holder), hồ sơ của họ được nộp lại vào giữa tháng 11 năm 2019 sau khi vượt qua các cuộc kiểm tra nhân thân bắt buộc. "VOICE chỉ có từ sáu đến mười suất hàng năm," Kỳ Anh giải thích, "và chúng tôi thường dành các suất SAH cho những người không có tư cách tị nạn của UNHCR."

Theo quy định, mỗi SAH và G5 phải cam kết cung cấp cho họ sự "chăm sóc, chỗ ở, hỗ trợ tái định cư và sinh hoạt" trong vòng một năm kể từ ngày họ đến Canada, hoặc cho đến khi "người tị nạn có thể tự lập," nếu họ có khả năng tự lập sớm hơn một năm.[13] Theo hướng dẫn tài chánh chính thức, ước tính chi phí tối thiểu vào năm 2019 giúp tái định cư dao động từ 12.700 Mỹ kim cho một người lớn, đến 27.300 đô cho một gia đình sáu người, còn hễ thêm một người thì cộng thêm 2.100 đô.[14]

Kế hoạch mà VOICE Canada tái định cư cho hai chị em Nhung và Tài bao gồm việc "sống tại nhà một trong những người bảo trợ, nơi có sẵn phòng trống, có internet Wifi, truyền hình cáp và điện thoại, cho đến khi chúng tôi có thể tìm được căn hộ phù hợp." Họ có trách nhiệm cung cấp các vật dụng thiết yếu cho gia đình như đồ gia dụng, thực phẩm, và dụng cụ học tập, cho đến tiền chi tiêu hàng tháng, dự kiến ít nhất bằng mức trợ cấp an sinh xã hội,[15] để trang trải chi phí sinh hoạt hàng ngày cho người tị nạn. Ngoài ra, họ còn giúp các công việc khác như dịch thuật, điền đơn, đăng ký học tiếng Anh và ghi danh vào trường học, tìm việc hoặc học nghề, tư vấn tâm lý, hướng dẫn văn hóa cộng đồng, và kết nối người tị nạn với các dịch vụ tái định cư khác (Service Provider Organizations (SPOs)).[16]

Chi phí được giảm thiểu nhờ sự hỗ trợ của phủ. Đây là một lý do chính mà ít được nhắc đến, và cũng lý giải vì sao chương trình tư nhân tái định cư người tị nạn có thể diễn ra ở Canada: "Chính quyền các cấp bảo trợ chi phí giáo dục, y tế và các dịch vụ xã hội ngang bằng với dành cho công dân sở tại."[17] Tuy vậy, vẫn có một số chỉ trích cho rằng chương trình đã đẩy "chi phí và công sức của việc tái định cư cho cư dân làm theo dạng cá nhân."[18]

Các Nhóm Năm người (G5s) không nghĩ vậy mà họ thấy những gì họ làm là theo đúng "tinh thần và giá trị của Canada," xây dựng "tình thân lâu bền" và kết nối người tị nạn với các tổ chức tôn giáo theo tín ngưỡng của họ, để có thêm sự hỗ trợ tinh thần khi cần. Nói ngắn gọn, như Chương trình Đào tạo Bảo trợ Người Tị nạn (RSTP) do chính phủ tài trợ, nơi hướng dẫn VOICE Canada và các tổ chức SAH khác, giải thích rằng: "Nhóm bảo trợ cần giúp người tị nạn tự lập bằng chính nỗ lực của họ, giúp họ tham gia tốt nhất vào các hoạt động, nhằm tạo điều kiện để họ dễ dàng hòa nhập và trụ vững" trên quê hương mới.[19]

Kế hoạch bảo trợ và tái định cư cho gia đình bà Loan, bao gồm việc thuê một căn hộ ba phòng ngủ với đồ đạc được cung cấp từ các khoản quyên góp; "tới nơi là có việc làm ngay;" các lớp học ngôn ngữ và trường học công lập kề bên có thể đi bộ tới; và "các buổi kiểm tra sức khỏe, mắt và răng miễn phí ban đầu ... do một nhóm bác sĩ tình nguyện thực hiện." Trong trường hợp khó khăn không tìm được căn hộ phù hợp, gia đình có thể ở tại nhà một trong những người bảo trợ trong thời gian lên đến một năm.

Cho đến lúc đó, thông tin về việc gia đình bà Loan có thể định cư ở Canada dường như vẫn im ắng trong sinh hoạt cộng đồng tại Canada, ngoại trừ tờ *Thời Báo*, một tờ báo Canada gốc Việt, dành cho tôi một cuộc phỏng vấn vào tháng Hai năm 2019.[20] Kỳ Anh định là "sẽ tổ chức một vài sự kiện gây quỹ cho các gia đình tị nạn ở Indonesia vào cuối năm 2019 và đầu năm 2020." Với khoản quyên góp mà cộng đồng người Việt Tự do Queensland trao tặng, thì VOICE Canada vẫn cần gây quỹ hơn 85.000 Mỹ kim, nhưng họ không lấy đó làm hoảng: "Tiền không phải là chuyện gì to tát. Điều quan trọng là liệu mọi người có sẵn sàng trở thành nhà bảo trợ tư nhân hay không." Tuy nhiên, khi năm 2019 trôi qua mà không có mấy tin tức về việc định cư, việc gây quỹ đã được hoãn lại: "Chúng tôi không muốn quyên tiền cho đến khi có xác nhận rằng họ được chấp nhận định cư ở Canada," Kỳ Anh nói với tôi vào tháng 11 năm

2019. "Chúng tôi có thể tổ chức gây quỹ vài tháng trước khi họ đến."

Trong khi đó, ở Indonesia, ông Yên vẫn nỗ lực tìm cha và chứng minh mình là con lai Mỹ. Lần này có thêm Home for Amerasians,[21] nhập cuộc. Họ gửi ông một bộ xét nghiệm ADN, ông nhận được vào đầu tháng Tám năm 2019 và khẩn khoản: "Xin bà hãy cầu nguyện để tôi tìm được cha của mình." Trong vòng vài ngày, ông đã gửi mẫu ADN lại cho nhóm Home for Amerasians qua đường bưu điện. Home for Amerasians là một tổ chức phi lợi nhuận, tính đến thời điểm đó đã giúp 250 con lai Mỹ ở Việt Nam, và họ đã trả tiền xét nghiệm DNA cho ông Yên tới AncestryDNA.[22] "Chúng tôi sẽ sử dụng nó để tìm gia đình bên nội của anh ấy," tình nguyện viên Kieu Gould hứa với tôi. Đến tháng 11, một số thành viên thế hệ đầu tiên và thứ hai bên phía cha của ông Yên ở Mỹ đã được tìm thấy, nhưng ông vẫn chưa có thông tin gì về cha mình. Liệu ông có đủ điều kiện để tái định cư tại Hoa Kỳ không và điều đó sẽ ảnh hưởng đến đơn xin định cư tại Canada của ông như thế nào?

Chương trình Tái Định cư Người Tị nạn và Nhân đạo Canada (RHRP) cho phép các gia đình từng bước chạm tới ước mơ của mình. Trước tiên, họ sẽ được cấp quyền thường trú khi đặt chân đến Canada.Sau ba năm, nếu họ đáp ứng đủ các yêu cầu khác như khai thuế thu nhập và đạt các kỹ năng ngôn ngữ, thì họ đủ điều kiện để trở thành công dân ở đất nước này. Thật vậy, những người tị nạn - chiếm khoảng 15% số thường trú nhân được chấp nhận mỗi năm - có nhiều khả năng trở thành công dân hơn bất kỳ loại hình nhập cư nào khác ở Canada, mặc dù trên thực tế có thể phải mất đến năm năm để hoàn tất quá trình này.[23]

Chúng tôi không mong gì hơn là mỗi người trong số họ hội đủ điều kiện để được chấp nhận tái định cư theo diện "Convention Refugees Abroad,"[24] tức là Công ước Liên Hiệp Quốc về người tị nạn bên ngoài quốc gia gốc của họ, với các tiêu chí mà cả nhóm có vẻ như đáp ứng tất cả: Họ ở bên ngoài cả Canada và Việt Nam, họ không thể trở về quê hương do "có cơ sở để lo sợ bị đàn áp," và họ "không có triển vọng khả thi trong một khoảng thời gian hợp lý" về một "lựa chọn bảo vệ ổn định" khác. Ngoài ra, xét đến "khả năng tháo vát" thì "sự hiện diện của người bảo trợ," "tiềm năng việc làm", "khả năng học cách giao tiếp bằng một trong những ngôn ngữ chính thức," họ chắc chắn sẽ "có thể ổn định cuộc sống tại Canada" trong vòng ba đến năm năm. Hơn nữa, Người Tị nạn diện Công ước (Convention Refugees) được Canada tiếp nhận hơn nhiều hơn so với những người nộp đơn xin tị nạn nhân đạo khác.[25]

"Người tị nạn diện Công ước ở Nước ngoài" được mô tả là "Đạo luật tôn trọng … cấp quyền bảo vệ tị nạn cho những người bị di dời, bị ngược đãi hoặc gặp nguy hiểm," cách diễn đạt của IRPA cũng mang lại cho chúng tôi hy vọng to lớn với các mục tiêu được liệt kê cho người tị nạn bao gồm

3(2)(a) để công nhận rằng chương trình tị nạn trước hết là về việc cứu sống và bảo vệ những người phải di dời và bị ngược đãi;

(b) để thực hiện các nghĩa vụ pháp lý quốc tế của Canada đối với người tị nạn và khẳng định cam kết của Canada đối với các nỗ lực quốc tế nhằm cung cấp hỗ trợ cho những người cần tái định cư.

Bà Lụa, ông Long, ba người con của họ, cũng như em gái của bà Lụa là Trần Thị Lệ và cháu gái Trần Thị Thanh Ngọc, là những thành viên đầu tiên trong nhóm bước vào "Giai đoạn 2" của việc xét duyệt, để biết họ có "hội đủ điều kiện" hay không. Một nhân viên di trú Canada tại Singapore sẽ xem xét đơn của họ, để xác định xem họ có đáp ứng với định nghĩa về Người Tị nạn diện Công ước hay không. Nhưng trước tiên, từng người trong số bốn người lớn phải qua một cuộc phỏng vấn với một nhân viên di trú tại Đại Sứ quán Canada ở Jakarta. Đây là lúc mà cả nhóm quốc tế hết sức nỗ lực trong việc chuẩn bị cho họ. "Giấy mời của tôi vừa tới," Lụa nói với tôi một cách hào hứng khi nhận được "thư triệu tập phỏng vấn." "Tôi sẽ đi phỏng vấn ở Jakarta. Tôi mừng quá. Mừng phát khóc. Cảm ơn bà rất nhiều."

Cuộc phỏng vấn sẽ được tiến hành bằng tiếng Anh hoặc tiếng Pháp, và "các gia đình có trách nhiệm phải đem theo một phiên dịch viên có kinh nghiệm.... Tốt nhất là thuê một phiên dịch viên có giấy phép hành nghề và làm việc cho một công ty dịch thuật hoặc trường ngôn ngữ. Nếu không, bạn có thể chọn một phiên dịch viên là thành viên trong cộng đồng của bạn...."[26] Lụa nghĩ ngay đến việc chọn Grace, nhưng Grace thì không chắc chắn lắm về thời gian

286

rảnh của mình, trong khi các cuộc phỏng vấn "không thể đổi lịch trừ khi những tình tiết bất khả kháng," người nộp đơn phải cung cấp "lời giải thích chi tiết" liên quan đến "lý do bắt buộc." Không tham dự có thể dẫn đến việc đơn xin bị từ chối. Không thể nhờ người thân hay bạn bè thân thiết làm phiên dịch giùm vì quy định không cho phép, chúng tôi tìm đến những địa chỉ được giới thiệu. Tuy nhiên, không có phiên dịch viên nói tiếng Việt nào có mặt tại Jakarta vào ngày hôm đó, thậm chí một người bạn của Sunshine, người trước đây đã giúp đỡ các thành viên của nhóm trong các lần khám bệnh, cũng không rảnh vào ngày hôm đó. May mắn thay, cuối cùng, chính Grace đã thu xếp để có thể bay từ Bangkok đến hỗ trợ bà Lụa và gia đình bà tại Đại Sứ quán Canada ở Jakarta.

Thư mời phỏng vấn có kèm theo một danh sách dài các tài liệu mà họ cần mang theo khi phỏng vấn, và mỗi người chuẩn bị năm bức ảnh cầm theo. Grace giải thích các yêu cầu để họ hiểu những gì cần chuẩn bị. Tôi cũng phải cập nhật mẫu lý lịch nhập cư Canada cho họ, nhưng trước tiên cần phải viết email trả lời bằng tiếng Anh để bà Lụa gửi đi, xác nhận rằng tất cả bọn họ sẽ tham dự buổi phỏng vấn vào ngày đã định. Họ gặp trục trặc trong việc tải hồ sơ giấy tờ Canada từ mạng trực tuyến, do đó Kỳ Anh phải chuyển chúng sang các văn bản PDF để họ in ra và ký.

Để dịch tất cả số giấy tờ cần thiết liên quan đến vụ kiện và đơn kháng cáo tại Việt Nam thì tốn khoảng 5.600.000 Rupiah (gần $400 USD), như bà Lụa báo giá, và một số nhà hảo tâm tại Úc đã hào phóng đồng ý chi trả. Chúng tôi cho dịch tất cả các giấy tờ này

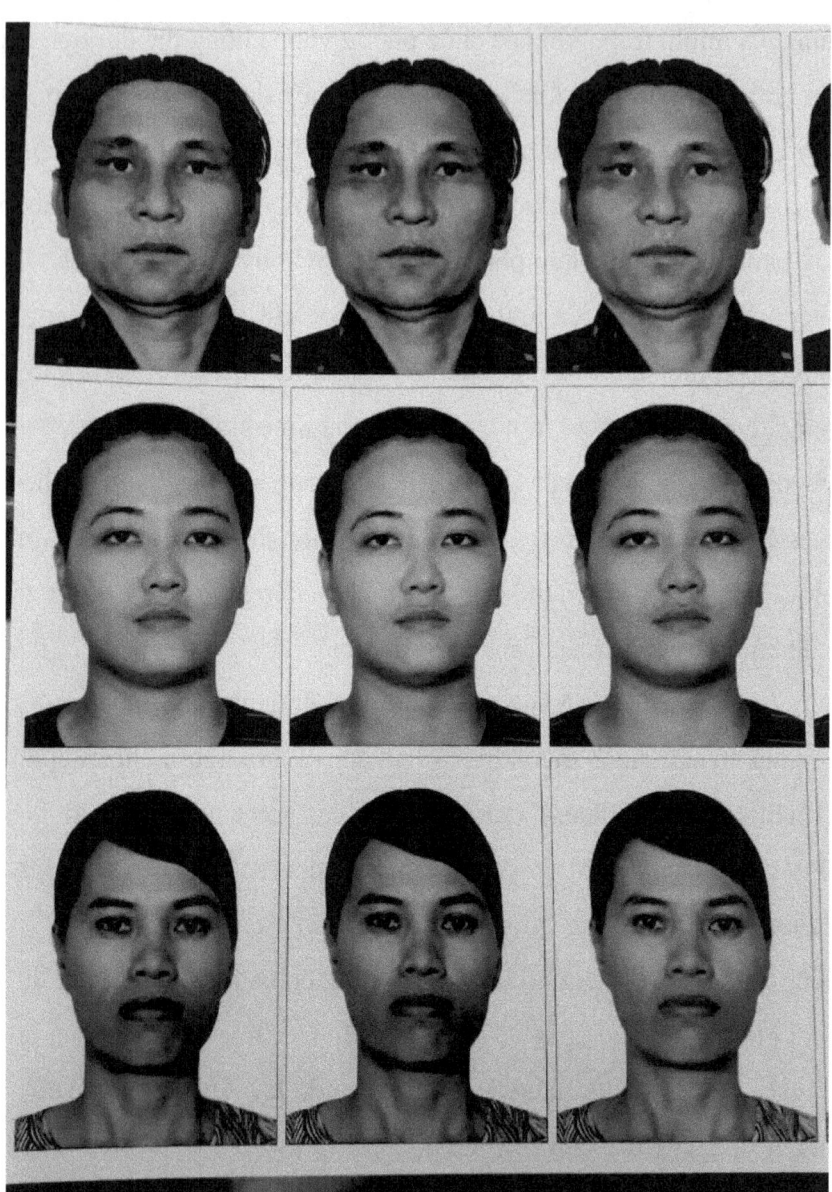

Lụa (hàng dưới), em gái Lụa Trần Thị Lệ (hàng giữa), và Long chồng Lụa (trên cùng) chuẩn bị hồ sơ cho buổi phỏng vấn tị nạn tại Đại sứ quán Canada, Jakarta, tháng 11 năm 2019 (Hình: Trần Thị Lụa).

vì muốn làm hết sức để cho gia đình bà Lụa cơ hội tốt nhất được chấp nhận tái định cư, mặc dù theo hướng dẫn của IRCC, "người nộp đơn hiếm khi xuất trình bằng chứng tài liệu để hỗ trợ cho khiếu nại về việc bị ngược đã."[27]

Khoảng mười ngày trước buổi phỏng vấn, IOM đã triệu tập gia đình bà Lụa đến bệnh viện để kiểm tra sức khỏe và tiêm vắc-xin, do cơ quan di trú Canada chi trả. Kiểm tra y tế là một phần của Giai đoạn 3 của việc "đánh giá khả năng chấp nhận," cùng với kiểm tra an ninh và tội phạm, mặc dù việc sàng lọc thường chỉ diễn ra sau khi người nộp đơn được xác định là đủ điều kiện.[28] Sáu tháng sau các xét nghiệm y tế thì họ sẽ được kiểm tra sức khỏe lại trước khi quá trình tái định cư của họ được hoàn tất.

Khi chỉ còn 36 giờ nữa là tới giờ hẹn phỏng vấn thì chúng tôi phát hiện ra rằng bản viết tay chi tiết của bà Lụa gần hai năm trước về những khổ nạn mà bà đã trải qua, từ những đối xử của chính quyền Việt Nam, Úc và Indonesia, đã bị bỏ sót. Thế là Đoàn Việt Trung được vời đến cấp tốc dịch cho xong để bổ sung vào. Cuối cùng, gia đình bà cũng đã đến được Đại sứ quán Canada, nhưng khi vừa đến nơi chưa nhìn thấy Grace ở đâu, thế là họ hoảng loạn gọi cho tôi thêm nhiều cuộc nữa rồi thì mọi chuyện cũng yên. Thời gian chậm chạp trôi qua, chúng tôi chờ đợi trong hồi hộp. Rồi cái gì tới cũng tới: tin nhắn của Grace cho biết kết quả không thể nào phũ phàng hơn: họ không qua được lần phỏng vấn này. Viên chức Canada quyết định xem lại hồ sơ của họ. Những người lớn được phỏng vấn riêng từng người đã trả lời một số câu hỏi một cách "mơ hồ, không rõ ràng và không nhất quán" do căng thẳng, Grace kể. Trong khi đó bà Lụa khẩn khoản xin tôi cầu nguyện để họ được chấp thuận, còn tôi thì vẫn hy vọng rằng những tài liệu đã nộp kèm trong hồ sơ sẽ giúp làm sáng tỏ vấn đề. "Tôi biết trường hợp của chị Lụa là thật," Đoàn Việt Trung viết cho tôi. "Thật không công bằng nếu chị ấy phải gặp thêm khó khăn so với những người khác."

Bên ngoài Đại Sứ quán Canada, Jakarta, trước khi vào phỏng vấn tị nạn, ngày 15 tháng 11 năm 2019, từ trái Đăng, ông Long, bà Lụa và Kôi, Trần Thị Lệ em gái Lụa, cháu gái Trần Thị Thanh Ngọc, và Uyên con gái Lụa (Hình: Trần Thị Lụa).

Thật vậy, công bằng và vô tư là yếu tố then chốt trong quá trình ra quyết định. Hướng dẫn của IRCC cũng nhấn mạnh rằng các viên chức phải giải thích lý do vì sao họ ưu tiên một yếu tố này hơn yếu tố khác, tập trung vào những điểm "liên quan trực tiếp" hoặc "có ý nghĩa đặc biệt." Hơn nữa, trong khi "một quyết định từ chối không thể chỉ dựa trên tính chất đáng tin cậy," thì một "người xin Tị nạn diện Công ước phải cung cấp các bằng chứng cho thấy họ bị bức hại hoặc bị đe dọa bức hại, và họ có thể sẽ đối mặt với bức hại trong tương lai." Các ví dụ về "bức hại" được cung cấp cho các viên chức bao gồm "vi phạm nghiêm trọng quyền cơ bản của con người, chẳng hạn như quyền được xét xử một cách công bằng và vô tư, thay vào đó là hình phạt quá nặng nề."[29]

Chỉ chưa đầy một tuần sau buổi phỏng vấn, truyền hình Việt Nam lại phát lệnh truy nã Lụa và Loan: "Chính quyền sẽ tiếp tục phát lệnh này năm này sang năm khác một khi họ vẫn chưa bắt được chúng tôi," bà Lụa rên rỉ.

Trong khi mọi chuyện có vẻ đi xuống như vậy thì đơn bảo lãnh SAH của Nhung và Tài được chấp thuận và chuyển sang Singapore, chỉ vài ngày sau khi tái nộp, khiến tình hình hứng lên một chút. Tiếp đó, gia đình bà Loan và gia đình bà Phúc cùng nhận được thông tin rằng nhóm các nhà bảo trợ G5 của họ đã được chấp thuận làm bảo trợ cho họ. Đó là đầu tháng 12, 2019, họ đã chờ đợi thông tin này suốt một năm qua. "Tôi không phải liên hệ với ai cả," Kỳ Anh hoan hỉ nói với tôi. "Chuyện được chấp thuận là tự nó đến. Tôi thực sự tin tưởng vào hệ thống. Tôi vui mừng cho tất cả mọi người."

Một khi đã biết điều gì sẽ xảy ra, chúng tôi bắt tay vào chuẩn bị mọi thứ cần thiết cho chặt chẽ hơn thay vì ngồi chờ lịch phỏng vấn, mà từ kinh nghiệm của gia đình bà Lụa thì có thể phải đợi hàng tháng. Tôi khuyến khích cả nhóm đi hỏi giá dịch thuật công chứng cho tất cả giấy tờ pháp lý bằng tiếng Việt của họ. Lần này, cũng nha sĩ Hà Công Hồng và vợ là bà Tạ Thị Thu Trang đã quyên góp từ bạn bè được hơn 6.800.000 rupiah (gần $500 USD) để trả tiền dịch thuật. "Chúng tôi chân thành cảm ơn sự giúp đỡ của mọi người," bà Loan nói. "Tôi không biết nói gì hơn ngoài việc cầu Chúa ban nhiều ơn phước cho gia đình của các anh chị."

Vào giữa tháng 12, chính phủ Úc, phối hợp với IOM, Liên Hiệp Quốc và một số "đối tác tại Việt Nam" không nêu tên, phát hành một đoạn phim ngắn bằng tiếng Anh và tiếng Việt trên YouTube. Tựa đề "Một bộ phim tài liệu về di cư bất hợp pháp," phim được cho là xoay quanh những "câu chuyện thực, được báo cáo cho IOM và các đối tác," về các ngư dân được xem là "người di cư đường biển không chính quy." Phim mô tả là chỉ vì lý do kinh tế mà họ mạo hiểm đi Úc năm 2018, tàu của họ bị bão đánh, nguồn lương thực nhiễm dầu tràn, và cuối cùng bị lực lượng thuộc Chiến dịch Bảo vệ Lãnh hải (Operation Sovereign Borders (OSB)) chặn lại, buộc phải trở về Việt Nam với hình phạt và nợ nần chồng chất thêm lên.

Dưới khẩu hiệu "Không Cơ Hội," Tư lệnh OSB lúc bấy giờ, Thiếu tướng Craig Furini, tuyên bố thông điệp quen thuộc: "Úc không cho phép bất kỳ ai tìm cách đến Úc bất hợp pháp bằng thuyền mà được phép sinh sống hay làm việc ở đây. Nếu bạn tìm cách đi theo lộ trình này, bạn sẽ bị bắt và cấp tốc đưa về lại Việt Nam. Bạn sẽ đánh đổi mạng sống, tiêu tốn tiền bạc, và bị cấm vào Úc suốt đời. Không có ngoại lệ."[30]

Điều thú vị là, mặc dù lệnh cấm trọn đời gây tranh cãi đối với người xin tị nạn đến bằng thuyền đã được đề xuất từ năm 2016, và dự định sẽ áp dụng cho cả những người đã đến trước đó, nhưng đến thời điểm đoạn phim được phát hành, lệnh này vẫn chưa được thông qua, và cho đến nay cũng chưa trở thành luật.[31] Điều này hoàn toàn trái ngược với các chiến dịch "Không Cơ Hội" mà chính phủ Úc tiếp tục quảng bá ở nhiều quốc gia như Sri Lanka, Afghanistan, và Indonesia.

Không có gì ngạc nhiên khi đại dịch COVID-19 bùng phát vào đầu năm 2020 đã làm đình trệ nghiêm trọng kế hoạch chúng tôi. Ngày 17 tháng Ba, 2020, cả IOM và UNHCR đều tạm ngừng chương trình tái định cư, và một ngày sau thì Canada thông báo đóng cửa biên giới và hủy tất cả các đợt đón nhận người tị nạn.[32] Chưa hết, Trung tâm Thị thực Singapore hay gọi tắt là VAC (Singapore Visa Application Centre) cũng "tạm thời đóng cửa cho đến khi có thông báo mới." Điều này đồng nghĩa với việc các cuộc phỏng vấn tị nạn của các gia đình sẽ còn hoãn dài.

Trong khi thời gian xử lý chính thức của chính phủ Canada đối với người tị nạn được bảo lãnh tư nhân từ Indonesia vẫn là 31 tháng, nay đã có thêm cảnh báo rằng các con số này "có thể không phản ánh chính xác tình hình gián đoạn gây ra do đại dịch COVID-19." Đến giữa năm, giới chức Canada không còn có thể cung cấp thời gian dự kiến để xử lý từng hồ sơ. Họ chỉ có thể giải quyết từ xa các "hồ sơ ưu tiên," bao gồm công dân Canada trở về nước, các nhóm dễ bị tổn thương, và những người làm việc trong lĩnh vực thiết yếu. Chương trình tái định cư người tị nạn được thông báo là "tạm ngưng" và sẽ được nối lại "khi điều kiện cho phép." Như vậy là các gia đình sẽ phải chờ đợi lâu hơn nữa. "Buồn thay, tôi chắc chắn sẽ còn nhiều trì hoãn và các điều kiện nghiêm ngặt hơn áp đặt lên những người tị nạn của chúng ta," Kỳ Anh than thở.[33]

Tình hình trở nên tồi tệ hơn khi Indonesia, mà cụ thể là Jakarta, bị ảnh hưởng virus nặng nề với tỷ lệ nhiễm bệnh và tử vong cao nhất Đông Nam Á,[34] khiến chúng tôi vô cùng lo lắng cho sức khỏe và sự an toàn của những người tị nạn. Đến giữa tháng 3 năm 2020, bà Loan cho biết "một số người nhiễm coronavirus sống gần nhà tôi. Chúng tôi bị hạn chế ra ngoài. Hầu như chỉ ở trong nhà, các con tôi học ở nhà và làm bài ở nhà." Theo yêu cầu của IOM, hai con của bà Phúc là Tuấn và Trinh phải cách ly tại nhà và học trực tuyến với Trường Cao đẳng UPH. Do chỉ có điện thoại di động để kết nối mạng mà dung lượng thì không đủ đâu vào đâu để học online, nên tôi đã hỗ trợ chi phí để kết nối Wi-Fi tạm thời. Cũng may, quy định của chính phủ Indonesia cho phép người tị nạn được nhận các dịch vụ liên quan đến COVID-19, bao gồm xét nghiệm và điều trị do Bộ Y tế cung cấp. Trong khi đó, UNHCR, phối hợp với chính quyền địa phương và các đối tác, đã phân phát các bộ dụng cụ vệ sinh, gồm khẩu trang và dung dịch khử trùng.[35]

Không biết khi nào các trường học ở Indonesia mới mở cửa trở lại, trong khi chúng tôi còn một nỗi bận tâm khác đó là việc học của ba đứa trẻ nhỏ nhất trong nhóm. Từ lúc chạy trốn khỏi Việt Nam đầu năm 2017, các em đã dở dang việc học hành: bé Trân, con gái bà Loan, chỉ mới học đến lớp 4; Đăng, con trai Lụa, thì học xong lớp 5; và Khôi, nhỏ nhất trong nhóm, lúc ở Việt Nam thì chưa đủ tuổi đi học.

Từ Bangkok, Grace cho biết "tôi đang kêu gọi quyên góp cho những người tị nạn tại đây trong thời gian COVID-19, nhưng không ai nhớ đến những người ở Indonesia cả. Vì vậy, tôi nói rằng chúng ta cũng cần giúp họ." Số tiền 900 Mỹ kim mà cô ấy quyên góp được đã hỗ trợ các gia đình ở Indo mua thực phẩm trong đại dịch, đồng thời dư ra một chút để trả tiền học phí. Theo đề nghị của các bà mẹ, tôi lại liên hệ với bà Decy để hỏi liệu trường KANIA - trường Thiên Chúa giáo nơi các bé gái khác trong nhóm đang học - còn chỗ trống hay không.

Bà Decy cho biết Khôi đã làm bài kiểm khả năng cách đây vài tháng, và giờ đây cậu nhỏ có thể nhập học vào năm học tới. Thực ra thì Lụa cũng đã rốt ráo đi tới trường để hỏi về chương trình học, học phí, và xin trường cho đóng tiền hàng tháng với cam kết rằng IOM sẽ hỗ trợ một phần. Đối với các bé lớn hơn, bà Decy viết: "Chúng tôi rất tiếc hiện chưa có lớp dành cho học sinh lớp 4 và 5. Chúng tôi có thể giới thiệu các trường tư khác, nhưng học phí sẽ cao hơn chúng tôi khoảng sáu lần.... Nếu như không có ai hỗ trợ việc học của các cháu thì gia sư có thể là một giải pháp hay. Tôi biết một người có thể giúp. Nếu bà quan tâm, xin cho tôi hay."

Khi biết rằng Đăng và Trân giờ đã là thiếu niên, gia sư cho rằng các em đã quá lớn để dạy học tại nhà. Thay vì chỉ để các em quay lại chương trình học trực tuyến môn Tiếng Anh và Toán của mình, bà Decy đề nghị chúng tôi liên hệ với Sekolah Lentera Harapan (SLH), một mạng lưới gồm 26 trường học trên khắp Indonesia với gần 10.000 học sinh ở mọi lứa tuổi. Thông tin trên trang web của trường cho biết, hệ thống này được thiết kế để "cung cấp nền giáo dục chất lượng cao cho những người có hoàn cảnh khó khăn."[36] Thực tế, Trường Cao đẳng UPH cũng thuộc mạng lưới SLH, với trụ sở chính đặt tại Tangerang. Hồi đáp từ quyền điều phối viên hành chính của SLH rất tích cực khiến chúng tôi khấp khởi hy vọng. Sau hơn ba năm bị gián đoạn học hành, giờ đây mục tiêu mang lại cơ hội học hành chính thức cho cả 12 đứa trẻ có vẻ sắp trở thành hiện thực, và như vậy vào tháng Sáu năm 2020 các em có thể hòa vào khoảng 580 người tị nạn nhập học tại các trường quốc gia được công nhận.[37] Thế nhưng, đại dịch COVID-19 lại một lần nữa làm đảo lộn kế hoạch của chúng tôi. Vào tháng đó, điều phối viên email lại để giải thích rằng các trường học ở Indonesia, vốn đã đóng cửa từ giữa tháng 3, sẽ không thể mở cửa trở lại như dự kiến cho năm học mới, và việc giảng dạy sẽ tiếp tục diễn ra trực tuyến.

Đến cuối tháng Bảy năm 2020, các chương trình nhập cư Canada từ từ hoạt động trở lại, với một số người tị nạn đã "bắt đầu đến nơi khi các quốc gia và tổ chức dần nới lỏng hạn chế đi lại.

296

Chúng tôi kỳ vọng nhiều người tị nạn sẽ từ từ đến Canada trong những tháng tới." Điều đáng mừng là thời gian xử lý hồ sơ cho người tị nạn được bảo lãnh tư nhân từ Indonesia ước tính giảm từ 18 tháng xuống 15 tháng vào tháng Chín năm 2020, còn 11 tháng vào tháng Mười Một cùng năm, và đến tháng Hai năm 2021, chỉ còn 7 tháng, dựa trên "thời gian chúng tôi xử lý phần lớn các hồ sơ hoàn chỉnh trong 12 tháng qua."[38]

Quả thực, chính phủ Canada lúc đó công bố rằng họ tiếp nhận khoảng 250 người tị nạn tái định cư mỗi tuần. Kế hoạch Mức độ Nhập cư (Immigration Levels Plan) mà Canada đề ra cho giai đoạn 2021–2023 thể hiện mong muốn bù đắp sự thiếu hụt người nhập cư trong năm 2020, qua đó cũng khẳng định vị thế "quốc gia dẫn đầu trong lĩnh vực tái định cư người tị nạn." Cụ thể, dự kiến trong năm 2021, số lượng người được tiếp nhận sẽ từ 43.500 đến 68.000 người thuộc các diện "tị nạn, bảo vệ, nhân đạo, nhân ái và các diện khác," và sẽ tăng lên từ 49.000 đến 70.500 vào năm 2023. Điều đáng chú ý là mục tiêu của kế hoạch là tái định cư 22.500 người tị nạn được bảo lãnh tư nhân mỗi năm chiếm hơn một phần ba trong tổng số này. Đánh giá của hai nhà nghiên cứu Tiến sĩ Shauna Labman và Tiến sĩ Adèle Garnier thì "Con số tái định cư của Canada không thực sự cao. So với diện nhập cư kinh tế và đoàn tụ gia đình, diện nhân đạo đã là diện nhỏ nhất, chỉ chiếm chưa đến 15%."[39] Dù vậy, đến năm 2022, số lượng tiếp nhận đã gia tăng với dự kiến từ 60.000 đến 88.000 người, trong đó có 31.255 người tị nạn được bảo lãnh tư nhân. Con số này sẽ tăng lên từ 64.000 đến 93.000

người vào năm 2023, bao gồm 30.795 người bảo lãnh tư nhân, trước khi giảm nhẹ vào năm tiếp theo, xuống mức từ 56.000 đến 85.000 người, với 23.000 người thuộc diện bảo lãnh tư nhân.[40]

Các con số thì nhảy nhót nhưng với các gia đình ở Indonesia thì vẫn giậm chân tại chỗ. Trung tâm Thị thực Singapore (Singapore Visa Application Centre (VAC)) dù đã mở cửa trở lại nhưng chỉ cung cấp "các dịch vụ giới hạn," và tuân thủ nghiêm ngặt các biện pháp phòng chống đại dịch. Các gia đình cảm thấy ngày càng bế tắc và thất vọng. "Tôi và mọi người vẫn chưa có tin gì, trong khi những người tị nạn của IOM thì mỗi ngày đều được lên máy bay đến Canada," bà Lụa buồn bã thổ lộ vào tháng Tám năm 2020. "Tôi thấy họ đi, tôi cũng mừng cho họ. Tôi hỏi thăm thì họ nói rằng Đại Sứ quán Canada và Anh sẽ mở cửa phỏng vấn người tị nạn vào tháng tới." Bị mắc kẹt trong tình cảnh chờ đợi không biết đến bao giờ, Lụa học làm các món cuốn bằng bánh tráng để khuây khỏa. Bà thậm chí còn mơ ước mở một tiệm bán đồ ăn tại Canada trong tương lai.

Theo đề nghị của tôi, bà Loan đã liên hệ với Trung tâm VAC tại Singapore để hỏi thăm tin tức. Nhưng câu trả lời nhận được lại khiến mọi hy vọng như đóng băng: "Chỉ còn cách duy nhất là tiếp tục chờ đợi":

Hồ sơ của bạn đang trong danh sách chờ phỏng vấn. Hiện chưa có mốc thời gian cụ thể, nhưng chúng tôi sẽ thông báo ngay khi có lịch phỏng vấn. Bạn không cần phải cung cấp thêm bất kỳ tài liệu nào lúc này….

Xin lưu ý rằng quy trình xin nhập cư vào Canada theo diện Người Tị nạn Công ước (Convention Refugee) thuộc chương trình Bảo lãnh Tư nhân (Privately Sponsored Refugee) là một quá trình kéo dài, và việc chấp thuận người bảo lãnh không đồng nghĩa với việc ứng viên sẽ bảo đảm được chấp thuận trở thành thường trú nhân tại Canada. Mọi ứng viên đều phải hội đủ các điều kiện theo quy định nhập cư của Canada để được chấp nhận. Vì vậy, vui lòng chờ thông báo tiếp theo từ chúng tôi.

Nhóm ba gia đình tị nạn người Việt mắc kẹt ở Indonesia nằm trong số 45.000 người thuộc diện Bảo trợ Tư nhân (PSR) trên toàn thế giới chờ hồ sơ được xét duyệt để được tái định cư. Thời điểm đó, việc nối lại quá trình xử lý chính thức thật sự là không đoán được. Thực tế lúc đó, hầu hết những người tị nạn đến được Canada đều là những trường hợp đã hoàn tất trước khi biên giới đóng cửa vào tháng Ba năm 2020. Đến cuối năm đó, chỉ hơn 9.200 người tị nạn được tiếp nhận, trong đó khoảng 5.300 người là thuộc diện bảo lãnh tư nhân. Tổng cộng, chỉ có 22.800 người tị nạn được tái định cư trên toàn thế giới trong năm 2020 - con số thấp nhất trong gần hai thập kỷ - và chỉ khoảng 400 người xuất phát từ Indonesia, trong đó 27 người thuộc diện bảo lãnh tư nhân. Đến năm 2021, Canada tái định cư khoảng 20.400 người, với khoảng 9.500 người được bảo lãnh tư nhân, trong tổng số 57.500 người tị nạn được tái định cư trên toàn cầu. Đối với Indonesia, trong tổng số 13.175 người tị nạn đã được

UNHCR đăng ký, chỉ 457 người được tái định cư tại các quốc gia khác vào cuối năm 2021, với 59 người theo diện bảo lãnh tư nhân.[41]

Khi các trường học ở Indonesia dần mở cửa trở lại, hai người con lớn của bà Phúc là Tuấn và Trinh đã có một quyết định khó khăn khi quay lại ký túc xá của họ ở UPH. IOM yêu cầu Tuấn ký vào tờ cam kết "tự túc chỗ ở" và IOM cũng báo trước rằng "giường của các bạn" ở nhà "sẽ được nhường cho người khác đang cần." Nếu sau này họ muốn quay lại khu nhà cộng đồng thì "tùy thuộc vào tình hình lúc đó" IOM sẽ sắp xếp họ vào "những nơi ở tương tự." Nói cách khác, họ có nguy cơ không thể quay lại ngôi nhà mà cha mẹ và em gái út đang sống. Đến tháng 11 năm 2020, Tuấn cho biết đã có người mới vào sống trong phòng cũ của họ, còn hai anh em thì đang bị nhiễm COVID-19 và đang cách ly ở ký túc xá UPH. "Đừng lo, chúng cháu còn trẻ và có sức đề kháng tốt," cậu nói và thú nhận rằng lúc đầu hai anh em không dám cho gia đình hay. "Cháu không muốn gia đình lo lắng, gia đình sẽ hoảng lên." Cũng may hai người trẻ đã hồi phục nhanh chóng và khi gia đình biết thì mọi chuyện đã ổn nên cũng không phải lo lắng nhiều.

Trong khi đó, nỗ lực đăng ký cho Đăng và Trân vào học trong các trường chính quy vẫn tiếp tục. Cuối cùng, đến tháng Hai năm 2021, điều phối viên của SLH cũng đã kết nối chúng tôi với người quản lý học bổng của UPH. Phải mất bốn năm để đạt được bước tiến nhỏ này, và chúng tôi không dám nói gì với các bà mẹ vì chỉ sợ khiến họ thất vọng thêm lần nữa. Tuy nhiên, đến giữa năm 2021 mà chúng tôi vẫn chưa nhận được phản hồi từ bất kỳ tổ chức

300

nào. Quá sốt ruột, tôi đã liên lạc người sáng lập Learning Lab là bà Sandy Ooi lúc bấy giờ đang sống tại New York. Bà an ủi tôi rằng cả hai em nhỏ sẽ đăng ký vào các lớp học trực tuyến, theo chương trình giáo dục tại nhà dành cho người tị nạn, ngay sau khi nó mở lại sau đợt bùng phát biến thể Delta. Nhưng rốt cuộc chỉ có Trân là đăng ký các lớp học này, còn Đăng thì học tiếng Anh với chị gái và học toán với dì. Hai người này cũng đang học tiếng Anh do IOM tổ chức, và Trân chọn học thêm nhạc. "Cô bé tự học các nốt nhạc và nhạc cụ," chị gái My nói. "Em ấy còn nói muốn đăng ký lớp nhạc khi đến Canada."

Chúng tôi cũng phải nói với bà Lụa rằng mặc dù việc được gọi lên chích ngừa vắc-xin COVID-19 là một tín hiệu tốt trong tiến trình xét duyệt, thì họ vẫn phải chờ cho đến lượt mình để được xét duyệt visa. Đến tháng Hai mà "chúng tôi vẫn chưa nghe được thông tin gì mới từ cơ quan nhập cư Canada," như Kỳ Anh chia sẻ. Anh cho biết là "đã nói chuyện với nhân viên văn phòng Bộ trưởng Di trú," nhưng tất cả những gì họ nói là "mọi thứ vẫn đang tiến triển." "Có lẽ chúng ta chỉ còn cách chờ đợi. Tôi hy vọng với sự xuất hiện của vắc-xin, mọi thứ sẽ tiến triển nhanh hơn," anh tự an ủi.

IOM mang lại chút hy vọng khi thông báo mở các khóa học trực tuyến dành cho phụ nữ thành thạo tiếng Anh đào tạo cách bán hàng online và cách biên tập các video. Ứng viên phải viết "thư xin học" và nộp sơ yếu lý lịch. My và em trai Lộc ngay lập tức đăng ký. Tiếng Anh của My được cải thiện đáng kể và em thường xuyên liên lạc với tôi hỏi han thông tin hồ sơ của gia đình. Theo yêu cầu của bà

Loan, tôi đồng ý trả tiền kết nối internet cho nhà bà trong thời gian khóa học này. "IOM thuê giáo viên dạy cho con tôi," bà Loan khoe với tôi. "Tụi nhỏ học qua Zoom hoặc Google Meet. Khi học xong, chúng sẽ nhận được chứng chỉ. Điều đó tốt cho tương lai của các con tôi."

Vào cuối tháng Ba năm 2021, mỗi gia đình bất ngờ nhận được email từ Trung tâm VAC tại Singapore, thông báo rằng đơn xin định cư tại Canada của họ cuối cùng sẽ được xử lý. Họ phải nộp các tài liệu được nêu trong danh sách đính kèm với thư thông báo, có rất nhiều cái trùng lặp với những thứ đã nộp trong đơn gốc từ tháng Tám năm 2018. Họ cũng phải cập nhật một số đơn từ vì IRCC đã giới thiệu phiên bản mới. Đối với những người trước đây là trẻ em nhưng nay đã trưởng thành, thì phải tự điền đơn và nộp hồ sơ của mình. Họ có 30 ngày để làm tất cả những điều này. Lần này, các ứng viên được yêu cầu cụ thể: "Nếu bạn hoặc bất kỳ thành viên nào trong gia đình từng bị từ chối bất kỳ loại thị thực nào … đến bất kỳ quốc gia nào, hãy cung cấp bản sao … của từng thư từ chối đối của từng thành viên gia đình, dù đi cùng hay không. Nếu bạn không có bản sao …, hãy viết tờ tường trình việc bị từ chối, nói rõ quốc gia từ chối, ngày tháng …, mục đích của chuyến đi, giải thích theo hiểu biết của bạn về lý do bị từ chối …, và giải thích lý do tại sao không thể cung cấp bản sao…."

Chúng tôi quyết định gửi toàn bộ các bằng chứng tài liệu, luôn cả các bản dịch các giấy tờ từ tòa án mà chúng tôi đã chuẩn bị kèm với hồ sơ của họ. Hạn chót của từng gia đình rơi vào các ngày khác nhau trong tuần cuối cùng của tháng Tư năm 2021. Lê Lương, Kỳ Anh và tôi đồng ý với nhau là ba người chúng tôi sẽ cùng làm việc nhằm bảo đảm tất cả các yêu cầu đều được đáp ứng, tính luôn việc hoàn thành sớm, để mỗi ứng viên có đủ thời gian ký tên vào các hồ sơ. Trong một email chung mà IRCC và ROC-O gởi ra, khẳng định rằng "do đại dịch, bạn sẽ có 90 ngày để phản hồi thay vì 30 ngày như thường lệ," thế nhưng các gia đình này lại không có được sự gia hạn đó.

Một tháng sau, họ nhận được thông báo từ IOM tại Jakarta rằng các buổi phỏng vấn dành cho người tị nạn sẽ diễn ra vào giữa tháng Sáu tại một khách sạn, và nó sẽ được thực hiện qua video kết nối với Singapore VAC. Các gia đình bị một phen hốt hoảng khi IOM yêu cầu tất cả những người tị nạn tham gia phỏng vấn phải nộp hàng loạt các tờ khai dành cho Chương trình Người Tị nạn Canada được Chính phủ Hỗ trợ (Government-Assisted Refugee Program (GAR)) trong vòng 24 tiếng đồng hồ. Chúng tôi giải thích với họ rằng may mắn là họ không ở trong tình thế khó khăn như một số những người tị nạn khác, vì hồ sơ tị nạn do tư nhân bảo trợ hay gọi tắt là PSR của họ đã được nộp - thậm chí đến hai lần!

Tôi giúp soạn các email trả lời bằng tiếng Anh để các gia đình gửi đi, cho biết rằng họ chấp nhận phỏng vấn. Trong email, tôi cũng giúp họ hỏi liệu họ có phải tự sắp xếp thông dịch viên hay không, giống như gia đình bà Lụa đã làm trước đây. Xong thì tôi quay sang điền tờ khai Thông tin Bổ sung (Supplementary Information) cho gia đình bà Phúc - đây là gia đình duy nhất không được IRCC yêu cầu trước đó. Tuấn giờ trở thành người kết nối, cung cấp chi tiết về lịch sử đi lại trong mười năm qua của gia đình, cũng như những hoạt động công việc mà họ đã tham gia. Một lần nữa, một email từ IOM - lần này từ văn phòng ở Tangerang - đã khiến các gia đình tị nạn thêm một phen sốt vó, khi yêu cầu từng thành viên của các gia đình phải điền và nộp các tờ khai Thông tin Bổ sung này trong vòng 24 giờ. Tôi trấn an họ rằng tờ khai này của họ này đã được gửi chung trong hồ sơ nộp lại của họ vào tháng trước, tuy vậy họ vẫn rất bất an, và để "bảo đảm chắc chắn" chúng tôi vẫn gửi lại theo yêu cầu của IOM.

Mỗi gia đình được lên lịch phỏng vấn vào một thời điểm khác nhau vào ngày 15 tháng Sáu năm 2021, ngoại trừ hồ sơ Nhung và Tài. Hồ sơ hai chị em bị rớt lại phía sau do thay đổi người bảo trợ và đã được nộp lại chỉ mới cách đây 18 tháng. Bà Lụa lại lên ruột về số phận của họ. Bà chỉ phần nào nhẹ nhõm khi Kỳ Anh giải thích rằng sự chậm trễ hoàn toàn chỉ là lý do hành chính. Dẫu vậy, chúng tôi vẫn bảo đảm dịch thuật tất cả các tài liệu, để họ sẵn sàng khi được triệu tập phỏng vấn.

IOM thuê sẵn một thông dịch viên cho ngày hôm đó. Bà Lụa và ông Long là hai người cuối cùng bước ra khỏi cuộc phỏng vấn, dù được xếp lịch đầu tiên. Do phỏng vấn qua video và thiết bị phòng của họ gặp trục trặc kỹ thuật nên họ bắt đầu muộn, thành ra tổng thời gian họ ở trong phòng phỏng vấn dài đến ba giờ, gấp đôi thời gian dự kiến. Hai người có vẻ hài lòng: "Họ nói hai hoặc ba ngày nữa sẽ có kết quả," Lụa chia sẻ. Em gái và cháu gái trẻ tuổi của bà đã làm rất tốt, trả lời trực tiếp các câu hỏi bằng tiếng Anh mà không cần đến sự hỗ trợ của thông dịch viên.

Gia đình bà Loan thì không tự tin như vậy. "Họ hỏi về tôn giáo và chuyện nhà đất bị giải tỏa của mẹ cháu," My giải thích. "Mẹ cháu nói với họ rằng mẹ đã bị đuổi ra khỏi nhà và nhà bị đập. Ông ấy nói ông ấy không bị thuyết phục về chuyện đất đai. Ông ấy yêu cầu bản sao tài liệu. Nhưng mẹ nói là mẹ không còn bản nào hết."

Tài liệu mà bà Loan nói đến là một biên lai đóng tiền 1.580.000 đồng (gần $70 USD) xin giấy phép xây dựng nhà, nhưng căn nhà sau đó đã bị công an cùng với đội cưỡng chế giải tỏa trắng với lý do thu hồi đất cho nhà nước.[42] Tờ biên lai này đã được bà Loan nộp lại cho chính quyền theo yêu cầu của họ, với hy vọng sẽ chứng minh được tính hợp pháp của việc xây dựng và họ sẽ trả lại, thế nhưng điều đó đã không bao giờ xảy ra. Và dẫu có được trả lại, bà hẳn cũng sẽ lôi ra đốt nó cùng với tất cả các giấy tờ khác trước khi chạy trốn, vì sợ sẽ gây nguy hiểm cho người thân còn lại của mình ở Việt Nam.

Khi được hỏi tại sao gia đình không chuyển đến TP. Hồ Chí Minh để tránh sự kỳ thị người Công giáo như họ bị đối xử, bà Loan, người có chồng là một ngư dân cả đời sống với biển, trả lời gọn lỏn: "Ở đó đâu có biển." Điều đáng chú ý là chồng bà không bị hỏi bất kỳ câu nào về thời gian ông bị tù ở Việt Nam, trong khi My đã bật khóc và không thể nói tiếp khi cố gắng giải thích cách em bị nhà trường đối xử sau khi gia đình bị cưỡng chế trở về Việt Nam năm 2015.

Về phần bà Phúc, nhân viên phỏng vấn đã hết thời gian để gặp bà, ông Yên, và hai con lớn là Tuấn và Trinh. Chúng tôi chờ đợi họ xếp lịch cho cuộc hẹn khác nhưng không nhận được bất kỳ thông báo nào, cho mãi đến cuối tháng Bảy năm 2021 thì gia đình nhận được một email khác từ IOCC, yêu cầu họ nộp thêm một tài liệu nữa liên quan đến hai con lớn, đến văn phòng IOCC Singapore trong vòng 30 ngày, mặc dù chúng tôi đã nộp tài liệu này ba tháng trước đó. Để làm hài lòng giới chức Canada, chúng tôi lập tức nộp lại lần nữa.

Trong lúc đó, Trần Thị Lệ, em gái bà Lụa, bất ngờ nhận được một tin nhắn tự động từ Cao ủy Canada tại Singapore, thay mặt IRCC thông báo rằng trong khi hồ sơ thường trú của cô đang được xử lý, cô đã đủ điều kiện nhận các dịch vụ "tiền tiếp nhận" miễn phí để giúp cô chuẩn bị cho cuộc sống mới tại Canada. "Tôi không hiểu sao chỉ mình tôi nhận được thông báo này," cô hỏi tôi. "Tại sao mọi người không ai nhận được?" Tôi khuyên cô nên nắm lấy "ưu thế" mới này của mình và giúp cô tải một bản điện tử Sổ Tay Ứng viên (Participant Workbook) từ chương trình Định hướng Trước khi Đến Canada (Canadian Orientation Abroad hay COA). Cô đã cùng My nghiên cứu tài liệu này. Chương trình này được IRCC tài trợ, và IOM thực hiện, giúp những người tị nạn tái định cư trang bị những hiểu biết cần thiết cho cuộc sống mới ở Canada.[43] "Trinh và cháu rất thích cuốn sổ tay, nó rất hữu ích," Tuấn chia sẻ sau khi nhận được bản điện tử từ My theo đề nghị của tôi. Với kỹ năng tiếng Anh của các thành viên trẻ giờ đây tốt hơn, tôi hy vọng họ có thể giảng giải lại những kiến thức mới học được cho cha mẹ họ. My hứa với tôi là em sẽ làm một bản tóm tắt bằng tiếng Việt, "nhưng cháu cần thời gian để làm vì mỗi ngày cháu có rất nhiều việc phải làm."

Cả gia đình bà Loan và bà Phúc đã vô cùng phấn khích khi liền sau đó nhận được thư mời đến Đại Sứ quán Canada tại Jakarta để lấy dấu vân tay và ảnh, theo thủ tục sinh trắc học. Điều này cho thấy hồ sơ của họ bước vào "Giai đoạn 2" hay còn gọi là "đánh giá tính đủ điều kiện."[44] Bà Loan mừng đến phát khóc, nhưng chúng tôi khuyên họ nên bình tĩnh. Tất cả hồ sơ của họ vẫn được đánh dấu là "đang xử lý," nghĩa là quyết định cuối cùng vẫn chưa được đưa ra. "Tôi nói với họ rằng việc lấy sinh trắc học không có nghĩa là họ đã vượt qua buổi phỏng vấn," Grace nhấn mạnh.

Rốt cuộc thì Nhung và Tài cũng nhận được email từ VAC Singapore về việc xử lý hồ sơ xin thường trú tại Canada của họ, cho thấy hồ sơ của họ không bị tụt lại quá xa, và điều này mang lại sự nhẹ nhõm lớn cho Lụa. Với kinh nghiệm nắm rõ quy trình, Kỳ Anh, Lệ, và tôi đã có thể nộp hồ sơ của họ chỉ trong vài ngày. Ngày 7 tháng Bảy năm 2021 đánh dấu cột mốc đáng nhớ sau tất cả những nỗ lực chúng tôi đã bỏ ra: từ giờ trở đi, tất cả những gì chúng tôi có thể làm là chờ đợi. "Từ những gì Lụa và Loan kể với tôi về các cuộc phỏng vấn, có vẻ như chúng đã diễn ra tốt đẹp," Kỳ Anh chia sẻ. "Tôi là một người lạc quan, và tôi nghĩ rằng tất cả họ sẽ được chấp nhận."

Vào thời điểm đó, các hạn chế về việc vào Canada đã bắt đầu được nới lỏng. Những người nộp đơn có tài liệu Xác nhận Thường trú nhân (Confirmation of Permanent Residence (COPR)) hợp lệ,[45] bao gồm cả người tị nạn được tư nhân bảo trợ, được phép nhập cảnh vào Canada kể từ ngày 21 tháng Sáu. Tuy nhiên, như một lá thư từ IRCC gởi tới các nhà bảo trợ đã cảnh báo, quy trình xử lý hồ sơ ở nước ngoài vẫn còn hạn chế: "Chúng tôi mong quý vị kiên nhẫn và thông cảm, trong khi chúng tôi nỗ lực tăng số lượng hồ sơ giải quyết và lượng người đến Canada." Chính phủ Canada cũng đã công bố kế hoạch chi khoảng 2,4 triệu USD trong hai năm tới, để cải thiện các dịch vụ hỗ trợ trước và sau khi đến Canada, dành cho những người tị nạn được tài trợ tư nhân. Không lâu sau đó, họ bổ sung thêm các chương trình nhập cư và nhân đạo đặc biệt cho 40.000 người tị nạn Afghanistan, nhằm ứng phó với sự kiện Taliban chiếm quyền kiểm soát Afghanistan vào ngày 15 tháng Tám năm 2021.[46]

Khi tôi thử kiểm tra thời gian xử lý hồ sơ cho một người tị nạn được tài trợ tư nhân nộp đơn từ Indonesia thì thông báo nhận được khá thẳng thừng: "Không có thời gian xử lý cụ thể." Tuy nhiên, vào tháng Mười năm 2021, nhóm nhà tài trợ G5 của gia đình bà Phúc - gia đình duy nhất vẫn đang chờ phỏng vấn[47] - bất ngờ nhận được email từ IRCC yêu cầu họ nộp kế hoạch cách ly 14 ngày, với lý do: "Hồ sơ của chúng tôi cho thấy rằng quý vị đã bảo trợ một hoặc nhiều người tị nạn, và họ hiện có thể đủ điều kiện để đến Canada." Việc không cung cấp kế hoạch cách ly có thể khiến việc nhập cảnh bị trì hoãn. "Có vẻ là tin tốt," Kỳ Anh nhận xét. "Lê và tôi sẽ làm việc ngay để chuẩn bị kế hoạch cách ly vì COVID-19." Các biện pháp hỗ trợ chi tiết bao gồm việc mua thực phẩm và các nhu yếu phẩm giao tận nhà; một bác sĩ tình nguyện sẽ gọi điện hàng ngày để kiểm tra sức khỏe; và chủ nhà nơi họ sẽ ở cũng cam kết chăm sóc tốt cho họ. Trong khi đó, bà Phúc cũng có một tin quan trọng: ở tuổi 43, bà hiện đã mang thai đứa con thứ tư được sáu tháng. "Bà có biết ngày nào gia đình cháu sẽ được đi không?" Tuấn, con trai bà, hỏi khi tôi báo về kế hoạch cách ly. Và cũng như mọi khi, không có câu trả lời chắc chắn, tôi chỉ có thể khuyên em tiếp tục tập trung vào việc học của mình.

Cuối cùng, cả ba gia đình đều được tiêm vắc-xin COVID tại một bệnh viện tư nhân.[48] Đồng thời, họ cũng hoàn thành các buổi kiểm tra y tế nhập cư (immigration medical examinations (IME)), tất cả đều đáp ứng yêu cầu sức khỏe trước khi xuất cảnh sang Canada, ngoại trừ con trai bà Loan là Lộc bị chẩn đoán tràn khí màng phổi (phổi xẹp). Gia đình vô cùng bất ngờ với kết quả chẩn đoán này, vì cậu không có triệu chứng gì cả, chỉ là người cao và rất gầy. Bác sĩ khuyên cậu nên tăng cân, và cậu cũng được tham gia một liệu trình vật lý trị liệu do IOM chi trả. Với sự đồng ý của gia đình, tôi đã chia sẻ kết quả y tế của Lộc với một chuyên gia y học phục hồi chức năng và cũng là đồng nghiệp vận động cho người tị nạn tại Sydney. Vị chuyên gia này giải thích lý do gây ra sự chẩn đoán nhầm lẫn này: Có ba kết quả khám sức khỏe, mỗi cái đưa ra một kết luận khác nhau. Một cái thì phổi của Lộc hoàn toàn bình thường, một cái thì cho rằng cậu bị lao, còn cái thứ ba lại đề cập đến tình trạng tràn khí màng phổi. Mối quan tâm lớn nhất của chúng tôi là liệu Lộc có đang bị lao phổi hay không, và nếu không được điều trị cậu có thể không đủ điều kiện nhập cư Canada do "gây nguy hiểm cho sức khỏe cộng đồng."[49] Các xét nghiệm bổ sung đã được lên lịch bao gồm các buổi làm việc với chuyên gia dinh dưỡng và bác sĩ chuyên khoa phổi. Nếu phát hiện Lộc có khả năng lây nhiễm, cậu sẽ cần một liệu trình kháng sinh kéo dài sáu tháng trước khi gia đình được phép xuất cảnh sang Canada.

Sau nhiều tháng lo âu, gia đình được thông báo xác nhận rằng Lộc hoàn toàn khỏe mạnh, trong sự nhẹ nhõm của tất cả mọi người.

Trong thời gian đó thì tôi cũng biết được rằng em đang học cách thiết kế Apps trên YouTube nên đã cùng Mai Pham và Sandy hùn tiền mua cho em một cái laptop phù hợp để học. Với sự giúp đỡ của chị gái My, Lộc có thể thực hành. Cậu gởi tôi một tin nhắn video bằng tiếng Anh, "Thank you for helping me achieve my dream." ("Cảm ơn bà đã giúp con thực hiện giấc mơ của mình.")

Phải mất vài tháng để đưa Góc Học Tập (Learning Lab) hoạt động trở lại. Sau một thời gian dài gián đoạn, cơ sở trường lớp có một số sửa chữa lớn cần phải làm, và Sandy điều khiển từ xa. Khi biết giám đốc địa phương trước đây sẽ không quay lại, Sandy quyết định giao trách nhiệm quản lý cho một ủy ban gồm các học sinh lớn tuổi nhất, trong đó có My. "Tôi rất tự hào về những người trẻ này," Sandy nói với tôi. "Họ rất có trách nhiệm.... Họ đang học sử dụng phần mềm Excel, thiết kế đồ họa bằng Canva, và nhiều thứ khác." Còn My cho biết: "Chúng cháu lo chuyện xe buýt, đặt ra quy định cho Góc Học Tập, bảo quản máy tính và tạo tài khoản cho thành viên mới." Trong thời gian phong tỏa, My cũng tự mình ôn tập chương trình trung học phổ thông. "Đến Canada, cháu muốn đi học để lấy bằng tốt nghiệp," My chia sẻ. "Rồi cháu sẽ đăng ký học cao đẳng."

Với hơn 30 thanh thiếu niên tị nạn ghi danh tới học, Wifi tốc độ nhanh đã được cho lắp đặt, lịch học đã lên, và các tài xế *angkot* cũng đã được thuê để đưa đón học sinh từ nhà đến cơ sở[50] vốn được một nhà hảo tâm hào phóng tài trợ miễn phí. Trong lúc kiểm tra lần cuối thì My và nhóm của cô phát hiện mái nhà bị dột. Hy vọng hoàn thành sửa chữa trước tháng Một năm 2022 tan biến. Sandy biết được rằng ban quản lý tòa nhà vẫn thu tiền "môi trường" hàng tháng, một dạng phí bảo trì trong suốt thời gian đại dịch, dù Góc Học Tập đóng cửa. "Phải tốn thêm 26.000.000 rupiah nữa, tương đương 1.800 Mỹ kim," Sandy viết trên Facebook. "Tôi biết số tiền sẽ đến. Nhưng tôi thật sự thất vọng vì những trở ngại mà các học sinh phải đối mặt để chỉ vào trung tâm học! Thật nhiều thời gian bị lãng phí! Phần lớn người tị nạn ở Indonesia không được tiếp cận giáo dục công.[51] Đừng nói đến Covid, kể từ khi vào tị nạn ở Indonesia thì họ đã không được học chính thức! Tim tôi đau nhói mỗi khi một học sinh hỏi tôi khi nào Góc Học Tập sẽ mở lại. Tôi xin lỗi các em.... Hy vọng sớm thôi." Chưa đầy bốn ngày sau, khoản tiền thiếu hụt đã được bù đắp nhờ các quyên góp bổ sung. Giấy phép sửa chữa cũng đã được cấp, cuối cùng việc sửa chữa mái nhà cũng đã được bắt đầu. "Tôi muốn chia sẻ một chiến thắng, chứ không chỉ là những lời phàn nàn," Sandy viết. "Bây giờ tôi thấy yên tâm."

Do phải sống trong hoàn cảnh bó buộc, không gian tù túng chật hẹp, mòn mỏi chờ đợi kết quả trong nhiều năm, nên cũng dễ hiểu khi đã có những căng thẳng xảy ra, nhất là giữa những người lớn trong gia đình. Tình hình lên đến đỉnh điểm vào đầu tháng 11 năm 2021, bà Loan nhờ Grace làm phiên dịch và liên lạc với tôi để nghị tổ chức một cuộc họp với toàn bộ nhóm. Qua màn hình trực tuyến, lần đầu tiên tôi gặp hai người cha, ông Lợi và ông Yên. Chuyện không có gì nên tôi nhanh chóng nhận ra mục đích chính của cuộc thảo luận chỉ là để tôi xác nhận rằng mọi người đều có nhân cách tốt, và rằng không ai nói xấu ai khác sau lưng.

Ngay tuần sau đó thì tin vui đến. Tuấn cho biết gia đình cậu đã nhận được tin nhắn từ Đội Hoạt Động IOM Tangerang, thông báo rằng họ sẽ được đón từ ký túc xá vào chiều ngày 1 tháng 12 năm 2021 và đưa đến sân bay để đáp chuyến bay đến Canada vào buổi tối cùng ngày. "Bà Shira, tháng 12 ở đó lạnh lắm," Tuấn viết. "Bà có thể giúp gia đình cháu chuẩn bị đồ ấm được không?" Tôi trấn an Tuấn rằng các nhà bảo trợ của họ đã chuẩn bị cho họ đầy đủ khi đến nơi. Quá phấn khích, tôi gọi điện cho Kỳ Anh mà quên mất là lúc đó đang là giữa đêm ở Mississauga. Anh không khó chịu chút nào mà lập tức bắt tay vào việc tìm một căn hộ phù hợp cho gia đình theo kế hoạch tái định cư.

Cuộc trò chuyện vào ngày hôm sau thì Kỳ Anh cho hay anh vừa mới biết từ bà Lụa là tất cả người lớn đã tiêm đủ hai liều vắc-xin COVID-19, và có thể không cần kế hoạch cách ly. "Chúng tôi làm theo yêu cầu," anh giải thích. "Đại diện IRCC tại sân bay sẽ cho chúng tôi biết những quy định về hạn chế." Cuối cùng, do không có trẻ em nào trong gia đình được tiêm vắc-xin ở Indonesia, do đó mà cha mẹ sẽ phải cách ly cùng con trong hai tuần sau khi nhập cảnh.

Do đại dịch, nên VOICE Canada không thể gây quỹ đầy đủ để chuẩn bị cho sự đến nơi của các gia đình. Rất may là cộng đồng người Việt Tự do Queensland đã cung cấp hơn cả mức cần thiết, để hỗ trợ bà Phúc và gia đình đang sắp có thêm thành viên mới của bà. Kỳ Anh giao cho tôi trách nhiệm giải thích rằng mọi thứ sẽ ổn, miễn là những người lớn trong gia đình sẵn sàng đi làm ngay. VOICE đã tìm việc cho họ, tới là có thể làm liền. Tôi cam đoan với anh rằng không phải lo, bởi sau nhiều năm không được phép làm việc tại Indonesia, họ nóng lòng được đi làm để sớm quay lại cuộc sống nhanh nhất có thể, nhất là cho con cái của họ. Trong một cuộc họp trực tuyến với Bác sĩ Bùi Trọng Cường và Đoàn Việt Trung, chúng tôi thống nhất sẽ quyên góp trong bạn bè của mình và các mối quan hệ cá nhân, nếu cần.

Các nhà bảo trợ chuyền nhau email của IRCC thông báo về ngày đến của nhóm định cư đầu tiên. Email xác nhận lý do chính khiến gia đình bà Phúc được đi định cư trước tiên vào thời điểm này là vì bà đang mang thai: "Bà ấy cần đi trước khi thai kỳ đạt 32 tuần tuổi." Các sắp xếp cũng được thực hiện để bà gặp bác sĩ gia đình trong vòng một tuần sau khi đến, và gặp bác sĩ sản khoa trong vòng một tháng. "Đây thực sự là món quà Giáng sinh dành cho gia đình bà Phúc, mở ra hy vọng lớn cho những gia đình khác," Mai Phạm nhận xét.

313

Gia đình bà Lụa, bao gồm em gái Lê và cháu gái Ngọc, cũng nhận được thông báo từ IRCC cho biết kế hoạch cách ly của họ sẽ vào cuối tháng 11 năm 2021. Trong lúc đó, Kỳ Anh và nhóm của anh đã tìm được một căn hộ chung cư mới tinh cho gia đình bà Phúc, còn Lê Lương thì lo tìm đồ gia dụng. Cô đăng lên Facebook: "Gấp! gấp! Cần đồ nội thất và vật dụng gia đình cho một gia đình tị nạn sẽ đến vào tuần tới: Sofa, lò vi sóng, chén dĩa, đồ dùng, mền gối, xoong nồi, bất cứ thứ gì. Vui lòng nhắn tin cho tôi nếu bạn có thể giúp." Phản hồi nhận được rất hào phóng: "Cả buổi chiều nay tôi đi lấy quần áo và đồ gia dụng," Lê khoe với tôi vào cuối tuần, trước khi gia đình đến. "Chỉ mới đi có ba trong số bảy nơi mà xe tôi đã đầy rồi. Tôi sẽ để dành lại để chia cho các gia đình khác, đồ trẻ em tám chín tuổi rất nhiều và gần như mới…. Hồi tôi đến Canada, tôi cũng mặc đồ cũ của người ta cho tận đến tuổi thiếu niên."

Khoảng sáu tình nguyện viên nhiệt tình của VOICE Canada giúp chuẩn bị đón gia đình tị nạn, tám người khác lo giúp quyên góp quần áo, đồ gia dụng, nội thất, và sắp xếp căn hộ. "Cả làng cả xã cùng làm," Lê nói. "Để làm việc này, chúng tôi có một mạng lưới rất mạnh gồm các tình nguyện viên, nhà tài trợ, và những người ủng hộ." Trong khi đó, bên đầu Indonesia, Tuấn lúc đầu tỏ ra bình thản nói với tôi rằng "gia đình thuận theo ý Chúa," thế nhưng ngay sau đó thì cậu thừa nhận: "Cả nhà rất hồi hộp, lo lắng, và phấn khích nữa…. cháu không biết gì về Canada cả. Cháu chỉ lo cho mẹ và em bé. Cháu không biết điều gì sẽ xảy ra và phải làm gì." Khi được hỏi liệu họ có muốn xem hình ngôi nhà mới đã được sắp xếp đẹp đẽ của mình không, thì họ chọn chờ để tận hưởng sự bất ngờ khi đến nơi.

Bà Phúc háo hức liên lạc với tôi từ sân bay quốc tế Soekarno-Hatta ở Jakarta, ngay trước khi cất cánh. Không có hộ chiếu, mỗi thành viên trong gia đình đã được cấp "Giấy phép đi lại một lần để tái định cư tại Canada." Tiền vé máy bay do chính phủ Canada ứng ra, và sẽ phải hoàn trả đầy đủ trong vòng ba đến tám năm, bằng hình thức trả góp hàng tháng, và sẽ bắt đầu trong vòng một năm sau khi họ đến nơi.[52]

Sau gần một ngày rưỡi bay, tính luôn 10 tiếng quá cảnh tại Istanbul, gia đình người Việt tị nạn đầu tiên đã hạ cánh tại sân bay quốc tế Toronto Pearson. Tuấn ngay lập tức báo tin cho tôi rằng họ đang ở nhà ga của Air Canada. Nghĩ rằng họ ra đến nơi nên tôi vội vàng liên lạc với Kỳ Anh và Lê, thì được hai bạn cho biết là họ đang ngồi đợi ở trong xe. Do phải tuân thủ các hạn chế về COVID-19, những người đi đón buộc phải chờ bên ngoài cho đến IRCC hoàn thành xong thủ tục giấy tờ cho gia đình tị nạn, rồi một đại diện của IOM sẽ giúp lấy hành lý và dẫn họ ra ngoài. Đến lúc đó, thì những người ủng hộ và nhà bảo trợ mới có thể chào đón gia đình đến Canada, đưa áo ấm cho họ và chụp hình kỷ niệm. Đài SBTN (Saigon Broadcasting Television Network) cũng có mặt và thực hiện một cuộc phỏng vấn cấp tốc ngay bên lề đường.[53] Chúng tôi biết là họ sẽ được cấp thẻ thường trú nhân Canada khi đến nơi, nhưng không biết rằng việc đó được thực hiện ngay sau Cơ quan Dịch vụ Biên giới Canada (Canada Border Services Agency (CBSA))[54] đóng dấu nhập cảnh cho họ. Tôi biết được điều này khi xem hồ sơ "Xác nhận Thường trú nhân" (Confirmation of Permanent Residence (COPR)) của họ, và nhìn thấy điều chúng tôi mong đợi nhất: Canada thực sự đã công nhận họ là "Người tị nạn theo Công ước," chính thức trao quyền bảo vệ.[55]

Nhờ sự sắp xếp trước từ các nhà bảo trợ, vừa đến nơi là những người trong gia đình bà Phúc bắt tay vào làm việc ngay: ông Yên làm sushi, Tuấn làm công việc xây dựng - "cháu thích công việc này," còn Trinh thì làm cho một nhà máy kẹo trong lúc chờ nhà hàng mà em dự định làm việc mở cửa hoàn toàn trở lại sau COVID. Trinh cũng đã chủ động đến một cửa hàng tạp hóa địa phương xin làm việc vào ban đêm và cuối tuần. Em muốn để dành tiền để khi đi học lại có cái mà trang trải cho chi phí học hành khi cần. Những tháng tiếp theo sau đó, một vài lần các thành viên trong gia đình thay đổi công việc cho phù hợp với hoàn cảnh, nhưng họ luôn duy trì được việc làm ổn định.

Ngay sau khi gia đình bà Phúc đến Mississauga, bà Lụa nhận được email từ IOM xác nhận chuyến bay của gia đình vào ngày 19 tháng Một năm 2022. "Vừa mới nhận được tin, chúng tôi mừng quá sức," bà nhắn tin. "Chúng tôi rất biết ơn, vì nếu không có bà chúng tôi sẽ không có cái may mắn như ngày hôm nay. Bà rất tốt bụng và nhân hậu. Không bao giờ chúng tôi quên ơn bà. Bà luôn ở trong lòng chúng tôi.... tôi cũng hy vọng hồ sơ của gia đình Loan và hai em chồng tôi sẽ sớm được giải quyết."

Cựu Chủ tịch Hội Cựu Quân nhân Ontario Thien Trần, Kim Trần và chồng Đỗ Kỳ Anh, nhà bảo trợ Can Nguyễn, bà Phúc, ông Yên, Trinh, Hoa Nhiên, Tuấn (cầm cờ Vàng của VNCH), nhà bảo trợ Liên Nguyễn, và Lê Lương (Hình: VOICE Canada và phóng viên kiêm nhiếp ảnh gia Vũ Xuân Sa của tờ *Thời Báo*).

Thật vậy, Grace và tôi cũng đang chờ thông báo từ bộ phận nhập cư Canada để có thể sắp xếp đi cùng bà Loan trong hành trình của bà. Mặc dù rất hào hứng với ý tưởng này, nhưng bà Loan vẫn lo lắng không yên, bất kể tôi có trấn an như thế nào. "Bốn tuần rồi mà nhà bảo trợ của tôi chưa nhận được thư từ bộ di trú," bà chia sẻ. "Tôi không biết hồ sơ của gia đình tôi có vấn đề gì không. Tôi cũng hỏi IOM y tế. Họ nói rằng đã gửi tài liệu của chúng tôi đến bộ di trú từ tháng trước.... Bà biết không, mỗi ngày tôi đều chờ tin nhà bảo trợ gọi cho tôi." Tôi lặp lại lời trấn an rằng hồ sơ của gia đình bà có thể bị chậm do chẩn đoán y tế sai lầm trước đây của con trai bà, cũng như việc thay đổi người bảo trợ vào năm 2019. "Hay quá, nội việc nghĩ đến chuyện cô và Grace đồng hành cùng Loan là thấy hay rồi, chưa cần nói đến việc thực sự làm điều đó," Trung nhận xét, "Điều này nằm ngoài sự mong đợi!"

Trong khi gia đình bà Lụa đóng gói hành lý, Kỳ Anh đã tìm được một chỗ ở cho họ. "Ngoài trời âm 20°C, nhưng ngôi nhà mới của Lụa Trần tràn ngập tình yêu thương và sự ấm áp," Lê chia sẻ trên Facebook ngày 16 tháng 1 năm 2022. "Chúng tôi đang rất nóng lòng chờ họ đến vào cuối tuần này và háo hức nhìn họ bắt đầu cuộc sống mới tại Canada. Nếu bạn có thêm nệm, mền, quần áo mùa đông đã qua sử dụng nhưng còn tốt, hoặc đồ nội thất, vui lòng nhắn tin cho tôi. Mọi thứ đều cần!"

Đây là một cuối tuần bận rộn cho VOICE Canada. Lê và Kỳ Anh cũng tổ chức một cuộc họp quốc tế qua Zoom với bốn múi giờ khác nhau để Grace, đang thăm gia đình ở Seattle, cùng ba người Úc là bác sĩ Bùi Trọng Cường ở Brisbane, Đoàn Việt Trung ở Melbourne, và tôi ở Sydney có thể cập nhật tiến trình từ bà Phúc, ông Yên và Tuấn về việc gia đình họ đang hòa nhập với cuộc sống mới. Phần lớn cuộc họp được tiến hành bằng tiếng Việt, nên tôi chỉ lặng lẽ theo dõi. Lê kể cô đã xúc động đến rơi nước mắt khi nghe ông Yên bày tỏ lời cảm ơn chân thành về những giúp đỡ của chúng tôi trong suốt thời gian qua. Bác sĩ Bùi Trọng Cường thì hớn hở gởi thêm mấy ngàn đô Úc, do cộng đồng người Việt Tự do Queensland quyên góp để ủng hộ các nỗ lực của VOICE. Trong khi đó, Kỳ Anh đùa rằng anh quen biết rõ người bảo trợ của gia đình bà Lụa và không ngại yêu cầu hỗ trợ thêm nếu cần, bởi anh và gia đình anh chính là nhà bảo trợ của gia đình Lụa.

Vào ngày 21 tháng 1 năm 2022, bà Lụa, ông Long chồng bà, ba người con của họ, Lê em gái Lụa, và cháu gái Ngọc đã đến nơi an toàn, sau khi hoàn tất thủ tục nhập cảnh và chụp những bức ảnh kỷ niệm bên ngoài sân bay. Trời lạnh đến mức mà Kỳ Anh đã nghĩ đến việc phải hủy bỏ buổi đón tiếp, "chỉ vài phút là có thể bị bỏng vì lạnh." Nhưng cuối cùng, cả nhóm đã tháp tùng gia đình Lụa đi đến căn hộ rộng rãi được chuẩn bị sẵn dành cho họ, tất cả không sót một ai: các nhà bảo trợ và tình nguyện viên của VOICE Canada. Kỳ Anh gọi qua video để giới thiệu tôi những người trong đội ngũ hỗ trợ, trong khi Lê Lương dẫn mọi người tham quan ngôi nhà mới. Tôi có dịp chào hỏi mọi người mà phải hét lên để vượt qua tiếng nói cười rôm rả tràn ngập ngôi nhà. Lời cảm ơn của bà Lụa tuy ngắn gọn nhưng chân thành: "Nhờ mọi người giúp đỡ, tôi mới có cuộc sống tốt đẹp hôm nay."

Ba ngày sau khi đến Canada, ông Long đã bắt đầu làm việc, dán nhãn hộp, trong khi vợ ông, em vợ và cháu gái chuẩn bị cho một buổi phỏng vấn xin việc tại một công ty sản xuất khuôn và dụng cụ. Họ được nhận ngay lập tức, và bắt đầu làm việc vào tuần sau trên dây chuyền lắp ráp tại nhà máy. Những lúc rảnh là họ trả lời các buổi phỏng vấn từ các cơ quan truyền thông tiếng Việt.[56] "Những công việc này là nhờ những người tị nạn trước đó đã được VOICE Canada bảo trợ qua chỉ dẫn cho," Kỳ Anh giải thích. "Họ đang làm

việc tại công ty này và đã giúp Lụa, Lê và Ngọc được nhận vào."
Chẳng bao lâu sau, vợ chồng ông Long đã cùng nhau làm việc. Bà
Lụa nói với tôi: "Xin lỗi vì bận quá nên tôi chưa hỏi thăm bà. Từ thứ
Hai đến thứ Năm, tôi làm ở nhà máy và từ thứ Sáu đến Chủ Nhật, tôi
làm ở tiệm bánh."

Chưa đầy một tháng sau, các con của bà Lụa đã bắt đầu đi
học. Lần đầu tiên trong hơn năm năm kể từ khi bước chân xuống
tàu, con trai bà là Đăng chính thức được đi học. Gia đình bà Loan ở
Indonesia cũng vậy, bé Trân - con gái bà - cũng đi học ngay khi
Learning Lab Jakarta chính thức mở cửa trở lại vào đầu tháng
Banăm 2022. "Em ấy rất thích," cô chị gái My chia sẻ. "Nhưng em
ấy thích hơn khi có giáo viên trực tiếp hướng dẫn trong lớp…. Em
ấy không thích con dạy vì con rất nghiêm khắc trong học tập. Nhưng
có những câu hỏi mà em không hiểu thì em hỏi con."

Chỉ có cậu con trai Lộc là phải ở nhà, chờ tiêm mũi vaccine
COVID-19 thứ hai rồi mới có thể quay lại lớp học vào cuối tháng
Tư. Trong khi đó, bà Phúc đã hạ sinh con gái, Quinna Nguyễn Trần,
vào ngày 13 tháng Hai - trở thành công dân Canada đầu tiên trong
gia đình. "Tôi không muốn tên của con giống với những người
khác," bà giải thích lý do gia đình chọn một cái tên phương Tây
(xuất xứ Ireland).

Từ trái sang: Lệ em gái Lụa, cháu gái Ngọc, con gái Uyên, con trai Kôi, Lụa, con trai Đăng và Long chồng Lụa (do VOICE Canada và nhà báo kiêm nhiếp ảnh gia Vũ Xuân Sa của Thời Báo cung cấp). "Lụa thật là một người phụ nữ can đảm!" Trung nhận xét. "Nhìn cô ấy cười khiến tôi vui lây. Suốt một thời gian dài, tôi chỉ nghe tiếng cầu cứu trong cùng quẫn của họ."

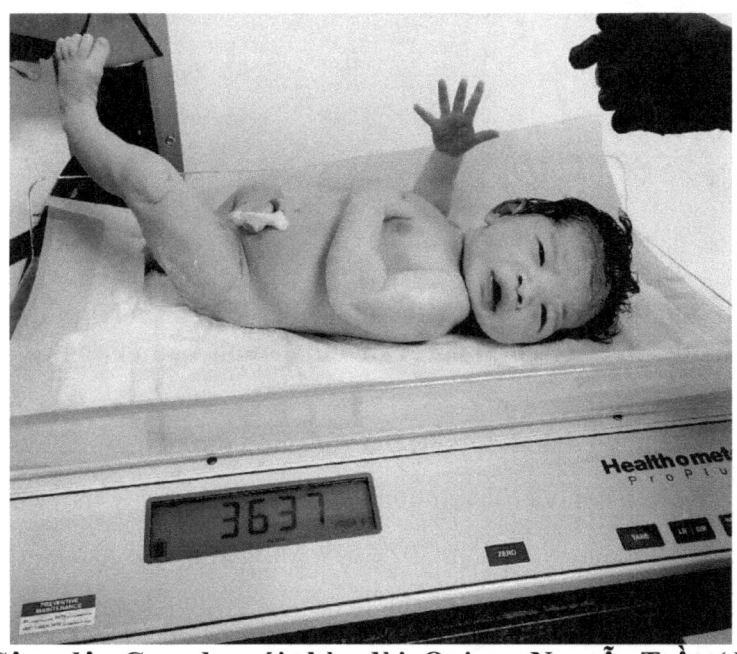

Công dân Canada mới chào đời, Quinna Nguyễn Trần (do Nguyễn Thị Phúc cung cấp).

321

Trân ngày đầu tiên tại Learning Lab, 8/03/2022 (Hình do Hồ Thanh Nhã My chụp và Trần Thị Thanh Loan cung cấp).

Thêm vài tháng trôi qua mà vẫn chưa rục rịch gì, bà Loan ngày càng héo hon và rơi vào trạng thái trầm cảm. May thay cuối cùng ngày 9 tháng Năm năm 2022, Kỳ Anh thông báo nhà bảo trợ của bà Loan nhận được email của IRCC yêu cầu kế hoạch cách ly. Vào thời điểm này, theo trang web của IRCC, thời gian xử lý chính thức đối với người tị nạn được bảo trợ tư nhân từ Indonesia là 10 tháng đối với hồ sơ bảo trợ, và 25 tháng đối với hồ sơ người tị nạn. Tính ra thời gian xử lý này khá chính xác đối với trường hợp của bà Loan, cũng như với phần lớn các hồ sơ hoàn chỉnh trong sáu tháng gần nhất lúc đó.[57] Như vậy là kế hoạch mà My dự định liên lạc với trường học của em gái Nhi để chuẩn bị cho năm học mới tại Indonesia coi như không cần thiết nữa.

Nếu lịch trình khởi hành của gia đình bà Loan cũng tương tự như hai gia đình trước, thì chúng tôi dự đoán IOM sẽ thông báo chuyến bay đến Canada của họ trong khoảng bảy tuần tới. Do Grace dự định sẽ thực hiện công việc vận động tại Mississauga vào thời điểm đó, nên chỉ mình tôi sẽ đi cùng gia đình như đã hứa. Có vẻ như tôi sẽ phải bay đến Jakarta để gặp gia đình họ ngay sau chuyến đi Việt Nam dự lễ tốt nghiệp của Duệ.[58]

Cuối cùng, tôi chỉ có hơn một tuần giữa hai chuyến đi. Vào ngày 23 tháng 6 năm 2022, được hộ tống bởi một tài xế và thông dịch viên, tôi đã đến thị trấn La Gi ở tỉnh Bình Thuận - cách TP.HCM gần 200 km - để gặp thân nhân của gia đình họ. Tôi được dẫn đi thăm từng nhà, tới mỗi nơi, từ người lớn đến nhỏ, các bậc cha mẹ, anh chị em, dâu rể, cháu trai, cháu gái đều bày tỏ lòng biết ơn, về việc người thân của họ có thể định cư và bắt đầu cuộc sống mới ở Canada. Đến xế ngọ thì tôi mới có thể được thưởng thức bữa trưa do anh chị em của bà Loan sắp xếp, tại một khu nghỉ dưỡng ven biển gần đó. Sau buổi trưa thì tôi vội vã lên xe đi 4 tiếng để quay về lại thành phố.

Từ trái: Lâm, tác giả, bà Vân, Luật sư Đôn và Sơn, 24/6/2022.

Ngày hôm sau, tôi có hân hạnh được gặp trực tiếp Võ An Đôn tại khách sạn của tôi và dùng bữa sáng. Nhận lời cho cuộc gặp mặt này, ông phải đi xe đò 12 tiếng cho mỗi lượt đi và về từ nhà ông ở tỉnh Phú Yên tới Tp HCM. Trong buổi gặp mặt còn có các thân chủ cũ của ông, bà Huỳnh Thị Mỹ Vân và hai con của bà - Sơn và Lâm - trong đó Lâm đảm nhận vai trò phiên dịch.[59] Ông Đôn xòe ra cho tôi xem những vết chai trên tay do công việc đồng áng mà ông làm để nuôi gia đình với ba con nhỏ, kể từ khi bị tước quyền hành nghề cách đây bốn năm.[60] Ông giải thích rằng mình cũng được người nhà bà Loan mời đi cùng tôi đến La Gi, nhưng ông thấy việc đi này không an toàn. Ông cũng nhắc nhở tôi nên chú ý, vì tôi có lẽ cũng đang bị giám sát. Ông xin lỗi vì không thể gặp tôi trong chuyến

324

thăm Việt Nam của tôi vào năm 2018, vì vào thời điểm đó ông đã không được phép rời khỏi khu vực địa phương. Ngay cả bây giờ, gia đình ông vẫn bị cô lập, khi chính quyền lan truyền những tin đồn tiêu cực về họ, nhằm khiến mọi người xa lánh. Nguyện vọng của ông khi bước chân vào ngành luật là có thể giúp đỡ những người khó khăn ở Việt Nam trong suốt sự nghiệp của mình, nhưng từ lúc bị tước giấy phép thì cánh cửa nghề luật cũng vĩnh viễn đóng lại với ông. Ông Đôn tiết lộ là ông đã nộp đơn xin tị nạn ở Mỹ và đã qua ba cuộc phỏng vấn, ông đang chờ đợi kết quả.

Tại cuộc gặp, bà Vân và cô con gái Lâm kể về thời gian họ bị giữ ở bắc Úc vào năm 2016, khi thuyền của họ bị chặn và trả về. Họ nhớ rõ những cử chỉ tử tế của các nhân viên người Úc đối xử với họ, hoàn toàn trái ngược với cách các quan chức Việt Nam làm. Bà Vân thậm chí còn nói nếu có dịp tới Úc, bà sẽ ghé thăm Darwin, nơi bà bị đưa đến để trục xuất, vì nhớ rằng mình đã được phát thuốc nhức đầu ở đó. Lâm khẳng định: "Các quan chức Úc rất tử tế, đặc biệt là với phụ nữ và trẻ em."

Vào ngày 4 tháng Bảy năm 2022, tôi bay từ Sydney đến Jakarta để gặp bà Loan và gia đình, trước khi họ khởi hành vào tối hôm sau. Hai người chị của bà, những người tôi vừa gặp ở Việt Nam, cũng bay từ Việt Nam sang cùng một người cháu trai, để đưa tiễn và cũng đáp xuống cùng lúc với tôi. Họ muốn tranh thủ gặp nhau trước khi không biết bao lâu nữa mới có thể gặp lại. Đây là lần đầu tiên sau nhiều năm gia đình bà Loan mới có một cuộc đoàn tụ nhỏ nhỏ này. Mất kha khá nhiều giờ để tôi có thể lấy visa nhập cảnh từ sân bay. Cuối cùng thì tất cả chúng tôi gồm tám người, trong đó có My, Nhung và Tài, chen chúc trong một chiếc taxi, do một người bạn Hazara gốc Afghanistan cầm lái, đưa tôi về khách sạn, không xa khu nhà ở dành cho người tị nạn tại Tangerang. Lúc này trời đã khuya và mọi hàng quán đều đã đóng cửa, cũng may My và Nhung đã đưa tôi ra cửa hàng tiện lợi gần đó để mua chút đồ lót dạ. Hai em trò chuyện lưu loát bằng tiếng Indonesia với chủ tiệm, cho thấy các em đã rất nỗ lực sinh tồn những năm tháng sống tại đây. My cũng nhẹ nhõm chia sẻ rằng cả gia đình em đã vượt qua bài kiểm tra COVID-19 để được "đủ điều kiện bay."

Ngày hôm sau, cuối cùng tôi cũng tận mắt nhìn thấy khu nhà ở của IOM nơi gia đình bà Loan đã sống từ tháng 2 năm 2018 đến nay. Chúng tôi leo lên bốn tầng lầu đến căn phòng của họ trên tầng cao nhất, một cư dân người châu Phi vui vẻ xách giúp vali của tôi. Anh nói với Nhi, con gái út 11 tuổi của bà Loan, người đang dẫn tôi tham quan cùng My: "Chúng tôi sẽ không gặp lại em nữa." Mỗi tầng đều giống nhau, với hành lang lát gạch trắng kéo dài dẫn đến những căn phòng đơn sơ, hàng giày dép được xếp gọn gàng bên ngoài các cánh cửa khóa kín. Tôi cũng chú ý thấy là mỗi tầng đều có một khu bếp chung ngoài trời, với từng bếp lò hoặc bếp ga riêng biệt dành cho mỗi gia đình hoặc cá nhân.

Gia đình bà Loan là gia đình duy nhất rời đi trong ngày hôm đó, và mọi người trong khu nhà đều muốn chia sẻ niềm vui cùng họ. Các cư dân trong tòa nhà là dân tị nạn đến từ nhiều quốc gia khác nhau, một số người mà như tôi biết đã sống ở đây đến tám năm. Một số mặc trang phục truyền thống, số khác mặc đồ Tây. Họ đến chào tạm biệt, chúc may mắn, gởi những ôm và chụp ảnh kỷ niệm với gia đình bà Loan. Những người may mắn hơn thì hồ hởi chia sẻ rằng họ cũng sắp được đi định cư ở Úc, Canada, New Zealand, Anh, hoặc Mỹ, dù chưa biết chính xác ngày nào. Những người khác vẫn chờ đợi và hy vọng. Quá trình tái định cư của họ bị trì hoãn bởi đại dịch COVID-19, rồi sau đó đến việc Taliban chiếm quyền kiểm soát Afghanistan vào tháng Tám 2021, rồi lại xảy ra cuộc xâm lược Ukraine của Nga vào tháng Hai 2022, hoặc một khủng hoảng khác khiến tiến trình xét duyệt bị đình trệ hàng năm trời. Trong lúc chờ xe buýt của IOM đến để đưa ra sân bay, bà Loan và tôi ngồi với nhau trên một tấm nệm trải dưới sàn căn phòng nhỏ, xung quanh là các thành viên trong gia đình, bên ngoài cái nóng hầm hập, nhưng bên trong chúng tôi có điều hòa mát mẻ.

Họ có đến 12 kiện hành ký gửi, trong đó bảy thùng là hải sản đông lạnh được đóng gói chắc chắn mà hàng xóm đã giúp chất lên xe buýt, cùng vô số túi xách tay. Khi đến sân bay, hãng hàng không yêu cầu họ chỉ mang theo hai hoặc ba thùng, My, với vai trò là đại diện gia đình, kiên quyết không bỏ lại kiện nào: "Cháu rất căng thẳng, nhưng cháu nói rằng mình đã tìm hiểu kỹ, và cuối cùng gia đình được phép mang cả bảy thùng," cô thở phào nói.

Chúng tôi thỏa thuận là Luật sư Đôn sẽ thông báo về chuyến đi định cư của gia đình bà Loan trên trang mạng xã hội có đến hàng ngàn người theo dõi của ông. Chuyến đi diễn ra khá suôn sẻ. Đại

Tác giả với bà Loan, ngày 5 tháng 7 năm 2022.

diện IOM gặp gỡ các gia đình tị nạn - có nhiều gia đình - tại hai đầu sân bay để trao giấy tờ, bao gồm "Giấy Xuất nhập cảnh Một lần cho Tái định cư tại Canada" do IRCC cấp, và thẻ lên máy bay. Gia đình bà Loan được IOM hướng dẫn làm thủ tục hải quan, và sắp xếp để họ được hỗ trợ trong thời gian quá cảnh gần 10 tiếng tại Istanbul. Trước đó, gia đình cũng đã được tham gia một buổi học "Định hướng Canada ở Nước ngoài"[61] kéo dài hai giờ, do một văn phòng IOM tại Thái Lan thực hiện, chỉ mới tuần trước. "Mọi người có rất nhiều câu hỏi cần được giải đáp, nên buổi học mới kéo dài lâu như vậy," My giải thích.

Một nhân viên IOM tốt bụng tại Sân bay Quốc tế Toronto Pearson đã cho phép tôi tháp tùng cùng với gia đình vào khu vực nhập cảnh, sau khi tôi tự làm xong thủ tục hải quan của mình. Mọi người phải đợi ở khu vực tiếp nhận khá lâu thì họ được mời vào một buồng kính để phỏng vấn. Một nhân viên thuộc Cơ quan Dịch vụ Biên giới Canada (Canada Border Services Agency (CBSA)) kiểm tra xem giấy tờ của họ có đầy đủ không, và hỏi họ các câu hỏi theo quy trình: "Địa chỉ thường trú của bạn ở Canada ở đâu? Có ai trong gia đình bạn từng bị kết án tội nghiêm trọng ở quê nhà không? Bạn mang theo bao nhiêu tiền? Tất cả mọi người có trong cùng một đơn xin visa không? Đây có phải lần đầu tiên bạn đến Canada không?"

My trả lời từng câu hỏi một cách bình tĩnh và ngắn gọn: "Dạ, cả ba và mẹ tôi đều bị kết tội ở Việt Nam và bị kết án tù." Nghe câu trả lời này từ bên ngoài cánh cửa, tim tôi như ngừng đập: chắc chắn rằng bản án tù đó là yếu tố quan trọng trong việc công nhận họ là người tị nạn. Tuy nhiên, nhân viên CBSA ngay lập tức chuyển sang câu hỏi tiếp theo trong kịch bản của mình mà không tỏ ra băn khoăn. Thêm một thời gian chờ đợi dài nữa để hoàn thiện các thủ tục giấy tờ, cả gia đình được gọi vào ký xác nhận Thường trú nhân (Confirmation of Permanent Residence). Cuối cùng, khoảnh khắc mà tất cả chúng tôi đều mong đợi đã đến: họ chính thức nhập cảnh vào Canada với tư cách là thường trú nhân, nằm trong số 31.255 người trong danh sách bảo trợ tư nhân được chính phủ Canada chấp thuận trong năm 2022. Họ đã không còn là người tị nạn nữa.[62]

Sau khi lấy hành lý, chúng tôi háo hức đi ra và gặp ngay sự chào đón của Đỗ Kỳ Anh và Lê Lương, cùng với các tình nguyện viên VOICE Canada. Đây là lần đầu tiên chúng tôi gặp mặt trực tiếp. Grace, Lụa và Lệ, em gái của Lụa cũng có mặt đi đón. Mọi người cùng chụp ảnh kỷ niệm bên lề đường. Bà Loan tham gia một cuộc phỏng vấn ngắn, trước khi cả đoàn lên xe đi đến ngôi nhà mới rộng rãi, mà nhóm các nhà tài trợ đã chuẩn bị sẵn cho gia đình họ ở Mississauga.

Những ngày tiếp theo là chuỗi hoạt động náo nhiệt và đầy ắp niềm vui thật khó quên: Sandy Ooi, người sáng lập Learning Lab, đã bay từ New York đến để gặp gỡ các em nhỏ, tạo thêm niềm vui bất ngờ cho mọi người. Chúng tôi cùng dùng bữa tối với nhau tại gia đình bà Loan ngay tối đầu tiên. Sau đó, tất cả ghé thăm gia đình bà Phúc và gặp bé Quinna. Món quà tôi dành tặng mỗi gia đình là một cuốn từ điển Anh-Việt mà tôi đã giữ cho họ từ năm 2017. Những cuốn tự điển này là số đơn hàng trực tuyến mà tôi đã đặt mua, nhưng không kịp giao ở lần gặp đầu tiên của chúng tôi tại trại giam ở Indonesia. Grace và tôi cũng có một buổi phỏng vấn với tờ báo *Thời Báo* của cộng đồng người Việt tại Canada, bài phỏng vấn được đăng vào tuần sau đó.[63]

Điều tuyệt vời nhất là Luật sư Đôn nhắn tin báo cho biết rằng gia đình ông đã được Mỹ chấp nhận cho tị nạn. Tuần lễ kết thúc bằng một bữa tối tại nhà của Kỳ Anh và vợ anh, chị Kim Trần, với sự tham dự của nhiều người ủng hộ VOICE Canada, để chào đón những người mới đến. Thật cảm động khi gặp gỡ bạn bè của Kỳ Anh từ thời đại học, họ cũng từng là những người tị nạn và giờ là những nhà bảo trợ, những người mà Kỳ Anh luôn có thể nhờ cậy đến. Ấn tượng hơn nữa là tầng hầm của nhà Kỳ Anh và Kim đã biến thành một kho đồ chứa lớn, có đủ thứ từ bình nấu nước đến đồ nội thất và nệm mà những người mới đến có thể lấy bất cứ thứ gì họ

Từ trái sang: Bà Loan, Lộc, Trân, ông Lợi, Nhi và My (do VOICE Canada và nhà báo, nhiếp ảnh gia Vũ Xuân Sa của *Thời Báo* cung cấp).

cần. Ngay cả những người chỉ vừa đặt chân đến Canada vài tuần trước cũng sẵn sàng tình nguyện giúp đỡ cho những người ai đến sau họ. Điều làm ấm lòng nhất là chứng kiến các gia đình bà Phúc và bà Lụa cũng âm thầm quyên góp một phần lương của họ cho các tổ chức từ thiện. "Điều này thật ý nghĩa và giúp họ giữ được tự trọng," Kỳ Anh nhận xét, tiết lộ rằng đến giữa năm 2022, VOICE Canada đã bảo trợ hơn 135 người tị nạn Việt Nam, với 25 người khác đang chờ được tái định cư từ Thái Lan.[64] Bức ảnh yêu thích nhất của tôi được chụp tại nhà của Kỳ Anh và Kim tối hôm đó: một bức tranh đầy hứa hẹn của thế hệ tiếp theo vươn lên trong Tự Do.

Từ trái: Trinh, Hoa Nhiên, Sandy em bé Quinna, và Tuấn.

Ngày cuối cùng ở Toronto, tôi dành thời gian bên Loan, Lụa, My và Grace. Hai người mẹ nhất định đòi tiễn tôi ra sân bay, dù Lụa giờ đang làm hai công việc từ sáng đến nửa đêm và phải xin nghỉ để đi cùng. Khi ngồi chờ máy bay cất cánh, tôi nghĩ lại hành trình của chúng tôi và đăng lên mạng xã hội: "Hơn năm năm trước, chúng ta chia tay nhau nghẹn ngào trong một trại giam ở Jakarta. Lúc đó, không ai dám nghĩ rằng lần chia tay tiếp theo sẽ là ở Toronto–nơi các bạn đã thực sự tự do và bình đẳng. Tôi tràn đầy niềm tin ở tương lai của các bạn khi bạn bắt đầu một cuộc đời mới tại Canada."

Tạm biệt các gia đình, bà Lua (trái) và bà Loan (phải) đi cùng tác giả đến lối ra của trại giam ở Jakarta, 3/06/2017 (do Sunshine và Aaron Biskaps cung cấp).

Từ trái: bà Lụa, bà Loan, tác giả, và Grace tại Cảng hàng không quốc tế Toronto Pearson, ngày 13 tháng 7 năm /2022.

Vĩ thanh

Đã hơn tám năm trôi qua kể từ khi tôi ngồi ăn sáng với tờ báo vào sáng thứ Bảy cuối tháng Bảy năm 2016. Đó là lần đầu tiên tôi đọc về hoàn cảnh khốn khổ của bà Loan và các con bà. Cuộc chiến dai dẳng để được tái định cư của họ chắc chắn sẽ không dành cho những người thiếu quyết tâm, cho dù là người tị nạn hay người ủng hộ. Tuy nhiên, chúng tôi đã cùng nhau học cách kiên trì, lấy sức mạnh từ nhau và đồng thời phát triển mối quan hệ tình người với nhau. Qua thời gian, mối quan hệ chặt chẽ đến mức mà giờ đây chúng tôi coi nhau như một gia đình.

Gia đình bà Loan đón *Tết* vào đầu tháng 2 năm 2022, không ngờ đó lại là lần cuối họ mừng năm mới ở Indonesia. Hôm đó, Bà Loan gởi tin nhắn cho tôi bằng Anh Ngữ:

Hôm nay tôi viết thư này với cả tấm lòng để tỏ lòng biết ơn những gì bà đã làm cho gia đình tôi trong suốt chuỗi thời gian khó khăn nhất của chúng tôi. Với trái tim nhân hậu, bà đã giúp đỡ gia đình chúng tôi suốt một thời gian dài, cả vật chất lẫn tinh thần, không ngại khó khăn, không một chút mảy

334

may suy nghĩ.... Khi tôi mệt mỏi, ngã lòng, bà luôn luôn ở bên cạnh tôi, động viên và giúp tôi mạnh mẽ hơn về mặt tinh thần. Bà thật sự là thiên thần hộ mệnh của tôi.... Các con của tôi luôn luôn nhắc đến bà, các cháu nói sẽ luôn luôn cố gắng chăm chỉ học hành, ngoan ngoãn vâng lời cha mẹ để bà khỏi phật lòng. Gia đình tôi không biết nói gì hơn ngoài việc cầu nguyện mỗi ngày cho sức khỏe gia đình bà để bà có thể giúp đỡ những gia đình có hoàn cảnh tương tự như gia đình của chúng tôi.

Tôi đáp lại bằng cách bày tỏ lòng yêu thương và sự ngưỡng mộ của chúng tôi đối với sự kiên cường và quyết tâm tự lực của bà: "Chị hiếm khi đòi hỏi bất cứ điều gì và mỗi người trong gia đình chị đều hết sức cố gắng để vượt qua mọi khó khăn. Những phẩm chất này đã khiến chúng tôi muốn hỗ trợ chị nhiều hơn nữa."

Có thể nói là cần cả một ngôi làng để nuôi dưỡng một đứa bé, nhưng với kinh nghiệm của tôi, thì cần cả một mạng lưới toàn cầu để giúp đỡ một người tị nạn. Vào giữa năm 2022, số người bị cưỡng bức ly hương vượt quá 100 triệu người tính luôn 26,6 triệu người tị nạn, UNHCR ước đoán khoảng hơn hai triệu người cần được tái định cư vào năm tới, tăng thêm 36 phần trăm.[1] Đối mặt với con số như vậy, quả thật là quá nản lòng - ba gia đình, hay 21 sinh mạng, thì là gì trong đại dương đầy đau khổ và nghiệt ngã của con người này? Tuy thế, tôi luôn tin rằng mỗi người trong chúng ta đều có khả năng tạo ra sự khác biệt, nhất là nếu là chúng ta hợp sức làm việc cùng nhau. Việc hỗ trợ những người tị nạn đến từ những nước chưa phát triển không đòi hỏi nhiều chi phí phải bỏ ra. Như một triết gia nổi tiếng người Úc, Peter Singer, từng lập luận rằng "Nếu chúng ta có thể đem đến lợi ích to lớn cho ai đó với phí tổn tối thiểu cho chúng ta, thì chúng ta cũng nên làm."[2] Hơn nữa, với tư cách là một người ủng hộ, chung ta tự do đóng góp theo khả năng, phương tiện, và trong phạm vi cho phép của mình. Nhưng người tị nạn, chính họ, phải có can đảm vượt qua mọi thử thách và phấn đấu cho tương lai của họ nếu họ muốn thành công.

Ba gia đình này là những gia đình đã thành công đào thoát khỏi Việt Nam trong nhưng năm tháng gần đây, Võ An Đôn, trong buổi gặp mặt hôm tháng Sáu năm 2022, cho biết rằng việc họ trốn thoát là nguyên nhân chính tại sao ông bị tước giấy phép hành nghề luật sư và gia đình anh bị chính quyền địa phương bạc đãi. "Nếu có một người nào đó trốn ra khỏi nước, rồi lấy quốc tịch của một quốc gia nào khác, khi họ trở về lại Việt Nam, họ sẽ được ngưỡng mộ," ông giải thích. "Nhưng nếu ai đó trốn khỏi đất nước, bị từ chối và buộc phải trở về Việt Nam, họ sẽ bị đối xử khắc nghiệt và có thể bị kết án tới 15 năm tù. Họ bị tố cáo là trốn thuế và trốn tránh trách nhiệm tài chính của mình đối với đất nước. Nhà cầm quyền địa phương cũng răn đe làng xóm phải xa lánh họ, lý lịch của họ bị ghi vào sổ đen và mãi mãi không bao bao giờ xóa được."

Thực tế đáng buồn này không những chỉ ảnh hưởng đến đời sống người xin tị nạn bị trả về, mà còn ảnh hưởng đến bà con thân thuộc gần gũi của họ. Như tôi đã khám phá ra trong chuyến đi thăm gần đây nhất, những người thân trong gia đình buộc phải thay đổi công việc, hoặc chấp nhận một cái nghề khiêm tốn hơn, ẩn mình và bảo đảm rằng họ không làm điều gì phật lòng đến chính quyền.

Những kinh nghiệm thực tế mà người tị nạn bị trả về phải trải qua hoàn toàn ngược lại những quan điểm chính thức của Bộ Ngoại Giao Úc (DFAT). Họ vẫn khăng khăng nói rằng "Người xin tị nạn bị trả về, nói chung, họ không hề bị kỳ thị." Lối khẳng định như vậy, tuy nhiên, chẳng có gì đáng ngạc nhiên, vì chính phủ Úc hiện nay đã trắng trợn xóa bỏ hoàn toàn mọi ký ức về những gì những gia đình này phải chịu đựng ở Việt Nam: "Nhà chức trách thỉnh thoảng thẩm vấn những người hồi hương từ Úc khi họ vừa đến Việt Nam. Quá trình thẩm vấn thường mất từ một đến hai giờ và tập trung vào việc thu thập thông tin ai là người tổ chức và điều hợp cho chuyến vượt biên. DFAT không hề biết bất kỳ trường hợp nào về những người bị Úc trả về bị giam giữ qua đêm vì mục đích này."[3]

Đọc qua gần 2.000 tin nhắn chúc mừng từ những người đồng hương Việt Nam gởi đến sau một tuần bà Loan và gia đình đến Canada. Những lời chúc mừng với bày tỏ sự ngưỡng mộ chung đã gây nhiều ấn tượng cho tôi: "Họ rất quyết tâm; tuy biết rằng sẽ gặp nhiều rủi ro, họ vẫn quyết định lên đường và cuối cùng đạt được điều mình mong muốn."

Vào ngày 7 tháng Tám năm 2022, bà Loan gởi cho tôi một lời cảnh báo: "Chị của tôi đang bị điều tra về mối quan hệ giữa bà và ông Võ An Đôn. Chị nói với công an rằng chị ấy không biết gì về bà cả ... ngoài những gì bà chia sẻ trên Facebook. Tôi nghĩ bà vẫn nên đề phòng khi trở lại Việt Nam bởi vì bà nằm trong tầm ngắm của công an và mật vụ." Lo lắng, tôi liên lạc với Võ An Đôn, và được cho biết rằng công an đã "mời" gia đình bà Loan "lên làm việc" nhằm làm sáng tỏ mối quan hệ của chúng tôi sau khi thấy bài đăng của ông về chuyến đi của tôi và gia đình Bà Loan đến Canada. "Mục đích của công an là nhằm đe dọa tôi và gia đình bà Loan do họ cảm thấy nhục nhã vì để cho bà Loan và nhiều người khác vượt biên thành công lần thứ hai." Trong chế độ cộng sản, họ chỉ giỏi hành hạ người dân trong nước mà thôi, còn người ngoài giống như bà, thì họ né và không dám làm gì đâu."

Tôi hỏi tôi có nên gỡ những hình ảnh trên mạng xã hội từ chuyến đi đến Việt Nam của tôi gần đây, ông Đôn trấn an: "Việc chị đi thăm những gia đình ở Việt Nam có người vượt biên, chính phủ Việt Nam, biết thế giới đang quan sát họ … và chẳng dám làm gì." Bà Loan cũng đồng tình: "Chị tôi … làm việc với công an khoảng nửa tiếng đồng hồ rồi họ thả chị về."

Tuy nhiên, Võ An Đôn và gia đình của ông, hóa ra không được may mắn như vậy. Dựa theo lịch trình, thì vào ngày 27 tháng 9 năm 2022 các nhân viên của IOM sẽ đi cùng họ đến phi cảng quốc tế Tân Sơn Nhất tại Thành Phố Hồ Chí Minh, nơi mà ông đã thông báo chính thức về việc khởi hành của mình trên mạng xã hội, để rồi bị công an Việt Nam chặn lại và ra lệnh phải quay trở về Tuy Hòa, quê của ông giữa cơn mưa bão. Công an ở phi cảng đã làm theo lời yêu cầu của công an Tỉnh Phú Yên, nơi gia đình ông sinh sống, "hoãn lại" việc xuất cảnh của gia đình ông vì "lý do an ninh quốc gia" dựa theo điều 36 của Luật Xuất Cảnh, Nhập Cảnh của công dân Việt Nam số 49/2019/QH14 (Ngày 22 tháng 11 năm 2019). Hành động này ngay lập tức bị ông Phil Robertson, phó giám đốc của HRW thuộc Bộ Phận Á Châu lên án: "Sự thật là Hà Nội không muốn cho Võ An Đôn đi ra nước ngoài, nơi mà ông có thể tự do nói về hàng loạt vụ quấy rối, kỳ thị và lăng mạ mà ông phải chịu đựng vì đã chọn đại diện cho những người thấp cổ bé miệng về mặt chính trị tại các phiên tòa với các bản án bỏ túi của Việt Nam…. Nay, chính quyền lại ngăn cản ông và gia đình ông tìm kiếm cơ hội ở một quốc gia bên ngoài Việt Nam. Lệnh cấm đi lại này … cho thấy chính phủ Việt Nam đã chuẩn bị sử dụng mọi thủ đoạn bẩn thỉu, lạm dụng quyền hành nhằm khóa miệng một số rất ít luật sư còn sót lại trong nước, dám can đảm đứng lên bảo vệ nguyên tắc công lý rằng mọi người đều xứng đáng được đại diện trước pháp luật."[4]

Gần một năm sau, khi chúng tôi đang chuẩn bị bản Anh Ngữ của cuốn sách để cho xuất bản, thì Grace bất ngờ liên lạc với tôi: "Tôi vừa nghe nói người thứ hai rời khỏi Việt Nam sau chuyến thăm của (Tổng Thống) Biden là Võ An Đôn. Chị có nghe thông tin gì chưa hay chỉ là tin đồn?" Tôi lập tức liên lạc với Võ An Đôn và vô cùng vui mừng khi nhận được lời đáp lại: "Chính Phủ Việt Nam đã dỡ bỏ lệnh cấm xuất cảnh cho tôi khi Tổng Thống Biden đến thăm Việt Nam. Hiện tại, gia đình tôi đang chờ Lãnh Sự Quán Hoa Kỳ thông báo cho lúc nào chúng tôi đến định cư tại Hoa Kỳ."

Hóa ra rằng sự thỏa thuận chính thức đã được đàm phán trước khi chuyến viếng thăm của Tổng Thống Hoa Kỳ vào ngày 10 tháng 9 năm 2023. Võ An Đôn được báo tin bằng điện thoại hai ngày trước đó từ sở công an Tỉnh Phú Yên. Ông là một trong 4 nhà hoạt động nhân quyền được cho phép rời Việt Nam, chính phủ Biden tin rằng ông đã bị "chính phủ Cộng Sản cầm giữ bất công."[5]

Võ An Đôn sau đó nói với RFA rằng trong khi việc học của các con ông không bị cản trở trong năm qua, thì nhân viên an ninh thường phục Việt Nam luôn luôn theo dõi đường đi nước bước của gia đình ông và yêu cầu xóm giềng của ông cũng làm như vậy, làm họ cảm thấy bất an. Việc theo dõi thường trực của các nhân viên an ninh rồi cũng chấm dứt khi công an yêu cầu họ dừng lại. Sau đó. công an nhắn tin cho ông rằng "báo cho họ biết khi nào ông rời Việt Nam."[6] Ngày đó cuối cùng cũng đến, máy bay đưa gia đình ông rời Việt Nam đến Mỹ vào ngày 25 tháng 10 năm 2023 và hạ cánh vào ngày hôm sau.

Tin vui tuyệt vời này, lẽ ra phải đến sớm hơn tức là ngày 27 tháng 9 năm 2022. Đây ngày mà gia đình Võ An Đôn đã đang chuẩn bị lên máy bay rời Việt Nam thì bị chặn lại và, thật trùng hợp, cũng là ngày lên đường của hai thành viên cuối cùng của nhóm tại Jakarta, Nguyễn Thị Kim Nhung và Nguyễn Tài. Chúng tôi - những người ủng hộ, buồn vui lẫn lộn khi biết họ ở trên chuyến bay đến đến Canada. Điều này có nghĩa là cuối cùng chúng tôi hoàn thành lời hứa đối với các gia đình người tị nạn cũng như để tưởng nhớ đến người bạn thân yêu và cũng là một nhà đấu tranh cho nhân quyền không mệt mỏi của chúng tôi, Nguyễn Ngọc Nhi (Ann) (Tên thường gọi của cô). Lúc ban đầu, tôi cảm thấy xấu hổ và cảm thấy có trách

Đón Nhung và Tài tới Canada ngày 28 tháng 9 năm 2022, từ trái, Lê Lương, Vũ Xuân Sa của Thời Báo, Cựu Chủ tịch Hội Cựu Quân nhân Ontario Thien Trần, Kim Trần và chồng là Đỗ Kỳ Anh, Lợi, Nhung, Lụa, Loan, Tài, Kôi con trai Lụa, và Lê em gái Lụa (do VOICE Canada và nhà báo, nhiếp ảnh gia Vũ Xuân Sa của Thời Báo cung cấp).

nhiệm do cách hành xử của chính phủ Úc đối với họ, rồi từ đó câu chuyện của của họ đã bắt đầu và tiếp tục nhiều hơn thế nữa cho đến ngày nay.

Thôi thì, chúng ta hãy dành lời nói cuối cùng cho Nhung, Tài, gia đình trẻ của ông Võ Anh Đôn và tất cả những người khác đã đến trước. Cuộc hành trình đến đến bến bờ tự do của các bạn cuối cùng có lẽ đã kết thúc, nhưng các bạn sẽ làm gì với sự tự do vừa có chỉ mới bắt đầu. Đến lượt các bạn viết phần còn lại về câu chuyện của chính mình.

Nguyễn Thị Kim Nhung và Nguyễn Tài, Mississauga, 30 tháng 9 năm 2022 (hình do Đỗ Kỳ Anh cung cấp).

Phụ lục 1

Đoàn Việt Trung, "Bản Tường Trình về hai nhóm Người Việt Tị Nạn, nhóm 'Plane' và nhóm 'Choules,' mỗi nhóm gồm 46 người," chưa được công bố, ngày 7 tháng 1 năm 2016

Đoàn Việt Trung 07/01/2016

Chú thích về thuật ngữ:

- Nhóm "Plane" đã được Úc đưa trở về bằng máy bay (có thể là máy bay thuê) vào tháng 7 năm 2015.
- Nhóm "Choules" được đưa về vào tháng 4 năm 2015 bằng tàu đổ bộ thuộc Hải Quân Hoàng Gia Úc HMAS Choules

Đầu tiên, trong phần A dưới đây, tôi cung cấp những thông tin về nhóm Plane và nhóm Choules mà tôi đã nhận được từ nhiều nguồn

343

khác nhau, chủ yếu là từ chính những thuyền nhân đó. Trong phần B, tôi cung cấp một bảng ghi do tôi chuyển ngữ các khoản đóng góp và chi phí cho chuyến đi bằng thuyền của nhóm Plane.[1] Dựa theo thông tin này thì không ai có lợi nhuận từ chuyến đi. Và tất cả mọi người trên tàu cùng đồng hành đi tìm tự do.

A. BẢN TƯỜNG TRÌNH TÓM TẮT NHỮNG GÌ MÀ NHÓM PLANE VÀ NHÓM CHOULES ĐÃ TRÌNH BÀY VỚI TÔI

- Một quan chức Việt Nam đến chào đón nhóm Plane trở về, và ông ấy nói lớn lên rằng Việt Nam sẽ không trừng phạt hoặc giam giữ họ, và sẽ giúp họ tái hòa nhập nếu cần. Những tuyên bố này đã được dịch sang tiếng Anh cho các quan chức Úc hiện diện.

- 5 thuyền nhân hiện đang bị giam giữ vô thời hạn, phải chịu đựng các cuộc thẩm vấn lập đi lập lại nhiều lần; công an báo họ rằng họ sẽ ngồi tù nhiều năm; ít nhất là một người đã bị truy tố cũng như ít nhất một người (không bị giam giữ) không có cơ hội để tìm việc làm vì giấy tờ của bị đánh dấu vượt biên trái phép.

- Trong nhóm Plane, 1 người đã nhận được bản cáo trạng, bản dịch của tài liệu này kèm theo văn bản này.

- Xin lưu ý rằng tội danh bị cáo buộc không phải là buôn người theo nghĩa mà hầu hết người Úc hiểu. Các cơ quan chức năng không cáo buộc bất cứ ai đã thủ lợi từ chuyến đi

344

này. Tội danh bị cáo buộc là rời khỏi Việt Nam mà không có được phép của chính quyền (nơi mà họ đã trốn chạy).

- Trong nhóm Plane, 2 người đã bị giam giữ vô thời hạn kể từ lúc trở về, và một người thứ 3 cũng bị giam giữ vô thời hạn nhưng do sức khỏe kém nên hiện đang bị quản thúc tại gia, không được rời khỏi nhà.

- Trong nhóm Choules, 2 người bị giam giữ vô thời hạn kể từ khi trở về.

- Trong những tháng bị giam giữ vô thời hạn nói trên, công an Việt Nam đã nhiều lần thẩm vấn họ về chuyến đi, về hoạt động của họ, và về các khía cạnh về tiền bạc của chuyến đi.

- Ngoài các cuộc điều tra chính thức thì trong ít nhất một trường hợp, vào tháng 12, 2015, một người Việt Nam tự xưng là "quan chức quốc tế" đã gặp một số thuyền nhân. Những thuyền nhân này đã bị lừa dối, lầm tưởng rằng người đó do chính phủ Úc cử đến để giúp đỡ họ. Người đó có cách hành xử khá thân thiện, tuy nhiên các câu hỏi được đưa cũng tương tự như các câu hỏi như trên.

Nguồn của các thông tin mà tôi tóm tắt trên đây là

- nhóm Plane: 4 người vượt biên, và 1 người thân của họ, trực tiếp kể lại với tôi;

- nhóm Choules: 1 người đang sống ở Úc, là thân nhân của một người vượt biên, đã kể lại với tôi, và một người vượt biên khác đã kể cho một người đang sống ở Việt Nam đi tìm hiểu theo hướng dẫn của tôi.

Phụ lục 2

Bản tường trình, dựa theo biên bản của cuộc điện thoại trao đổi với Trần Thị Lụa, chưa được công bố, ngày 28 tháng 9 năm 2016

BẢN TƯỜNG TRÌNH CỦA ÔNG ĐOÀN VIỆT TRUNG
Nguyên Chủ tịch Liên bang Cộng đồng Người Việt Tự Do tại Úc

1. Tôi viết bản tường trình này để trình bày những sự kiện mà tôi biết được từ những người tị nạn Việt Nam trên các con thuyền bị chặn lại và bị Úc trả về Việt Nam vào năm 2015, liên quan đến cách mà nhà nước Việt Nam đối xử họ và con cái họ.

2. Tôi sẵn sàng làm chứng với tư cách nhân chứng và cũng sẵn sàng cung cấp bản tuyên thệ có chữ ký.

3. Tóm tắt về lý lịch của tôi: Tôi từng hai lần được bầu làm Chủ Tịch Liên Bang Cộng Đồng Người Việt Tự Do Úc Châu -

một tổ chức đại diện cao nhất của cộng đồng người Việt tự do tại toàn nước Úc. Hai nhiệm kỳ của tôi bắt đầu từ đầu năm 2000 và kết thúc vào cuối năm 2003. Sự hiểu biết của tôi về người tị nạn Việt Nam rất sâu sắc và kéo dài qua nhiều thập niên, bắt đầu từ vai trò thông dịch viên cho người tị nạn vào cuối thập niên 70, giúp thành lập các tổ chức đại diện cộng đồng, và tiếp tục vận động cho việc đối xử nhân đạo với họ từ cuối thập niên 90 đến nay.

4. Ngày 20 tháng 9, tôi đã gọi điện cho bà Trần Thị Lụa ("Lụa"), một người tị nạn Việt Nam. Với sự đồng ý và biết trước của bà, tôi đã ghi âm cuộc điện đàm và sau đó cung cấp bản ghi âm cho một luật sư đang hỗ trợ người tị nạn Việt Nam. Bản ghi âm cuộc điện đàm này là tài liệu hỗ trợ cho Bản Tường Trình này.

5. Bà Lụa và 45 người khác, mỗi người đều có quan hệ thân thiết hoặc bạn bè với ít nhất một vài người trong nhóm, đã góp tiền để mua một con thuyền và ra khơi đến Úc vào đầu tháng 7 năm 2015 để xin tị nạn. Con thuyền bị Úc chặn lại và vào cuối tháng 7 năm 2015, họ bị đưa trở lại Việt Nam.

6. Khi tiếp nhận nhóm này, một quan chức của chính phủ Việt Nam, trước sự chứng kiến của quan chức chính phủ Úc, đã nói ra lời cam kết rằng không ai trong nhóm sẽ bị trừng phạt vì đã rời khỏi Việt Nam trong chuyến đi đó. Lời cam kết này được dịch sang tiếng Anh cho các quan chức chính phủ Úc. Những người tị nạn và các quan chức Úc đều cảm thấy yên

tâm với lời cam kết này. Sau đó, tại một phiên điều trần tại Thượng Viện Liên Bang Úc vào tháng 5 năm 2015, được ghi trong Hansard, một quan chức chính phủ Úc, Tư Lệnh Chiến Dịch Bảo Vệ Chủ Quyền Biên Giới, Tướng Andrew Bottrell, xác nhận rằng chính phủ Úc đã nhận được sự cam kết bằng văn bản từ phía chính quyền Việt Nam rằng những người đi thuyền sẽ không phải đối mặt với *sự trả thù vì hành động rời khỏi Việt Nam một cách bất hợp pháp.*[1] Trong phần Phụ lục, tôi trích dẫn các đoạn liên quan từ Hansard.

7. Sự xác nhận nêu trên liên quan đến một con thuyền khác, cũng chở 46 người tị nạn Việt Nam. 46 người này đã bị trả về Việt Nam vào tháng 4 năm 2015. Tôi đã nói chuyện với những người trên cả hai con thuyền, và cả hai nhóm đều xác nhận rằng họ đã được nhận lời cam kết bằng lời trước mặt các quan chức Úc. Do đó, tôi tin rằng phía Việt Nam đã đưa ra cam kết bằng văn bản đối với cả hai nhóm.

8. Ngay khi các quan chức Úc rời khỏi hiện trường, những người bị trả về được đưa trở lại tỉnh quê nhà, nơi mỗi người trải qua một buổi thẩm vấn ngắn. Không lâu sau đó, bà Lụa và 2 người đàn ông bị giam giữ vì bị cho là những người đã khởi xướng ý định vượt biên và đã đi gặp người thân, bạn bè để rủ họ tham gia. Bà Trần Thị Loan ("Loan") (một người phụ nữ đi cùng thuyền và là vợ của 1 trong 2 người đàn ông) cũng bị cáo buộc tương tự, nhưng không bị giam giữ.

9. Do bị đánh đập vào chân, cả hai người đàn ông đã bị liệt chân. Bà Lụa cũng bị đánh đập đến mức ói ra máu. Vì việc này, bà được đưa đến bệnh viện, sau đó được thả ra nhưng vẫn trong tình trạng tại ngoại chờ ngày xét xử.

10. Bà Lụa có 3 người con: Nguyễn Thị Uyên ("Uyên") là một bé gái 12 tuổi; Nguyễn Hải Đăng ("Đăng"), một bé trai 10 tuổi; và Nguyễn An Kôi, 3 tuổi.

11. Khoảng một tháng sau khi 3 đứa trẻ này bị trả về Việt Nam, 2 đứa lớn đã được trở lại trường học.

12. Tôi nhận thấy rằng tại Việt Nam, chính quyền có lắp đặt loa phóng thanh tại nhiều, nếu không muốn nói là hầu hết các không gian công cộng. Những chiếc loa này được dùng để tuyên truyền thông tin từ nhà nước.

13. Nhà nước đã thực hiện các thông báo công khai trên loa phóng thanh, nêu rõ tên của bà Lụa và các con của bà, tuyên bố rằng bà Lụa đã cố gắng trốn khỏi Việt Nam và rằng bà, theo lời họ, là một "kẻ phản động" Các thông báo này được phát mỗi buổi sáng một lần và buổi chiều một lần trên loa phát thanh tại khu vực nơi bà Lụa sinh sống và tại các khu vực gần trường học mà con bà theo học. Các thông báo khẳng định tội trạng của họ được phóng thanh công khai trước khi phiên tòa diễn ra, phiên tòa mà sau đó tuyên bố rằng bà Lụa và những người khác đều có tội như cáo buộc. Các thông báo này chỉ dừng lại khi thời gian phóng thanh

được ưu tiên cho cuộc bầu cử Quốc Hội vào tháng 5 năm 2016.

14. Uyên và Đăng đã vô cùng buồn tức. Hai đứa trẻ khóc và nói với mẹ rằng chúng cảm thấy rất xấu hổ và không muốn trở lại trường học. Bà Lụa nhận thấy rằng trong thời gian này, giấc ngủ của hai đứa trẻ cũng bị ảnh hưởng, thường xuyên khóc và ngủ không ngon. Bà Lụa đã nhất định buộc hai đứa con phải tiếp tục đến trường. Hai đứa trẻ đã nghe theo lời mẹ và tiếp tục đi học.

15. Các thông báo công khai cũng nêu tên của bà Loan và các con của bà. Bà Loan kể với tôi vài tháng trước đây rằng một trong những đứa con của bà đã thực sự tự ý bỏ học ít nhất vài ngày. Cuối cùng, nhờ sự kiên trì của bà Loan, các con bà đã tiếp tục việc học cho đến tận bây giờ. Trong cuộc trò chuyện ngày 20 tháng 9 với bà Lụa, bà cũng nói điều tương tự với tôi.

Bản Tường Trình được thực hiện tại Springvale South, Victoria, vào ngày hai mươi tám tháng Chín, năm 2016.

Đoàn Việt Trung

Vui lòng xem TÀI LIỆU ĐÍNH KÈM →

TÀI LIỆU KÈM THEO LỜI TƯỜNG TRÌNH CỦA ÔNG ĐOÀN VIỆT TRUNG TRÍCH DẪN TỪ BIÊN BẢN THƯỢNG VIỆN NGÀY 25 THÁNG 5 NĂM 2015

Trang 120 của Biên Bản Thượng Viện, được ghi trong Hansard, từ dòng thứ 8

Thượng Nghị Sĩ HANSON-YOUNG: Những biện pháp nào đã được thực hiện để bảo đảm sự an toàn cho họ sau khi họ bị trả về Việt Nam? Chúng ta có biết điều gì đã xảy ra với họ không?

Thiếu tướng Bottrell: Đã có sự trao đổi với phía Việt Nam và, như bộ trưởng đã công bố trước đó, một cảm giác yên tâm, miễn là–

Thượng nghị sĩ HANSON-YOUNG: Một cảm giác yên tâm?

Thiếu tướng Bottrell: rằng sẽ không có sự trừng phạt nào đối với việc họ rời khỏi Việt Nam một cách trái phép–nói cách khác, cam kết từ chính phủ Việt Nam rằng sẽ không có sự trừng phạt nào đối với việc họ rời khỏi Việt Nam một cách trái phép.

Thượng nghị sĩ HANSON-YOUNG: Vậy là Việt Nam đã bỏ qua các luật của mình cho nhóm đặc biệt gồm 46 người này–điều đó có đúng không?

Thiếu tướng Bottrell: Tôi không thể phát biểu thay cho Việt Nam hoặc luật pháp của họ; điều tôi có thể nói là đã có một mức độ đảm bảo rằng sẽ không có sự trả thù nào đối với việc họ rời khỏi Việt Nam một cách trái phép.

Thượng nghị sĩ HANSON-YOUNG: Cam kết đó có ở dạng văn bản không? Cam kết đó được đưa ra như thế nào?

Thiếu tướng Bottrell: Cam kết đó ở dưới dạng văn bản, nhưng vì đây là một sự trao đổi chính thức giữa đại diện hai chính phủ Úc và Việt Nam, nên tôi không thể tiết lộ chi tiết đó được.

Phụ lục 3

Bức thư của Tổ chức Ân Xá Quốc tế và SUAKA gởi đến vị Trưởng Đại Diện Cao Ủy Liên Hiệp Quốc về Người Tị Nạn (UNHCR) tại Nam Dương, ngày 16 tháng 2 năm 2017

Tham chiếu: TIGO ASA 21/2017.001

Trưởng Đại Diện Cao Ủy Liên Hiệp Quốc về Người Tị Nạn tại Nam Dương, Menara Ravindo, Tầng 14 Jalan Kebon Sirih Kav. 75, Jakarta Pusat 10340 Indonesia

Ngày 16 tháng 2 năm 2017

Thưa ông Thomas Vargas,

Tổ chức Ân xá Quốc tế và SUAKA (Mạng Lưới Xã hội Dân Sự Nam Dương về Bảo Vệ Quyền của Người Tị Nạn) đồng thảo bức thư này để bày tỏ mối quan tâm sâu sắc của chúng tôi đối với 18 người tị nạn Việt Nam, gồm sáu người lớn và 12 trẻ em, hiện đang ở Nam Dương. Chúng tôi đặc biệt lo ngại rằng, nếu họ bị buộc phải trở về Việt Nam, sáu người lớn có thể sẽ bị tống giam và có thể trở thành nạn nhân của các cuộc tra tấn dã man, bị hạ nhục cũng như phải chịu đựng những sự trừng phạt vô cùng tàn bạo và vô nhân đạo của nhà cầm quyền Việt Nam. Hai trong số sáu người này, trước đây đã bị kết án vì tội vượt biên để đến Úc, đã bị tuyên án tù, nhưng chưa thụ án.

Chúng tôi kêu gọi cơ quan chuyên về vấn đề tị nạn của Liên Hiệp Quốc tại Nam Dương, theo đúng chỉ thị theo Sắc Lệnh 125, 2016, Điều 13 và 20 của Tổng Thống về Người Tị Nạn, ngay lập tức đăng ký 18 người Việt này và tiến hành các thủ tục xác định tình trạng tị nạn của họ đúng hạn theo quy định.

Vào ngày 31 tháng 1 năm 2017, 18 thuyền nhân (tên của họ được ghi xuống ở phần tái bút dưới đây) đã rời Việt Nam bằng thuyền, hy vọng đến được Úc để xin tị nạn. Đến ngày ngày 10 tháng 2, dựa theo các nguồn tin chúng tôi nhận được từ những cộng sự đáng tin cậy, trong khi thuyền của họ chạy qua khỏi Nam Duong thì động cơ bị hỏng và thuyền của họ trôi dạt đến đảo Java. Gần đến đảo thì thuyền bị va vào đá và bắt đầu chìm. Khi lên bờ, họ liền bị cảnh sát Nam Dương bắt giữ và đưa đến trại giam. Theo luật, khi đến Nam Dương mà không có sự cho phép thì những thuyền nhân này có nguy cơ bị chính phủ Nam Dương trục xuất về lại Việt Nam. Tuy nhiên, nhờ sự can thiệp của một tổ chức phi chính phủ làm việc về các vấn đề người tị nạn tại Úc, họ đã được phép rời trại giam để đến tạm trú tại một khách sạn … ở tỉnh Banten, Serang. Hiện nay, họ vẫn sống trong khách sạn, dưới hình thức quản thúc tại gia và bị giám sát chặt chẽ bởi hai nhân viên di trú.

Để có được tự do, 18 thuyền nhân mong được tị nạn ở Nam Dương. Tuy nhiên, việc cứu xét đơn xin tị nạn trở nên rất phức tạp vì liên quan đến vài cá nhân thuộc hai nhóm riêng biệt rời Việt Nam bằng thuyền để đến Úc trước đây. Thuyền của họ bị chặn lại trong lãnh hải của Úc rồi sau đó bị trả về Việt Nam vào tháng 3 và tháng 7 năm 2015. Vào tháng 8 năm 2016, Tổ Chức Ân Xá Quốc Tế đã đưa ra một tuyên bố công khai, trình bày đầy đủ chi tiết cả hai trường hợp nêu trên….

Hai thành viên của nhóm hiện đang ở Nam Dương là bà Trần Thị Thanh Loan và bà Trần Thị Lụa. Hai người này hiện đang đối diện với các bản án tù tại Việt Nam do hai lần cố gắng vượt biên sang Úc trước đây. Chi tiết liên quan đến trường hợp của họ được ghi lại như sau:

Bà Trần Thị Thanh Loan

Sau khi bị trả về Việt Nam, và mặc dù đã có những cam kết từ phía Việt Nam với các nhà chức trách Úc rằng không ai sẽ bị bỏ tù khi trở về nước, bà Trần Thị Thanh Loan đã bị bắt cùng với chồng và hai người khác và bị buộc tội theo Điều 275 Bộ Luật Hình

Sự của Cộng Hòa Xã Hội Chủ Nghĩa Việt Nam, với tội danh là 'tổ chức, cưỡng ép người khác trốn đi nước ngoài hoặc ở lại nước ngoài trái phép.' Bà bị kết án vào tháng 4 năm 2016 và phải nhận án ba năm tù. Chồng bà Loan là ông Hồ Trung Lợi, bị giam từ tháng 7 năm 2015, hiện đang thi hành bản án hai năm tù. Trong lúc chồng bà thi hành bản án thì bà Loan được tại ngoại chờ kháng cáo. Bà Loan và bốn đứa con của bà nằm trong số 18 người hiện đang ở Nam Dương.

Bà Trần Thị Lụa

Tuy riêng biệt nhưng trường hợp của bà Trần Thị Lụa và trường hợp của bà Trần Thị Thanh Loan rất giống nhau. Bà Trần Thị Lụa là một trong số bốn người bị nhà cầm quyền Việt Nam kết án theo Điều 275 Bộ Luật Hình Sự. Sau khi chiếc thuyền chở bà Lụa và những người đồng hành đi vào lãnh hải của Úc thì bị chính quyền Úc chặn lại. Sau đó, họ bị buộc phải trở về Việt Nam vào tháng 7 năm 2015. Hai người đàn ông trong số bốn người bị kết án hai năm tù và bị tống thẳng vào nhà tù còn hai người phụ nữ, trong đó có bà Lụa, bị kết án ba năm tù nhưng được phép tại ngoại chờ ngày kháng án. Bà Lụa, chồng bà và ba đứa con của họ nằm trong số 18 người hiện đang ở Nam Dương….

Cả Bà Loan và bà Lụa đều được hoãn thi hành bản án một năm. Đến đầu tháng 1 năm 2017 thì sắp mãn hạn kỳ. Tuy nhiên, ngày chính xác họ bị bắt giam trở lại cũng như ngày bị đưa vào tù vẫn chưa được thông báo rõ ràng.

Chúng tôi có liên lạc với một tổ chức nhân quyền đã liên lạc và làm việc trực tiếp với cả hai phụ nữ từ năm 2015. Hai phụ nữ này, nhiều tuần lễ trước khi họ vượt biên đến Úc, chia sẻ với tổ chức này rằng, cả hai đều lo sợ khi bị đưa vào tù, chắc chắn họ sẽ bị đánh đập dã man vì đã nói chuyện với nhiều cơ quan truyền thông quốc tế (bao gồm cả Đài Truyền Hình ABC của Úc) cũng như cơ quan truyền thông Việt Ngữ ở ngoài Việt Nam về các trường hợp đáng quan tâm của họ. Cả hai phụ nữ cũng cho biết họ đã nhận nhiều lời đe dọa từ các quan chức nhà nước và rằng họ không nên liên lạc với các cơ quan truyền thông nước ngoài và sẽ bị trừng phạt nếu họ làm vậy. Cũng theo tổ chức này thì một trong hai phụ nữ có giữ một bản ghi âm với lời đe dọa từ một quan chức công an cao cấp và cũng như mang một bộ hồ sơ gồm tất cả các bài báo do các cơ quan truyền thông tường thuật trước đây về trường hợp của bà. Trước khi vượt biên, họ cũng trình bày với tổ chức này, rằng họ thà tự tử bằng cách nhảy xuống biển còn hơn là bị đưa trở lại nhà tù ở Việt Nam.

Bà Lụa cũng bày tỏ với tổ chức này rằng bà rất sợ vào tù và không nghĩ rằng mình sẽ sống sót quá ba năm tù, một phần vì sự ngược đãi tàn bạo mà bà đã nhận được trong lần bị giam giữ trước đó. Sau khi bị trả về Việt Nam vào tháng 7 năm 2015, và trước khi bị nhà cầm quyền Việt Nam chính thức buộc tội, bà đã trải qua 10 tuần lễ kinh hoàng trong nhà tù cách nơi bà ở chừng 500 cây số. Bà chia sẻ với tổ chức nhân quyền này rằng những kinh nghiệm mà bà đã trải qua trong nhà tù này đã gây chấn thương trầm trọng cho bà cả tinh thần lẫn thể xác. Bà kể lại việc bị đánh đập và ngược đãi bởi

357

những cai tù. Những tên này đã tát vào mặt bà, hét lớn những lời đe dọa, lăng mạ bà bằng ngôn ngữ tục tĩu của kẻ vô học. Có lần, bà bị nôn ra máu sau khi bị cai tù đánh đập. Khi tức giận, cai tù nén khăn trải giường, quần áo bẩn vào giếng nước của tù nhân và sau đó buộc họ phải uống, rửa và nấu ăn bằng nước bẩn.

Mặc dù Việt Nam đã phê chuẩn công ước chống tra tấn và các hình thức đối xử hoặc trừng phạt tàn bạo, vô nhân đạo hoặc hạ nhục người bị giam cầm vào năm 2015, nhưng tình trạng tra tấn và ngược đãi khác vẫn tiếp tục diễn ra một cách có hệ thống tại các nơi giam giữ tại Việt Nam. Vào tháng 7 năm 2016, Tổ Chức Ân Xá Quốc Tế đã phát hành một bản báo cáo với nhan đề '*Nhà tù trong Nhà tù–Vấn đề tra tấn và đối xử tàn bạo với tù nhân lương tâm ở Việt Nam,*' Bản báo cáo nêu rõ các hình thức tra tấn và đối xử tàn bạo, vô nhân đạo, hạ nhục và trừng phạt tù nhân lương tâm ở Việt Nam (*xem tại đây*),[1] bao gồm cả việc bắt cóc và đưa đi biệt xứ, đưa vào biệt giam dài hạn, trừng phạt bằng vũ lực do công an, cai tù cũng như các tù nhân làm việc làm việc theo sự chỉ thị của các quan chức thực hiện. Thêm vào đó việc từ chối điều trị y tế cho những người cần chăm sóc, gây ra khổ sở và đau đớn nghiêm trọng cho tù nhân thường xuyên xảy trong nhà tù ở Việt Nam. Như trong trường hợp của bà Lụa, được trình bày trên đây, các tù nhân lương tâm thường bị giam giữ ở các nhà tù xa xôi, tạo nhiều khó khăn hơn để các thù nhân nhận được sự hỗ trợ tinh thần cũng như vật chất từ gia đình và bạn bè của họ.

Vấn đề tra tấn dã man những người bị giam giữ trước khi bị tuyên án cũng như tù nhân không thuộc dạng tù nhân lương tâm rất phổ biến trong các nhà tù ở Việt Nam. Bản báo cáo năm 2014 của Tổ Chức Theo Dõi Nhân quyền *Bất An Công Cộng: Các trường hợp tử vong trong khi bị giam giữ và bạo lực của công an ở Việt Nam,'* đã ghi lại việc đánh đập đến chết hàng chục tù nhân Việt Nam (*xem tại đây*).[2] Trong khi nghiên cứu cho bản báo cáo "Nhà tù trong Nhà tù," Tổ Chức Ân Xá Quốc Tế đã nhận được thông tin về việc đánh đập các tù nhân không thuộc dạng tù nhân lương tâm. Thông tin này không được đưa vào bản báo cáo.

Việc trừng phạt một cá nhân vì thể hiện quyền xin tị nạn của mình là độc đoán và bất hợp pháp. Các bản án của bà Loan và bà Lụa vi phạm nghiêm trọng luật pháp quốc tế và lẽ ra không nên xảy ra. Trong trường hợp bà Loan và bà Lụa bị cưỡng bức hồi hương, chắc chắn họ sẽ phải đối đầu với án tù dài hạn. Theo quan điểm của chúng tôi, họ có thể bị tra tấn và/hoặc bị ngược đãi để trừng phạt cho tội vượt biên lần thứ hai cũng như trốn tránh các bản án tù của họ. Chúng tôi cũng tin rằng bốn người lớn còn lại cũng phải đối mặt với viễn cảnh là bị giam giữ, tra tấn và/hoặc ngược đãi trong trường hợp họ bị buộc phải về lại Việt Nam. Việc bắt giữ người lớn sẽ khiến trẻ em không có cha mẹ và người giám hộ hợp pháp vi phạm đến lợi ích cốt lõi của trẻ em. Cũng nên nhắc lại, mọi hành động liên quan đến quyền lợi trẻ em phải luôn luôn cân nhắc cẩn thận, những quyết định từ nhà cầm quyền và tòa án phải theo đúng công ước về Quyền Trẻ Em mà Việt Nam là quốc gia thành viên.

Trân trọng,

Josef Benedict

Giám đốc Chiến dịch của Tổ chức Ân Xá Quốc Tế, Đông Nam Á và Thái Bình Dương

Febi Yonesta,

Điều phối viên của SUAKA (Mạng Lưới Xã Hội Dân Sự Nam Dương về Bảo Vệ Quyền của Người Tị Nạn)

Ghi chú mỗi chương

Dẫn nhập

1.Amanda Hodge và Nguyễn L.H. Nga, "Trẻ Em trở thành 'Mồ Côi' sau khi Việt Nam bỏ tù cha mẹ các em vì tìm đường tị nạn," *Australian*, 29 tháng 7 năm 2016, http://www.theaustralian.com.au/news/nation/kids-orphaned-as-vietnam-jails-parents-over-asylum-bid/news-story/fdb6751c38007ea02371b802315e57a9.

2. Thuật ngữ "tị nạn" được định nghĩa trong văn bản của Đại Hội Đồng Liên Hiệp Quốc, *Convention Relating to the Status of Refugees*, ngày 28 tháng 7 năm 1951, 189 UNTS 137 (Refugee Convention), art. 1A[2]) áp dụng cho những ai "lo sợ bị ngược đãi có cơ sở, vì lý do chủng tộc, tôn giáo, quốc tịch, thành viên của một nhóm xã hội cụ thể hoặc vì quan điểm chính trị, đang ở ngoài quốc gia mà họ mang quốc tịch và không thể hoặc vì sợ hãi, không muốn nhận sự bảo vệ của quốc gia đó."

3. Bộ Nội Vụ Chính Phủ Úc, "Bản Tóm Tắt Số Liệu Thống Kê về số lượng Người Nhập Cư bị Giam Giữ và số lượng Người Nhập Cư

sống trong cộng đồng chờ cứu xét," 31 tháng 5, 2022, 9, https://www.homeaffairs.gov.au/research-and-stats/files/immigration-detention-statistics-31-may-2022.pdf. Được chính thức thành lập vào ngày 20 tháng 12 năm 2017, Bộ Nội vụ (DHA) được xây dựng dựa trên Bộ Di Trú và Bảo Vệ Biên Giới (DIBP) trước đây. Để biết thêm chi tiết, hãy xem https://www.homeaffairs.gov.au/about-us/who-we-are/our-history. Việc giam giữ những người xin tị nạn đến bằng thuyền mà không có chiếu khán hợp lệ trở thành chính sách ở Úc kể từ năm 1992.

4. Kevin Rudd, "Biên Bản về Cuộc Họp Báo Chung – Brisbane," 19 tháng 7, 2013, https://pmtranscripts.pmc.gov.au/release/transcript-22763.

5. Trung Tâm Cứu Xét việc Tái Định Cư Khu Vực Đảo Manus đã bị đóng cửa vào cuối tháng 10 năm 2017, Tối Cao Pháp Viện của PNG đưa ra phán quyết rằng trung tâm này là bất hợp pháp vào ngày 26 tháng 5 năm 2016 vì đã vi phạm quyền tự do cá nhân theo quy định của Hiến Pháp.

6. Liberal Party of Australia and National Party of Australia, *Chính sách Liên Đảng về Chiến Dịch Bảo Vệ Chủ Quyền Biên Giới*, tháng 7 năm 2013, https://perma.cc/DV5E-HUN6.

7. Bức thư của Bộ Trưởng Di Trú và Bảo Vệ Biên Giới Scott Morrison gởi cho Bộ Trưởng DIBP Martin Bowles, ngày 16 tháng 10 năm 2013, và "Scott Morrison bào chữa quyết định gọi Người Xin Tị Nạn là 'bất hợp pháp,'" Guardian, ngày 21 tháng 10 năm 2013, https://www.theguardian.com/world/2013/oct/21/news-

asylumseekers-immigration-government. Để tìm hiểu kỹ hơn về sự thay đổi chính thức của chính phủ Úc liên quan đến câu chuyện về những người xin tị nạn đến bằng thuyền, xin hãy xem Ben Doherty, Call Me Illegal: The Semantic Struggle Over Seeking Asylum in Australia (Oxford: Reuters Institute for the Study of Journalism, 2015), 46-48, 61, 65-66, https://reutersinstitute.politics.ox.ac.uk/ sites/default/files/2017-10/Call_me_illegal_The_semantic_ struggle_over_seeking_asylum_in_Australia_0.pdf.

8. "Mọi quyết định thời điểm nào là 'an toàn để làm như vậy' đều do sĩ quan chỉ huy của chiếc tàu chận bắt đưa ra" (*Turning Back Boats*, Tóm tắt nghiên cứu, Trung Tâm Luật Tị Nạn Quốc Tế Kaldor, Viện Đại Học NSW, cập nhật lần cuối vào tháng 8 năm 2018, 3, https://www.unsw.edu.au/content/dam/pdfs/unsw-adobe-websites/kaldor-centre/2023-09-research-briefs/2023-09-Research-Brief_Turning-back-boats_final.pdf).

9. https://www.abf.gov.au.

10. Hội Đồng Nhân Quyền Liên Hiệp Quốc (HRC), *Báo Cáo về các Biện Pháp nhằm Giải Quyết Tác Động Nhân Quyền đối với việc đẩy lùi người di cư trên Biển và Đất Liền*, A/HRC/47/30, Ngày 12 tháng 5 năm 2021, 13, https://documents-dds-ny.un.org/doc/UNDOC/GEN/G21/106/33/PDF/G2110633.pdf?OpenElement. Xem Commonwealth of Australia, Senate, Legal and Constitutional Affairs Legislation Committee, *Estimates*, Immigration and Border Protection Portfolio, 23 tháng 2, 2015, 137, https://parlinfo.aph.gov.au/parlInfo/download/committees/

estimate/726d2567-78be-48ef-a9df-f7302dbb884c/toc_pdf/
Legal%20and%20Constitutional%20Affairs%20Legislation%20Co
mmittee_2015_02_23_3235_Official.pdf;fileType=application%2Fp
df#search=%22committees/estimate/726d2567-78be-48ef-a9df-
f7302dbb884c/0000%22.

11. Tôi đã chọn cách xưng hô khi chúng tôi tiếp xúc với nhau bằng cách gọi Ông hoặc Bà theo sau là tên riêng để bày tỏ sự kính trọng.

12. Vào tháng 8 năm 2018, 17 người Việt Nam xin tị nạn khác đã tỏ ra lo âu khi thuyền đánh cá của họ mắc cạn gần cửa sông Daintree đầy cá sấu ở Bắc Queensland và bị đưa trở lại Việt Nam. Xem ví dụ, Anne Barker, "Suspected Asylum Seekers Found in Queensland Spark Warnings of Exodus from Vietnam," *ABC News*, 30 tháng 8, 2018, https://www.abc.net.au/news/2018-08-29/fears-suspected-asylum-seekers-part-of-flood-from-vietnam/10179322.

Chương 1

1. Shira Sebban, "Chúng tôi là một Nhóm Người Úc Biệt Lập đang làm Công Việc mà Chính Phủ của Chúng Tôi sẽ Không Làm," *Guardian*, 24 tháng 8, 2016, https://www.theguardian.com/commentisfree/2016/aug/24/were-a-disparate-group-of-australians-doing-the-work-our-government-wont.

2. Các công ty lớn như YouTube cũng không được miễn trừ: "Chính phủ tiếp tục gây áp lực lên các công ty như Facebook và Google nhằm loại trừ 'các tài khoản giả tạo' và những bài viết có nội dung

xem như 'độc hại' bao gồm những tài liệu chống lại nhà nước" (U.S. Department of State, Bureau of Democracy, Human Rights and Labor, *Vietnam 2018 Human Rights Report*, 20-21, https://www.state.gov/wp-content/uploads/2019/03/VIETNAM-2018.pdf); xin đọc thêm Tổ Chức Theo Dõi Nhân Quyền (HRW), *Việt Nam: Những Sự Kiện Trong Năm 2018*, 2, http://www.vietnamhumanrights.net/english/documents/HRW_2019.pdf.

3. Rõ ràng, bản báo cáo này đã bị xóa

4. Tổ Chức Ân Xá Quốc Tế, *"Tuyên Bố Công Khai,"* 11 tháng 8, 2016, ASA 41/4653/2016, https://www.amnesty.org/download/Documents/ASA4146532016ENGLISH.pdf.

5. Đại Hội Đồng Liên Hiệp Quốc, *Công Ước về Quyền Trẻ Em, ngày 20 tháng 11 năm 1989*, 1577 UNTS 3.

6. Theo Hiến Pháp nước Cộng Hòa Xã Hội Chủ Nghĩa Việt Nam (28/11/2013), Điều. 61, "nhà nước sẽ ... bảo đảm giáo dục tiểu học bắt buộc miễn phí."

7. Cộng Hòa Xã Hội Chủ Nghĩa Việt Nam, Luật Đất Đai Số. 45/2013/QH13, Điều 4. Xem Hiến Pháp Việt Nam Điều. 53.

8. Xem ví dụ, Luật Đất Đai Việt Nam năm 2013, điều 13.4, 16 và c 6 và Hiến Pháp Việt Nam, Điều 54.

9. Ủy Ban Nhân Dân là cơ quan hành pháp ở cấp địa phương và chịu trách nhiệm về các nhiệm vụ hành chính, bao gồm quản lý đất đai, thay mặt cho nhà nước.

10. Quan điểm này được chứng thực bởi ACAT, BPSOS, CAT-VN, CSW, LIV, và VN-CAT, *Báo cáo gởi Ủy Ban Chống Tra Tấn của*

Liên Hiệp Quốc về việc thẩm tra bản Bản Báo Cáo của nhà nước Cộng Hòa Xã Hội Chủ Nghĩa Việt Nam, kỳ họp lần thứ 65, Geneva, ngày 12 tháng 11 năm 2018 - ngày 7 tháng 12 năm 2018, 12, https://www.acatfrance.fr/public/joint-report-for-the-examination-of-vietnam-by-uncat_1.pdf; HRW, *Đất nước không chỗ đứng cho các nhà hoạt động nhân quyền: Các cuộc tấn công vào các blogger và các nhà vận động dân chủ tại Việt Nam,* 18 tháng 6, 2017, https://www.hrw.org/report/2017/06/19/no-country-human-rights-activists/assaults-bloggers-and-democracy-campaigners; Bộ Ngoại Giao và Thương Mại Úc, *DFAT Country Information Report Vietnam*, 11 tháng 1, 2022, 29 [para. 5.4], https://www.dfat.gov.au/sites/default/files/country-information-report-vietnam.pdf: "Các nguồn tin cũng ghi lại rằng công an địa phương đôi khi sử dụng 'bọn côn đồ' và 'dân phòng' để quấy nhiễu và đánh đập các nhà hoạt động chính trị và tín đồ tôn giáo bị coi là phản động hoặc đe dọa đến an ninh quốc gia."

11. Xin xem thêm, ví dụ, Ben Bohane, "Biển Đông: Việt Nam chuẩn bị cho những ngày nguy hiểm sắp tới khi nghề đánh cá của đất nước có tranh chấp với chính quyền Trung Quốc," *ABC News*, 9 tháng 12, 2016, http://www.abc.net.au/news/2016-12-09/south-china-sea-vietnam-prepares-for-dangerous-days-ahead/8101192; Pamela Boykoff, "Ngư dân Việt Nam đứng trên tuyến đầu của cuộc xung đột Biển Đông," *CNN*, 12 tháng 7, 2016, https://edition.cnn.com/2016/05/22/asia/vietnam-fisherman-south-china-sea/index.html; Ben Kerkvliet, "Ngư dân Việt Nam đối đầu với Trung Quốc," *New*

Mandala, 6 tháng 7, 2016, http://www.newmandala.org/vietnamese-fishermen-versus-china/; Nguyễn Xuân Quỳnh, Andreo Calonzo, Philip J. Heijmans, Hannah Dormido, and Adrian Leung, "Trung Quốc đang giành chiến thắng trong cuộc chiến thầm lặng để thống trị Biển Đông," *Bloomberg*, 11 tháng 7, 2019, https://www.bloomberg.com/graphics/2019-south-china-sea-silent-war/?leadSource=uverify%20wall; Võ Hải, "Ưu tiên hóa mối hợp tác giữa ASEAN và Trung Quốc về sự đối xử bình đẳng, nhân đạo với ngư dân: Việt Nam," *VNExpress*, 3 tháng 11, 2020, https://e.vnexpress.net/news/news/prioritize-asean-china-cooperation-on-equal-humane-treatment-of-fishermen-vietnam-4186530.html; International Crisis Group, *Việt Nam khéo léo giải quyết giữa sự hợp tác và đấu tranh ở Biển Đông*, Báo cáo Châu Á số 318, 7 tháng 12, 2021, 23-25, https://icg-prod.s3.amazonaws.com/318-between-cooperation-and-struggle_1.pdf; "Ngư dân Việt Nam thuật lại vụ tấn công của Cảnh Sát Biển Trung Quốc ở Biển Đông," *South China Morning Post*, 14 tháng 10, 2022, https://www.scmp.com/news/asia/southeast-asia/article/3196026/vietnam-fisherman-recounts-attacks-china-coast-guard-south.

12. Hiến Pháp Việt Nam, Điều 24 (2) và (3).

13. John Gillespie, "Nhân Quyền lớn hơn sự trung thành: Sự Tiến Triển về Tự Do Tôn Giáo tại Việt Nam," *Harvard Human Rights Journal* 27 (2014): 125-126, https://journals.law.harvard.edu/hrj/wp-content/uploads/sites/83/2014/07/V27_Gillespie.pdf. Xin xem thêm, ví dụ, Cộng Hòa Xã Hội Chủ Nghĩa Việt Nam, Pháp lệnh về Tín

ngưỡng Tôn giáo Số. 21/2004/PL-UBTVQH11, Điều. 8(2) và 15 và Nghị Định Số. 92/2012/ND-CP Quy Định chi tiết và biện pháp thi hành Pháp Lệnh Tín Ngưỡng và Tôn Giáo, Điều. 2. Cả hai đều được sử dụng làm nền tảng để thay thế chúng, Luật Tín ngưỡng và Tôn giáo 2016 Số. 02/2016/QH14 (xem chi tiết Điều. 5.4) và thi hành Nghị Định Số. 162/2017/ND-CP, có hiệu lực vào ngày 01/01/2018, xảy ra rất lâu sau khi mà bà Loan và gia đình đã rời khỏi Việt Nam.

14. Phỏng vấn với ông Nguyễn Quang Duy, 18 tháng 6, 2020, và *DFAT Country Information Report Vietnam*, 11 tháng 1, 2022, 13, 14, [paras. 3.14, 3.15, 3.17, 3.21].

15. Khối Thịnh Vượng Chung Úc, Thượng Viện, Ủy Ban Lập Pháp về các vấn đề Pháp Lý và Hiến Pháp, *Dự Toán*, Bộ Bảo Vệ Biên Giới và Di Trú, 25 tháng 5, 2015, Các câu hỏi được đưa ra khi thông báo, (BE 15/038 và 112), https://www.aph.gov.au/Parliamentary_ Business/Senate_estimates/legconctte/estimates/bud1516/DIBP/index.

16. Lực lượng đặc nhiệm đa cơ quan này thuộc Bộ Nội Vụ (DHA), bao gồm cả viên chức thuộc Lực Lượng Phòng Vệ Úc và Lực Lượng Biên Phòng, được đổi tên thành Bộ Tư lệnh Biên Giới Hành Hải (MBC) vào tháng 7 năm 2015. Để biết thêm chi tiết xin đọc thêm https://www.abf.gov.au/about-us/what-we-do/border-protection/maritime. Những quyền hạn đặc biệt này cho phép giam giữ và chuyển giao người trên biển đã được cấp theo *Tu Chính Án về Di Trú và Quyền Hạn Hành Hải (Giải quyết tình trạng tồn đọng người tị nạn) năm 2014* (Cth.).

17. Biên bản kháng cáo, Tòa Án Nhân Dân La Gi, ngày 21 tháng 7 năm 2016. Đây bản gốc do bà Loan cung cấp, nhưng không may, một số trang của biên bản đã bị hư hỏng không thể sửa chữa được do nước mưa thấm qua từ mái nhà của bà.

18. *CPCF v Bộ Trưởng Bộ Di Trú và Bảo Vệ Biên Giới* [2015] HCA 1, 28 tháng 1, 2015, https://jade.io/article/365019. Đồng thời xem thêm: Ben Doherty và Paul Farrell, "Việc giam giữ 157 người tị nạn Tamil trên tàu được phán quyết là hợp pháp," *Guardian*, 28 tháng 1, 2015, https://www.theguardian.com/australia-news/2015/jan/28/detention-157-tamil-asylum-seekers-on-board-ship-ruled-lawful; Helen Davidson, "Nước Úc bị cho là sử dụng tàu Hải Quân để đưa người xin tị nạn trở về Việt Nam," *Guardian*, 17 tháng 4, 2015, https://www.theguardian.com/australia-news/2015/apr/17/asylum-seekers-to-vietnam; United Nations High Commissioner for Refugees (UNHCR), "UNHCR Legal Position: Despite Court Ruling on Sri Lankans Detained at Sea, Australia Bound by International Obligations," Press Release, February 4, 2015, https://www.unhcr.org/54d1e4ac9.html.

19. "Một người không phải công dân hợp pháp" là người không phải là công dân của nước đang tạm trú và không có "chiếu khán được thị thực" (*Migration Act 1958* (Cth.), ss. 13(1), 14(1), (Migration Act)).

20. Xin xem Công ước về người tị nạn, điều 33(1); Đại Hội Đồng Liên Hiệp Quốc, *Công Ước Chống Tra Tấn và các hình thức đối xử hoặc trừng phạt tàn ác, vô nhân đạo hoặc hạ nhục khác*, ngày 10 tháng 12 năm 1984, 1465 UNTS 85 (UNCAT), Điều. 3; và *Công*

Ước Quốc Tế về các Quyền Dân Sự và Chính Trị, ngày 16 tháng 12 năm 1966, 999 UNTS 171 (ICCPR), Điều. 6 và 7, được phản ánh trong các điều khoản của Đạo Luật Di Trú của Úc, phần 366. Xin xem thêm: Commonwealth of Australia, Senate, Legal and Constitutional Affairs Legislation Committee, *Estimates,* Immigration and Citizenship Portfolio, 28 tháng 5, 2013, 44-70, https://parlinfo.aph.gov.au/parlInfo/download/committees/estimate/0 f70343a-b92d-45d8-b692-58b9623ba9cd/toc_pdf/Legal%20and%20 Constitutional%20Affairs%20Legislation%20Committee_2013_05_ 28_1971_Official.pdf;fileType=application%2Fpdf#search=%22co mmittees/estimate/0f70343a-b92d-45d8-b692-58b9623ba9cd/0000 %22.

21. Xin xem thêm: Bộ Di Trú và Quốc Tịch, Chính Phủ Úc, *Hướng Dẫn Chính Sách Sàng Lọc Tăng Cường,* Tháng 4, 2013, 1-37, https://drive.google.com/file/d/0ByW2V3f-jYBRMEllNEs 0X3haN28/edit.

22. Commonwealth of Australia, Senate, Legal and Constitutional Affairs Legislation Committee, *Estimates,* Immigration and Border Protection Portfolio, 25 tháng 5, 2015, 118, https://parlinfo.aph. gov.au/parlInfo/download/committees/estimate/0c5973fa-5b41- 457f-af39-57df2971a205/toc_pdf/Legal%20and%20Constitutional %20Affairs%20Legislation%20Committee_2015_05_25_3493_Offi cial.pdf;fileType=application%2Fpdf#search=%22committees/estim ate/0c5973fa-5b41-457f-af39-57df2971a205/0000%22.

23. Senate Estimates, 25 tháng 5, 2015, Question Taken on Notice, (BE 15/164). Học giả về Luật Học, Alex Reilly và Rebecca La Forgia, đã lập luận rằng những quyết định khó khăn mà các viên chức Commonwealth phải đưa ra trong quá trình sàng lọc tăng cường đặt một "gánh nặng vô lý" lên họ. Xin xem 'Sàng Lọc Tăng Cường' Bí Mật cho Người Xin Tị Nạn: Một Phân Tích xoay quanh Tính Nhân Đạo của Viên Chức của Commonwealth," *Alternative Law Journal* 38, No. 3 (2013): 143–146, https://journals.sagepub.com/doi/10.1177/1037969X1303800302. Mặt khác, Eve Lester nhấn mạnh "kỹ thuật không quyết định đi chung với thẩm quyền lập pháp, và giải thoát các công chức khỏi trách nhiệm, cho những hành động hành pháp không kìm chế, không cân nhắc" (*Xây Dựng Luật Di Trú: Người Ngoại Quốc, Chủ Quyền và Trường Hợp của Úc* (Cambridge: Cambridge University Press, 2018), 59).

24. Samantha Hawley, "Những Người Xin Tị Nạn bị Hải Quân Hoàng Gia Úc trả về Việt Nam, đã được xem xét và đánh giá tình trạng tị nạn của họ trên biển, UNHCR cho biết," *ABC News*, 21 tháng 4, 2015, https://www.abc.net.au/news/2015-04-21/vietnam-asylum-seekers-returned-australian-navy-screened-at-sea/6407848; Đồng thời, xem thêm Chris Uhlmann và Peta Donald, "Hải Quân Úc trả lại 46 người xin tị nạn lại cho Việt Nam sau khi chặn thuyền họ trên đường đến Úc," *ABC News*, 20 tháng, 2015, https://www.abc.net.au/news/2015-04-20/government-criticised-over-boat-secrecy/6404950

25. "Tuyên Bố của UNICEF về việc Úc và Việt Nam ký kết Bản Ghi Nhớ (MOU) để trao trả người tị nạn về Việt Nam," Sydney, 13 tháng 12, 2016, https://vietbp.org/unicef-statement-on-australia-and-vietnam-signing-mou-to-return-vietnamese-asylum-seekers.htm.

26. Senate Estimates, 28 tháng 5, 2013, 62-65 (Vicki Parker, Luật Sư Trưởng, Bộ Phận Pháp Lý và Bảo Đảm, Bộ Di Trú và Quốc Tịch). Theo chuyên gia pháp lý Giáo sư Mary Crock đưa ra, "Theo Đạo Luật Di Trú năm 1958 [điều 256], những người bị giam giữ vì lý do di trú có quyền được tư vấn pháp lý về việc giam giữ họ, nhưng chỉ khi họ yêu cầu. Không có nghĩa vụ pháp lý nào đòi hỏi nhân viên di trú phải tư vấn cho mọi người về các quyền của họ" ("'Bạn phải mạnh mẽ hơn cả dây kẽm gai': Các vấn đề pháp lý liên quan đến việc giam giữ người tị nạn và người xin tị nạn," *Australian Journal of Administrative Law* 10 (2002): 57, https://www.researchgate.net/publication/228185845_You_Have_to_Be_Stronge r_than_Razor_Wire_Legal_Issues_Relating_to_the_Detention_of_R efugees_and_Asylum_Seekers).

27. Law Council of Australia, *Đối Thoại Nhân Quyền Úc-Việt Nam 2016: Tham vấn Xã Hội Dân Sự,* DFAT, ngày 20 tháng 6 năm 2016, 10, đoạn 27 và 28, https://www.lawcouncil.asn.au/docs/11b58e10-02bd-e611-80d2-005056be66b1/3158_-_AU-Vietnam_Dialogue _2016.pdf. Xem thêm Claire Higgins, "Bảo vệ người tị nạn và lợi ích của nước Úc," trong *góc nhìn mới về an-ninh*, Centre of Gravity Series Paper 51, ANU Strategic and Defence Studies Centre, Tháng 3, 2020, 32, https://openresearch-repository.anu.edu.au/server/

api/core/bitstreams/4178ae0d-3c7a-4d42-a135-d91a602000b9/
content và Violeta Moreno-Lax, *Việc Ngăn Chặn Người Xin Tị Nạn trên Biển: Luật Pháp và cách thực hành (sai trái) ở Âu Châu và Úc,*Policy Brief 4, UNSW Kaldor Centre for International Refugee Law, Tháng 5, 2017, 9-10, https://www.kaldorcentre.unsw.edu.au/sites/kaldorcentre.unsw.edu.au/files/Policy_Brief4_Interdiction_of_asylum_seekers_at_sea.pdf : "Trả thắng về….Vietnam … dưới hình thức Chiến Dịch Bảo Vệ Chủ Quyền Biên Giới … là cấm không phù hợp với lệnh trục xuất."

28. Tên của người bị trả về đã được giữ kín để bảo vệ danh tánh của họ.

29. "Enhanced screening" bao gồm việc "hỏi mỗi người bốn câu hỏi và quyết định tình trạng tị nạn của họ dựa theo câu trả lời cho bốn câu hỏi này (tên của người xin tị nạn, nguyên quán, họ đến từ đâu và tại sao họ phải rời quê hương) mà không có quyền kháng cáo với quyết định đầy bất lợi dành cho họ" (Andreas Schloenhardt và C. Craig, "'Buộc Thuyền Quay Lại': Úc Ngăn Chặn Người Nhập Cư Bất Hợp Pháp trên Biển," *International Journal of Refugee Law* 27, No. 4 (Tháng 12, 2015): 538, https://doi.org/10.1093/ijrl/eev045). Sau cuộc điều tra của Ủy Ban Nhân Quyền Úc (AHRC) vào năm 2015, DIBP đã thêm một câu hỏi nữa rằng việc liệu những người được phỏng vấn "có lo ngại gì về việc bị trả về nước xuất xứ của họ không" (AHRC, *Báo Cáo về Quy Trình 'Sàng Lọc Tăng Cường'*, 26-27); đồng thời xin xem Senate Estimates, 28 tháng 5, 2013, 47-

48 (Alison Larkins, Trợ Lý Thư Ký Thứ Nhất, Phân Bộ Chính Sách Người Tị Nạn, Nhân Đạo và Quốc Tế, Bộ Di Trú và Quốc Tịch).

30. Senate Estimates, 25 tháng 5, 2015, 111.

31. Thiếu Tướng Bottrell, Senate Estimates, 25 tháng 5, 2015, 120 (xem Phụ Lục 2) Trả Lời Câu Hỏi được Báo Trước (Question Taken on Notice), (BE 15/164), và Davidson, "Úc bị cho rằng đã sử dụng Tàu Hải Quân."

32. Heath Aston, "Hải Quân Úc trao trả 50 người xin tị nạn cho Việt Nam," *Sydney Morning Herald* (*SMH*), 17 tháng 4, 2015, https://www.smh.com.au/politics/federal/australian-navy-to-hand-50-asylum-seekers-back-to-vietnam-20150417-1mnew5.html và Davidson, "Úc, theo báo cáo, là đã sử dụng tàu Hải Quân."

33. Jessica Longbottom, "Việt Nam bỏ tù bốn người xin tị nạn vì chuyến hải hành đến Úc mặc dầu hứa hẹn sẽ 'Không Trừng Phạt,'" *ABC News*, 26 tháng 5, 2016, http://www.abc.net.au/news/2016-05-26/asylum-seekers-jailed-in-vietnam-despite-no-retribution-promise/7449516.

34. Senate Estimates, 25 tháng 5, 2015, 120-121.

35. Nicole Hasham, "Tony Abbott kín tiếng về chiếc thuyền nghi là chở Người Việt Xin Tị Nạn," *SMH*, 21 tháng 7, 2015, https://www.smh.com.au/politics/federal/tony-abbott-tightlipped-on-suspected-vietnamese-asylum-seeker-boat-20150721-gih1ij.html.

36. "Người Úc Giúp Thuyền Nhân Việt Bị Hồi Hương," *VOA*, September 3, 2016, http://vietjoy.com/viewtopic.php?

f=18&p=86926 and "Việt Nam Thẳng Tay Xử Tù Người Vượt Biển Sang Úc: Bản án Tàn Bạo và Vô Nhân Đạo," *VietInfo*, August 18, 2016, https://vietbp.org/viet-nam-thang-tay-xu-tu-nguoi-vuot-bien-sang-uc-ban-an-tan-bao-va-vo-nhan-dao.htm.

37. Joel Keep và Phạm Mai Hoa, "Những phụ nữ trốn chạy khỏi Việt Nam một lần nữa sau khi bị trả về lại Việt Nam," *SBS*, 15 tháng 2, 2017, http://www.sbs.com.au/news/article/2017/02/14/women-flee-vietnam-second-time-following-turn-back-australia.

38. Cộng Hòa Xã Hội Chủ Nghĩa Việt Nam, Bộ Luật Hình Sự Số. 15/1999/QH10, Điều. 275(1).

39. Keep và Phạm, "Những phụ nữ trốn chạy khỏi Việt Nam." "Tòa Án dưới sự kiểm soát của Đảng Cộng Sản Việt Nam nhận chỉ thị về cách phán xét các vụ án hình sự và đưa ra bản án ngày càng khắc nghiệt hơn..." (HRW, *Vietnam: Events of 2018*, 1).

40. Xin xem, ví dụ, "Rừng Luật Và Luật Rừng," *VietInfo*, 9 tháng 9, 2014, http://vietinfo.eu/ luat-vn/ rung-luat-va-luat-rung.html.

41. *VOA*, 3 tháng 9, 2016.

42. *VietInfo,* 18 tháng 8, 2016.

43. Số tiền này cao hơn nhiều so với số tiền quy định trong luật. Xem thảo luận trong Chương 2, chú thích 40 dưới đây. Theo báo cáo pháp lý về đơn kháng cáo do bà Loan cung cấp, một người xin tị nạn bất thành khác cũng phải trả tiền phạt là "440.000.000 Đồng [khoảng 19.000 USD] cho khoản lợi nhuận bất hợp pháp để bổ sung vào quỹ nhà ở của nhà nước."

44. Longbottom, "Việt Nam bỏ tù 4 người xin tị nạn."

45. Định nghĩa này được nêu trong Đại Hội Đồng Liên Hiệp Quốc, *Nghị Định Thư chống Buôn Lậu Người Di Cư bằng Đường Bộ, Đường Biển và Đường Hàng Không, Bổ sung cho Công Ước của Liên Hiệp Quốc về chống Tội Phạm có Tổ Chức xuyên Quốc Gia*, ngày 15 tháng 11 năm 2000, điều 3a: "'Đưa Người Nhập Cư Trái Phép' có nghĩa là việc mua bán, nhằm mục đích trực tiếp hoặc gián tiếp, lợi ích tài chính hoặc lợi ích vật chất khác, từ việc đưa một người nhập cảnh bất hợp pháp vào một quốc gia thành viên mà người đó không phải là công dân hoặc thường trú nhân." Để biết thêm về thái độ của nhà chức trách Úc đối với nạn buôn người, hãy xem, ví dụ, Antje Missbach, *Hình Sự Hóa Nạn Buôn Người ở Indonesia và Úc: Quyền Tị Nạn ra ngoài tầm với* (Oxford and New York: Routledge, 2022).

46, HRW, "Việt Nam: phải cam kết cải thiện Nhân Quyền tại cuộc hội đàm Úc-Việt," 1 tháng 8, 2016, https://www.hrw.org/news/2016/08/01/vietnam-show-rights-commitment-australia-talks.

47. Kathy Triệu, "Lụa và Loan, hai người xin tị nạn bị Úc từ chối," *Loa Broadcasting Vietnam*, Episode 76, 19 tháng 7, 2017, audio, 20:24, https://www.loa-podcast.com/episodes/ep-76.

48. *VOA*, 3 tháng, 2016.

Chương 2

1.Shira Sebban, "Cứu Thế Giới, Một Lần một Mạng Người," *New

Matilda, 15 tháng 10, 2016, https://newmatilda.com/2016/10/15/saving-the-world-one-life-at-a-time/.

2. Trần Hòa Ái, "Mạng Xã Hội Và Niềm Tin Từ Thiện," *RFA*, 6 tháng 12, 2016, https://www.rfa.org/vietnamese/in_depth/social-media-and-charity-fund-raising-12062016140941.html.

3. Tôi vô cùng biết ơn anh Đoàn Việt Trung cho văn bản mà anh đã dịch này.

4. "Phúc Thẩm Vụ Vượt Biên Đến Úc," *BBC*, 31 tháng 8, 2016, https://www.bbc.com/vietnamese/vietnam/2016/08/160831_australia_asylumn_seeker_vietnam.

5. Đoàn Việt Trung, "Bản Tường Trình về hai nhóm Người Việt Tị Nạn, nhóm 'Plane' và nhóm 'Choules', mỗi nhóm gồm 46 người," chưa được công bố, ngày 7 tháng 1 năm 2016, căn cứ vào các thông tin cung cấp hầu hết do chính những thuyền nhân này. Xin xem Phụ Lục Một để hiểu thêm chi tiết.

6. "Tàu bị tình nghi chở người tị nạn ở ngoài khơi bờ biển Tây Bắc của Tây Úc, đang tiến đến Dampier," *ABC News*, 20 tháng 7, 2015, https://www.abc.net.au/news/2015-07-20/suspected-asylum-seeker-vessel-seen-heading-for-dampier-wa-coast/6633146.

7. "Lụa và Loan."

8. Đoàn Việt Trung cũng đưa ra giả thuyết này trong bản tường trình chưa công bố của ông vào ngày 7 tháng 1 năm 2016 (Xin xem Phụ Lục Một).

9. Nicole Hasham, "Người tị nạn Việt Nam được máy bay đưa về vào lúc nửa đêm: theo Báo Cáo," *SMH*, July 27, 2015,

https://www.smh.com.au/politics/federal/vietnamese-asylum-seekers-returned-by-plane-in-the-dead-of-night-reports-20150727-gil671.html. Để tìm hiểu thêm về việc sử dụng từ ngữ quân sự như vậy, xin đọc Mungo MacCallum, "Người Xin Tị Nạn và Ngôn Ngữ Chiến Tranh," *Drum*, 14 tháng 1, 2014, https://www.abc.net.au/news/2014-01-13/maccallum-operation-sovereign-borders/5196708.

10. "Người xin tị nạn Việt Nam đang đối đầu với hình phạt vì tội vượt biên," *RFA*, 1 tháng 4, 2016, https://www.rfa.org/english/news/vietnam/vietnamese-face-punishment-04012016142103.html.

11. Liam Cochrane, "Người Tị Nạn Việt Nam bị Úc trả về nói rằng 'Nhận một viên đạn chắc sẽ tốt hơn,'" *ABC News*, 23 tháng 2, 2017, https://www.abc.net.au/news/2017-02-21/vietnam-asylum-seeker-returned-by-australia-speaks-of-beatings/8288226

12. "Lụa và Loan."

13. "Một viên đạn chắc sẽ tốt hơn."

14. Lời cáo buộc của bà được xác minh bằng bản tường trình chưa được công bố vào ngày 28 tháng 9 năm 2016 của Đoàn Việt Trung. Bản tường trình dựa trên bản ghi âm cuộc trò chuyện qua điện thoại giữa ông Trung và bà vào ngày 20 tháng 9 năm 2016. Xem Phụ lục Hai để hiểu thêm chi tiết.

15. Xin xem RFA, "Người xin tị nạn Việt Nam đang đối đầu với hình phạt."

16. Đoàn Việt Trung, Bản Tường Trình chưa được công bố ngày 28 tháng 9, năm 2016. Ông Trung cũng tiết lộ rằng bà Loan cũng đã đưa ra những cáo buộc tương tự về việc bà và các con bị lăng mạ từ

378

những chiếc loa phóng thanh công cộng sau khi họ bị cưỡng bức trở về Việt Nam (xem Phụ Lục Hai, đoạn 11-15).

17. Ben Doherty, "Người xin tị nạn Việt Nam bị Úc cưỡng ép phải hồi hương đối diện với án tù," *Guardian*, 24 tháng 5, 2016, https://www.theguardian.com/australianews/2016/may/24/vietnamese-asylum-seekers-forcibly-returned-by-australia-face-jail; đồng thời xin đọc thêm HRW, "Việt Nam: Không được kết án cho những thuyền nhân bị trả về," 24 tháng 5, 2016, https://www.hrw.org/news/2016/05/24/vietnam-drop-charges-against-boat-returnees; Amnesty International cũng bày tỏ điều này trong bản tuyên bố công khai 11 tháng 8, 2016.

18. Triệu, "Lụa và Loan."

19. Bản kháng cáo của bà Lụa gởi lên Tòa Án Nhân Dân Tỉnh Bình Thuận, ngày 1 tháng 9, 2016, Tòa Án xác định rằng hơn 11 tuần bà Lụa đã bị giam giữ sẽ được khấu trừ vào bản án 30 tháng tù của bà.

20. "Lụa và Loan."

21. "Lụa và Loan."

22. Xin xem, ví dụ, "Chính Phủ Abbott phải vén bức màn bí mật về Operation Secret Boats," Thông cáo báo chí, ngày 18 tháng 4 năm 2015; "Bộ trưởng cần phải thành thật về việc thuyền đến", Thông cáo báo chí, ngày 20 tháng 7 năm 2015; "Mối quan tâm nghiêm trọng về hoàn cảnh khó khăn của người xin tị nạn Việt Nam," Thông cáo báo chí, ngày 31 tháng 7 năm 2015. Đảng Xanh đã xóa các thông cáo báo chí này khỏi trang web của họ kể từ đó.

23. Jane Norman, "Bầu cử 2016: Peter Dutton, Malcolm Turnbull xác nhận thuyền người tị nạn Việt Nam quay trở lại," *ABC News*, 22 tháng 6, 2016, https://www.abc.net.au/news/2016-06-22/dutton-turnbull-confirm-vietnam-asylum-seeker-boat-turn-back/7532368; đồng thời xin xem Commonwealth of Australia, Senate, Legal and Constitutional Affairs Legislation Committee, *Estimates*, Attorney-General's Portfolio, 17 tháng 10, 2016, 201-202, https://parlinfo.aph.gov.au/parlInfo/download/committees/estimate/516239db-3ab5-4777-8b43-33f6d160c55d/toc_pdf/Legal%20and%20Constitutional%20Affairs%20Legislation%20Committee_2016_10_17_4510_Official.pdf;fileType=application%2Fpdf#search=%22committees/estimate/516239db-3ab5-4777-8b43-33f6d160c55d/0000%22.

24. Theo Đạo Luật Di Trú, các điều khoản 189(1) và (3), dù một "người không phải công dân hợp pháp" có ở trong khu vực di trú hay ở "excised offshore place - ngoài khu vực di trú," họ vẫn phải bị giam giữ. Một công cụ pháp lý được chính phủ Úc tạo ra, "khu vực di trú" bao gồm các lãnh thổ do Úc kiểm soát và được chính phủ xác định, trong đó một người không phải công dân phải có chiếu khán hợp lệ được Úc cấp. Trước tháng 9 năm 2001, khu vực di trú bao gồm đất liền và một số lãnh thổ bên ngoài (xem định nghĩa trong Đạo Luật Di Trú, điều khoản 5(1)). Từ ngày đó, các tu chính án pháp lý đã loại trừ các lãnh thổ của Quần đảo Ashmore và Cartier, Đảo Christmas và Quần đảo Cocos (Keeling) khỏi khu vực di trú, điều này hạn chế "người nhập cảnh ngoài khơi" nộp đơn xin chiếu khán khi đến (xem *Tu Chính Án Di Trú (Loại trừ khỏi Khu vực Di*

trú) năm 2001 (Cth.) và *Tu Chính Án Di Trú (Loại trừ khỏi Khu vực Di trú) (Các điều khoản liên quan) năm 2001* (Cth.)). Vào ngày 30 tháng 10 năm 2012, toàn bộ đất liền Úc đã bị loại trừ khỏi khu vực di trú, *Tu Chính Án Di Trú (Nhập cảnh Bằng Đường Biển Trái Phép và Các Biện Pháp Khác)* (Cth.) được thông qua vào ngày 20 tháng 5 năm 2013. Sau đó trong năm đó, đã quyết định rằng "người nhập cảnh trái phép bằng đường biển " đến Úc sẽ không thể nộp bất kỳ đơn xin chiếu khán hợp lệ nào (Đạo Luật Di Trú, điều khoản 46A).

25. Ben Doherty, "Người Việt xin tị nạn bị đuổi về sau khi được duyệt xét trên biển," *Guardian*, 22 tháng 6, 2016, https://www.the guardian.com/australia-news/2016/jun/22/vietnamese-asylum-seekers-turned-back-after-being-processed-at-sea.

26. Một phần của luật pháp Úc từ năm 2012 (Đạo Luật Di Trú, các điều khoản 36(2)(aa), 36(2A)-(2C)), bảo vệ bổ sung cho phép người xin tị nạn, những người không hội đủ điều kiện theo định nghĩa của một người tị nạn nhưng vẫn đối mặt với những nguy hiểm nghiêm trọng, yêu cầu được bảo vệ theo luật nhân quyền.

27. Xem *DFAT Country Information Report Vietnam*, 21 tháng 6, 2017, 24, [para. 5.17], https://www.ecoi.net/en/file/local/1419336/ 4792_1512564532_country-information-report-vietnam.pdf. Sự đánh giá này được bao gồm trong *DFAT Country Information Report Vietnam*, 13 tháng 12, 2019, 44, [para. 5.35], https://www. ecoi.net/en/file/local/2024449/country-information-report-vietnam. pdf, mặc dù sự tham chiếu trực tiếp liên quan đến các vụ trả về mang tính cưỡng bức năm 2016 đã bị bỏ qua. Toàn bộ câu này mất

trong bản báo cáo năm 2022, DFAT chỉ kết luận rằng bất kỳ ai tham gia vào việc buôn người, "dù là người tổ chức hay người đi," sẽ bị giữ lại để thẩm vấn, với hình phạt nặng nhất là phạt tiền, ngoại lệ duy nhất là những người "sử dụng thời gian ở nước ngoài để công khai phản đối Chính phủ" và do đó bị trừng phạt nghiêm khắc hơn (*DFAT Country Information Report Vietnam*, 2022, 33 [paras. 5.30, 5.35]).

28. "Ngày xét xử đã qui định cho bốn 'Thuyền Nhân' Việt bị Úc cho hồi hương," *RFA*, 29 tháng 11, 2016, https://www.rfa.org/english/ news/vietnam/trial-set-for-four-vietnamese-11292016134257.html/.

29. "Việt Nam, vi phạm cam kết, bỏ tù 'Thuyền Nhân' Việt Nam vượt biên đến Úc," *RFA*, 13 tháng 12, 2016, https://www.rfa.org/ english/news/vietnam/vietnam-jails-boat-people-12132016135607. html. Ở Việt Nam, tất cả các tù nhân bị kết án đều phải làm việc toàn thời gian không lương, chủ yếu là làm các công việc nông nghiệp và sản xuất. xin xem, ví dụ, Báo cáo gửi Ủy Ban Chống Tra Tấn của Liên Hiệp Quốc, 22. Theo các nhà chức trách, "lao động trong thời gian bị giam giữ là phương pháp chính để giáo dục và phục hồi nhân phẩm" (UNHCR, "Ủy Ban Tra Tấn xem xét Báo Cáo ban đầu của Việt Nam," 15 tháng 11, 2018, https://www.ohchr.org/ en/NewsEvents/Pages/DisplayNews.aspx?NewsID=23895&Lang ID=E).

30. Cộng Hòa Xã Hội Chủ Nghĩa Việt Nam, Bộ Luật Hình Sự Số. 100/2015/QH13. Cuối cùng, luật được sửa đổi chỉ thực sự có hiệu lực vào ngày 1 tháng 1 năm 2018.

31. "Ngày xét xử đã quy định"; xin xem thêm "Vũng Tàu Xử Tù Người 'Tổ Chức Vượt Biên'," *BBC*, 13 tháng 12, 2016, https://www.bbc.com/vietnamese/vietnam-38167677.

32. Bản Kháng Án.

33. Phỏng vấn Võ An Đôn, 25 tháng 5, 2019.

34. "Úc và Việt Nam tăng cường hợp tác để xóa bỏ nạn buôn người," Bộ Trưởng Bộ Di Trú và Bảo Vệ Biên Giới Peter Dutton, Thông cáo báo chí, 12 tháng 12, 2016, https://minister. homeaffairs.gov.au/peterdutton/Pages/Australia-and-Vietnam-further-cooperation-to-stamp-out-people-smuggling.aspx.

35. "Bản Tuyên Bố của UNICEF."

36. Xin xem, ví dụ, "Cộng Đồng Người Việt giúp đỡ người tị nạn Syria," *SBS*, 30 tháng 8, 2016, https://www.sbs.com.au/news/ vietnamese-community-comes-to-aid-of-syrian-refugees và Lee Brooks, "Cộng Đồng Người Việt ở Úc cam kết tặng $500k cho UNHCR để giúp đỡ người tị nạn," *ABC News*, 30 tháng 8, 2016, https://www.abc.net.au/news/2016-08-30/vietnamese-community-gives-thousands-to-refugees/7796796.

37. Xin xem www.viettan.org.

38. https://bpsos.org/vi/.

39. "Ngày xét xử đã qui định."

40. Vào năm 2019, sự hiểu biết chính thức của Úc về mức phạt thấp hơn nhiều so với những gì mà cả bả Loan và bà Vân phải trả: "Công dân Việt Nam rời khỏi đất nước một cách bất hợp pháp, bao gồm cả việc không có giấy tờ xuất cảnh, có thể bị phạt khi trở về. Điều 17

của Nghị Định về Xử Phạt Vi Phạm Hành Chính trong An Ninh Xã hội, Trật Tự và An Toàn, Phòng Chống và Đấu Tranh với các Tệ Nạn Xã Hội, Cháy Nổ và Bạo Lực Gia Đình quy định mức phạt từ 3 triệu đồng ... [130 USD] đến 5 triệu đồng ... [215 USD] đối với hành vi vượt biên mà không thực hiện các thủ tục xuất cảnh chính thức; trốn tránh, tổ chức hoặc giúp người khác rời đi bất hợp pháp; hoặc rời đi bằng giấy tờ xuất cảnh của người khác (hoặc cho phép người khác sử dụng giấy tờ của mình). Mức phạt từ 5 triệu đồng ... [215 USD] đến 10 triệu đồng ... [430 USD] được quy định đối với chủ sở hữu hoặc người điều khiển phương tiện vận chuyển người qua biên giới bất hợp pháp; và đối với việc sử dụng giấy tờ xuất cảnh giả mạo hoặc các giấy tờ nhận dạng khác. Trên thực tế, việc thực hiện luật này thay đổi tùy thuộc vào người và hoàn cảnh của việc rời đi bất hợp pháp" (*DFAT Country Information Report Vietnam*, 2019, 43, [đoạn 5.27]). Cần lưu ý rằng những chi tiết này đã bị bỏ qua trong bản báo cáo năm 2022 của DFAT.

41. "Ngày xét xử đã qui định."

Chương 3

1. Xem thêm "'Thuyền Nhân' Việt Nam cố gắng chạy trốn đến Úc lần thứ hai," *RFA*, 8 tháng 2, 2017, https://www.rfa.org/english/news/vietnam/vietnamese-boat-people-attempt-to-reach-australia-a-second-time-02082017131644.html; "Ba Phụ Nữ Bình Thuận 'Lại Vượt Biên Đến Úc'," *BBC*, 6 tháng 2, 2017,

https://www.bbc.com/vietnamese/vietnam-38878718; "Ba Phụ Nữ Bình Thuận 'Được Hưởng Quy Chế Xin Tỵ Nạn'," 5 tháng 4, 2017, https://www.bbc.com/vietnamese/vietnam-39362063?ocid= socialflow_facebook.

2. Xem https://www.refugeecouncil.org.au, http://www.refugeeaction.org.au, và https://www.hrlc.org.au.

3. Tuyên bố này, xuất hiện trên trang chủ của trang web của chúng tôi bằng tiếng Anh và tiếng Việt, kèm theo lời ghi chú: "Những điều trên không nhằm mục đích tư vấn về pháp lý. Bất kỳ cá nhân nào muốn tìm kiếm sự bảo vệ tại Úc, nên tìm tư vấn pháp lý độc lập cho hoàn cảnh cụ thể của họ."

4. Anthea Vogl, Gởi điện thư đến tác giả, 12 tháng 8, 2020.

5. Keep và Phạm, "Những phụ nữ chạy trốn khỏi Việt Nam."

6. Keep và Phạm, "Những phụ nữ chạy trốn khỏi Việt Nam."

7. Luật Cộng Hòa Indonesia Số 6 Năm 2011 về Nhập Cư (Điều 11) cho phép chấp nhận tạm thời "người nước ngoài" nhập cảnh theo nhóm, như một trường hợp ngoại lệ và dựa trên các quyết định nhân đạo, bao gồm cả những "người nước ngoài neo đậu hoặc hạ cánh ở đâu đó tại Indonesia do hỏng động cơ hoặc thời tiết xấu, trong khi họ trên phương tiện di chuyển không có ý định cập bến hoặc hạ cánh tại lãnh thổ Indonesia." Theo Quy định của Tổng Thống (*Peraturan Presiden* hoặc *Perpres* trong tiếng Indonesia) số 125 năm 2016 về Xử lý Người tị nạn nước ngoài (Điều 1(4), Chương II, Điều 5-23), được ban hành sau cuộc khủng hoảng Biển Andaman năm 2015 khi 8.000 người tị nạn Rohingya và người di cư Bangladesh bị mắc kẹt

trên biển, chính phủ cũng đã củng cố cam kết cứu người trong trường hợp khẩn cấp như một hình thức hỗ trợ nhân đạo tạm thời. Xem Bilal Dewansyah và Irawati Handayani, "Hòa Hợp giữa vấn đề Bảo Vệ Người Tị Nạn và Chủ Quyền ở các Quốc Gia Thành Viên ASEAN: Luật và Chính Sách Liên Quan đến Người Tị Nạn ở Indonesia, Mã Lai và Thái Lan," *Central European Journal of International and Security Studies* 12, No. 4 (December 2018): 479-481, https://cejiss.org/reconciling-refugee-protection-and-sovereignty-in-asean-member-states-law-and-policy-related-to-refugee-in-indonesia-malaysia-and-thailand.

8. "Thuyền của người xin tị nạn Việt Nam bị chết máy ở Indonesia," *RFA*, 10 tháng 2, 2017, https://www.refworld.org/docid/58f9cace21.html.

9. Xem Keep và Phạm, "Những phụ nữ trốn chạy khỏi Việt Nam" và P. Sinh, "Làm Rõ Nghi Vấn Đối Tượng Tổ Chức Đưa Người Ra Nước Ngoài Trái Phép," *Binh Thuan Online*, 9 tháng 2, 2017, https://baobinhthuan.com.vn/lam-ro-nghi-van-doi-tuong-to-chuc-dua-nguoi-ra-nuoc-ngoai-trai-phep-13218.html.

10. Phỏng vấn Võ An Đôn, 25 tháng 5, 2019; xin xem thêm "Chính quyền yêu cầu rút giấy phép hành nghề của Võ An Đôn," Luật sư cho Luật sư, 20 tháng 1, 2015, https://lawyersforlawyers.org/en/vietnam-request-by-authorities-to-revoke-license-of-lawyer-vo-an-don/ và VCHR, *Không Gian Thu Hẹp: Sự đánh giá Nhân Quyền tại Việt Nam trong chu kỳ xem xét định kỳ phổ quát lần thứ hai*, Paris, 2018 tháng 2, 19, http://queme.org/app/uploads/2018/02/

Shrinking-spaces-VCHR-2018-EN.pdf.

11. "18 Imigran Gelap Ternyata Kabur dari Penjara di Vietnam," *TitikNOL*, 11 tháng 2, 2017, https://titiknol.co.id/peristiwa/18-imigran-gelap-ternyata-kabur-dari-penjara-di-vietnam/.

12. Theo HRW, những người coi trại giam đôi khi đến từ Tổng Cục Di trú (DGI) và đôi khi đến từ cảnh sát (*Cuộc Sống mong manh: Giam giữ, lạm dụng, và bỏ bê trẻ em nhập cư ở Indonesia*), 24 tháng 6, 2013, 27, https://www.refworld.org/docid/51cae2724.html).

13. Như chúng sẽ thấy dưới đây, thái độ chung đối với người xin tị nạn ở Indonesia từ đó đã trở nên cởi mở hơn.

14. "Ba Phụ Nữ Việt Vượt Biên Sang Úc Bị Tạm Giữ ở Indonesia," *SBTN*, 11 tháng 2, 2017, https://www.sbtn.tv/ba-phu-nu-viet-vuot-bien-sang-uc-bi-tam-giu-o-indonesia/ và Cat Linh, "Các Thuyền Nhân Việt Nam Được Cho Tạm Tá Túc ở Jakarta Qua Cuối Tuần," *RFA*, 10 tháng 2, 2017, https://www.rfa.org/vietnamese/news/vietnamnews/vn-asylum-seekers-temporary-stay-in-jakarta-02102017225935.html.

15. Xem https://namati.org/network/organization/indonesian-legal-aid-foundation/ và https://www.forum-asia.org.

16. "Kể từ năm 2009, JRS Indonesia đã hỗ trợ những người xin tị nạn và người tị nạn ở các khu vực thành thị và các trung tâm giam giữ người nhập cư bằng cách lắng nghe câu chuyện của họ và cung cấp thông tin, lời khuyên và hỗ trợ thiết thực cho những người dễ bị tổn thương nhất" (Lars Stenger, "What the Future Might Hold," *Inside Indonesia* 124, tháng 4-tháng 6 năm 2016,

https://www.insideindonesia.org/what-the-future-might-hold); đồng thời xin đọc thêm https://jrs.net/en/country/indonesia/.

17. https://suaka.or.id/about-us/. Vào tháng 12 năm 2018, SUAKA, cùng với UNHCR, JRS và Viện Sandya, đã cho xuất bản cuốn *Biết quyền của bạn: Sổ tay dành cho người tị nạn và người xin tị nạn*, nếu cuốn sách này tồn tại vào thời điểm đó, chắc chắn đây sẽ là một tài liệu hữu ích nhất đối với chúng tôi (https://apr.jrs.net/wp-content/uploads/sites/18/2020/03/2019-Know-your-rights-JRS-Indo.pdf).

18. Xem dưới đây để thảo luận thêm về IOM.

19. Trong khi một quy định mới của Indonesia được thông qua vào năm 2016 yêu cầu "phối hợp với UNHCR để làm việc với những người xin tị nạn tại Indonesia," quy định này cũng ban cấp "quyền khởi xướng việc trao đổi với các quốc gia xuất xứ." Xin xem UNHCR, *Đệ Trình của Cao Ủy Liên Hiệp Quốc về Người Tị Nạn cho Báo Cáo Tổng Hợp Đánh Giá Định Kỳ Toàn Cầu của Văn Phòng Cao Ủy Nhân Quyền: Chu Kỳ Thứ 3, Phiên Họp Kỳ Thứ 27, Indonesia,* tháng 9 năm 2016, 4, https://www.refworld.org/docid/59158ed24.html và Quy Định của Tổng Cục Trưởng Tổng Cục Di Trú số IMI-0352.GR.02.07 về việc xử lý người nhập cư bất hợp pháp tự nhận mình là người xin tị nạn hoặc người tị nạn (2016), điều 2(3)b.

20. Đại Hội Đồng Liên Hiệp Quốc, *Nghị Định Thư Liên Quan đến Tình Trạng của Người Tị Nạn*, 31 tháng 1, 1967, 606 UNTS 267.

21. Tu Chính Án Thứ Tư đối với Hiến Pháp năm 1945 của Cộng Hòa Indonesia (ngày 11 tháng 8 năm 2002), Điều 28G(2); Luật của Cộng Hòa Indonesia Số 37 năm 1999 về Quan Hệ Đối Ngoại, Điều 25-27; Luật của Cộng Hòa Indonesia Số 39 năm 1999 về Nhân Quyền, Điều 28. Tuy nhiên, do không ban hành các quy định thực hiện nên Indonesia không có cơ quan nào có thể xử lý các quyền đó.

22. SUAKA, "Perpres: Refugee Protection Must Answer Key Issues Regarding Asylum Seekers and Refugees in Indonesia," Thông Báo Báo Chí, 18 tháng 1, 2017, https://suaka.or.id/handling-refugees-from-overseas/. Muhammad Hafiz cũng phát biểu với tư cách là Giám Đốc Điều Hành Nhóm Công Tác Nhân Quyền Indonesia (HRWG). Dựa theo *Perpres*, Điều 1(1): "Người tị nạn nước ngoài, sau đây gọi là người tị nạn, có nghĩa là người nước ngoài cư trú trong lãnh thổ Cộng Hòa Indonesia vì nỗi lo sợ có căn cứ về việc bị ngược đãi với lý do chủng tộc, dân tộc, tôn giáo, quốc tịch, tư cách thành viên của một nhóm xã hội cụ thể và quan điểm chính trị khác biệt, và không muốn nhận sự bảo vệ từ quốc gia xuất xứ của mình và/hoặc đã được Liên Hiệp Quốc cấp quy chế người xin tị nạn hoặc người tị nạn thông qua Cao Ủy Liên Hiệp Quốc về Người Tị Nạn."

23. "Indonesia đã thực hiện việc trục xuất, nhưng vì chi phí quá cao nên thường chỉ có khoảng hai mươi đến ba mươi vụ trục xuất mỗi năm" (Antje Missbach, *Troubled Transit: Asylum Seekers Stuck in Indonesia* (Singapore: Viện ISEAS-Yusof Ishak, 2015), 132). Dù sao, *Perpres*, cũng bao gồm "nhấn mạnh rõ ràng hơn vào việc trục xuất" (Antje Missbach và Nikolas Feith Tan, "Chẳng có giải pháp

bền vững nào," *Inside Indonesia*, 13 tháng 3, 2017,
https://www.insideindonesia.org/no-durable-solutions).

24. "Nguồn tài trợ cần thiết cho việc xử lý người tị nạn có thể được lấy từ:

    a. Ngân Sách quốc gia thông qua bộ/cơ quan có liên quan; và/hoặc

    b. Các nguồn hợp pháp và không ràng buộc khác theo luật pháp và quy định hiện hành" (*Perpres*, Điều 40).

Như chúng ta sẽ thấy, cho đến giữa tháng 3 năm 2018, IOM, phần lớn được Úc tài trợ, đã chi trả hầu hết các chi phí liên quan đến nhà ở và chăm sóc cơ bản cho người xin tị nạn và người tị nạn ở Indonesia.

25. Dựa theo "Thỏa thuận giữa Chính Phủ Cộng Hòa Indonesia và Cao Ủy Liên Hiệp Quốc về Người Tị Nạn về việc thành lập Văn Phòng Đại Diện UNHCR tại Indonesia" (15 tháng 6, 1979), https://treaty.kemlu.go.id/apisearch/pdf?filename=OI-1979-0022.pdf. Đồng thời xem thêm Chỉ Thị của Tổng Cục Trưởng Di Trú số F-IL.01.10-1297 về Thủ Tục Liên Quan đến Người Nước Ngoài bày tỏ mong muốn xin Quy Chế Tị Nạn hoặc Tị Nạn (ngày 30 tháng 9 năm 2002) và Quy Định của Tổng Cục Trưởng Di Trú số IMI.1489.UM.08.05 về cách Xử Lý Người Nhập Cư Bất Hợp Pháp (ngày 17 tháng 9 năm 2010), sau đó được thay thế bằng Quy Định của Tổng Cục Trưởng Di Trú số IMI-0352.GR.02.07 về cách Xử Lý

Người Nhập Cư Bất Hợp Pháp tự nhận là Người Xin Tị Nạn hoặc Người Tị Nạn (2016).

26. UNHCR, *Thông Tin cho Người Xin Tị Nạn ở Indonesia*, https://www.unhcr.org/id/wp-content/uploads/sites/42/2017/05/ Information-Leaflet-for-Asylum-Seekers-English-Feb-2017.pdf. Theo luật thông lệ quốc tế, tất cả các quốc gia đều bị ràng buộc bởi nguyên tắc không trục xuất, bảo đảm người tị nạn không bị ép buộc trở về bất kỳ quốc gia nào mà họ có lý do để lo sợ bị ngược đãi. Tuy nhiên, Indonesia đã bị cáo buộc là đã không tuân thủ nhất quán nghĩa vụ này.

27. Xin xem https://indonesia.iom.int/iom-indonesia. Indonesia không phải là quốc gia thành viên của IOM mà chỉ giữ tư cách là một quan sát viên.

28. Jewel Topsfield, "Kẹt Lại khi Quá Cảnh: Điều gì sẽ đến tiếp theo cho những người xin tị nạn bị mắc kẹt ở Indonesia?" *SMH*, 19 tháng 3, 2016, https://www.smh.com.au/world/trapped-in-transit-what-next-for-asylum-seekers-stranded-in-indonesia-20160317-gnlmkf.html.

29. Xin xem IOM, "Báo Cáo Tài Chính cho Năm Kết Thúc vào Ngày 31 Tháng 12 Năm 2017," 29 tháng 5, 2018, 63, https://governingbodies.iom.int/system/files/en/council/109/C-109-3%20-%20Financial%20Report%20for%20the%20year% 202017.pdf và Commonwealth of Australia, *Ngân Sách Tài Khóa 2016-17: Kế Hoạch Thực Hiện Ngân Sách*, Budget Paper No. 2, 2016-17, 124, https://archive.budget.gov.au/2016-17/bp2/BP2_

consolidated.pdf. Trong năm 2016-2017, Chính Phủ Úc đã cung cấp khoảng 38 triệu Mỹ kim để tiếp tục tài trợ cho Mô Hình Hợp Tác Khu Vực (RCM) giữa IOM, Úc và Indonesia có hiệu lực từ năm 2001. Một khoản 1,5 triệu Mỹ kim bổ sung cũng đã được cung cấp để duy trì các văn phòng tiếp cận của IOM trên khắp Indonesia. RCM cung cấp rộng rãi cho "việc chặn bắt và giam giữ những người xin tị nạn, đánh giá các yêu cầu bảo vệ và sắp xếp để trục xuất những người xin tị nạn không được chấp thuận hoặc tái định cư những người tị nạn đã được công nhận" (Jessica Howard, "Ngăn Chặn và Từ Chối: Úc và việc cấm người xin tị nạn," *Refuge: Canada's Journal on Refugees* 21, No. 4 (2003): 41, https://refuge.journals.yorku.ca/index.php/refuge/article/ view/21307/19978; xin xem thêm Ủy Ban về Tị Nạn và Nhập cư Hoa Kỳ, "Trả Giá: Úc và Indonesia cố gắng ngăn chặn những người xin tị nạn," *Refugee Reports* 22, No. 8 (1 tháng 9, 2001), https://www.refworld.org/docid/3c58099a1.html). Để phân tích sâu hơn về việc Úc tài trợ cho IOM tại Indonesia và vai trò của IOM trong chiến lược của Úc nhằm ngăn chặn người đến Úc bằng thuyền, xin hãy xem Asher Lazarus Hirsch và Cameron Doig, "Quản Lý Nguồn Cung Cấp Bên Ngoài: Tổ Chức Di Cư Quốc Tế tại Indonesia," *The International Journal of Human Rights* 22, No. 5 (2018): 681-708, http://doi.org/10.1080/13642987.2017.1417261.

30. Xin tham khảo Phụ Lục 3 để có toàn văn của bức thư.

31. Shira Sebban, "Độc quyền: Số phận của những đứa trẻ tị nạn Việt Nam đang bị đe dọa," *Independent Australia*, 16 tháng 3, 2017,

https://independentaustralia.net/australia/australia-display/exclusive-fate-of-vietnamese-asylum-seeker-children-hangs-in-the-balance,10117.

32. Keep và Phạm, "Những phụ nữ đào thoát khỏi Việt Nam."

33. Thủ tục tiêu chuẩn ở Indonesia theo RCM là cảnh sát và văn phòng di trú địa phương báo tin cho IOM, nơi chuyển những người muốn nộp đơn xin tị nạn đến UNHCR. Xem, ví dụ, Savitri Taylor và Brynna Rafferty-Brown, "Những chuyến đi khó khăn: Tiếp Cận Bảo Vệ Người Tị Nạn ở Indonesia," *Monash University Law Review* 36 No. 3 (2010), http://www.austlii.edu.au/au/journals/MonashU LawRw/2010/29.html và Bộ Dí Trí và Công Dân, *Submission to the Joint Select Committee on Australia's Immigration Detention Network*, Tháng 9, 2011, 29, 106, https://www.homeaffairs.gov.au/ reports-and-pubs/files/diac-jscaidn-submission-sept11.pdf.

34. Grace sau đó cũng đã đưa ra một tuyên bố tương tự với *BBC*, 5 tháng 4, 2017.

35. Cochrane, "Một Viên Đạn có lẽ tốt hơn."

36. Xin xem Bình Luận, "Ba Gia Đình Việt Vượt Biên 'Sắp Được Phỏng Vấn'," *VOA*, 22 tháng 2, 2017, https://www.voatieng viet.com/a/ba-gia-dinh-viet-vuot-bien-bi-giu-o-indonesia-sap-duoc-lhq-phong-van/3735066.html#comments. Bài báo này sau đó đã được sửa lại theo yêu cầu cảu tôi.

37. Xin xem *Troubled Transit*, Chương 3.

38. UNHCR ở Indonesia liên tục phải đối mặt với sự thiếu hụt về nhân sự và ngân sách. Để biết thêm chi tiết, xin xem, ví dụ, Missbach, *Troubled Transit*, Chương 5. Riêng năm 2017, UNHCR

thiếu khoảng 2,8 triệu Mỹ kim trong tổng ngân sách chương trình dành cho người tị nạn, riêng ngân sách người không quốc tịch chỉ hơn 7,2 triệu Mỹ kim (xem UNHCR, "Tài chính, Yêu cầu và Chi tiêu năm 2017 cho vùng Đông Nam Á – Các hoạt động theo chương trình", http://reporting.unhcr.org/financial).

39. Xem *BBC*, 5 tháng 4, 2017.

40. UNHCR, *Thủ Tục Tiêu Chuẩn cho việc Xác Định Tư Cách Tị Nạn Dưới Sự Ủy Nhiệm của UNHCR*, 1 tháng 9, 2005, 3-29, https://www.unhcr.org/publications/procedural-standards-refugee-status-determination-under-unhcrs-mandate và "Indonesia Fact Sheet," Tháng 12, 2016, https://www.unhcr.org/id/wp-content/uploads/sites/42/2017/05/Indonesia-Fact-Sheet-December-2016.pdf. Trong các câu hỏi trực tuyến, "Câu hỏi thường gặp (FAQ) dành cho người tị nạn và người xin tị nạn," UNHCR đã lưu ý rằng thời gian trì hoãn thậm chí còn lâu hơn: "Do số lượng lớn người xin tị nạn tiếp xúc UNHCR, bất kỳ cuộc phỏng vấn nào tiếp theo sẽ diễn ra ít nhất là hai năm kể từ ngày bạn đăng ký" (https://www.unhcr.org/id/wp-content/uploads/sites/42/2017/05/UNHCR-website-FAQs.pdf). Quá trình này kể từ đó trở nên hữu hiệu hơn (xin xem https://help.unhcr.org/indonesia/registration/).

41. *Thủ Tục Tiêu Chuẩn (Procedural Standards)*, 3-23, 4-21.

42. UNHCR, *Thông tin cho Người Xin Tị Nạn ở Indonesia*, bản sao được cung cấp cho nhóm khi họ được đăng ký là người xin tị nạn vào ngày 20-21 tháng 3 năm 2017. UNHCR Indonesia kể từ đó đã

phát triển một trang web hữu ích cho người tị nạn và người xin tị nạn, https://help.unhcr.org/indonesia/.

43. JRS, *Tìm Kiếm: Không Gian Bảo Vệ ở Mã Lai, Thái Lan, Cam Bốt và Phi Luật Tân* (Bangkok: JRS Asia Pacific, 2012), 41 https://www.refworld.org/pdfid/506bfb622.pdf; Đồng thời xem thêm UNHCR, *Procedural Standards*, 4-10. Trong khi nhiệm vụ cốt lõi ban đầu của UNHCR chỉ bao gồm người tị nạn, nhưng sau đó được mở rộng thêm để bao gồm cả người hồi hương và người không quốc tịch.

44. UNHCR, *Thông Báo về Gánh Nặng và Tiêu Chuẩn Minh Chứng trong Yêu Cầu Tị Nạn*, 16 tháng 12, 1998, para. 11, https://www.refworld.org/pdfid/3ae6b3338.pdf và "Phần Hai: Thủ Tục Xác định Tình trạng Người Tị Nạn" trong *Sổ Tay về Thủ Tục và Tiêu Chuẩn Xác Định Tình Trạng Người Tị Nạn và Hướng Dẫn về Bảo Vệ Quốc Tế theo Công Ước năm 1951 và Nghị Định Thư năm 1967 liên quan đến Tình Trạng Người Tị Nạn,* HCR/1P/4/ENG/REV.4, tái bản, Geneva, Tháng 2, 2019, 43-45, https://www.refworld.org/docid/5cb474b27.html.

45. Xin xem UNHCR, *Procedural Standards*, 2-3.

46. Để biết ví dụ về phiên bản tiếng Anh của chiến dịch như vậy, xin đọc Oliver Laughland, "Angus Campbell cảnh báo Người Xin Tị Nạn không nên đến Úc bằng thuyền," *Guardian*, 11 tháng 4, 2014, https://www.theguardian.com/world/2014/apr/11/angus-campbell-stars-in-videos-warning-asylum-seekers-not-to-travel-by-boat. Đồng

thời xem thêm, thảo luận về chiến dịch "Không Cơ Hội" ở trong Chương 7 dưới đây.

47. "Theo nguyên tắc chung, các quyết định của RSD nên được ban hành trong vòng một tháng sau cuộc phỏng vấn RSD." Trong các trường hợp phức tạp hơn, quyết định nên được đưa ra không "muộn hơn hai tháng kể từ cuộc phỏng vấn RSD," trong khi "quyết định cho các yêu cầu được xét xử theo Quy Trình Xét Duyệt RSD Cấp Bách nên được ban hành trong vòng một tuần kể từ cuộc phỏng vấn RSD" (UNHCR, *Procedural Standards*, 4-20, 4-23).

Chương 4

1. Luật Di Trú năm 2011 quy định rằng "người nước ngoài" không có giấy tờ đi lại hợp lệ, bao gồm cả trẻ vị thành niên, phải được đưa vào các trung tâm giam giữ người nhập cư (Điều 83 và 85). Trong khi Quy Định của Tổng Thống (*Perpres*) số 125 năm 2016 về việc xử lý Người Tị Nạn nước ngoài nêu rõ rằng "người nước ngoài bị nghi ngờ là người tị nạn" phải được giao cho cơ quan giam giữ người nhập cư nếu có thể hoặc giao cho cảnh sát (điều 9-12, 18-19), một điều vẫn chưa rõ liệu có phải tất cả người tị nạn có thực sự phải bị giam giữ hay không. Để tìm hiểu về hai quan điểm đối chọi, hãy xem UNHCR, *Chiến Lược Toàn Cầu: Xa Hơn Sự Giam Cầm 2014-2019: Kế hoạch Hành Động Quốc Gia Indonesia*, 1, https://www.refworld.org/pdfid/57dff7912.pdf và Lisa Button, *Đừng Nhốt Tuổi Thơ: Phương Cách Giam Giữ Nhập Cư Hiện Tại và các Giải Pháp*

Thay Thế cho Trẻ Em xin Tị Nạn và người Tị Nạn ở Châu Á và Thái Bình Dương, Save the Children and Asia Pacific Refugee Rights Network, Tháng 5, 2017, 45, https://resourcecentre.savethe children.net/node/12161/pdf/unlocking_chiildhood.pdf.

2. Triệu, "Lụa và Loan."

3. Luật Nhập cư năm 2011 (Điều 83(2) và 87) cho phép những "người nước ngoài" bị bệnh, mang thai, hoặc trẻ em, cũng như nạn nhân của buôn bán người và buôn lậu người, được ở ngoài trại giam nhưng vẫn ở dưới sự kiểm soát của các nhân viên di trú. *Perpres* Năm 2016 đã tiến xa hơn, bàn về việc chuyển người tị nạn đến "nơi trú ẩn" với "nhu yếu phẩm cơ bản," và đặc biệt xem xét những người có "nhu cầu đặc biệt," được định nghĩa là trẻ em, phụ nữ mang thai, người khuyết tật, người bệnh và người già (Chương III, Điều 24-28). Điều này đã được hiểu rằng người tị nạn ở Indonesia sẽ không còn được bố trí trong các trung tâm giam giữ nhập cư. Xem thêm Quy Định Nhập Cư số IMI-0352.GR.02.07 (2016), Điều 4, 5, 13 và 15 và Wicipto Setiadi và Mario Johanes Caesar Siagian, "Việc Thực hiện Các Biện Pháp Thay Thế Giam Giữ để Giải quyết Vấn Đề Người Tị Nạn ở Indonesia," *Padjadjaran Journal of Law* 6, No. 1 (2019): 135-136, https://doi.org/10.22304/pjih.v6n1.a7.

4. Người Thượng hay "Người Miền Núi" là các nhóm dân tộc bản địa từ vùng Cao Nguyên Trung Phần, Việt Nam. Được coi là một trong những nhóm thiểu số nhất trong khu vực, nhiều người đã chạy trốn khỏi sự đàn áp đến Thái Lan và Campuchia, nơi họ tiếp tục sống mà không được công nhận các quyền cơ bản của con người.

Grace ban đầu đã chuyển từ Hoa Kỳ đến Bangkok vào năm 2014 để hỗ trợ 160 gia đình người Thượng, bao gồm khoảng 600 người.

5. Triệu, "Lụa và Loan."

6. Xin xem thêm về Chính Sách Nhập Cư của Canada trong Chương 5 và 7. Để tìm hiểu về cựu Thượng Nghị Sĩ Ngô Thanh Hải, xin truy cập https://senatorngo.ca.

7. Trong khi những hạn chế về mặt địa lý có nghĩa là chỉ một phần nhỏ người xin tị nạn đến Canada bằng thuyền. Cần lưu ý rằng cách đối xử của Canada với người xin tị nạn tương tự như ở Úc, mặc dù "các lựa chọn của Canada bị hạn chế bởi Hiến Chương về Quyền và Tự Do của nước này" (David Scott FitzGerald, *Nơi Ẩn Trú Ngoài Tầm Với: Các nền dân chủ giàu có đẩy lùi Người Xin Tị Nạn như thế nào* (New York: Nhà Xuất Bản Đại Học Oxford, 2019), 97–99); xem thêm *Hiến Chương về Quyền và Tự Do của Canada, Đạo Luật Hiến Pháp 1982*, Phần 1. Úc không có hiến chương như vậy.

8. IOM không cho phép tôi trích dẫn trực tiếp từ email của ông Getchell, với lý do rằng họ không có ý định công bố.

9. RCOA, "Người Tị Nạn và Công Pháp Quốc Tế," 10 tháng 5, 2020, https://www.refugeecouncil.org.au/international-law/6/. IOM đã đang hoạt động theo "Dự Án Quản Lý và Chăm Sóc Người Nhập Cư Bất Hợp Pháp" (MCIIP), được khởi động vào năm 2007 và được Chính Phủ Úc tài trợ. *Perpres* năm 2016 nhằm mục đích tiêu chuẩn hóa các trung tâm giam giữ và nơi trú ẩn, bảo đảm rằng chúng sẽ đáp ứng các nhu cầu cơ bản này. Xem thêm Quy định về Nhập cư số IMI-0352.GR.02.07 (2016), Điều 15 và chú thích 30 bên dưới.

10. UNHCR, "Xa Hơn Sự Giam Cầm," 2 và *Báo Cáo Tiến Triển 2018: Một Chiến Lược Toàn Cầu Hỗ Trợ các Chính Phủ nhằm Chấm Dứt việc Giam Cầm Người Xin Tị Nạn và Người Tị Nạn, 2014-2019*, Tháng 2 năm 2019, 36, https://www.refworld.org/country,,,,IDN,,5c9354074,0.html; Antje Missbach, "Tiếp nhận Người Xin Tị Nạn và Người Tị Nạn tại Indonesia: Từ việc giam cầm người nhập cư đến việc ngăn chặn trong 'Các giải pháp thay thế cho việc Giam Cầm'," *Refuge* 33, No. 2 (2017): 34, https://doi.org/10.7202/1043061ar; Dự Án Chấm Dứt Giam Giữ Toàn Cầu: "Chân Dung các Trại Tập Trung ở Indonesia," Cập Nhật Tháng 1, năm 2016, https://www.globaldetentionproject.org/countries/asia-pacific/indonesia.

11. Xin xem http://www.vanlangsj.org và http://www.viettoon.com/.

12. "Việc tiếp cận không bị cản trở của UNHCR đối với các cơ sở giam giữ đã cho phép các chuyến thăm giám sát thường xuyên đến tất cả các trung tâm giam giữ cũng như các địa điểm chặn bắt. Các cuộc viếng thăm xảy ra hàng tuần cho những trung tâm nơi mà UNHCR cung cấp dịch vụ hàng ngày như tiếp cận để tư vấn và can thiệp bảo vệ; và từ 1 tháng đến 3 tháng cho các trung tâm mà UNHCR không có sự hiện diện thường xuyên. Việc giám sát cũng được thực hiện thường xuyên bởi các nhân viên khác của UNHCR đến các cơ sở giam giữ cho mục đích đăng ký, RSD (Refugee Status Determination) và phỏng vấn tái định cư" (UNHCR, *Indonesia: Progress Under the Global Strategy Beyond Detention 2014-2019*, mid-2016, 2,

https://www.unhcr.org/protection/detention/57b583457/indonesia-progress-report.html?query=indonesia). Xem thêm UNHCR, *Operation: Indonesia: 2017 Year-End Report*, July 25, 2018, https://reporting.unhcr.org/sites/default/files/pdfsummaries/GR2017-Indonesia-eng.pdf và *Báo Cáo Tiến Triển 2018*, 37.

13. "Ba Gia Đình Người Việt Vượt Biên Được LHQ Cấp Qui Chế Tị Nạn," *RFA*, 23 tháng 5, 2017, https://www.rfa.org/vietnamese/news/vietnamnews/vietnamese-boatpeople-in-indonesia-granted-refugee-status-05232017095746.html.

14. "18 Thuyền Nhân Việt ở Indonesia Được Cấp Quy Chế Tị Nạn," *VOA*, 24 tháng 5, 2017, https://www.voatiengviet.com/a/muoi-tam-thuyen-nhan-viet-o-indonesia-duoc-cap-qui-che-ti-nan/3868946.html.

15. Có thể xem video theo đường link https://www.youtube.com/watch?v=H6CN00I1yu4.

16. "Người di cư, bao gồm cả trẻ em, thường bị giam giữ mà không được xem xét theo luật pháp hoặc tại ngoại, không được tiếp xúc với luật sư hoặc bất kỳ cách nào để phản đối việc giam giữ của họ" (HRW, *Barely Surviving*, 25). Tuy nhiên, Cơ Quan Phát triển Luật pháp Quốc Gia sau đó đã làm sáng tỏ rằng "người tị nạn có quyền tiếp cận các chương trình hỗ trợ pháp lý do nhà nước tài trợ, tăng cường khả năng tiếp cận với luật sư để phản đối việc giam giữ của họ, trong số những cách khác." Để biết thêm chi tiết, hãy xem UNHCR, *Báo Cáo Tiến Triển 2018*, 34. Không rõ điều này được thực thi trong thực tế ở mức độ nào.

17. Shira Sebban, "Bị Úc từ chối, Người Việt Nam được công nhận là người tị nạn ở Indonesia," *SMH*, 11 tháng 6, 2017, https://www.smh.com.au/world/turned-back-by-australia-vietnamese-recognised-as-refugees-in-indonesia-20170608-gwn475.html.

18. Trần Hòa Ái, "Ba Gia Đình Phụ Nữ Vượt Biên Sẽ Tạm Cư ở Trại Tị Nạn Semareng," *RFA*, 13 tháng 6, 2017, http://www.rfa.org/vietnamese/in_depth/the-three-families-fled-vn-2-time-moved-semareng-refugee-camp-ha-06132017085531.html.

19. Tuy nhiên, trong những năm gần đây, ít hơn một phần ba số người được tái định cư theo Chương Trình Tị Nạn và Nhân Đạo của Úc được UNHCR giới thiệu. Việc đoàn tụ gia đình cũng trở nên khó khăn hơn, hầu hết người tị nạn được lựa chọn dựa trên mối liên hệ cộng đồng của họ tại Úc. Xem, ví dụ, RCOA, "Ít hơn một phần ba người tị nạn trong Chương Trình Nhân Đạo của Úc được tái định cư từ UNHCR," 9 tháng 5, 2020, https://www.refugeecouncil.org.au/less-one-third-refugees-australias-humanitarian-program-resettled-unhcr/.

20. Ngoại lệ, một "công dân nước ngoài có thể nộp đơn mà không cần giới thiệu nếu họ cư ngụ tại khu vực địa lý được Bộ Trưởng xác định" là "khu vực có hoàn cảnh hợp lý để nộp đơn" (*Immigration and Refugee Protection Regulations*, SOR/2002-227 (Can.) (IRPR), Part 8, Div. 1, ss. 140.3(2) và (3)).

21. Paul Power tiếp tục:

> Ông/Bà có thể xem câu hỏi mà ông [Volker Türk] được hỏi ở đây: https://youtu.be/seR-4dtDKMU?t=7809 và câu trả lời của ông ta là: https://youtu.be/seR-4dtDKMU?t=9170. Tôi

401

đã đính kèm bản ghi chép mà chúng tôi đã thực hiện vào thời điểm đó:

Hỏi: ... Tuần này chúng ta nghe nói rằng những phụ nữ Việt Nam bị Úc trả về Việt Nam vào năm 2015 đã được công nhận là người tị nạn sau khi trốn thoát sang Indonesia một lần nữa.... Cộng Đồng Quốc Tế có thể và nên có những hành động gì đối với những quốc gia vi phạm Công Ước về Người Tị Nạn một cách rõ ràng như vậy?

Trả Lời: (Volker Türk): ... Tôi chỉ mới biết tin về tin tức đặc biệt đó, Chúng tôi, hiển nhiên sẽ xem xét vấn đề này, và nếu cần thiết chúng tôi sẽ kiến nghị lên chính phủ.

22. UNHCR, *Thông Tin cho Người Xin Tị Nạn tại Indonesia và Quy Tắc Ứng Xử cho Người Xin Tị Nạn và Người Tị Nạn tại Indonesia.* Các cụm từ được nhấn mạnh theo văn bản gốc. "Tái Định Cư đến một Quốc Gia Thứ Ba an toàn không phải là một quyền, vì không có nghĩa vụ quốc tế nào đối với các quốc gia phải chấp nhận những người tị nạn đang tạm thời quá cảnh ở nơi khác. Do đó, việc tái định cư ... phụ thuộc vào thiện chí của các quốc gia tiếp nhận người tị nạn" (Missbach, *Troubled Transit*, Chương 5).

23. UNHCR, *Thông Tin về việc Tái Định Cư cho Người Tị Nạn,* https://www.unhcr.org/id/wp-content/uploads/sites/42/2017/05/ Resettlement-Information-Leaflet-English-Feb-2017.pdf và "Indonesia: Bản Báo Cáo Cuối Năm, 2017," https://reporting. unhcr.org/sites/default/files/pdfsummaries/GR2017-Indonesia-eng.pdf.

24. Xem Chương 5 để biết thêm.

25. Bác sĩ Bùi Trọng Cường cũng là cựu chủ tịch Cộng Đồng Người Việt Tự Do Liên Bang Úc Châu (1982-1991).

26. Khanh Hoàng, "Rủi Ro và Phần Thưởng trong Kế Hoạch Bảo Trợ Tư Nhân của Úc," Trung Tâm Luật Tị Nạn Quốc Tế Kaldor của Đại Học NSW, ngày 16 tháng 5 năm 2017, https://www.lowy institute.org/the-interpreter/risks-rewards-private-humanitarian-refugee-sponsorship. Theo Ngân Sách Liên Bang 2017-18, Chương Trình Tị Nạn và Nhân Đạo, Úc sẽ nhận định cư vĩnh viễn cho 16.250 người tăng từ 13.750 cho tài khóa 2017-18 và 18.750 người cho tài khóa 2018-19 (xem Commonwealth of Australia, *Budget 2017-18: Budget Measure*s, Budget Paper No. 2, 2017-18, 15, https://archive.budget.gov.au/2017-18/bp2/bp2.pdf).

27. Xin xem *Quy Định Di Trú 1994* (Cth.), Phụ lục 1, Mục 1402(1)-Mục 1402(4) và Phụ lục 2, Mục 202.1-Mục 202.612 (Quy Định Di Trú); DHA, "Chiếu Khán Nhập Cảnh Loại 202 Nhân Đạo Đặc Biệt Toàn Cầu," https://immi.homeaffairs.gov.au/visas/getting-a-visa/visa-listing/global-special-humanitarian-202 và "Chương Trình Hỗ Trợ Cộng Đồng," https://immi.homeaffairs.gov.au/what-we-do/refugee-and-humanitarian-program/community-support-program. Các yêu cầu về nhân cách được nêu trong Đạo Luật Di Trú, Mục 501. Bộ cũng ban hành các bản cập nhật thường xuyên liên quan đến Hướng Dẫn Thủ Tục nhằm "hướng dẫn về cách quản lý thành phần ngoài nước thuộc Chương Trình Nhân Đạo của Úc," bao gồm cả CSP. Những thông tin này có sẵn thông qua đăng ký trên LEGEND.

403

com, một cơ sở dữ liệu điện tử về luật và chính sách di trú và quyền công dân (https://immi.homeaffairs.gov.au/help-support/tools/legendcom).

28. *DFAT Country Information Report Vietnam*, 2022, 33, [para. 5.30].

29. Đảo Galang gần đó, cũng là một phần của quần đảo Riau, là nơi mà UNHCR và IOM đã bắt đầu hoạt động tại Indonesia từ năm 1979 nhằm duyệt xét những Người Xin Tị Nạn Đông Dương, những người được cấp "quyền tị nạn tạm thời trên thực tế … dựa theo sự cân nhắc nhân đạo chung." Để biết thêm chi tiết, hãy xem ví dụ, Missbach, *Troubled Transit*, Chương 2 và 6.

30. "Nâng cấp và tân trang các cơ sở giam giữ, cũng như phát triển các quy trình hoạt động theo tiêu chuẩn về nhân quyền khi giam giữ, là thành phần khác nằm trong Dự Án Quản Lý và Chăm Sóc Người Nhập Cư Bất Hợp Pháp (MCIIP), do Úc tài trợ, IOM cũng như Cơ Quan Nhập Cư của Indonesia thực hiện. Xem chú thích số 9 ở trên; Amy Nethery, Brynna Rafferty-Brown, Savitri Taylor, "Xuất cảng trại giam: Úc tài trợ Trung Tâm Giam Giữ người Nhập Cư ở Indonesia." *Journal of Refugee Studies* 26, No. 1 (Tháng 3, 2013): 88-109, https://doi.org/10.1093/jrs/fes027; Simon Kearney và Stephen Fitzpatrick, "'Sống với cảnh Bạo Tàn trong Nhà Tù đông đúc Indonesia," *Australian*, 23 tháng 10, 2009, https://www.theaustralian.com.au/news/world/life-of-brutality-in-crowded-indonesian-lock-up/news-story/8b751e651ccbccd0471d41736555e720.

31. Để biết thêm về "Sự bất biến của một nền văn hóa đầy tham nhũng, tống tiền và tự làm giàu trong số các nhân viên tại trung tâm giam giữ", hãy xem, ví dụ, Missbach, *Troubled Transit*, Chương 3 và "Giam Giữ Người Tị Nạn và Người Xin Tị Nạn ở Indonesia" trong *Detaining the Immigrant Other: Global and Transnational Issues*, biên tập. Rich Furman, Douglas Epps và Greg Lamphear (Oxford: OUP, 2016), 91-104.

32. Missbach đã trích dẫn các số liệu rằng khoảng 60.000 IDR (chỉ hơn 4 Mỹ kim) cho mỗi người bị giam giữ mỗi ngày dành cho thực phẩm tại các trung tâm giam giữ, bao gồm 15.000 IDR (khoảng 1 Mỹ kim) từ tiền nhập cư và khoản trợ cấp thêm 45.000 IDR (khoảng 3 Mỹ kim) do IOM cung cấp cho những người đã đăng ký theo UNHCR (xin xem *Troubled Transit*, Chương 3).

33. Trong bài tường trình "Giam Giữ Người Xin Tị Nạn," Missbach thảo luận về "quyền hạn tùy tiện của nhân viên trung tâm, đặc biệt là người đứng đầu trung tâm giam giữ," nhấn mạnh rằng các cơ chế bảo vệ người bị giam giữ thường bị bỏ qua.

34. "Số liệu của Indonesia vẫn tính luôn người tị nạn trong số những người 'nhập cư bất hợp pháp.' Tuy nhiên, vẫn chưa rõ liệu số liệu này chỉ đề cập đến người tị nạn và người xin tị nạn hay liệu nó cũng bao gồm cả những người nhập cư thông thường" (Antje Missbach, Yunizar Adiputera, Atin Prabandari, Ganesh Cintika, Frysa Yudha Swastika và Raditya Darningtyas, "Bế tắc: Người tị nạn ở Indonesia–Quy Định của Tổng Thống số 125 năm 2016," Trung Tâm Nghiên Cứu về Luật Pháp, Hồi Giáo và Xã Hội Indonesia,

Khoa Luật Đại Học Melbourne, Luận Văn về Chính Sách (2018), 13, https://law.unimelb.edu.au/__data/assets/file/0006/2777667/ CILIS-Paper-14_Missbach-et-al_final.pdf).

35. *Bahasa Indonesia* là tên một ngôn ngữ địa phương của Indonesia.

36. https://vietnamvoice.org/en/voice/.

37. Đây là Chương Trình về Tị Nạn do Chính Phủ Hỗ Trợ (GAR). Ngoài ra còn có Chương Trình Bảo Trợ Hợp Tác Chính Phủ-Tư Nhân (SGPSP), bao gồm Kết Hợp Hỗ Trợ về việc Bảo Lãnh (JAS) người tị nạn và Văn Phòng Hỗn Hợp Cấp Chiếu Khán-Xét Duyệt Hồ Sơ (BVOR). Để biết thêm chi tiết, hãy xem *UNHCR Sổ Tay cho Tái Định Cư*, Chương Quốc Gia: Canada, cập nhật vào Tháng 2 năm 2018, 11-12, https://www.unhcr.org/3c5e55594.html.

38. PSR được giới thiệu bởi *Đạo Luật Nhập Cư của Canada*, SC 1976-77, c. 52, s. 1, sau đó được thay thế bởi *Đạo Luật Bảo Vệ Người Tị Nạn và Nhập Cư,* SC 2001, c. 27 (Can.) (IRPA), kèm theo các *Quy Định Bảo Vệ Người Tị Nạn và Nhập Cư* được cập nhật, SOR/2002-227 (Can.) (IRPR): "Một công dân Canada hoặc thường trú nhân, hoặc một nhóm công dân Canada hoặc thường trú nhân, một công ty được thành lập theo luật của Canada hoặc của một tỉnh hoặc một tổ chức hoặc hiệp hội chưa hợp nhất theo luật liên bang hoặc tỉnh—hoặc bất kỳ sự kết hợp nào trong số đó—có thể bảo trợ một người nước ngoài, tuân theo các quy định" (IRPA, s. 13(1); xem thêm s. 12(3) và IRPR, s. 138). Để thêm chi tiết xem thêm Chương

Trình Đào Tạo về việc Bảo Trợ Người Tị Nạn (RSTP), "Chương Trình Bảo Lãnh Người Tị Nạn theo dạng Tư Nhân," http://www. rstp.ca/en/refugee-sponsorship/the-private-sponsorship-of-refugees-program/ và Hội Đồng về Người Tị Nạn của Canada (CCR), "Về Vấn Đề Người Tị Nạn và Sự Hưởng Ứng của Canada: Tái Định Cư tại Canada," https://ccrweb.ca/en/refugee-facts.

39. Bộ Di Trú, Tị Nạn và Công Dân Canada (IRCC) là một Bộ của chính phủ chịu trách nhiệm về các lãnh vực này. Cho đến tháng 11 năm 2015, bộ phận này được gọi là Bộ Di Trú và Công Dân Canada (CIC).

40. Jennifer Hyndman, Johanna Reynolds, Biftu Yousuf, Anna Purkey, Dawit Demoz, và Kathy Sherrell, "Duy trì việc Bảo Lãnh Tư Nhân của người tị nạn đã được tái định cư tại Canada," *Frontiers in Human Dynamics* 3 (May 11, 2021): 8, https://doi.org/10.3389/ fhumd.2021.625358.

41. Xin xem IRCC, "Sponsorship Agreement Holders: About the Program," https://www.canada.ca/en/immigration-refugees-citizenship/services/refugees/help-outside-canada/private-sponsorship-program/agreement-holders.html và "Global Cap for Sponsorship Agreement Holders," https://www.canada.ca/en/ immigration-refugees-citizenship/corporate/mandate/policies-operational-instructions-agreements/timely-protection-privately-sponsored-refugees.html; RSTP, "Sponsorship Agreement Holders (SAH), http://www.rstp.ca/en/refugee-sponsorship/sponsorship-agreement-holders/.

42. "Người Tị Nạn Việt Nam trả ơn: James Nguyễn," video của Chính Phủ Canada, có thể được xem tại https://www.youtube.com/watch?v=TbYUJOW2-Fs. Để biết thêm chi tiết về về cuộc vận động này xin xem, ví dụ, Cassandra Szklarski, "'Thuyền Nhân' Canada gốc Việt xuống đường vận động để bảo trợ người tin nạn Syria," *Globe and Mail*, 9 tháng 12, 2015, https://www.theglobeand mail.com/news/national/vietnamese-boat-people-rally-to-sponsor-syrian-refugees/article27661190/.

43. Nhóm Năm Người có thể bảo trợ người tị nạn thông qua sự thu xếp với SAH hoặc trực tiếp với Chính Phủ Canada. Những nhóm bảo trợ tư nhân khác bao gồm các Cộng Đồng Tôn Giáo, Sắc Tộc, và các Tổ Chức Từ Thiện, được gọi là Các Nhóm Thành Phần (CG), được SAH ủy quyền để bảo trợ người tị nạn; Các Nhà Bảo Trợ Cộng Đồng (CS), và Các Nhà Đồng Bảo Trợ, cũng có thể bao gồm nhiều cá nhân, chẳng hạn như thành viên gia đình của người tị nạn được bảo trợ đang sống ở Canada (Xin xem https://www.canada.ca/en/immigration-refugees-citizenship/services/refugees/help-outside-canada/private-sponsorship-program.html).

44. Mỗi gia đình, cũng như những người lớn chưa kết hôn, phải hoàn thành và ký ba mẫu đơn: "Mẫu đơn chung cho Canada," "Phụ Lục A—Bối Cảnh/Tuyên bố" và "Phụ Lục 2—Người Tị Nạn bên ngoài Canada (Xin xem https://www.canada.ca/en/immigration-refugees-citizenship/services/application/application-forms-guides/guide-6000-convention-refugees-abroad-humanitarian-protected-persons-abroad.htm).

Chương 5

1. Xin xem Asher Lazarus Hirsch, *Sau khi Thuyền vừa Dừng Lại: Người Tị Nạn bị kẹt lại ở Indonesia và Chính Sách Ngăn Chận ở Úc*, RCOA Brief, Tháng 11, 2018, 3, https://www.refugee council.org.au/wp-content/uploads/2018/12/Indonesia_brief.pdf.

2. Xin xem, ví dụ, UNHCR, *Xa hơn Sự Giam Cầm: Một Chiến Lược Toàn Cầu nhằm Hỗ Trợ các Chính Phủ Chấm Dứt việc Giam Giữ Người Xin Tị Nạn và Người Tị Nạn–2014-2019*, https://www. refworld.org/docid/536b564d4.html; Setiadi và Siagian, "Thi Hành Những Biện Pháp Thay Thế Giam Giữ," 135-136; Thomas Brown và Antje Missbach, "Việc Giam Giữ người Tị Nạn ở Indonesia," *Interpreter*, 12 tháng 5, 2017, https://www.lowyinstitute. org/the-interpreter/refugee-detention-indonesia.

3. Adam Bemma, "Người Tị Nạn ở Indonesia được yêu cầu hòa nhập nhưng không định cư," *Refugees Deeply*, 9 tháng 2, 2018, https://www.newsdeeply.com/refugees/articles/2018/02/09/refugees-in-indonesia-told-to-assimilate-but-not-settle; Đồng thời xem thêm Antje Missbach, "Thay thế các Trung Tâm Giam Giữ người Nhập Cư bằng 'Nhà Tù Mở' ở Indonesia: Các giải pháp thay thế cho việc giam giữ như một sự kéo dài liên tục cho sự thiếu tự do," *Citizenship Studies* 25, No. 2 (2021): 228-229, 10.1080/13621025.2020.1859193.

4. Gemima Harvey, "Sống sót trong khi tìm nơi tị nạn," *Inside Indonesia*, 26 tháng 10, 2018, https://www.insideindonesia.org/

surviving-while-seeking-asylum. Xin xem Tổng Cục Di Trú Indonesia (DGI) Thông Tư Số IMI-UM.01.01-2827 về việc khôi phục chức năng ban đầu của các Trung Tâm Giam Giữ Người Nhập Cư, ngày 30 tháng 7 năm 2018 (dịch từ tiếng Indonesia). Tôi không tìm thấy được bản dịch tiếng Anh của tài liệu này. "Chính Phủ Úc nêu lý do chấm dứt nguồn tài trợ như vậy dựa theo Mô Hình Hợp Tác Khu Vực (RCM) là họ không muốn sự chăm sóc theo IOM trở thành một 'yếu tố kéo' Người Tị Nạn đến Indonesia" (Hirsch, *Sau khi Thuyền vừa Dừng Lại*, 2).

5. "IOM cung cấp cho người tị nạn môi trường sống đầy đủ, an toàn và bảo đảm dưới hình thức nhà ở cộng đồng, nơi người tị nạn sống cùng với dân địa phương" ("Chương trình IOM Indonesia," https://indonesia.iom.int/sites/g/files/tmzbdl1491/files/documents/IOM%20Indonesia%20Fact%20Sheet%202021%20EN.pdf). Đồng thời xin xem IOM Indonesia, *Các Giải Pháp Thay Thế cho việc Giam Giữ*, Issue 4, Tháng 9, 2014, 1-4, https://www.iom.int/files/live/sites/iom/files/Country/docs/IOM-Indonesia_Alternatives-to-detention-September-2014.pdf.

6. Bộ Giáo Dục và Văn Hóa, Thông Tư số 75253/A.A4/HK/2019 về Giáo Dục cho Trẻ Em Tị Nạn. Tôi không tìm thấy được bản dịch tiếng Anh của tài liệu này. Xem thêm, ví dụ, "Các trường công lập ở Medan, Jakarta, Makassar và Tangerang mở cửa cho trẻ em tị nạn," *Coconuts Jakarta*, 18 tháng 7, 2018.

7. Xin xem Realisa D Masardi, "Hoàn toàn bị Bỏ Rơi," *Inside Indonesia* 124, Tháng 4-Tháng 6, 2016, https://www.inside

indonesia.org/all-alone và SUAKA, *Biết Quyền Của Bạn,* 27-31.

8. Xin xem UNHCR, "Indonesia Fact Sheet," Tháng 12, 2016; https://cws-asia.org và https://cwsglobal.org/our-work/asia/indonesia/.

9. Xin xem https://www.crs.org/our-work-overseas/where-we-work/indonesia và https://www.dompetdhuafa.org/tag/indonesia/.

10. Xin xem Trung Tâm Học Tập, đáng chú ý, cho Người Tị Nạn Cisarua (https://cisarualearning.com) và Trung Tâm Học Tập Roshan (https://roshanlearning.org).

11. Xin xem http://www.lia.co.id.

12. Xin xem Amanda Hodge, "Người Tị Nạn trong Tình Trạng Bấp Bênh trong khi chờ đợi cho sự Nới Lỏng Luật Lệ," *Australian*, 4 tháng 11, 2018, https://www.theaustralian.com.au/nation/nation/refugees-in-limbo-wait-for-softening-of-rules/news-story/21faec4c121460f102c1ceaa4bd3ecbe và Missbach, "Bị Bỏ Rơi lại."

13. http://joycarejkt.com/index.php/refugee-ministry/. (Rất tiếc là không thể truy cập được đường link này).

14.Xin xem https://paclearninglab.wordpress.com/2019/07/11/why-the-learning-lab/.

15. Xin xem https://www.uphcollege.com và https://www.uph.edu/about-us/ để biết thêm chi tiết.

16. Xin xem https://jakarta.hmcc.net.

17. Xin xem Chương 7 để biết thêm chi tiết.

18. Xin xem Missbach, *Troubled Transit*, Chap. 4 và "Thay thế các Trung tâm giam giữ người nhập cư," 226, 230; IOM, "Indonesia Programmes;" https://indonesia.iom.int/migrant-assistance.

19. Để biết thêm chi tiết, xin xem https://www.unhcr.org/id/wp-content/uploads/sites/42/2018/04/Leaflet-Puskesmas_English.pdf and SUAKA, *Biết Quyền của Bạn*, 23-26.

20. Xin xem Antje Missbach và Gerhard Hoffstaedter, "Khi các Quốc Gia Trung Chuyển theo đuổi Chương Trình Nghị Sự riêng của họ: Phản ứng của Mã Lai và Indonesia đối với các chính sách di cư và biên giới của Úc," *Migration and Society: Advances in Research* 3 (2020): 1-16, https://doi.org/10.3167/arms.2020.111405.

21. UNHCR, *Thông Tin cho Người Tị Nạn về việc Tái Định Cư*. Xin xem Quy Định về Nhập Cư No. IMI-0352.GR.02.07 (2016) và Missbach, "Tiếp Nhận," 33: "Sự hội nhập hợp pháp vào Indonesia và nhập tịch không phải là sự lựa chọn vì Luật Quốc Tịch ở Indonesia (Chính Phủ Indonesia, 2006) không cho phép người tị nạn nộp đơn xin quốc tịch."

22. https://www.unhcr.org/id/w0p-content/uploads/sites/42/2017/10/Poster-on-Comprehensaive-Solutions-ECHO-Oct-2017.pdf. Thông tin quan trọng được in đậm để làm nổi bật chính bản thân chiến dịch. Xem thêm Jewel Topsfield, "Hầu hết Người Tị Nạn ở Indonesia sẽ không bao giờ được định cư: Cơ Quan Tị Nạn Liên Hiệp Quốc," *SMH*, 31 tháng 10, 2017, https://www.smh.

com.au/world/most-refugees-in-indonesia-will-never-be-resettled-un-refugee-agency-20171031-gzbzhn.html và Quy Định về Nhập Cư No. IMI-0352.GR.02.07 (2016), Điều. 2(1), 3, và 4(4).

23. Xin xem *UNHCR Sổ Tay về Tái Định Cư* (Geneva: UNHCR, 2011), 288, https://www.refworld.org/pdfid/4ecb973c2.pdf; Missbach, "Tiếp Nhận," 36 và "Xao lãng lòng nhân ái: Indonesia xử trí như thế nào về vấn đề người xin tị nạn," *Conversation*, 30 tháng 8, 2012, https://theconversation.com/benevolent-neglect-how-indonesia-handles-its-asylum-seeker-problem-8920; Nikolas Feith Tan, "Tình trạng của người xin tị nạn và người tị nạn ở Indonesia," *International Journal of Refugee Law* 28, No. 3 (1 tháng 10, 2016): 367, https://doi.org/10.1093/ijrl/eew045; *Chính sách của UNHCR về việc Bảo vệ người tị nạn và Giải pháp ở các Khu Vực Đô Thị*, Tháng 9, 2009, 24, đoạn 153 và 154, https://www.unhcr.org/protection/hcdialogue%20/4ab356ab6/unhcr-policy-refugee-protection-solutions-urban-areas.html. "Theo lý thuyết thì không có giới hạn về thời gian tạm trú cho những người lưu trú dài hạn ở Indonesia …" (Antje Missbach, "Người Xin Tị Nạn quá cảnh ở Indonesia: Giữa việc Bảo Vệ Nhân Quyền và Hình Sự Hóa," trong *Nhập Cư và Hội Nhập ở Âu Châu, Đông Nam Á và Úc: Một Góc Nhìn So Sánh*, eds. Juliet Pietsch và Marshall Clark (Amsterdam: Amsterdam University Press, 2015), 126).

24. Button, *Đừng Nhốt Tuổi Thơ (Unlocking Childhood)*, 46.

25. https://immi.homeaffairs.gov.au/visas/getting-a-visa/visa-listing/global-special-humanitarian-202

26. Xin xem https://immi.homeaffairs.gov.au/help-support/meeting-our-requirements/character.

27. Xin xem Đạo Luật Di Cư, Điều. 314, 486E, và 486F và *Quy Định Di Trú (Quy Tắc Ứng Xử cho các Cơ Quan Di Trú) 2021* (Cth.), Phần. 19.

28. Xin xem IRPR, Phần. 153(1)(b) và IRCC, "2.11 Xác định tình trạng người tị nạn là gì và khi nào thì cần thiết?" Hướng Dẫn về Chương Trình Bảo Trợ Tư Nhân cho Người Tị Nạn, https://www.canada.ca/en/immigration-refugees-citizenship/corporate/publications-manuals/guide-private-sponsorship-refugees-program/section-2.html#a2.11.

29. Tình hình hiện đã thay đổi, những người nộp đơn xin bảo lãnh theo dạng tư nhân có thể liên lạc trực tiếp với UNHCR để xin thư xác nhận về tình trạng (xin xem https://help.unhcr.org/indonesia/refugee-status-determination/).

30. Xin xem https://www.hr4a.com.au.

31. Xin xem DHA, *Cuộc Sống ở Nước Úc: Giá Trị và Nguyên Tắc của Úc*, 2020, 1-10, https://immi.homeaffairs.gov.au/support-subsite/files/life-in-australia/life-in-australia.pdf và https://immi.homeaffairs.gov.au/help-support/meeting-our-requirements/australian-values; đồng thời xem thêm https://immi.homeaffairs.gov.au/visas/getting-a-visa/visa-listing/global-special-humanitarian-202#Eligibility.

32. Trong Mẫu Đơn 842 "Đơn xin cấp chiếu khán nhân đạo ở nước ngoài" của Chính phủ Úc phần đáng được chú ý là yêu cầu người

nộp đơn chính và người phối ngẫu của họ cung cấp "tình trạng ở quốc gia cư trú" của tất cả người thân, còn sống, đã chết hoặc không rõ nơi ở (câu hỏi 13 và 14). Người nộp đơn được yêu cầu chọn giữa các loại như sau: công dân, thường trú nhân hoặc tạm trú, sinh viên, khách đến thăm/du khách, người tị nạn, thường trú nhân bất hợp pháp, người nộp đơn xin tị nạn/bảo vệ hoặc các thể loại khác (chi tiết sẽ được cung cấp). Một câu hỏi khác tập trung vào việc liệu người nộp đơn hoặc người phối ngẫu của họ có "người thân nào không có tên trong đơn xin cấp chiếu khán nhưng có đơn xin cấp chiếu khán của Úc và đơn này đang được cứu xét" hay không (câu hỏi 16), trong khi một câu hỏi khác hỏi xem ứng viên có "bất kỳ người thân nào khác đang cư trú tại Úc" hay không và hỏi về "tình trạng thường trú" của họ (câu hỏi 19) (xin xem https://www.ua-au.net/files/842.pdf). Chính Phủ Canada, ngược lại, chỉ hỏi thân nhân "địa chỉ đang cư trú" ("Phụ Lục 2 Người Tị Nạn bên ngoài Canada" [IMM 0008 Phụ Lục 2], câu hỏi 8-11) (xin xem https://www.canada.ca/en/immigration-refugees-citizenship/ services/application/application-forms-guides/applying-convention-refugee-humanitarian-protected-person-abroad.html).

33. Trong năm 2017-2018, các "quốc gia ưu tiên tái định cư" này là "Cộng Hòa Dân Chủ Congo, Afghanistan, Eritrea, Ethiopia, Myanmar, Bhutan, Syria và Iraq." Chính Phủ xác nhận rằng mặc dù "không có quốc tịch nào bị loại trừ khỏi sự cứu xét," họ đã thiết lập các ưu tiên "dựa trên một loạt các yếu tố," bao gồm tham vấn cộng đồng và "các ưu tiên toàn cầu của UNHCR" (Commonwealth of

Australia, Senate, Legal and Constitutional Affairs Legislation Committee, *Estimates*, Home Affairs Portfolio, May 22, 2018, 173, (Luke Mansfield, First Assistant Secretary, Refugee, Citizenship and Multicultural Programs), https://parlinfo.aph.gov.au/parlInfo/search/display/display.w3p;db=COMMITTEES;id=committees%2Festimate%2F75507344-48f1-4665-8f23-623c6eb5c20d%2F0002;query=Id%3A%22committees%2Festimate%2F75507344-48f1-4665-8f23-623c6eb5c20d%2F0002%22). "Câu 'Ưu Tiên Khu Vực và Toàn Cầu' liên quan đến các trường hợp, được xác định theo quốc tịch, nhóm dân tộc hoặc tôn giáo, hoặc đặc điểm khác, và quốc gia, cho những nơi được phân bổ, theo khu vực, khu bưu chính và phân loại, đề án hàng năm cho chương trình nhân đạo ngoài nước như được chính phủ xác định" (Hướng dẫn Thủ tục, "Tị nạn và Nhân đạo–Chương Trình Nhân Đạo Ngoài Nước–Đơn Xin Nhập Cảnh và Các Thủ tục Liên quan–Loại XB–Tiêu Chuẩn Cụ Thể–Ưu Tiên Khu Vực và Toàn Cầu").

34. https://immi.homeaffairs.gov.au/visas/getting-a-visa/visa-listing/global-special-humanitarian-202; https://immi.homeaffairs.gov.au/what-we-do/refugee-and-humanitarian-program/community-support-program/how-to-apply. Khi thêm thông tin được được đưa ra, tất nhiên chúng tôi đã hiểu nhầm khi nói về khả năng ngôn ngữ cần thiết khi đến Úc, "tiếng Anh đầy đủ" được chính thức định nghĩa là "hiểu và diễn đạt qua nói và viết, đủ để sinh hoạt và làm việc độc lập hàng ngày kể cả an toàn nơi làm việc" (xem Hướng Dẫn về Thủ Tục, "Quản Lý Chương Trình Nhân Đạo Ngoài Nước

và sự duyệt xét Giấy Nhập Cảnh Loại XB (Người Tị Nạn và Nhân Đạo)–3.17 Chương Trình Hỗ Trợ Cộng Đồng–Tiếng Anh").

35. Xin xem https://immi.homeaffairs.gov.au/change-in-situation/ get-a-refund và https://immi.homeaffairs.gov.au/visas/getting-a-visa/fees-and-charges/explanation-of-visa-application-charges/ refunds.

36. Để hiểu rõ định nghĩa pháp lý về APO (Approved Proposing Organization), hãy xem Quy Định về Di Trú, Phụ lục 2, reg. 202.111. Để biết thêm thông tin được công bố sau đó về vai trò của APO liên quan đến CSP, hãy xem DHA, *Chương Trình Hỗ Trợ Cộng Đồng: Hướng Dẫn cho các Tổ Chức có Đề Xuất đã được Chấp Nhận*, 22 tháng 1, 2019, 1-30, https://www.homeaffairs.gov. au/foi/files/2019/fa-190301223-document-released.pdf.

37. Xin xem DHA, "Chương Trình Hỗ Trợ Cộng Đồng (CSP)," https://immi.homeaffairs.gov.au/what-we-do/refugee-and-humanitarian-program/community-support-program/approved-proposing-organisations. Đồng thời xem thêm IOM, "Chi Phí cho việc Bảo Trợ," https://australia.iom.int/sites/g/files/tmzbdl1001/ files/documents/CSP%20-IOM%20Process%20Map1%20%281% 29.pdf; Asher Lazarus Hirsch, Khanh Hoàng, và Anthea Vogl, "Chương Trình Bảo Trợ Tư Nhân cho Người Tị Nạn của Úc: Tạo Ra các Con Đường Bổ Sung hoặc Tư Nhân Hóa Chủ Nghĩa Nhân Đạo?" *Refuge* 35, No. 2 (2019): 110, 115-116, 118, https://doi.org/

10.7202/1064823ar; DHA, *Kết quả về việc Đánh Giá Chương Trình Hỗ Trợ Cộng Đồng*, dẫn đầu bởi Tổng Điều Phối về Dịch Vị Di Trú của Commonwealth, cô Alison Larkins, 4-5, https://www.home affairs.gov.au/reports-and-pubs/files/csp-review-findings.pdf. Do kết quả của sự xem xét đó, từ ngày 19 tháng 8 năm 2022, người Úc sẽ tiết kiệm được nhiều hơn khi bảo lãnh người tị nạn theo chương trình CSP, chi phí cho đơn xin giấy nhập cảnh sẽ giảm xuống còn 40 phần trăm so với mức phí hiện hành. Xin xem Bộ Trưởng Bộ Di Trú, Quốc Tịch, Dịch Vụ Di Cư và Đa Văn Hóa Alex Hawke, "Hỗ Trợ Nâng Cao cho việc Tái Định Cư và Hội Nhập của Người Tị Nạn," Thông cáo Báo Chí, ngày 17 tháng 12 năm 2021, https://minister.homeaffairs.gov.au/AlexHawke/Pages/enhanced-support-for-refugee-settlement-and-integration.aspx và DHA, "Cải Tổ về Hỗ Trợ Cộng Đồng: Đánh Giá về Chương Trình Cộng Đồng Hỗ Trợ của Úc," https://immi.homeaffairs.gov.au/settling-in-australia/settlement-policy-and-reform/community-sponsorship-reforms.

38. "Các đơn xin đầu tiên theo CSP đã được nộp vào tháng 3 năm 2018, với giấy nhập cảnh đầu đầu tiên được cấp vào tháng 6 năm 2018." Nhìn chung, trong năm 2017-18, 487 đơn xin CSP đã được tiếp nhận và 326 giấy nhập cảnh đã được cấp (DHA, *Chương Trình Nhân Đạo Ngoài Nước của Úc: 2017-18,* 2018, 1, 27; Bộ đã xóa bản báo cáo này khỏi trang web của mình). Dựa theo sự Hướng Dẫn Thủ Tục của Bộ, các đơn xin cấp giấy nhập cảnh nhân đạo đặc biệt toàn cầu 202, bao gồm CSP, được liệt kê cuối cùng theo thứ tự "ưu tiên

chung," để được "xử lý theo mức độ cấp bách của nhu cầu tái định cư tại Úc của người nộp đơn" ("Chương Trình Nhân Đạo Ngoài Nước–Đơn xin cấp giấy Nhập Cảnh và các Thủ Tục Liên Quan–Quản lý khối lượng công việc–Ưu tiên khối lượng công việc").

39. Xin xem IRCC, "Thông Báo–Thông Tin Bổ Sung Kế Hoạch Mức Độ Nhập Cư 2018-2020," 1 tháng 11, 2017, https://www. canada.ca/en/immigration-refugees-citizenship/news/notices/ supplementary-immigration-levels-2018.html và "Thông Báo–Thông Tin Bổ Sung Kế Hoạch Số Lượng Nhập Cư 2022-2024," 14 tháng 2, 2022, https://www.canada.ca/en/immigration-refugees-citizenship/news/notices/supplementary-immigration-levels-2022-2024.html. "Kế hoạch Số Lượng Nhập Cư," trong đó nêu rõ mục tiêu của Chính Phủ Canada về số lượng thường trú nhân được chấp nhận trong năm kế tiếp, sẽ được công bố thông qua việc đệ trình lên Quốc Hội theo yêu cầu của IRPA.

40. Xin xem UNHCR, *Thông Tin về Chương Trình Bảo Trợ Tư Nhân*, 29 tháng 5, 2018, https://www.unhcr.org/id/wp-content/ uploads/sites/42/2018/09/Leaflet-Sponsorship-Programs.pdf. Thêm vào đó, ngay cả những người đã đến Indonesia trước ngày đó cũng được phân bổ ít chỗ hơn so với trước đây–chỉ còn 450 chỗ, giảm xuống từ 600 chỗ hàng năm–dẫn đến thời gian chờ đợi để tái định cư lâu hơn nữa. "Những thay đổi này sẽ làm giảm việc di chuyển của những người xin tị nạn đến Indonesia và khuyến khích họ tìm cách tái định cư tại hoặc từ các quốc gia đầu tiên họ xin tị nạn," Bộ Trưởng Di Trú Scott Morrison khi đó đã tuyên bố, khi nhìn lại, vào

ngày 11 tháng 11, 2014 ("Những người xin tị nạn đã đăng ký với UNHCR tại Indonesia sau Tháng 6 không còn đủ điều kiện để tái định cư tại Úc, Scott Morrison cho biết," *ABC News*, 18 tháng 11, 2014, https://www.abc.net.au/news/2014-11-18/resettlement-path-for-asylum-seekers-in-indonesia-cut-off/5900962).

41. Xin xem https://www.canada.ca/en/immigration-refugees-citizenship/services/new-immigrants/pr-card/apply-renew-replace/photo.html.

42. Quy Định về Nhập Cư số IMI-0352.GR.02.07 (2016) bao gồm một phụ lục quy định cách diễn đạt cho một "lá thư tuyên bố" rộng hơn nhiều do người tị nạn ký. Trong khi Missbach ("Tiếp Nhận," 36) cũng khẳng định rằng ngoài "các hạn chế về khả năng di chuyển và nhà ở," các tài liệu đó bao gồm "lệnh cấm đến sân bay và cảng biển, yêu cầu báo cáo hai tuần một lần, yêu cầu tuân thủ luật pháp của Indonesia và thể hiện 'thái độ cư xử và hợp tác tốt với xóm giềng'," thì bản tuyên bố thực tế do các gia đình ký bị hạn chế hơn nhiều.

43. Người mang sổ thông hành của mình của một số quốc gia kể cả Việt Nam, không cần giấy chiếu khán để nhập cảnh Indonesia, có giá trị 30 ngày.

44. Còn được gọi là "thư xác nhận" hoặc "giấy chứng nhận người xin tị nạn" (xin xem UNHCR, *Procedural Standards*, 3-17 và Taylor và Rafferty-Brown, "Những cuộc Hành Trình Đầy Gian Khổ"), Chính Quyền Indonesia có nghĩa vụ xem xét nghiêm túc tài liệu này.

45. Xin xem Joe Cochrane, "Người Tị Nạn ở Indonesia hy vọng chỉ tạm trú một thời gian ngắn. Nhiều người trong họ có lẽ bị kẹt lại suốt đời," *New York Times*, 26 tháng 1, 2018, https://www.nytimes.com/2018/01/26/world/asia/indonesia-refugees-united-nations.html.

46. "Kết Luận: Sự Thành Công và Bền Vững của Chương Trình Bảo Lãnh?" trong *Hàng xóm chưa quen biết*, 360. Xin xem UNHCR, *Xu Hướng Toàn Cầu: Cưỡng Bức Ly Hương trong Năm 2018*, 30, 32, https://www.unhcr.org/5d08d7ee7.pdf và IRCC, *Báo Cáo Thường Niên 2019*.

47. Xin xem UNHCR, *Báo Cáo Tiến Độ (Progress report) 2018*, 34.

48. Con lai Mỹ là con cái của chiến binh Hoa Kỳ tham chiến tại Việt Nam và người phụ nữ Việt Nam. Xin xem https://www.facebook.com/AmerAsiansWithoutBorders.

49. Xin xem IRPR, Điều 141(1) và IRCC, "Hướng Dẫn Đoàn Tụ Gia Đình ở Nước Ngoài theo Quy định One-Year Window of Opportunity (IMM 5578)," https://www.canada.ca/en/immigration-refugees-citizenship/services/application/application-forms-guides/guide-5578-online.html. Họ vẫn có thể hội đủ điều kiện xét duyệt cho để theo diện đoàn tụ gia đình, ngay khi thời hạn một năm đã trôi qua.

50. Xin xem IRPR, Điều. 138, 153 (1)(a) và (b), 154(2). Ít nhất ba thành viên của mỗi G5 (Group of Five), bao gồm năm hoặc nhiều hơn công dân Canada hoặc thường trú nhân, phải đóng góp vào quỹ dành cho việc bảo lãnh. Để biết thêm chi tiết, xin hãy xem IRCC,

"2. Chương Trình Bảo Lãnh Tư Nhân cho Người Tị Nạn," https://www.canada.ca/en/immigration-refugees-citizenship/corporate/publications-manuals/guide-private-sponsorship-refugees-program/section-2.html.

51. Xin xem IRCC, "Guide 2200 – Groups of Five to Privately Sponsor Refugees," https://www.canada.ca/en/immigration-refugees-citizenship/services/application/application-forms-guides/guide-sponsor-refugee-groups-five.html#appendix. Cả hai chương trình bảo trợ tư nhân của Canada và Úc đều cho phép sự hỗ trợ bằng hiện vật, từ đó giảm bớt các chi phí. Để so sánh sơ bộ chi phí giữa các chương trình của Canada và Úc trong năm 2017-2018, hãy xem RCOA và Settlement Services International (SSI), *Chương Trình Bảo Trợ Tư Nhân cho Người Tị Nạn của Canada: Bài Học Tiềm Năng cho Úc*, Tài Liệu Thảo Luận, Tháng 8 năm 2017, 5, https://www.refugeecouncil.org.au/wp-content/uploads/2018/12/Canadian-PSR-paper-1708.pdf và Stephanie Cousins, *Tạo Nơi Trú Ẩn: Con Đường An Toàn hơn cho Người Tị Nạn và Người Xin Tị Nạn,* Báo Cáo của Churchill Fellowship, Tháng 12, 2018, 131, https://www.churchilltrust.com.au/fellow/stephanie-cousins-nsw-2017/.

52. "Người phụ thuộc thực tế là người được gia đình người tị nạn xem như là thành viên không thể thiếu của gia đình, nhưng không đáp ứng định nghĩa của IRCC về thành viên gia đình. Những cá nhân như vậy nên được đưa vào danh sách bảo lãnh." Để biết rõ hơn xin xem IRCC, "2.13 Người phụ thuộc thực tế là gì?" https://www.

canada.ca/en/immigration-refugees-citizenship/corporate/
publications-manuals/guide-private-sponsorship-refugees-
program/section-2.html#a2.13.

53. Xin xem, ví dụ, Missbach, "Bị Bỏ Rơi lại" ("Falling Through the
Cracks)" và J. N. Joniad, "Chính Sách Ngăn Chặn của Úc đã biến
Indonesia trở thành một nhà tù không có tường như thế nào,"
Overland, 9 tháng 10, 2021, https://overland.org.au/2021/10/how-
australias-deterrence-policies-have-turned-indonesia-into-a-prison-
without-walls/. Dựa theo Thông Tư của DGI Số IMI-UM.01.01-
2827 (30 tháng 7, 2018), IOM hiểu rằng "việc chấm dứt hỗ trợ" này
nhằm nhắm vào, kể cả, những người xin tị nạn như ông Lợi, "những
người tự mình đến và nhập cảnh hợp pháp vào lãnh thổ Indonesia,
sau đó tự đăng ký / báo cáo với UNHCR để có được tư cách là
người xin tị nạn" (dịch từ tiếng Indonesia); xin xem thêm SUAKA,
Biết Quyền của Bạn, 51.

54. Điều này phù hợp với "thư tuyên bố" do người tị nạn ký, đính
kèm vào Quy định Nhập Cư số IMI-0352.GR.02.07 (2016) (xin xem
chú thích số 42 ở trên); xin xem thêm Missbach, "Thay thế các
Trung Tâm Giam Giữ Người Nhập Cư," 231.

55. Những băn khoăn lo lắng của ông Yên và những người còn lại
trong nhóm về việc người tị nạn đi làm nhưng không được phép,
không được chia sẻ rộng rãi. Nhiều người tị nạn sẵn sàng chấp nhận
rủi ro khi gia nhập thị trường lao động phi chính thức ở Indonesia,
bất chấp sự phân biệt đối xử và rủi ro mà họ phải đối mặt. Xem ví
dụ, Wayne Palmer và Antje Missbach, "Thực thi quyền lao động của

người di cư bất hợp pháp ở Indonesia," *Third World Quarterly* 40, No. 5 (2019): 915, https://doi.org/10.1080/01436597.2018.1522586.

56. Thống kê này đã bị xóa khỏi trang web, https://www.canada.ca/en/immigration-refugees-citizenship/services/refugees/help-outside-canada/private-sponsorship-program/how-we-process-applications.html.

57. "Luật sư Võ An Đôn bị khai trừ khỏi Luật Sư Đoàn Tỉnh Phú Yên," *Dan Lam Bao*, Ngày 27 tháng 11 năm 2017, https://danlambaovn.blogspot.com/2017/11/attorney-vo-don-was-disbarred-from-phu.html.

58. *Bản Báo Cáo gởi đến Ủy Ban Chống Tra Tấn Liên Hiệp Quốc*, 49-50.

59. Phỏng vấn Võ An Đôn, 25 tháng 5, 2019.

Chương 6

1. Tổ chức này yêu cầu không nêu tên vì họ sợ ở Việt Nam sẽ bị xem là có liên quan đến "tuyên truyền chống phá nhà nước," mặc dù thực tế hoàn toàn không phải như vậy. Tất cả các tên của những người liên quan trong chương này, ngoại trừ những người hoạt động, đã được thay đổi để bảo vệ danh tánh của họ.

2. Xin xem https://avwa.org.au.

3. Lúc ban đầu tôi có hơi ngạc nhiên khi được gọi là "bà," thường được dịch là "bà ngoại," hay "bà nội" nhưng sau đó Mai Phạm giải thích rằng đó là cách xưng hô nhằm thể hiện sự tôn trọng.

4. Câu chuyện về cha mẹ của Sơn là Nguyễn Tuấn Kiệt và Huỳnh Thị Mỹ Vân, xin xem Chương 2.

Chương 7

1.Angela Johnston, "Cuộc thăm dò cho thấy phần lớn người dân Canada phản đối việc tiếp nhận thêm người tị nạn," *CBC News*, 3 tháng, 2019, https://www.cbc.ca/news/canada/manitoba/refugees-tolerance-1.5192769; đồng thời xin thêm Marc Montgomery, "Công chúng Canada: Thái độ cứng rắn đối với Người Nhập Cư, Người Tị Nạn," *Radio Canada International*, 3 tháng 7, 2019, https://www. rcinet.ca/en/2019/07/03/canadians-attitudes-hardening-against-immigrants-refugees/. Một số cuộc khảo sát khác vào thời điểm đó cũng đi đến kết luận tương tự; ví dụ, Viện Nghiên cứu Khảo sát Environics, *Ý kiến công chúng Canada về Nhập cư và Người tị nạn, Focus Canada,* 29 tháng 4, 2019, 1-7, https://www.environic sinstitute.org/docs/default-source/project-documents/focus-canada-spring-2019/environics-institute---focus-canada-spring-2019-survey-on-immigration-and-refugees---final-report.pdf? sfvrsn=8dd2597f_2. Điều thú vị là đến tháng 9 năm 2020, dư luận của công chúng Canada đã trở nên cởi mở hơn: Viện Nghiên cứu Khảo sát Environics, *Báo cáo Cuối cùng về Dư luận của dân chúng Canada về Nhập Cư và Người Tị Nạn, Focus Canada*, 7 tháng 10,, 2020, 1-8, https://www.environicsinstitute.org/docs/default-source/project-documents/fc-fall-2020---immigration/focus-canada-fall-2020---public-opinion-on-immigration-refugees---final-report.pdf?sfvrsn=bd51588f_2&mc_cid=e467489f57&mc_eid=9fb7b2007 8.

2. Xin xem IRCC, "#WelcomeRefugees: Key Figures," https://www.canada.ca/en/immigration-refugees-citizenship/services/refugees/welcome-syrian-refugees/key-figures.html và Robert Vineberg, "25.000 người tị nạn Syria trong bốn tháng: Canada đã làm thế nào được như vậy?" *Interpreter*, 9 tháng 3, 2016, https://www.lowyinstitute.org/the-interpreter/25000-syrian-refugees-four-months-how-did-canada-do-it.

3. Vic Satzewich, "'Chủ Nghĩa Ngoại Lệ của Canada': Kiểm soát biên giới cũng quan trọng," *Canadian Diversity* 15, No. 2 (2018): 35 và IRPA, s. 101.

4. IRCC, "Xin Tị Nạn ở Canada–Điều gì xảy ra?" https://www.canada.ca/en/immigration-refugees-citizenship/news/2017/03/claiming_asylum_incanadawhathappens.html và phỏng vấn Đỗ Kỳ Anh, 4 tháng 9, 2019; đồng thời xem thêm UNHCR, "Những điều cần biết về việc vượt biên trái phép," https://www.unhcr.ca/wp-content/uploads/2019/02/Facts-About-Irregular-Border-Crossings-Feb2019.pdf và IRCC, *Báo Cáo Thường Niên 2019*.

5. Xin xem, ví dụ, IRCC, "Theo số liệu–40 Năm Chương Trình Bảo Trợ Tư Nhân cho Người Tị Nạn của Canada," https://www.canada.ca/en/immigration-refugees-citizenship/news/2019/04/by-the-numbers--40-years-of-canadas-private-sponsorship-of-refugees-

program.html. "Sáu trong mười người Canada ủng hộ việc tiếp nhận thêm người tị nạn vào đất nước và … bảy phần trăm người lớn ở Canada–gần hai triệu người–cho biết rằng họ đã đích thân tham gia giúp đỡ người tị nạn Syria đến và định cư tại đất nước chúng tôi" (Environics Institute for Survey Research, *Canada's World Survey 2018 Final Report*, Tháng 4, 2018, 6, 34-35, https://www.environics institute.org/docs/default-source/project-documents/canada's-world-2018-survey/canada's-world-survey-2018---final-report.pdf? sfvrsn=17208306_2).

6. Xin xem, ví dụ, "About the GRSI," https://refugeesponsorship. org/about-the-global-refugee-sponsorship-initiative/ và Hyndman, Reynolds, Yousuf, Purkey, Demoz, và Sherrell,"Duy Trì Bảo Trợ Tư Nhân," 3. GRSI tuân thủ *Hiệp Ước Toàn Cầu của* Liên Hiệp Quốc về Người Tị Nạn (GCR) và Hiệp Ước Toàn Cầu của IOM về việc Di Cư *An Toàn, có Trật Tự và Thường Xuyên* (GCM), cả hai đều được thông qua vào năm 2018. Xem, ví dụ, Lara Coleman, *Tái Định Cư Người Tị Nạn: Cam Kết Nhân Đạo của Canada*, Publication No. 2020-74-E, Ottawa: Library of Parliament, 2021, https://lop.parl.ca/staticfiles/PublicWebsite/Home/Research Publications/BackgroundPapers/PDF/2020-74-e.pdf.

7. IRCC, *Báo Cáo Thường Niên Năm 2020 gởi đến Quốc Hội về vấn đề Di Trú*, 3, 14, https://www.canada.ca/content/dam/ircc/migration/ ircc/english/pdf/pub/annual-report-2020-en.pdf; Đồng thời xem thêm UNHCR, *Xu Thế Toàn Cầu: Di Dời Cưỡng Bức năm 2019*, 1-83, https://www.unhcr.org/5ee200e37.pdf.

8. Phỏng vấn Đỗ Kỳ Anh, 20/05/2020. Để biết thêm chi tiết, xin xem https://vietnamvoice.org/en/2018/11/thong-diep-givingtuesday-cua-voice/ và https://vietnamvoice.org/en/2019/07/cap-nhat-ve-chuong-trinh-ti-nan-cua-voice/.

9. Xin xem Quy Định về Việc Bảo Vệ Người Nhập Cư và Tị Nạn (IRPR), Điều 154 (1)(a) và (b).

10. Xin xem Di Trú, Tị Nạn và Công Dân, Canada (IRCC), "Một phương cách mới cho thời gian xét duyệt một số đơn xin nhập cư," Bản tin phát hành ngày 9 tháng 8, 2018, https://www.canada.ca/en/immigration-refugees-citizenship/news/2018/08/a-new-way-forward-for-some-immigration-application-processing-times.html.

11. Mặc dù thời gian xét duyệt ước tính từ Indonesia đã tăng dần khoảng một hoặc hai tháng mỗi lần chúng tôi kiểm tra, cần lưu ý rằng trong quá khứ, các đơn xin bảo trợ tư nhân đã mất nhiều thời gian hơn để hoàn tất. Xin xem, ví dụ, IRCC, *Đánh Giá các Chương Trình Tái Định cư (GAR, PSR, BVOR và RAP)*, tháng 7 năm 2016, trang 23, https://www.canada.ca/content/dam/ircc/migration/ircc/english/pdf/pub/resettlement.pdf. Gần đây hơn, thời gian xét duyệt dự kiến đã giảm đáng kể, như đã thảo luận trong Chương 7.

12. Muốn biết thêm chi tiết, xin xem RSTP, *Phương Pháp Tốt Nhất để Giám Sát các nguồn Hỗ Trợ*, Tháng 4, 2019, 1-29, http://www.rstp.ca/wp-content/uploads/2019/04/Best-Practices-for-Monitoring-Resource-Kit-Apr-2019.pdf. Trong trường hợp nhà bảo trợ rút lui, xin xem IRCC, "2.22 Sponsorship Withdrawals," https://www.canada.ca/en/immigration-refugees-citizenship/corporate/

publications-manuals/guide-private-sponsorship-refugees-program/section-2.html#a2.5.

13. "Người lớn có trách nhiệm là sẽ tham gia vào các hoạt động dẫn đến việc tự lập, ví dụ như ghi danh vào các chương trình thông thường nằm ngoài hệ thống trường công lập bao gồm các lớp học ngôn ngữ hoặc huấn nghệ hoặc theo học tại một cơ sở giáo dục hậu trung học; tìm kiếm việc làm và/hoặc được tuyển dụng" (https://www.canada.ca/en/immigration-refugees-citizenship/corporate/publications-manuals/operational-bulletins-manuals/service-delivery/resettlement-assistance-program/roles.html). Để biết thêm chi tiết, xin xem thêm IRCC, "2.20 Những trách nhiệm của người tị nạn là gì?" https://www.canada.ca/en/immigration-refugees-citizenship/corporate/publications-manuals/guide-private-sponsorship-refugees-program/section-2.html và "Bản hướng dẫn 5413–Người giữ Hợp Đồng Bảo Trợ đối với việc Bảo Trợ Tư Nhân cho Người Tị Nạn," https://www.canada.ca/en/immigration-refugees-citizenship/services/application/application-forms-guides/guide-sponsor-refugee-agreement-holder-constituent-group.html.

14. Xin xem "Bản Hướng Dẫn 2201–Từ Cộng Đồng Bảo Trợ đến Tư Nhân Bảo Trợ cho Người Tị Nạn," https://www.canada.ca/en/immigration-refugees-citizenship/services/application/application-forms-guides/guide-sponsor-refugee-community.html#appA, Điều đáng chú ý rằng "Bảng chi phí trợ cấp cho người tị nạn được tư nhân tài trợ." Mặc dù Bản Hướng Dẫn đã được sửa đổi vào ngày 1 tháng 3 năm 2021, nhưng chi phí trợ cấp vẫn không thay đổi.

15. Sau năm đầu tiên ở Canada, những người tị nạn tái định cư có đủ điều kiện nhận được trợ cấp xã hội theo phương pháp kiểm tra thu nhập nếu cần. Xin xem, ví dụ, IRCC, "Sự Hội Nhập của Người Tị Nạn Syria-Một năm sau ngày đến định cư: Trợ cấp Xã Hội," https://www.canada.ca/en/immigration-refugees-citizenship/

services/refugees/welcome-syrian-refugees/integration.html.

16. Để có một danh sách của Tổ Chức Cung Cấp Dịch Vụ (SPOs) xin xem IRCC, "Các Tổ Chức Cung Cấp Dịch Vụ cho Chương Trình Hỗ Trợ Việc Tái Định Cư," https://www.canada.ca/ en/immigration-refugees-citizenship/services/refugees/help-within-canada/government-assisted-refugee-program/providers.html.

17. Jennifer Hyndman, William Payne và Shauna Jiminez, *Tình Trạng Bảo Trợ Tư Nhân cho người Tị Nạn tại Canada: Xu Hướng, Vấn Đề và sự Tác Động*, Mạng Lưới Nghiên Cứu về Người Tị Nạn/Trung Tâm Nghiên Cứu Chính Sách Người Tị Nạn: Bản Tóm Tắc Đệ Trình lên Chính Phủ Canada, 2 tháng 12, 2016, 12, https://refugeeresearch.net/wp-content/uploads/2017/02/ hyndman_feb'17.pdf. Để có bản tóm tắc hữu ích về dịch vụ liên quan đến việc tư nhân bảo trợ và ngân quỹ công cộng, xin xem IRCC, "Trách Nhiệm của Người Bảo Trợ và Tính Khả Dụng của các Dịch Vụ do IRCC tài trợ cho các PSR và BVOR," cập nhật vào tháng 10, 2019, https://www.rstp.ca/wp-content/uploads/2019/11/ Responsibilities-of-Sponsors-and-Availability-of-IRCC-funded-Services-for-PSRs-and-BVORs-Oct-2019.pdf. Người Ti Nạn được

tái định cư cũng có thể truy cập vào các trang mạng như, https://settlement.org/ontario/immigration-citizenship/refugees/after-you-arrive/what-assistance-can-refugees-get-in-canada/ và https://newyouth.ca/en, dành riêng cho vùng Ontario.

18. Genevieve Richie, "Xã Hội Dân Sự, Chính Phủ và Bảo Trợ Tư Nhân: Kinh Tế Chính Trị của việc Tái Định Cư Người Tị Nạn," *International Journal of Lifelong Education* 37, No. 6 (2018): 6, https://doi.org/10.1080/02601370.2018.1513429.

19. RSTP, *Câu hỏi thường gặp liên quan đến Người Tị Nạn được Tư Nhân bảo trợ (PSR). Sự giúp đỡ về tài chánh cho PSR sau đến định cư*, cập nhật tháng 8, 2019, 16, http://www.rstp.ca/wp-content/uploads/2019/08/EN-FAQs-update-Summer-2019-AUG-19-update_FINAL.docx-3.pdf; đồng thời xin xem thêm IRCC, "2.6 "Trách Nhiệm của các Nhóm Bảo Trợ là gì?" https://www.canada.ca/en/immigration-refugees-citizenship/corporate/publications-manuals/guide-private-sponsorship-refugees-program/section-2.html#a2.6. Hướng dẫn đáng kể được cung cấp cho các nhà bảo trợ tư nhân ở Canada. Quản lý bởi tổ chức Catholic Cross-cultural Services (CCS), Refugee Sponsorship Training Program (RSTP) bao gồm *Sổ Tay dành cho các Nhóm Bảo Trợ* (xin xem http://www.rstp.ca/en/resources/hand-book-for-sponsoring-groups/) và tổ chức các buổi huấn nghệ. Các nhóm khác, chẳng hạn như Cộng Đồng Người Tị Nạn Canada (CCR), cũng sẵn sàng giúp đỡ (xin xem https://ccrweb.ca/en).

20. Phạm Vũ Yên, "Nhà văn Shira Sebban: Ân Nhân Người Việt Tị Nạn Tạm Trú ở Indonesia," *Thời Báo*, 22 tháng 2, 2019, https://www.thoibao.com/nha-van-shira-sebban-an-nhan-nguoi-viet-ty-nan-tam-tru-o-nam-duong/. *Thời Báo* là tờ báo tiếng Việt lớn nhất tại Canada.

21. Xin xem https://www.facebook.com/pages/category/Community-Service/Home-For-Amerasians-1244675755729994/.

22. https://www.ancestry.com/dna/.

23. Xin xem, ví dụ, Catherine Baillie Abidi and Shiva Nourpanah, *Tị Nạn và Cưỡng Bức Ly Hương: Một Lối Nhìn của Canada, Bản Hướng Dẫn từ A đến Z* (Halifax: Nimbus Publishing, 2019), 57; UNHCR, "Tị Nạn có tốt cho Canada không?" https://www.unhcr.ca/wp-content/uploads/2019/06/economic-integration-onepager-en-2.pdf; IRCC, "Nộp đơn xin nhập Quốc Tịch Canada," https://www.canada.ca/en/immigration-refugees-citizenship/services/canadian-citizenship/become-canadian-citizen.html; *UNHCR Sổ tay cho việc tái định cư*, Quốc Gia: Canada, 13.

24. Theo IRPA, mục 96, loại "Người Tị Nạn theo Công Ước ở Nước Ngoài" bao gồm những cá nhân đáp ứng định nghĩa người tị nạn trong Công Ước 1951, Điều 1. Xem IRPR, điều. 139, 144, 145 và phần giới thiệu, chú thích cuối trang 2 ở trên. Loại "Quốc Gia Tị Nạn" dành cho "những người được bảo vệ nhân đạo ở nước ngoài," trong các hoàn cảnh tương tự như người tị nạn bên ngoài quốc gia của họ, liên quan đến "nội chiến, xung đột vũ trang hoặc vi phạm nhân quyền nghiêm trọng." Những người ngày cũng có thể nhận

được sự bảo trợ từ tư nhân. Để biết thêm chi tiết khác về loại "Quốc Gia Tị Nạn", xin xem IRPR, điều. 139, 146 và 147. Để hiểu rõ các tiêu chí về việc hội đủ điều kiện cho từng loại, hãy xem IRCC, "Làm thế nào để được tái định cư tại Canada với tư cách là người tị nạn: Ai hội đủ điều kiện," https://www.canada.ca/en/immigration-refugees-citizenship/services/refugees/help-outside-canada.html#conventionrefugee; "Bản hướng dẫn cho Người Tị Nạn theo Công Ước ở nước ngoài và những người cần được bảo vệ nhân đạo ở nước ngoài (IMM 6000)," https://www.canada.ca/en/immigration-refugees-citizenship/services/application/application-forms-guides/guide-6000-convention-refugees-abroad-humanitarian-protected-persons-abroad.html#step1; "Loại Người Tị Nạn theo Công Ước ở Nước Ngoài–Các Điều Kiện," https://www.canada.ca/en/immigration-refugees-citizenship/corporate/publications-manuals/operational-bulletins-manuals/refugee-protection/resettlement/admissibility/convention.html; "Loại Quốc Gia Tị Nạn–Các Điều Kiệns," https://www.canada.ca/en/immigration-refugees-citizenship/corporate/publications-manuals/operational-bulletins-manuals/refugee-protection/resettlement/admissibility/asylum.html. Từ nay trở về sau, tôi sẽ gọi tất cả các "chính sách, thủ tục và phương pháp hướng dẫn do nhân viên IRCC … sử dụng được đăng trên trang mạng của Bộ như một phép sự lịch sự đối với các nhóm liên quan" là "Tài Liệu Hướng Dẫn của IRCC".

25. Xin xem Howard Adelman, "Chấp Nhận Người Tị Nạn: Luật Pháp Quốc Tế trong bối cảnh của Canada trong Thế Kỷ 20"

(Working Paper No. 2017/1, Canadian Association for Refugee and Forced Migration Studies, Tháng 2, 2017), 2, http://carfms.org/wp-content/uploads/2015/10/CARFMS-WPS-No9-Howard-Adelman.pdf. Yêu cầu thiết lập thành công được nêu ra trong IRPR, s. 139(1)(g). Điều Ngoại Lệ duy nhất cho yêu cầu này là những người tị nạn được xác định "là dễ bị tổn thương hoặc cần bảo vệ cấp thời" (IRPR, s. 139(2)), "dễ bị tổn thương" được định nghĩa là có "nhu cầu bảo vệ cao hơn so với các ứng viên khác vì hoàn cảnh đặc biệt của người đó dẫn đến nguy cơ cao hơn đối với an toàn thể chất của họ" (IRPR, s. 138). Xem thêm *Sổ tay Tái định cư của UNHCR*, Chương Quốc gia: Canada, 4 và IRCC, "Sự Đánh giá Nhân đạo và Từ Bi: Khả năng Thiết lập tại Canada," https://www.canada.ca/en/immigration-refugees-citizenship/corporate/publications-manuals/operational-bulletins-manuals/permanent-residence/humanitarian-compassionate-consideration/processing/assessment-ability-establish-canada.html.

26. Có trách nhiệm phải mang theo một thông dịch viên là ngược với lệ thường vì theo văn bản thì "người tị nạn thường không được yêu cầu phải cung cấp thông dịch viên của riêng họ" (xem IRCC, "Tái Định Cư từ Nước Ngoài: Tiến hành cuộc Phỏng Vấn," https://www.canada.ca/en/immigration-refugees-citizenship/corporate/publications-manuals/operational-bulletins-manuals/refugee-protection/resettlement/admissibility/conduct-interview.html).

27. IRCC, "Việc Tái Định Cư: Đánh Giá Độ Tin Cậy," https://www.canada.ca/en/immigration-refugees-citizenship/corporate/publications-manuals/operational-bulletins-manuals/refugee-protection/resettlement/admissibility/credibility.html.

28. Để biết thêm chi tiết, xin xem IRCC, "Giai Đoạn 3: Đánh giá về tính trung thực," https://www.canada.ca/en/immigration-refugees-citizenship/services/application/application-forms-guides/guide-6000-convention-refugees-abroad-humanitarian-protected-persons-abroad.html và "Đi khám bệnh và chữa bệnh trước khi bạn rời để đến Canada," https://www.canada.ca/en/immigration-refugees-citizenship/services/refugees/help-outside-canada/health-care.html; "Các Chương Trình của IOM ở Indonesia"; https://indonesia.iom.int/resettlement-and-assisted-voluntary-return.

29. IRCC, "Việc Tái Định Cư: Đánh Giá Độ Tin Cậy" và "Hoàn Thành cuộc Phỏng Vấn," https://www.canada.ca/en/immigration-refugees-citizenship/corporate/publications-manuals/operational-bulletins-manuals/refugee-protection/resettlement/admissibility/final-interview.html.

30. Bộ phim có thể xem ở đây https://www.youtube.com/watch?v=v6y1LOUwW3s&list=PLAGur7-GAVv8xo8v_xjfa4fEaKEssCaiv&index=4.

31. Lệnh cấm hồi tố được giới thiệu và bị bác bỏ nhiều lần kể từ 2016 trong Dự Luật sửa đổi Luật Di Trú (Nhóm Duyệt Xét Khu Vực) (https://www.aph.gov.au/Parliamentary_Business/Bills_

LEGislation/Bills_Search_Results/Result?bId=r6344). Được Hạ Viện thông qua vào ngày 10 tháng 11 năm 2016, nhưng dự luật không được tranh luận tại Thượng Viện và cuối cùng mãn hạn khi Quốc Hội Thứ 45 kết thúc vào ngày 1 tháng 7 năm 2019. Dự luật được giới thiệu lại vào Hạ Viện ba ngày sau đó nhưng lại bị mãn hạn một lần nữa khi Quốc Hội thứ 46 bị giải tán vào ngày 11 tháng 4 năm 2022. Để có một trình tự thời gian và lịch sử hữu ích của dự luật, xem Claire Petrie và Harriet Spinks, "Dự Luật Sửa Đổi Luật Di Trú (Nhóm Duyệt Xét Khu Vực) 2019," Tóm tắt Dự Luật số 54, 2019-20, ngày 19 tháng 11 năm 2019, https://www.aph.gov.au/ Parliamentary_Business/Bills_Legislation/bd/bd1920a/20bd054. Đồng thời xin xem, ví dụ, Gareth Hutchens, "Người Xin Tị Nạn sẽ bị cấm đến Úc suốt đời nếu đến Úc bằng thuyền," *Guardian*, 30 tháng 10, 2016, https://www.theguardian.com/australia-news/ 2016/oct/30/asylum-seekers-face-lifetime-ban-on-entering-australia- if-they-arrive-by-boat và Fergus Hunter và Michael Koziol, "Người xin tị nạn đến bằng thuyền sẽ bị cấm nhập cảnh suốt đời dựa theo luật mới" *SMH*, 30 tháng 10, 2016, https://www.smh.com.au/ politics/federal/asylum-seekers-who-come-by-boat-banned-for-life- under-new-laws-20161030-gsdvf7.html.

32. UNHCR, "IOM, UNHCR Thông báo tạm ngừng việc di chuyển để tái định cư cho người tị nạn," 17 tháng 3, 2020, https://www. unhcr.org/news/press/2020/3/5e7103034/iom-unhcr-announce- temporary-suspension-resettlement-travel-refugees.html?fbclid=

IwAR0o7YK3YcGvHdWnHypI0TsipgM3WpnL1gPoqmfnyuhO0y
YS2-upMDsBPqk; RCOA, "Việc tái định cư người tị nạn không đạt
được mục tiêu quốc gia lẫn toàn cầu khi đại dịch COVID-19 buộc
phải dừng lại việc đi lại," 29 tháng 4, 2020, https://www.refugee
council.org.au/resettlement-briefing-on-covid-19; Adèle Garnier,
"Tạm dừng sự tái định cư vì COVID-19: Sự tác động, Miễn Trừ và
Con Đường Phía Trước," *FluchtforschungsBlog*, 16 tháng 6, 2020,
https://blog.fluchtforschung.net/the-covid-19-resettlement-
suspension/.

33. Trao đổi với Đỗ Kỳ Anh, 19/05/2020.

34. Anne Barker, "Indonesia chuẩn bị chủng ngừa COVID-19 cho
180 triệu người trong 15 tháng," *ABC News*, February 5 tháng 3,
2021, https://www.abc.net.au/news/2021-01-13/indonesia-starts-
rolling-out-jabs-of-chinas-covid-19-vaccine/13051430.

35. Dian Septiari, "UNHCR nỗ lực làm việc để bảo đảm không có
một người tị nạn nào bị bỏ rơi phía sau trong cuộc khủng hoảng
COVID-19 ở Indonesia," *Jakarta Post*, 5 tháng 4, 2020, https://
www.thejakartapost.com/news/2020/04/05/unhcr-works-to-ensure-
no-refugees-left-behind-in-covid-19-crisis-in-indonesia.html; IOM
Indonesia, *Kế hoạch đối phó và phục hồi chiến lược COVID-19 năm
2021*, 1-9, https://indonesia.iom.int/sites/g/files/tmzbdl1491/files/
documents/IOMIndonesiaCOVID19SRRP2021.pdf và "IOM
Indonesia–Nhìn lại năm 2021," https://indonesia.iom.int/sites/g/
files/tmzbdl1491/files/documents/iom-indonesia-2021-year-in-
review_final_1.pdf.

36. https://lentera.sch.id/.

37. Xin xem Ismira Lutfia Tisnadibrata, "Tranh Đấu để Sống Còn trở nên thử thách hơn cho một người tị nạn trong thời kỳ đại dịch," *Arab News*, 19 tháng 6, 2020, https://www.arabnews.com/node/1692426/world. Khoảng 3,570 người tị nạn đã ghi danh theo học các khóa học trực tuyến bậc đại học hoặc các chương trình giáo dục cộng đồng.

38. "Tiêu Chuẩn Dịch Vụ cho các cơ quan Di Trí, Tị Nạn và Quyền Công Dân Canada," https://www.canada.ca/en/immigration-refugees-citizenship/corporate/mandate/service-declaration/service-standards.html.

39. Shauna Labman và Adèle Garnier, "Bầu cử Liên Bang năm 2021: Những điều mà phe Bảo Thủ không hiểu về việc tái định cư người tị nạn," *Conversation*, 12 tháng 9, 2021, https://the conversation.com/federal-election-2021-what-the-conservatives-dont-understand-about-refugee-resettlement-167033.

40. IRCC, *Báo Cáo Thường Niên Năm 2020, 24; Báo Cáo Thường Niên Năm 2021 gởi Quốc Hội về Nhập Cư*, 29, https://www.canada.ca/content/dam/ircc/documents/pdf/english/corporate/publications-manuals/annual-report-2021-en.pdf; "IRCC Minister Transition Binder 2021: Nhập Cư Thường Trú–Kế hoạch Định Mức Nhập Cư," https://www.canada.ca/en/immigration-refugees-citizenship/corporate/transparency/transition-binders/minister-2021/levels.html; "Thông Báo–Thông Tin Bổ Sung cho Kế Hoạch Định Mức Nhập Cư 2021-2023," 30 tháng 10, 2020, https://www.

canada.ca/en/immigration-refugees-citizenship/news/notices/
supplementary-immigration-levels-2021-2023.html; "Thông Báo–
Thông Tin Bổ Sung cho Kế Hoạch Định Mức Nhập Cư 20221-
2024"; Kathleen Harris, "Chính Phủ Liên Bang lên Kế Hoạch nhận
thêm 1,2 Triệu Di Dân trong vòng 3 Năm tới," *CBC News*, 30 tháng
10, 2020, https://www.cbc.ca/news/politics/mendicino-immigration-
pandemic-refugees-1.5782642 và "Những người ủng hộ người Tị
Nạn cho rằng Canada cần phải tăng cường nỗ lực tái định cư bất
chấp đại dịch," *CBC News*, November 12 tháng 11, 2020, https://
www.cbc.ca/news/politics/refugees-canada-pandemic-mendicino-
1.5797361?fbclid=IwAR0MA8g_EHGJ1LaZU8exgrtg8l8y
VpfUoC3TmQLvwdQJvpk1D0eUXDEid1E; Amelia Cheatham,
"Chính Sách Di Trú của Canada là gi?" Council on Foreign
Relations, 3 tháng 8, 2020, https://www.cfr.org/backgrounder/what-
canadas-immigration-policy; Zaini Majeed, "Canada tiếp nhận
45.000 người tị nạn vào năm 2021, đẩy nhanh đơn xin thường trú,"
Republicworld.com, 19 tháng 6, 2021, https://www.republic
world.com/world-news/rest-of-the-world-news/canada-to-admit-
45000-refugees-in-2021-expedite-permanent-residency-
applications.html.

41. Majeed, "Canada sẽ nhận 45,000 tị nạn năm 2021"; UNHCR,
"Indonesia Fact Sheet," Tháng 12, 2020, https://reporting.unhcr.org/
sites/default/files/UNHCR%20Indonesia%20fact%20sheet%20-
%20December%202020.pdf; *Xu hướng toàn cầu: Cưỡng Bức Ly
Hương năm 2021*, 37-38, https://www.unhcr.org/62a9d1494/global-

trends-report-2021; "Indonesia Fact Sheet," Tháng 2, 2022, https://www.unhcr.org/id/wp-content/uploads/sites/42/2022/04/Indonesia-Fact-Sheet-February-2022-FINAL.pdf; "Tổng quan về việc Tái Định Cư," Tháng 1-Tháng 12, 2020, https://www.unhcr.org/protection/resettlement/600e95094/resettlement-fact-sheet-2020.html; "Refugee Data Finder," https://www.unhcr.org/refugee-statistics/; "Với việc tái định cư người tị nạn ở mức thấp kỷ lục vào năm 2020, UNHCR kêu gọi các quốc gia cung cấp nơi ở và giúp đỡ họ," 25 tháng 1, 2021, https://www.unhcr.org/news/press/2021/1/600e79ea4/refugee-resettlement-record-low-2020-unhcr-calls-states-offer-places-save.html; IRCC, *2021 Annual Report*, 38.

42. Xin xem Chương 1.

43. Xin xem https://coa.iom.int/training-materials.

44. Xin xem IRCC, "Giai đoạn 2: Đánh giá cho viêc hội đủ điều kiện," https://www.canada.ca/en/immigration-refugees-citizenship/services/application/application-forms-guides/guide-6000-convention-refugees-abroad-humanitarian-protected-persons-abroad.html#step1.

45. IRCC, "Sự phân loại di trú về việc xác nhận thường trú nhân (COPR)," https://www.canada.ca/en/immigration-refugees-citizenship/corporate/publications-manuals/immigration-category-confirmation-permanent-residence-copr.html.

46. Majeed, "Canada sẽ chấp nhận 45.000 tị nạn vào năm 2021"; IRCC, "Canada thông báo sẽ đưa 3 sáng kiến mới để đón chào và giúp đỡ nhiều người tị nạn hơn," Thông báo Báo chí, 18 tháng 6,

2021, https://www.canada.ca/en/immigration-refugees-citizenship/news/2021/06/canada-announces-3-new-initiatives-to-welcome-and-support-more-refugees.html và "Hỗ trợ cho công dân Afghanítan: Về những Chương Trình Đặc Biệt," https://www.canada.ca/en/immigration-refugees-citizenship/services/refugees/afghanistan/special-measures.html.

47. Mặc dù thường là bắt buộc, nhưng cuộc phỏng vấn được xem là không cần thiết nếu nhân viên di trú xác định họ có đủ giấy tờ cần thiết để quyết định rằng hồ sơ đã hội đủ điều kiện và khả năng được chấp thuận.

48. UNHCR và các tổ chức liên hệ bao gồm IOM đã báo cáo có hơn 7.000 người tị nạn được chủng ngừa với vac-xin chống COVID-19 (xem UNHCR, "Fact Sheet," tháng 9 năm 2021). Tuy nhiên, một "lỗi quan liêu," có nghĩa là một số người tị nạn không thể chứng minh rằng mình đã được chủng ngừa, sẽ khiến họ không sử dụng được cách dịch vụ công cộng (xem Devianti Faridz, "Hàng ngàn người tị nạn ở Indonesia 'bị khước từ' tại các cơ sở công cộng," *VOA*, ngày 11 tháng 3 năm 2022, https://www.voanews.com/a/thousands-of-refugees-shut-out-from-public-facilities/6480371.html).

49. Xin xem IRCC, "Khám sức khỏe và trị bệnh trước khi bạn rời để đến Canada."

50. Một phương tiện giao thông công cộng bình dân, *angkots* là loại xe buýt nhỏ chuyên chở hành khách giữa các trạm ở các thành phố Indonesia.

51. Vào tháng 11 năm 2021, UNHCR báo cáo rằng khoảng 780 trong số khoảng 3.500 trẻ em tị nạn đã đăng ký với tổ chức đã được ghi danh vào các trường quốc gia được công nhận, con số này tăng lên 862 vào đầu năm 2022. "Khoảng 1.700 trẻ em trong lứa tuổi đi học vẫn chưa được học tại các trường chính mạch, nhưng trong số đó có khoảng 1.000 trẻ em đang được giáo dục thông qua các trung tâm học tập dành cho người tị nạn do UNHCR, IOM tổ chức hoặc các trung tâm do cộng đồng người tị nạn điều hành" https://www.unhcr.org/id/wp-content/uploads/sites/42/2021/11/September-Fact-Sheet-Indonesia-FINAL.pdf; xin xem thêm UNHCR, "Indonesia: Monthly Statistical Report," Tháng 2, 2022, https://reliefweb.int/report/indonesia/unhcr-indonesia-monthly-statistical-report-february-2022.

52. Để biết thêm chi tiết, xin xem, ví dụ, "Tôi phải trả khoản vay cho chuyến bay của mình như thế nào nếu tôi là Người Tị Nạn hoặc Người Được Bảo Vệ?" https://settlement.org/ontario/immigration-citizenship/refugees/after-you-arrive/how-do-i-repay-my-travel-loan-if-i-am-a-refugee-or-protected-person/.

53. Có thể xem bài phỏng vấn tại https://www.youtube.com/watch?v=LCHqCQ_AZe0; và tường thuật của Nhân Vũ, "Cộng Đồng Người Việt Tại Canada Tiếp Đón Thuyền Nhân Việt Nam Từ Indonesia," *SBTN*, 3/12/2021, https://www.sbtn.tv/cong-dong-nguoi-viet-tai-canada-tiep-don-thuyen-nhan-viet-nam-tu-indonesia/.

54. Xem https://www.cbsa-asfc.gc.ca/menu-eng.html.

55. Xem Đạo Luật Bảo Vệ NgườiTịNạn và Di Cư (IRPA), Điều 95(1) và (2); https://www.canada.ca/en/immigration-refugees-citizenship/corporate/publications-manuals/immigration-category-confirmation-permanent-residence-copr.html.

56. Chẳng hạn như bài viết của Nam Lộc, "Những Thuyền Nhân Tị Nạn Muộn Màng," *Việt Báo*, 24/01/2022, https://vietbao.com/a310922/nhung-thuyen-nhan-ti-nan-muon-mang và Người Việt, 25/01/2022, https://www.nguoi-viet.com/little-saigon/nhung-thuyen-nhan-ti-nan-muon-mang; Vu Pham Yen, "Cuối Cùng Cũng Đã Đến Bến Bờ Tự Do," *Thời Báo*, 29/01/2022. Đáng tiếc là *Thời Báo* đã gặp vấn đề kỹ thuật vào tháng 7/2022 dẫn đến toàn bộ dữ liệu và thiết bị của tờ báo từ thời điểm đó đến năm 2020 đều bị mất.

57. Để biết thêm về thời gian duyệt xét cập nhật, xin xem IRCC, "Kiểm Tra Thời Gian Duyệt Xét," https://www.canada.ca/en/immigration-refugees-citizenship/services/application/check-processing-times.html. Từ 31 tháng 3, 2022, IRCC đã cải thiện việc cập nhật tiến trình sàng lọc và cập nhật hàng tuần một cách chính sát hơn.

58. Xin xem Chương 6.

59. Xin xem Chương 2 để biết thêm câu chuyện của gia đình này.

60. Xin xem Chương 5.

61. https://coa.iom.int/.

62. Xem Đạo IRCC, "Quá Trình Phỏng Vấn," https://www.canada.ca/en/immigration-refugees-citizenship/services/new-immigrants/

prepare-life-canada/border-entry/interviews.html; "Chuẩn bị để Nhập cảnh–Người tị nan tái định cư ở Canada," https://www.canada. ca/en/immigration-refugees-citizenship/services/refugees/help-outside-canada/after-apply-next-steps/prepare-arrival.html.

63. Phạm Vũ Yên, "Những Thuyền Nhân Muộn Màng Đến Bến Bờ Tự Do," *Thời Báo*, 14/07/2022. Thật không may, bài viết này nằm trong phần dữ liệu bị mất của tờ báo như đã nói ở trên.

64. Và Đỗ Kỳ Anh trong một cuộc phỏng vấn, 4/09/2019.

Vĩ thanh

1."UNHCR *Dự Kiến về Nhu Cầu Tái Định Cư Toàn Cầu 2023*, 13, https://www.unhcr.org/62b18e714; USA for UNHCR, "Refugee Statistics," https://www.unrefugees.org/refugee-facts/statistics/.

2. Peter Singer, *Mảnh đời bạn có thể cứu giúp, Làm thế nào để góp phần để chấm dứt nạn đói nghèo trên thế giới*, Ấn bản kỷ niệm 10 năm (Sydney: The Life You Can Save, 2019), https://www.thelife youcansave.org.au/our-story/.

3. *DFAT Country Information Report Vietnam*, 2022, 33, [paras. 5.31, 5.34].

4.https://m.facebook.com/story.php?story_fbid=pfbid02sVGoHZizS xBnjDqoqSdEAkpXo4cf3mKTPo95daTqLV8xgR4eU2NFT3uR1n ZuxbYUl&id=683110988; Đồng thời xem thêm "Luật sư Nhân Quyền Việt Nam bị cấm xuất cảnh," *RFA*, 28 tháng 9, 2022, https://www.rfa.org/english/news/vietnam/barred-09282022145939.

html/ampRFA?fbclid=IwAR0E_hLUVWF5JFfU12g4-Ii8oEHEE
sspNm3-K6NJPhGhYLDTJVBDQ7EHviA và Le Phan, "Việt Nam
Tự Hạ Thấp Trong Mắt Các Nhà Quan Sát Nhân Quyền," *Saigon
Nho*, 4 tháng 10, 2022, https://saigonnhonews.com/ thoi-su/van-de-
hom-nay/viet-nam-tu-ha-thap-trong-mat-cac-nha-quan-sat-nhan-
quyen/.

5. Trevor Hunnicutt, "Exclusive: Vietnam Activists to Seek U.S.
Refuge After Biden Administration Deal—U.S. Officials," *Reuters*,
19 tháng 9, 2023, https://www.reuters.com/world/vietnam-activists-
seek-us-refuge-afterbiden-administration-deal-us-officials-2023-09-
18/.

6. https://www.rfa.org/vietnamese/news/vietnamnews/vietnam-hr-
attorney-to-seekus-refuge-after-biden-visit-09192023080519.html;
xem thêm "Profile of Vo An Don," 88 Project, tháng 9, 2023,
https://the88project.org/profile/344/vo-an-don/.

Phụ lục 1

1. Phần B đã được lược bỏ để bảo vệ sự riêng tư của những người
trong cuộc.

Phụ lục 2

1. https://parlinfo.aph.gov.au/parlInfo/search/display/display.w3p;
db=COMMITTEES;id=committees%2Festimate%2F0c5973fa-
5b41-457f-af39-57df2971a205%2F0000;query=Id%3A%22

committees% 2Festimate%2F0c5973fa-5b41-457f-af39-57df2971 a205%2F0000 %22.

Phụ lục 3

1. https://www.amnesty.org/en/latest/press-release/2016/07/the-secretive-world-of-viet-nam-torturous-prisons/.

2. https://www.hrw.org/report/2014/09/16/public-insecurity/deaths-custody-and-police-brutality-vietnam.

Các tài liệu đọc thêm

Chương 1

Sự Hạn Chế Nhân Quyền tại Việt Nam

Theo Hiến Pháp nước Cộng Hòa Xã Hội Chủ Nghĩa Việt Nam (Ngày 28 tháng 11 năm 2013), Điều 14.2, "Quyền con người, quyền công dân chỉ có thể bị hạn chế theo quy định của luật trong trường hợp cần thiết vì lý do quốc phòng, an ninh quốc gia, trật tự, an toàn xã hội, đạo đức xã hội, sức khỏe của cộng đồng," trong khi Điều 15.4 nêu: "Việc thực hiện quyền con người, quyền công dân không được xâm phạm lợi ích quốc gia, dân tộc, quyền và lợi ích hợp pháp của người khác"; xem thêm các Điều 11, 46 và 64.

Việc tuân thủ các tiêu chuẩn nhân quyền quốc tế còn quá xa vời, những người ủng hộ cho rằng những điều khoản như vậy, phổ biến trong luật pháp nội địa của Việt Nam, chỉ bảo đảm rằng "Việt Nam vẫn là một quốc gia độc đảng với hiến pháp cho phép chính quyền hạn chế các quyền cơ bản trên những lý do mơ hồ bất cứ khi nào họ thấy phù hợp." (Tổ Chức Theo Dõi Nhân Quyền (HRW),

"Vietnam: Amended Constitution a Missed Opportunity on Rights," 2 tháng 12, 2013, https://www.hrw.org/news/2013/12/02/vietnam-amended-constitution-missed-opportunity-rights và Brad Adams, Giám Đốc Điều Hành HRW, Bộ Phận Châu Á, "Thư gởi cho Chủ Tịch Quốc Hội Nguyễn Sinh Hùng về việc: Sửa đổi Hiến Pháp Việt Nam," 22 tháng 10, 2013, https://www.hrw.org/news/2013/10/22/letter-chairman-nguyen-sinh-hung-re-amended-vietnam-constitution. Đồng thời xem thêm, ví dụ, Freedom House, *Tự do trên thế giới 2020: Việt Nam*, https://freedomhouse.org/country/vietnam/freedom-world/2020; US Department of State, Bureau of Democracy, Human Rights and Labor, *Vietnam 2018 Human Rights Report*, 1-43, https://www.state.gov/wp-content/uploads/2019/03/VIETNAM-2018.pdf; Ủy Ban Nhân Quyền Việt Nam (VCHR), *Đệ trình lên Ủy Ban Nhân Quyền Liên Hiệp Quốc về Báo Cáo Định Kỳ Lần Thứ Ba của Việt Nam*, CCPR/C/VNM/3, 125th session, Tháng 3, 2019, 1-20, https://ccprcentre.org/files/documents/INT_CCPR_CSS_VNM_33776_E.docx; Liên Đoàn Quốc Tế cho Nhân Quyền (FIDH) và VCHR, *Đánh giá việc thực hiện các khuyến nghị của Ủy Ban Nhân Quyền Liên Hiệp Quốc về các vấn đề ưu tiên chính của Việt Nam*, 136th session, 18 tháng 7, 2022, 1-6, https://www.fidh.org/IMG/pdf/20220718_vietnam_ccpr_js_en.pdf; Vũ Công Giao và Kiên Trần, "Tranh luận về Hiến Pháp và Phát Triển Nhân Quyền tại Việt Nam," *Asian Journal of Comparative Law* 11, No. 2 (Tháng 12, 2016): 235-262, https://doi.org/10.1017/asjcl.2016.27.

Quan điểm chính thức của Việt Nam, ví dụ, xin xem Phái Đoàn Thường Trực Liên Hiệp Quốc tại Việt Nam, *Bản Ghi Nhớ Gởi đến Chủ Tịch Đại Hội Đồng*, A/68/312, 27 tháng 8, 2013, 1-6, https://digitallibrary.un.org/record/756375?ln=en và *Bản Ghi Nhớ Gởi đến Chủ Tịch Đại Hội Đồng*, A/77/276, 4 tháng 8, 2022, 1-6, https://the88project.org/wp-content/uploads/2022/09/Note_verbale_-_Vietnam_2022.pdf.

Tranh Chấp Đất Đai ở Việt Nam

Xin xem, ví dụ, Đỗ Thanh Huyền, "Tranh Chấp Đất Đai ở các khu đô thị mới tại Việt Nam: Nguyên Nhân và Hậu Quả," *Local Administration Journal* 13, No. 4 (Tháng 10-Tháng 12, 2020): 319-346, https://papi.org.vn/wp-content/uploads/2021/06/244548-Article-Text-870777-1-10-20210104.pdf; Phan Xuân Sơn và Vũ Hồng Trang, "Nguyên Nhân dẫn đến sự Tranh Chấp Đất Đai tại Việt Nam," *Political Theory*, 22 tháng 1, 2016; Kaitlin Hansen, "Luật Đất Đai, Quyền Sở Hữu Đất Đai và Cải Cách Ruộng Đất ở Việt Nam: Nhìn sâu hơn vào việc 'Thu Hồi Đất Đai' để Phát Triển Công Và Tư," Independent Study Project (ISP) Collection, 2013, 1722, https://digitalcollections.sit.edu/isp_collection/1722.

Xin xem, ví dụ, "Công Giáo Việt Nam: Phát Triển Bất Chấp sự Đàn Áp của Cộng Sản,"*Catholic World Report*, 5 tháng 12, 2016, https://www.catholicworldreport.com/2016/12/05/catholic-vietnam-growing-despite-communist-oppression/; United States Department of State, Bureau of Democracy, Human Rights, and Labor, *Báo Cáo về Tự Do Tín Ngưỡng Quốc Tế Năm 2016: Việt Nam,* https://www.state.gov/wp-content/uploads/2019/01/Vietnam-3.pdf; Timothy Fowler, "Người Công Giáo Việt Nam trốn chạy sang Úc để 'tránh bị ngược đãi'," *Ecumenical News*, 19 tháng 7, 2013, https://www.ecumenicalnews.com/article/vietnamese-catholics-fleeing-to-australia-to-avoid-persecution/22345.htm; Hội Đồng Nhân Quyền Liên Hiệp Quốc, *Bản Báo Cáo của Báo Cáo Viên Đặc Biệt về Tự Do Tôn Giáo hay Tín Ngưỡng, Phụ Lục: Phái Đoàn đến Việt Nam (21-31 tháng 7, 2014)*, 30 tháng 1, 2015, A/HRC/28/66/Add.2, 1-20, https://www.refworld.org/docid/54f432530.html; Bùi Ngọc Sơn, "Quy Định Pháp Lý về Tôn Giáo Tại Việt Nam," trong *Chỉnh Đốn Tôn Giáo ở Á Châu*, biên tập viên Jaclyn L. Neo, Arif A. Jamal, và Daniel P. S. Goh (Cambridge: Cambridge University Press, 2019), 160-161; Peter Hansen, "Nhà Nước Việt Nam, Giáo Hội Công Giáo và Luật Pháp," trong *Chủ Nghĩa Xã Hội Châu Á và Sự Thay Đổi Pháp Lý: Động Lực Cải Cách của Việt Nam và Trung Quốc*, biên tập viên John Gillespie và Pip

Nicholson (Canberra: ANU E Press; Asia Pacific Press, 2005), 310-334, https://press-files.anu.edu.au/downloads/press/p125661/pdf/book.pdf; John Gillespie, "Nhân Quyền lớn hơn sự trung thành: Sự Tiến Triển về Tự Do Tôn Giáo tại Việt Nam," *Harvard Human Rights Journal* 27 (2014): 127-129, https://journals.law.harvard.edu/hrj/wp-content/uploads/sites/83/2014/07/V27_Gillespie.pdf.

Quy Trình Sàng Lọc Cải Tiến của Úc

Xin xem Bộ Di Trú và Quốc Tịch Chính Phủ Úc, *Hướng dẫn về Chính Sách Sàng Lọc Cải Tiến*, Tháng 4 2013, 1-37, https://drive.google.com/file/d/0ByW2V3f-jYBRMEllNEs0X3haN28/edit; Ủy Ban Nhân Quyền Úc (AHRC), *Xin cho tôi biết về "Quy Trình Sàng Lọc Tăng Cường,"* 26 tháng 6, 2013, 1-3, https://www.humanrights.gov.au/our-work/asylum-seekers-and-refugees/publications/tell-me-about-enhanced-screening-process và *LA và LB v Commonwealth of Australia (DIBP): Report Into the "Enhanced Screening" Process*, (2015) AusHRC 96, 1-29, https://www.humanrights.gov.au/sites/default/files/document/publication/2015_AusHRC_96.pdf; Nick Evershed, Paul Farrell, và Oliver Laughland, "'Vào' hay 'Ra': Những Chúng Ta Biết về 'Sàng Lọc Tăng Cường' đối với Người Xin Ti Nạn," *Guardian*, July 3, 2014, https://www.theguardian.com/world/2014/jul/03/asylum-seekers-may-be-subject-to-speedy-on-water-screening; Anthea Vogl, "Chỉ là vấn đề thời gian: Thực hiện việc loại trừ những người xin tị nạn trên bờ thông qua cải cách và đẩy nhanh quá trình xác định người tị nạn," Oñati Socio-Legal Series 6, No. 1 (2016): 137-162, http://138.25.65.17/au/journals/UTSLRS/2016/43.html.

Chương 2

Bị Ngược Đãi trong lúc bị Giam Cầm ở Việt Nam

Chủ đề này đã được đề cập nhiều lần. Xin xem, ví dụ, ACAT, BPSOS, CAT-VN, CSW, LIV, và VN-CAT, *Bản Báo Cáo gởi đến Ủy Ban chống Tra Tấn của Liên Hiệp Quốc về việc Thẩm Định bản báo cáo của Nhà Nước Thứ Nhất Cộng Hòa Xã Hội Chủ Nghĩa Việt Nam.* UNCAT's 65th session ở tại Geneva, 12 tháng 11, 2018-7 tháng 12, 2018, 13-14, https://www.ecoi.net/en/file/local/ 1449777/1930_1541762130_int-cat-css-vnm-32824-e.pdf; HRW, *Bất ổn nơi công cộng: Tử vong trong lúc bị giam giữ và sự tàn bạo của Công An ở Việt Nam*, 15 tháng 9, 2014, https://www.hrw.org/ report/2014/09/16/public-insecurity/deaths-custody-and-police-brutality-vietnam; Chiến Dịch Xóa Bỏ Tra Tấn tại Việt Nam, *Việt Nam: Tra Tấn và Ngược Đãi Tù Nhân Chính Trị và Tôn Giáo,* Tháng 1, 2014, 1-137, http://www.stoptorture-vn.org/uploads/ 2/5/9/2/25923947/report-torture_in_vn_1-16-2014-final.pdf và "Sự Tàn Bạo của Công An và những cuộc Tra Tấn Chết Người," 2018, http://www.stoptorture-vn.org/police-brutality-and-lethal-beatings. html.

Bị Ngược Đãi lúc bị tạm giữ theo thủ tục hành chính ở Việt Nam

Xin xem, ví dụ, *Torture and Abuse of Political and Religious Prisoners*, 83-84; The 88 Project, *Report: Torture and Inhumane Treatment of Political Prisoners in Vietnam 2018-2019*, 5 tháng 10, 2020, 1-32, https://the88project.org/wp-content/uploads/2020/11/Torture-Report_final.pdf; *Bản Báo Cáo gởi đến Ủy Ban chống Tra Tấn của Liên Hiệp Quốc*, 16: "Luật pháp Việt Nam cho phép 'Giam Giữ Hành Chính' tùy tiện mà không cần xét xử đối với những cá nhân bị coi là đe dọa đến an ninh, trật tự xã hội hoặc an toàn công cộng. Các biện pháp bảo vệ pháp lý thông thường liên quan đến việc giam giữ không áp dụng cho các trung tâm giam giữ hành chính và các trung tâm này hoạt động bên ngoài hệ thống tư pháp hình sự. Những người bị giam giữ hành chính thường bị công an bắt giữ và đưa đến các trung tâm giam giữ mà không thông báo cho các thành viên gia đình, nơi đó nguy cơ bị đánh đập có thể xảy ra nhưng những người dính dáng đến việc ngược đãi người bị giam giữ lại không bị trừng trị."

Thảm Họa Ô Nhiễm Môi Trường Formosa

Xin xem, ví dụ, Hồ Bình Minh, "Việt Nam, Vật lộn với việc cá chết hàng loạt, siết chặt việc bán hải sản," *Reuters*, 28 tháng 4, 2016; Steve Mollman, "Công Ty Thép của Đài Loan đã gây ra việc cá chết hàng loạt tại Việt Nam, chính phủ cho biết," *Quartz*, 30 tháng 6,

2016, https://qz.com/718576/a-taiwanese-steel-plant-caused-vietnams-mass-fish-deaths-the-government-says/; Trà Mi, "Việt Nam cấm bán hải sản không an toàn ở các tỉnh Miền Trung," *VOA*, May 5, 2016, https://www.voanews.com/a/vietnam-bans-unsafe-seafood-in-central-provinces/3316289.html; "Việt Nam cho biết ô nhiễm do công ty thép Đài Loan gây ra đã ảnh hưởng đến 200.000 người," *AP*, 29 tháng 7, 2016, https://apnews.com/2755bc884d0a4 a37b9ccab02ad05e759; "Sau hơn một năm, sự tức giận vẫn còn bùng cháy trên bờ biển bị ô nhiễm," *Reuters*, 4 tháng 4 2017, https://www.reuters.com/article/us-formosa-plastics-vietnam-idUSKBN1760FH.

Chương 3

Nhân Quyền ở Indonesia

Indonesia cũng đã phê chuẩn nhiều công ước quốc tế về quyền nhân thân chẳng hạn như *Công Ước Quốc Tế về các Quyền Dân Sự và Chính Trị* (ICCPR), *Công Ước Quốc Tế về các Quyền Kinh Tế, Xã Hội và Văn Hóa* (ICESCR) và *Công Ước Chống Tra Tấn và các hình thức Đối Xử hoặc Trừng Phạt Tàn Ác, Vô Nhân Đạo hoặc Hạ Nhục khác* (UNCAT), cũng như áp dụng nguyên tắc không trục xuất. Để biết thêm chi tiết về các truyền thống nhân đạo và chính sách tị nạn của Indonesia, hãy xem Nikolas Feith Tan, "Tình trạng của người tị nạn và người xin tị nạn ở Indonesia," *International*

Journal of Refugee Law 28, số 3 (ngày 1 tháng 10 năm 2016): 365-383, https://doi.org/10.1093/ijrl/eew045; Febi Yonesta, "Illegal or Protected? Indonesia's Inconsistent Policy on Refugees," *Indonesia at Melbourne*, 20 tháng 6, 2019, https://indonesiaatmelbourne. unimelb.edu.au/illegal-or-protected-indonesias-inconsistent-policy-on-refugees/; Susan Kneebone, Antje Missbach, và Balawyn Jones, "Lời Hứa Hời của Nghị Định số 125 của Tổng Thống năm 2016?" *Asian Journal of Law and Society* 8 (2021): 431-450, https://doi.org/10.1017/als.2021.2.

Công Tác Xác Định Tư Cách Tị Nạn (RSD) của UNHCR tại Indonesia

Để có bản tóm tắc về thủ tục Xác Định Tư Cách Tị Nạn RSD xin xem https://www.unhcr.org/id/en/refugee-status-determination; UNHCR, "Phần Hai: Thủ Tục Xác Định Tư Cách Tị Nạn" trong *Sổ Tay về các Thủ Tục và Tiêu Chuẩn nhằm Xác Định Tư Cách Tị Nạn và Hướng Dẫn về Che Chở Quốc Tế theo Công Ước Năm 1951 và Nghị Định Thư Năm 1967 liên quan đến Tình Trạng Người Tị Nạn,* HCR/1P/4/ENG/REV.4, tái bản Geneva, Tháng 2 2019, 42-45, https://www.refworld.org/docid/5cb474b27.html; SUAKA, UNHCR, JRS, và Sandya Institute, *Biết Quyền của Bạn: Sổ tay dành cho Người Tị Nạn và Người Xin Tị Nạn* (Jakarta: SUAKA, Tháng 12, 2018), 13-16, https://apr.jrs.net/wp-content/uploads/sites/ 18/2020/03/2019-Know-your-rights-JRS-Indo.pdf.

Kể từ năm 2018, "UNHCR Indonesia sử dụng một quy trình đồng nhất bằng cách kết hợp Xác Định Tư Cách Tị Nạn (RSD) và Tái Định Cư, theo đó người nộp đơn chỉ được đưa vào quy trình RSD nếu họ đáp ứng các tiêu chí tái định cư, một tiêu chuẩn cao hơn" ("Báo cáo về Quyền Làm Việc của Người Tị Nạn: Quyền Được Tham Gia vào Việc Làm Công Bằng và Hợp Pháp của Người Tị Nạn ở Á Châu," *Asylum Access*, Tháng 10, 2019, 19, https://asylumaccess.org/wp-content/uploads/2019/11/Asia-RWR_FINAL.pdf).

Chương 4

Người Thượng

Xin xem, ví dụ, Rebecca Onion, "The Snake-Eaters and the Yards," (Người Thượng), *Slate*, 27 tháng 11, 2013, https://slate.com/news-and-politics/2013/11/the-green-berets-and-the-montagnards-how-an-indigenous-tribe-won-the-admiration-of-green-berets-and-lost-everything.html; Văn phòng của cựu Thượng Nghị Sĩ Canada Ngô Thanh Hải, *Tình Trạng Nhân Quyền ở Việt Nam: 2019-2020*, Thượng Viện Canada, 52-64, https://senatorngo.ca/wp-content/uploads/2019/10/Final_ENG.pdf; Grace Bùi, "Việc tái định cư của Người Tị Nạn Việt Nam và Người Thượng đang cư trú tại Thái Lan," National Bureau of Asian Research, 10 tháng 9, 2022, https://www.nbr.org/publication/the-resettlement-of-vietnamese-and-montagnard-refugees-residing-in-thailand/.

Cách Đối Xử của Canada đối với Người Xin Tị Nạn đến bằng Thuyền tương tự như ở Úc

Xin xem, ví dụ, Luke Taylor, "Đuổi khách theo chọn lựa: Cách đối xử với người Xin Tị Nạn đến bằng thuyền ở Canada và Úc," *McGill Law Journal* 60, No. 2 (Tháng 1, 2015): 333-379, https://doi.org/10.7202/1029211ar; Hội Đồng Canada cho Người Tị Nạn, *Sun Sea: Five Years Later*, Tháng 8, 2015, 1-17, https://ccrweb.ca/sites/ccrweb.ca/files/sun-sea-five-years-later.pdf; Alexandra Mann, "Những Người Tị Nạn đến bằng thuyền và Cam Kết của Canada đối với Công Ước về Người Tị Nạn: Một Phân Tích theo cách Diễn Ngôn," *Refuge* 26, No. 2 (2009): 191-206, https://doi.org/10.25071/1920-7336.32088.

Sự Đối Xử Khắc Nghiệt trong Nhà Tù Việt Nam

Xin xem, ví dụ, *DFAT Country Information Report Vietnam*, 2022, 28, 30-31, [paras. 4.6, 5.12-5.17]; *Báo Cáo đệ trình đến Ủy Ban Chống Tra Tấn của Liên Hiệp Quốc*, 18-38; Amnesty International, *Những Nhà Tù Trong Những Nhà Tù: Tra Tấn và Đối Xử Tàn Bạo đối với Tù Nhân Lương Tâm ở Việt Nam*, Tháng 6, 2016,

https://www.amnesty.org/download/Documents/ASA4141872016E
NGLISH.PDF.

Để hiểu thêm quan điểm chính thức của Việt Nam, xin xem
UNCAT, *Xem xét về các Báo Cáo do các Quốc Gia Thành Viên đệ
trình theo Điều 19 của Công Ước theo Thủ Tục Báo Cáo Tùy Chọn:
Báo Cáo Ban Đầu của các Quốc Gia Thành Viên phải nộp vào Năm
2016: Việt Nam,* CAT/C/VNM/1, 13 tháng 9, 2017, 1-51,
https://tbinternet.ohchr.org/_layouts/15/treatybodyexternal/Downloa
d.aspx?symbolno=CAT/C/VNM/1&Lang=en và UNHCR, "Hội
Đồng chống lại Tra Tấn cân nhắc về Bản Báo Cáo Ban Đầu của Việt
Nam," 15 tháng 11, 2018, https://www.ohchr.org/en/NewsEvents/
Pages/DisplayNews.aspx?NewsID=23895&LangID=E.

Nộp Đơn xin Tị Nạn để Tái Định Cư tại Úc so với Canada

Xin xem, ví dụ, Bộ Nội Vụ Chính Phủ Úc (DHA), *Tài Liệu Thảo
Luận: Chương Trình Nhân Đạo của Úc Tài khóa 2019-20,* 4-5,
https://www.homeaffairs.gov.au/reports-and-pubs/files/2019-20-
discussion-paper.pdf; *UNHCR Sổ Tay về Tái Định Cư,* Chương
Quốc Gia: Úc, sửa đổi Tháng 4 năm 2016 và Tháng 5 năm 2018, 3,
https://www.unhcr.org/3c5e542d4.html; *Luật Bảo Vệ Người Di Cư
và Tị Nạn,* SC 2001, c. 27 (Can.) (IRPA), s. 99(2) và IRPR, ss. 138-
158. Để biết chi tiết, xin xem, https://immi.homeaffairs.gov.au/what-
we-do/refugee-and-humanitarian-program/about-the-program/
resettle-in-australia và https://www.canada.ca/en/immigration

-refugees-citizenship/services/refugees/canada-role.html.

Tái Định Cư cho Người Tị Nạn không phải là một Quyền

Để biết thêm chi tiết, xin xem, ví dụ, UNHCR, *Câu hỏi thường gặp về việc Tái Định Cư,* https://www.refworld.org/pdfid/4ac0d7e52.pdf và *UNCHR Sổ Tay về Tái Định Cư và Chương của các quốc gia,* Tháng 4, 2018, https://www.unhcr.org/4a2ccf4c6.html; Adèle Garnier, Kristin Bergtora Sandvik, và Liliana Lyra Jubilut, "Phần Giới Thiệu: Tái Định Cư cho Người Tị Nạn như cách Quản Trị Nhân Đạo," trong *Refugee Resettlement: Power, Politics, and Humanitarian Governance,* Biên Tập Viên Adèle Garnier, Liliana Lyra Jubilut, và Kristin Bergtora Sandvik, Studies in Forced Migration Series Vol. 38 (New York: Berghahn Books, 2018), 1-27.

Chương Trình Bảo Trợ Cộng Đồng Của Úc (CSP)

CSP được thay thế cho Chương Trình Thí Điểm Đề Xuất Cộng Đồng (CPP), đây là một thử nghiệm toàn quốc, bắt đầu hoạt động từ năm 2013 đến năm 2017. Trước đó, từ năm 1979 đến năm 1997, hơn 30.000 người tị nạn đã được hội nhập vào Úc thông qua Chương Trình Định Cư Người Tị Nạn Cộng Đồng (CRSS). Để biết thêm chi tiết, hãy xem Hoàng Khanh, "Bài Học từ Lịch Sử: Chương Trình Cộng Đồng Bảo Trợ Định Cư Người Tị Nạn," Sáng kiến Cộng Đồng Bảo Trợ Người Tị Nạn (CRSI), 27 tháng 4, 2018, https://refugeesponsorship.org.au/lessons-from-history-the-community-refugee-settlement-scheme/. Để có cái nhìn chi tiết về tổng quan và phê bình cho CSP, xin xem Asher Lazarus Hirsch, Khanh Hoàng và Anthea Vogl, "Chương trình bảo trợ tư nhân cho người tị nạn của Úc: Tạo ra các con đường bổ sung hay tư nhân hóa chủ nghĩa nhân đạo?" *Refuge* 35, No. 2 (2019): 110-119, https://doi.org/10.7202/1064823ar và "Bảo Trợ Nhân Đạo Tư Nhân: Tìm kiếm Cộng Đồng trong Chương Trình Bảo Trợ Người Tị Nạn của Úc," trong *Strangers to Neighbours: Refugee Sponsorship in Context*, Biên Tập Viên Shauna Labman và Geoffrey Cameron (Montreal: McGill-Queen's University Press, 2020), 303-325.

Chương 5

Cuộc khủng hoảng ngày càng gia tăng với những người tị nạn độc lập trước đây tìm cách vào các trung tâm giam giữ ở Indonesia

Xin xem, ví dụ, UNHCR, *Báo Cáo Tiến Độ 2018: Một Chiến Lược Toàn Cầu nhằm Chấm Dứt sự Giam Cầm Người Xin Tị Nạn và Người Tị Nạn, 2014-2019*, Tháng 2, 2019, 35, https://www. refworld.org/country,,,,IDN,,5c9354074,0.html; Kate Lamb và Ben Doherty, "Đồng hành với người tị nạn tuyệt vọng với giấc mơ được giam cầm," *Guardian*, 15 Tháng 4, 2018, https://www.theguardian. com/world/2018/apr/15/on-the-streets-with-the-desperate-refugees-who-dream-of-being-detained; Antje Missbach, "Đáp ứng nguyện vọng Người Xin Tị Nạn và Người Tị Nạn ở Indonesia: Từ việc Giam Giữ Người Nhập Cư cho đến việc Ngăn Chặn trong "Giải Pháp Thay Thế cho việc Giam Giữ'," *Refuge* 33, No. 2 (2017): 36, https://doi.org/10.7202/1043061ar; "Từ Darfur đến Cipayung: Người Tị Nạn bị Bỏ Lại," *Conversation*, 7 tháng 4, 2014, https://theconversation.com/from-darfur-to-cipayung-refugees-are-left-stranded-25034; và "Đang Bị Bỏ Rơi," 8 tháng 8, 2018, https://www.policyforum.net/falling-through-the-cracks/.

Cuộc khủng hoảng trở nên trầm trọng hơn với các cuộc biểu tình lan rộng khắp nhiều thành phố ở Indonesia, cao điểm là hơn 1000 người xin tị nạn vô gia cư cắm trại bên ngoài trụ sở UNHCR ở Thủ Đô Jakarta vào tháng 7 năm 2019. Họ đã được chính phủ Indonesia tạm thời bố trí chỗ ở tại một trại lính không còn sử dụng, thiếu mọi tiện nghi tối thiểu với giá 18.700 Mỹ Kim. Nhưng sau đó những người này không chịu rời đi dù cho UNHCR, nhận lãnh trách nhiệm vào ngày 19 tháng 8, cho họ một số tiền nhỏ. Thức ăn và nước uống nhanh chóng cạn kiệt, dẫn đến việc đóng cửa và bất ổn thêm. Trong khi một số người cuối cùng cũng rời đi, 245 người phần lớn là người Hazara đến từ Afghanistan, một người đến từ Iraq, bao gồm 28 gia đình, 40 trẻ em và một số đàn ông độc thân vẫn ở đó và đã tự cách ly mình trong đại dịch COVID-19 bắt từ năm 2020 trở đi. Xin xem, ví dụ, Amanda Hodge, "Không còn được giúp đỡ ... Người tị nạn quay sang nương tựa lẫn nhau để nuôi gia đình," *Australian*, 31 tháng 8, 2019, https://www.theaustralian.com.au/nation/world/

no-more-aid-refugees-turn-on-each-other-to-feed-families/news-story/99f3e60b89edc7423e7baddd7dc838b1; Kate Lamb, "'Không thể làm được chuyện gì': Người Tị Nạn tại Indonesia ở trong tình trạng bấp bênh khi tiền bạc cạn kiệt," *Guardian*, 14 tháng 9, 2019, https://www.theguardian.com/world/2019/sep/13/its-impossible-to-do-anything-indonesias-refugees-in-limbo-as-money-runs-out; Nicole Curby, "Bị Trục Xuất và Bị Bắt Giữ: Người Tị Nạn ở Indonesia chịu nhiều áp lực," *Overland*, 16 tháng 9, 2019, https://overland.org.au/2019/09/scenes-from-indonesia-near-the-border-with-australia/; Chrisanthi Giotis, "'Hãy Dừng Chơi Trò Chính Trị': Người Tị Nạn bị kẹt ở Indonesia biểu tình phản đối UNHCR vì phải chờ đợi quá lâu," *Conversation*, 8 tháng 10, 2019, https://theconversation.com/stop-playing-politics-refugees-stuck-in-indonesia-rally-against-unhcr-for-chronic-waiting-124176; Matthew LoCastro và Diovio Alfath, "Người Tị Nạn ở Indonesia cần có những Giải Pháp Khả Thi và Lâu Dài," *Asean Post*, 19 tháng 1, 2020, https://theaseanpost.com/article/indonesias-refugees-need-sustainable-solutions; Ismira Lutfia Tisnadibrata, "Chỉ đủ tồn tại khi một người tị nạn phải chịu đựng nhiều hơn trong mùa đại dịch," *Arab News*, 19 tháng 6, 2020, https://www.arabnews.com/node/1692426/world; J. N. Joniad, "Chính Sách Ngăn Chặn của Úc đổi Indonesia thành nhà tù không có tường như thế nào," *Overland*, 29 tháng 10, 2021, https://overland.org.au/2021/10/how-australias-deterrence-policies-have-turned-indonesia-into-a-prison-without-walls/comment-page-1/#comment-1056832.

Giáo Dục cho các Trẻ Em Tị Nạn ở Indonesia

Để biết thêm chi tiết về những chướng ngại về giáo dục mà các trẻ em tị nạn phải đối mặt ở Indonesia, xin xem Michelle Tauson, *Tương Lai bị Lãng Quên: Cuộc sống của trẻ em tị nạn tại các khu đô thị ở Indonesia và Thái Lan*, Save the Children, Tháng 6, 2018, 26-31, 10.13140/RG.2.2.11882.16324; P. Nugroho Adhi, I. Gst Putu Agung, và Bernadette Gitareja, "Thử Thách và Cơ Hội để Thực Hiện Quyền Được Đến Trường cho Trẻ Em Tị Nạn ở Indonesia," Proceedings of the 1st International Conference on Law and Human Rights 2020, *Advances in Social Science, Education and Humanities Research* 549 (2021): 54-62, https://dx.doi.org/10.2991/assehr.k.210506.009; J. N. Joniad, "Một thế hệ bị đánh mất cho trẻ em tị nạn ở Indonesia," *Overland*, May 6 tháng 5, 2020, https://overland.org.au/2020/05/a-lost-generation-of-refugee-children-in-indonesia/; Debby Kristin và Chloryne Trie Isana Dewi, "Quyền của Trẻ Em Tị Nạn ở Quốc Gia quá cảnh theo Công Ước về Quyền Trẻ Em, Một Trường Hợp của Indonesia: Phải Chăng là Sơ Xuất có chủ ý?" *Padjadjaran Journal of International Law* 5, No. 1 (Tháng 1, 2021), https://doi.org/10.23920/pjil.v5i1.349.

Gia tăng số lượng người nhập cư theo "Kế hoạch mức nhập cư nhiều năm" của Canada

Xin xem https://www.canada.ca/en/immigration-refugees-citizenship/corporate/mandate/policies-operational-instructions-agreements/timely-protection-privately-sponsored-refugees.html; IRCC, "Chú ý – Thông Tin Bổ Xung về Kế Hoạch Mức Độ Nhập Cư 2018-2020," 1 tháng 11, 2017, https://www.canada.ca/en/immigration-refugees-citizenship/news/notices/supplementary-immigration-levels-2018.html; *Báo Cáo Thường Niên 2017 trình lên Quốc Hội về Di Trú*, https://publications.gc.ca/collections/collection_2017/ircc/Ci1-2017-eng.pdf; "Chú ý – Thông Tin Bổ Xung về Kế Hoạch Mức Độ Nhập Cư 2019-2021," 31 tháng 10, 2018, https://www.canada.ca/en/immigration-refugees-citizenship/news/notices/supplementary-immigration-levels-2019.html; *Báo Cáo Thường Niên 2018 trình lên Quốc Hội về Di Trú*, https://publications.gc.ca/collections/collection_2018/ircc/Ci1-2018-eng.pdf; *Báo Cáo Thường Niên 2019 trình lên Quốc Hôi về Di Trú*, https://publications.gc.ca/collections/collection_2020/ircc/Ci1-2019-eng.pdf; "IRCC Minister Transition Binder 2019: Immigration Levels Planning," https://www.canada.ca/en/immigration-refugees-citizenship/corporate/transparency/transition-binders/minister-2019/levels.html; "Chú ý – Thông Tin Bổ Xung về Kế Hoạch Mức Độ Nhập Cư 2020-2022," 12 tháng 3, 2020, https://www.canada.ca/

en/immigration-refugees-citizenship/news/notices/supplementary-immigration-levels-2020.html; *Báo Cáo Thường Niên 2020 trình lên Quốc Hội về Di Trú*, https://www.canada.ca/content/dam/ircc/migration/ircc/english/pdf/pub/annual-report-2020-en.pdf; "Chú ý – Thông Tin Bổ Xung về Kế Hoạch Mức Độ Nhập Cư 2021-2023," 30 tháng 10, 2020, https://www.canada.ca/en/immigration-refugees-citizenship/news/notices/supplementary-immigration-levels-2021-2023.html; *Báo Cáo Thường Niên 2021 trình lên Quốc Hội về Di Trú*, https://www.canada.ca/content/dam/ircc/documents/pdf/english/corporate/publications-manuals/annual-report-2021-en.pdf; "IRCC Minister Transition Binder 2021: Permanent Immigration – Immigration Levels Planning," https://www.canada.ca/en/immigration-refugees-citizenship/corporate/transparency/transition-binders/minister-2021/levels.html; "Chú ý – Thông Tin Bổ Xung về Kế Hoạch Mức Độ Nhập Cư 2022-2024," 14 tháng 2, 2022, https://www.canada.ca/en/immigration-refugees-citizenship/news/notices/supplementary-immigration-levels-2022-2024.html.

Chương trình Bảo Trợ Cộng Đồng cho Người Tị Nạn mới của Úc

Vào năm 2018, Sáng Kiến về Bảo Trợ Cộng Đồng cho Người Tị Nạn (CRSI) được nhiều tổ chức nhân đạo thành lập, tích cực hỗ trợ cho sự phát triển một chương trình bảo trợ cộng đồng mới cho Úc, "rút ra từ nhưng khía cạnh thành công nhất về chương trình bảo trợ tư nhân theo kinh nghiệm của Canada." Để biết thêm chi tiết, xin xem CRSA, *Một mô hình mới cho Chương Trình Bảo Trợ Cộng Đồng cho Người Tị Nạn ở Úc*, Position Paper, Tháng 5, 2019, 1-18, https://refugeesponsorship.org.au/2019-crsi-position-paper/.

Vào giữa năm 2021, sáng kiến này được phát triển thành tổ chức từ thiện phi lợi nhuận độc lập, Community Refugee Sponsorship Australia (CRSA) (https://refugeesponsorship.org.au), sau khi có sự đánh giá chính thức CSP (DHA, *Kết quả về việc Đánh Giá Chương Trình Hỗ Trợ Cộng Đồng*, dẫn đầu bởi Tổng Điều Phối về Dịch Vị Di Trú của Commonwealth, cô Alison Larkins, 1-9, https://www.homeaffairs.gov.au/reports-and-pubs/files/csp-review-findings.pdf), Sẽ sớm hợp tác với chính phủ Úc trong việc thiết kế Chương Trình Thí Điểm về Sự Hội Nhập và Định Cư Cộng Đồng cho Người Tị Nạn (CRISP), được triển khai vào sáu tháng đầu năm 2022 với chi phí hơn 6,5 triệu Mỹ Kim. Kế hoạch trước mắt dự kiến các "Nhóm Hỗ Trợ Cộng Đồng" đã được đào tạo của Úc sẽ giúp đỡ khoảng 1.500 người tị nạn và người nhập cư nhân đạo trong bốn năm tới (2022-2025). Mỗi người tham gia sẽ nhận được 12 tháng trợ cấp kể từ ngày họ đến, sau khi được UNHCR giới thiệu tái định cư và không có thân nhân với Úc. Mặc dù ban đầu những người tị nạn tái định cư này sẽ được tính vào hạn ngạch nhân đạo của Úc, chính phủ sau đó đã thông báo rằng nếu chương trình thí điểm thành công, thì sẽ được mở rộng thêm tới 5.000 chỗ mỗi năm. Xin xem Bộ Trưởng Bộ Di Trú, Quốc Tịch, Dịch Vụ Di Dân và Đa Văn Hóa Alex Hawke, "Hỗ trợ Nâng cao cho việc Tái Định Cư và Hội Nhập

Người Tị Nạn," Thông Cáo Báo Chí, 17 tháng 12, 2021, https://minister.homeaffairs.gov.au/AlexHawke/Pages/enhanced -support-for-refugee-settlement-and-integration.aspx; DHA, "Cải Tổ Bảo Trợ Cộng Đồng Community: Đánh Giá Chương Trình Hỗ Trợ Cộng Đồng của Úc," https://immi.homeaffairs.gov.au/settling-in-australia/settlement-policy-and-reform/community-sponsorship-reforms, và "Giúp Đỡ Người Tị Nạn: Chương Trình Thí Điểm về Sự Hội Nhập và Định Cư Cộng Đồng cho Người Tị Nạn," https://immi.homeaffairs.gov.au/settling-in-australia/helping-refugees/get-involved/community-refugee-integration-settlement; CRSA, "Chương Trình Bảo Trợ Cộng Đồng đầu tiên của Úc (CRISP)," https://refugeesponsorship.org.au/what-we-do/crisp/; Bộ trưởng Bộ Di Trú, Quốc Tịch và Đa Văn Hóa Andrew Giles, "Bộ Trưởng đánh dấu những Người Tị Nạn đầu tiên đến theo Chương Trình Thí Điểm Hội Nhập và Định Cư Cộng Đồng," Thông Cáo Báo Chí, 26 tháng 8, 2022, https://minister.homeaffairs.gov.au/Andrew Giles/Pages/first-arrivals-community-refugee-integration-settlement-pilot.aspx; Ruby Cornish, "Chương Trình Tái Định Cư mới do Cộng Đồng dẫn dắt, cung cấp hỗ trợ một năm cho Người Tị Nạn mới đến," *ABC News*, 28 tháng 8, 2022, https://www.abc. net.au/news/2022-08-28/new-crisp-community-led-refugee-resettlement-program/101379450.

Chương trình mới của Úc sẽ rẻ hơn đáng kể so với chương trình của Canada, điểm khác biệt là những người tị nạn tham gia chương trình của Úc có cơ hội nhận trợ cấp an sinh xã hội trong vòng vài tuần sau khi họ đến (xem *CRISP Application Guidebook*, Tháng 8 2022, 10, https://refugeesponsorship.org.au/wp-content/uploads/2022/08/CRISP-Application-Guidebook-August-2022.pdf; IRCC, "Bản Chi Phí Tài Trợ: PSR và BVOR," https://www.canada.ca/en/immigration-refugees-citizenship/services/application/application-forms-guides/guide-sponsor-refugee-groups-five.html#appa2-psr).

Mẹ Nấm

Để biết thêm chi tiết về Mẹ Nấm, người cuối cùng đã được thả sau khi thụ án hai năm trong bản án mười năm tù với điều kiện phải rời Việt Nam đến định cư tại Hoa Kỳ, xin hãy xem, ví dụ, Shawn W. Crispin, "Hoạt động bí mật tại Việt Nam: Các Blogger Chơi Trò Mèo Vờn Chuột Đầy Rủi Ro để đưa tin," *CPJ*, 25 tháng 9, 2014, https://cpj.org/blog/2014/09/undercover-in-vietnam-bloggers-play-risky-game-of-.php; Ten Soksreinith, "Việt Nam Blogger Mẹ Nấm nói với các Nhà Hoạt Động 'Các Bạn Không Đơn Độc'," *VOA*, 15 tháng 11, 2018, https://www.voanews.com/a/vietnamese-blogger-mother-mushroom-tells-activists-you-are-not-alone-/4659768.html; "Chân dung của Nguyễn Ngọc Như Quỳnh – Mẹ Nấm ('Mother Mushroom')," *88 Project*, 20 tháng 10, 2016, https://the88project.org/profile-of-nguyen-ngoc-nhu-quynh-me-nam-mother-mushroom/.

Đàn áp các luật sư nhân quyền ở Việt Nam, trường hợp của Võ An Đôn

Xin xem, ví dụ, Trần Quỳnh Vi, "Việt Nam: Luật sư bị tước quyền hành nghề vì vạch rõ sự xấu xa của chế độ và Đảng Cộng Sản," *Vietnamese*, 14 tháng 4, 2019, https://www.thevietnamese.org/2019/04/vietnam-lawyer-disbarred-for-speaking-ill-of-regime-and-the-communist-party/; HRW, "Việt Nam: EU nên gây sức ép để thả tù nhân chính trị," 28 tháng 11, 2017, https://www.hrw.org/news/2017/11/28/vietnam-eu-should-press-release-political-prisoners; "Luật sư Võ An Đôn bị tước tư cách hành nghề và bị khai trừ khỏi Luật Sư Đoàn Tỉnh Phú Yên," *Dan Lam Bao*, 27 tháng 11, 2017, https://danlambaovn.blogspot.com/2017/11/attorney-vo-don-was-disbarred-from-phu.html; "Luật Sư Nhân Quyền Việt Nam bị tước tư cách hành nghề," *RFA*, May 24 tháng 5, 2018, https://www.rfa.org/english/news/vietnam/license-05242018152904.html.

Chương 7

Chương Trình Tỵ Nạn Tại Canada

Chương Trình Tị Nạn tại Canada cung cấp sự bảo vệ cho người tị nạn có đơn xin tị nạn nộp bên trong lãnh thổ Canada và sẽ được Hội

Đồng Di Trú và Tị Nạn Canada (IRB) xem xét. Để biết thêm chi tiết, xin xem IRCC, "Bảo vệ Người Tị Nạn tại Canada," https://www.canada.ca/en/immigration-refugees-citizenship/ services/refugees/claim-protection-inside-canada.html và "Xin Tị Nan tại Canada–Chuyện gì sẽ xảy ra?" https://www.canada.ca/en/ immigration-refugees-citizenship/news/2017/03/claiming_asylum_ incanadawhathappens.html; IRB, "Đơn xin tị nạn," https://www.irb-cisr.gc.ca/en/refugee-claims/Pages/index.aspx.

Cách Canada Đối xử với Những Người xin Tị nạn Qua Đường Bộ

Xin xem, ví dụ, Sigal Samuel, "Có Nhận Thức rằng Canada đang bị xâm lược," *Atlantic*, 26 tháng 5, 2018, https://www.theatlantic.com/ international/archive/2018/05/theres-a-perception-that-canada-is-being-invaded/561032/ và "Canada sẽ từ chối Người Tị Nạn có đơn xin ở các Quốc Gia khác," *BBC*, 9 tháng 4, 2019, https://www.bbc.com/news/world-us-canada-47874012; đồng thời xem thêm UNHCR, "Nhập Cảnh Bất Hợp Pháp tại Biên Giới: Thông Tin Cơ Bản Tháng 1-Tháng 5, 2019," Tháng 6, 2019, https://www.unhcr.ca/wp-content/uploads/2019/07/IRREGULAR-ARRIVALS-AT-THE-BORDER-Background-information-Jan-May-2019-1.pdf; IRCC, "Irregular Border Crossings–What is Canada doing?" https://www.canada.ca/en/immigration-refugees-citizenship/campaigns/irregular-border-crossings-asylum.html# và

"Government of Canada Appeal Granted on Safe Third Country Agreement," 15 tháng 4, 2021, https://www.canada.ca/en/ immigration-refugees-citizenship/news/2021/04/government -of-canada-appeal-granted-on-safe-third-country-agreement.html.

Chiến Dịch "Không Có Cơ Hội" của Úc tị Sri Lanka, Afghanistan, và Indonesia

Ra mắt trên diễn đàn quốc tế vào tháng 5 năm 2019, Chiến Dịch "Zero Chance" hay "Không Có Cơ Hội" trở thành tiêu đề trên các phương tiện truyền thông vào cuối năm 2021, khi các trò chơi flash cũng như cuộc thi film ngắn với giải thưởng là máy chụp hình và một chiếc drone nhằm khuyến khích "các nhà làm film mới nổi … diễn đạt một cách sáng tạo về 'Di Cư đến Úc Bất Hợp Pháp'" gặp phải sự lên án gay gắt về mặt đạo đức. Xin xem https://zerochance.lk; https://osb.homeaffairs.gov.au; Eden Gillespie, "Tamil-Australians 'Outraged' over Taxpayer-funded Anti-Migration Film Competition," *SBS*, 24 tháng 12, 2021, https://www.sbs.com.au/news/tamil-australians-outraged-over-taxpayer-funded-anti-migration-film-competition/d89d29b4-5736-4212-a316-867158d99c89 và "Công Ty Quảng Cáo đứng sau cuộc thi phim của Chính Phủ cảnh báo về 'Di Cư Bất Hợp Pháp' đã giành được Giải Thưởng Đạo Đức," *SBS*, 18 tháng 2, 2022, https://www.sbs.com.au/news/article/ad-agency-behind-governments-film-competition-warning-against-illegal-migration-has-won-ethical-awards/65yaplhkm; Avani Dias, Som Patidar, và Emily Clark, "Chính Phủ Liên Bang yêu cầu Các Nhà Làm Phim Sri Lanka Tạo Tác Phẩm về 'Di cư Bất Hợp Pháp đến Úc'," *ABC News*, 14 tháng 2, 2022, https://www.abc.net.au/news/2022-02-14/australian-government-slammed-over-film-competition-in-sri-lanka/100819104; Mark Saunokonoko, "'Đây không phải là Trò Chơi, Đây là Đời Sống của Chúng Tôi, Đây là Đời Sống của Con Cái Chúng Tôi,'" *9news*, 16 tháng 2, 2022, https://www.9news.com.au/national/sri-lankan-refugee-advocates-claim-australia-zero-chance-online-games-campaign-misses-mark/e1f2bc73-0511-4b96-aca9-44232e121203; Lực Lượng Đặc Nhiệm Chung của Chính Phủ Úc về Chiến Dịch Bảo Vệ Chủ Quyền Biên Giới (Australian Government Joint Agency Task Force Operation Sovereign Borders (OSB)), "Chiến Dịch Chống Buôn Người," Xem xét lần cuối 17 tháng 5, 2021, https://www.homeaffairs.gov.au/foi/files/2022/fa-210900999-document-released.PDF.

Vào tháng 8 năm 2021, ngay sau khi Taliban tiếp quản Afghanistan, Bộ Trưởng Bộ Nội Vụ Úc lúc đó là Karen Andrews, trong một video, xuất hiện trên mạng xã hội, cảnh báo những người xin tị nạn Afghanistan không nên cố gắng đến Úc bằng thuyền. Xin xem Richard Ferguson, "Thuyền Nhân Afghanistan 'Không có cơ hội,'" *Weekend Australian*, 23 tháng 8, 2021, https://www.theaustralian.com.au/nation/afghan-boatpeople-zero-chance/news-story/287c0825233f9c1bd50e31ea744662c0 và Yan Zhuang, "Úc nói với Người Tị Nạn Afghan: 'Đừng cố gắng chuyến đi bằng thuyền bất hợp pháp,'" *New York Times*, 23 tháng 8, 2021, https://www.nytimes.com/2021/08/23/world/asia/australia-tells-afghan-refugees-do-not-attempt-an-illegal-boat-journey.html.

Vào tháng 5 năm 2022, lá bài chống người tị nạn có lô-gô của Chính Phủ Úc được phát cho trẻ em tị nạn từ 4 tuổi trở lên tại Trung Tâm Học Tập ở Tây Java, Indonesia, xin xem Amber Schultz và Imogen Champagne, "Trẻ em tị nạn ở Indonesia được phát Lá Bài chống Người Tị Nạn với Quốc Huy của Úc," *Crikey*, 25 tháng 5, 2022, https://www.crikey.com.au/2022/05/25/refugee-children-in-indonesia-given-anti-refugee-playing-cards/; Imogen Champagne, "Lực Lượng Biên Phòng Ủng Hộ Chiến Dịch Zero Chance sau khi Trẻ Em được phát những Lá Bài chống Người Tị Nạn," *Crikey*, 26 tháng 5, 2022, https://www.crikey.com.au/2022/05/26/border-force-backs-stance-despite-refugee-children-given-anti-refugee-playing-cards/.

Sau cuộc bầu cử Liên Bang vào tháng 5, 2022, dẫn đến kết quả là Chính Phủ Lao Động cầm quyền, OSB báo cáo đã chặn lại và trả lại nhiều tổ "chức hoạt động buôn người bằng đường biển" cho Sri Lanka, Bộ Trưởng Bộ Nội Vụ mới là Clare O'Neil đã sớm viếng thăm Sri Lanka, trong chuyến viếng thăm này bà tái khẳng định ủng hộ chiến dịch "Zero Chance" và đạt được thỏa thuận bao gồm cung cấp giám sát bằng máy bay không người lái và nhiên liệu cho các tàu tuần tra của Hải Quân Sri Lanka để ngăn chặn các cuộc nhập cư tiếp theo. Xin xem Lực Lượng Biên Phòng Úc, "Bản Cập Nhật Hàng Tháng về Chiến Dịch Chủ Quyền Biên Giới: Tháng 6, 2022,"

29 tháng 7, 2022, https://www.abf.gov.au/newsroom-subsite/Pages/Operation-Sovereign-Borders-monthly-update-June-2022.aspx và "Bản Cập Nhật Hàng Tháng về Chiến Dịch Bảo Vệ Chủ Quyền Biên Giới: Tháng 8, 2022," 30 tháng 9, 2022, https://www.abf.gov.au/newsroom-subsite/Pages/Operation-Sovereign-Borders-monthly-update-August-2022.aspx; Bộ Trưởng Bộ Nội Vụ Clare O'Neil, "Thông Cáo Báo Chí Chung với Ngoại Trưởng Sri Lanka," 20 Tháng 6, 2022, https://minister.homeaffairs.gov.au/ClareONeil/Pages/meeting-sri-lankan-minister-foreign-affairs.aspx?utm_source=miragenews&utm_medium=miragenews&utm_campaign=news; Ben Packham và Susitha Fernando, "GPS Theo dõi đội tàu đánh cá Sri Lanka," *Australian*, 22 tháng 6, 2022, https://www.theaustralian.com.au/nation/gps-to-track-sri-lankan-fish-fleet/news-story/be3f234983da4d712e19a2c4ee1bcd9a; Ben Packham, "Thỏa Thuận Nhiên Liệu bí mật với Sri Lanka giúp tàu tuần tra tiếp tục hoạt động trên biển," *Australian*, 8 tháng 8, 2022, https://www.theaustralian.com.au/nation/secret-sri-lankan-fuel-deal-keeps-patrol-boats-on-water/news-story/e9a1c1a99e6c599425bfd64b6a237bab.

Thư mục

Bài viết, Sách và Báo cáo

ACAT, BPSOS, CAT-VN, CSW, LIV, and VN-CAT. *Report to the United Nations Committee Against Torture for the Examination of the First State Report of the Socialist Republic of Vietnam.* UNCAT's 65th session in Geneva, November 12, 2018 - December 7, 2018, 1-55. https://tbinternet.ohchr.org/_layouts/ 15/TreatyBodyExternal/DownloadDraft.aspx?key=gmqpViJkVZ fCteOsbUBadsD2QANgqGnHjtlnwViKb6ZnDQPqyv0zT1sFiS 4XnifeQVm/hcDYcNp+ysw9V7vIyw==.

Adams, Brad. "Letter to Chairman Nguyen Sinh Hung Re: Amended Vietnam Constitution." October 22, 2013. https://www.hrw.org/ news/2013/10/22/letter-chairman-nguyen-sinh-hung-re-amended-vietnam-constitution.

Adelman, Howard. "Accepting Refugees: International Law in a Canadian Context in the Twentieth Century." Working Paper No. 2017/1, Canadian Association for Refugee and Forced

Migration Studies, February 2017, 1-37. http://carfms.org/wp-content/uploads/2015/10/CARFMS-WPS-No9-Howard-Adelman.pdf.

Adelman, Howard. "We or All: A Review Essay on Refugees – Xenophobia, Idealism and Pragmatic." Parts I-V, March 11, 2018. https://howardadelman.com/2018/03/page/2/.

Adhi, Nugroho P, I Gst Putu Agung, and Bernadette Gitareja. "Challenge and Opportunity to Implement the Right to Education for Child Refugees in Indonesia." Proceedings of the 1st International Conference on Law and Human Rights 2020. *Advances in Social Science, Education and Humanities Research* 549 (2021): 54-62. https://dx.doi.org/10.2991/assehr.k.210506.009.

Agus, Alamsyah, Intan Slipi Lia, and Muh Akbar. "The Role of Social Work in the Context of Refugees and Asylum Seekers Rights in Indonesia." *ASWJ* 3, No. 5 (December 2018), 39-47. https://doi.org/10.47405/aswj.v3i5.60.

Ali, Muzafar, Linda Briskman, and Lucy Fiske. "Asylum Seekers and Refugees in Indonesia: Problems and Potentials." *Cosmopolitan Civil Societies: An Interdisciplinary Journal* 8, No. 2 (2016): 22-43. https://search.informit.com.au/document Summary;dn=903977044351509;res=IELHSS.

Amnesty International. *Annual Reports 2015-2022: Vietnam.* https://www.amnesty.org/en/annual-report-archive/.

Amnesty International. *'Let Us Breathe!' Censorship and Criminalization of Online Expression in Viet Nam.* December 2020, 1-79. https://www.amnesty.org/en/wp-content/uploads/2021/05/ASA4132432020ENGLISH.pdf

Amnesty International. *Prisons Within Prisons: Torture and Ill-Treatment of Prisoners of Conscience in Vietnam.* July 2016, 1-52. https://www.amnesty.org/download/Documents/ASA 4141872016ENGLISH.PDF.

Amnesty International. "Public Statement." August 11, 2016. https://www.amnesty.org/download/Documents/ASA414653201 6ENGLISH.pdf.

Amnesty International. "Viet Nam: Facebook Must Cease Complicity with Government Censorship." April 22, 2020. https://www.amnesty.org/en/latest/news/2020/04/viet-nam-facebook-cease-complicity-government-censorship/.

"Anger Burns on Vietnam's Poisoned Coast a Year After Spill." *Reuters*, April 4, 2017. https://www.reuters.com/article/us-formosa-plastics-vietnam-idUSKBN1760FH.

Anker, Deborah. "Regional Refugee Regimes: North America." In *The Oxford Handbook of International Refugee Law,* 296-314.

Arora, Vishal. "Vietnam's Religion Law 'Created to Repress, Control'." *World Watch Monitor*, April 27, 2016. https://www.worldwatchmonitor.org/2016/04/vietnams-religion-law-created-to-repress-control/.

Aston, Heath. "Australian Navy to Hand 50 Asylum Seekers Back to Vietnam." *SMH*, April 17, 2015. https://www.smh.com.au/politics/federal/australian-navy-to-hand-50-asylum-seekers-back-to-vietnam-20150417-1mnew5.html.

"Asylum Seekers Registered with UNHCR in Indonesia After June No Longer Eligible for Resettlement in Australia, Scott Morrison Says." *ABC News*, November 18, 2014. https://www.abc.net.au/news/2014-11-18/resettlement-path-for-asylum-seekers-in-indonesia-cut-off/5900962.

"Attorney Vo An Don Was Disbarred From Phu Yen Bar Association." *Dan Lam Bao*, November 27, 2017. https://danlambaovn.blogspot.com/2017/11/attorney-vo-don-was-disbarred-from-phu.html.

Australian Government Department of Foreign Affairs and Trade. *DFAT Country Information Report Vietnam*. June 21, 2017, 1-26. ttps://www.ecoi.net/en/file/local/1419336/4792_1512564532_country-information-report-vietnam.pdf.

Australian Government Department of Foreign Affairs and Trade. *DFAT Country Information Report Vietnam*. December 13, 2019, 1-47. https://www.ecoi.net/en/file/local/2024449/country-information-report-vietnam.pdf.

Australian Government Department of Foreign Affairs and Trade. *DFAT Country Information Report Vietnam*. January 11, 2022, 1-35. https://www.dfat.gov.au/sites/default/files/country-information-report-vietnam.pdf.

Australian Government Department of Home Affairs. *The Community Support Program: Guidelines for Approved Proposing Organisations*. January 22, 2019, 1-30. https://www.homeaffairs.gov.au/foi/files/2019/fa-190301223-document-released.pdf.

Australian Government Department of Home Affairs. *Discussion Paper: Australia's Humanitarian Program 2019-20*. 1-10. https://www.homeaffairs.gov.au/reports-and-pubs/files/2019-20-discussion-paper.pdf.

Australian Government Department of Home Affairs. *Findings of the Review of the Community Support Program*. Led by the Commonwealth Coordinator-General for Migrant Services, Ms. Alison Larkins, 1-9. https://www.homeaffairs.gov.au/reports-and-pubs/files/csp-review-findings.pdf.

Australian Government Department of Home Affairs. *Life in Australia: Australian values and principles*. 2020, 1-10. https://immi.homeaffairs.gov.au/support-subsite/files/life-in-australia/life-in-australia.pdf.

Australian Government Department of Immigration and Citizenship. *Enhanced Screening Policy Guidelines*. April 2013, 1-37. https://drive.google.com/file/d/0ByW2V3f-jYBRMEllNEs0X3haN28/edit?resourcekey=0-zlHpf36gcaCGv_x3OAX_8A.

Australian Government Department of Immigration and Citizenship. *Submission to the Joint Select Committee on Australia's Immigration Detention Network*. September 2011, 1-238.

https://www.homeaffairs.gov.au/reports-and-pubs/files/diac-jscaidn-submission-sept11.pdf.

Australian Government Joint Agency Task Force Operation Sovereign Borders (OSB). "Anti-People Smuggling Campaign." Last reviewed May 17, 2021. https://www.homeaffairs.gov.au/foi/files/2022/fa-210900999-document-released.PDF.

Australian Human Rights Commission (AHRC). *Tell Me About the 'Enhanced Screening Process'*. June 26, 2013, 1-3. https://www.humanrights.gov.au/our-work/asylum-seekers-and-refugees/publications/tell-me-about-enhanced-screening-process.

AHRC. *LA and LB v Commonwealth of Australia (DIBP): Report into the 'Enhanced Screening' Process*. [2015] AusHRC 96, 1-29. ttps://www.humanrights.gov.au/sites/default/files/document/publication/2015_AusHRC_96.pdf.

"Authorities Request to Revoke License Vo An Don." Lawyers for Lawyers, January 20, 2015. https://lawyersforlawyers.org/en/vietnam-request-by-authorities-to-revoke-license-of-lawyer-vo-an-don/.

Baillie Abidi, Catherine, and Shiva Nourpanah. *Refugees and Forced Migration: A Canadian Perspective, An A – Z Guide*. Halifax: Nimbus Publishing, 2019.

"Ba Gia Dình Người Việt Vượt Biên Dược LHQ Cấp Qui Chế Tị Nạn." *RFA*, May 23, 2017. https://www.rfa.org/vietnamese/news/vietnamnews/vietnamese-boatpeople-in-indonesia-granted-refugee-status-05232017095746.html.

"Ba Phụ Nữ Bình Thuận 'Lại Vượt Biên Dến Úc'." *BBC*, February 6, 2017. https://www.bbc.com/vietnamese/vietnam-38878718.

"Ba Phụ Nữ Bình Thuận 'Dược Hưởng Quy Chế Xin Tỵ Nạn'." *BBC*, April 5, 2017. https://www.bbc.com/vietnamese/vietnam-39362063?ocid=socialflow_facebook.

"Ba Phụ Nữ Việt Vượt Biên Sang Úc Bị Tạm Giữ ở Indonesia." *SBTN*, February 11, 2017. https://www.sbtn.tv/ba-phu-nu-viet-vuot-bien-sang-uc-bi-tam-giu-o-indonesia/.

Barker, Anne. "Suspected Asylum Seekers Found in Queensland Spark Warnings of Exodus from Vietnam." *ABC News*, August 30, 2018. https://www.abc.net.au/news/2018-08-29/fears-suspected-asylum-seekers-part-of-flood-from-vietnam/10179322.

Barker, Anne. "Indonesia is Preparing to Vaccinate Up to 180 million People Against COVID-19 in 15 Months." *ABC News*, February 5, 2021. https://www.abc.net.au/news/2021-01-13/indonesia-starts-rolling-out-jabs-of-chinas-covid-19-vaccine/13051430.

Bemma, Adam. "Refugees in Indonesia Told to Assimilate but not Settle." *Refugees Deeply*, February 9, 2018. https://www.newsdeeply.com/refugees/articles/2018/02/09/refugees-in-indonesia-told-to-assimilate-but-not-settle.

Best, Laura. "Why Canada Can Safely Meet Its Refugee Commitments." *TheTyee.ca*, November 18, 2015.

https://thetyee.ca/Opinion/2015/11/18/Canada-Can-Meet-Syrian-Refugee-Commitments/.

Bloemraad, Irene. *Understanding 'Canadian Exceptionalism' in Immigration and Pluralism Policy*. Washington DC: Migration Policy Institute, 2012, 1-18. https://www.migrationpolicy.org/research/TCM-canadian-exceptionalism.

Bohane, Ben. "South China Sea: Vietnam Prepares for Dangerous Days Ahead as the Country's Fisheries Clash with Chinese Authorities." *ABC News*, December 9, 2016. http://www.abc.net.au/news/2016-12-09/south-china-sea-vietnam-prepares-for-dangerous-days-ahead/8101192.

Bond, Jennifer. "The Power of Politics: Exploring the True Potential of Community Sponsorship Programs." In *Research Handbook on the Law and Politics of Migration*, edited by Catherine Dauvergne, 155-170. Cheltenham: Edward Elgar Publishing, 2021, https://doi.org/10.4337/9781789902266.00018.

Bond, Jennifer, and Ania Kwadrans. "Resettling Refugees Through Community Sponsorship: A Revolutionary Operational Approach Built on Traditional Legal Infrastructure." *Refuge: Canada's Journal on Refugees* 35, No. 2 (2019): 86-108. 10.7202/1064822ar.

Boykoff, Pamela. "Vietnam Fishermen on the Front Lines of South China Sea Fray." *CNN*, July 12, 2016. https://edition.cnn.com/2016/05/22/asia/vietnam-fisherman-south-china-sea/index.html.

Bradley, Megan, and Cate Duin. "A Port in the Storm: Resettlement and Private Sponsorship in the Broader Context of the Refugee Regime." In *Strangers to Neighbours*, 94-113.

Brooks, Lee. "Australia's Vietnamese Community Pledges $500k to UNHCR to Help Refugees." *ABC News*, August 30, 2016. https://www.abc.net.au/news/2016-08-30/vietnamese-community-gives-thousands-to-refugees/7796796.

Brown, Thomas, and Antje Missbach. "Refugee Detention in Indonesia." *Interpreter*, May 12, 2017. https://www.lowy institute.org/the-interpreter/refugee-detention-indonesia.

Bui, Grace. "The Resettlement of Vietnamese and Montagnard Refugees Residing in Thailand." The National Bureau of Asian Research, September 10, 2022. https://www.nbr.org/publication/the-resettlement-of-vietnamese-and-montagnard-refugees-residing-in-thailand/.

Bui, Ngoc Son. "Legal Regulation of Religion in Vietnam." In *Regulating Religion in Asia: Norms, Modes and Challenges*, edited by Jaclyn L. Neo, Arif A. Jamal, and Daniel P. S. Goh, 146-168. Cambridge: Cambridge University Press, 2019.

Butler, Gavin. "Critics Slam Australia's 'Appalling' Campaign to Deter Asylum Seekers." *VICE*, December 23, 2021. https://www.vice.com/en/article/m7vb4q/australian-campaign-asylum-seekers-online-games;

Button, Lisa. *Unlocking Childhood: Current Immigration Detention Practices and Alternatives for Child Asylum Seekers and*

Refugees in Asia and the Pacific. Save the Children and Asia Pacific Refugee Rights Network, May 2017, 1-71. https://resourcecentre.savethechildren.net/node/12161/pdf/unloc king_chiildhood.pdf.

Campaign to Abolish Torture in Vietnam. *Vietnam: Torture and Abuse of Political and Religious Prisoners*. January 2014, 1-137. http://www.stoptorture-vn.org/uploads/2/5/9/2/25923947/report-torture_in_vn_1-16-2014-final.pdf.

Campaign to Abolish Torture in Vietnam. "Police Brutality and Lethal Beatings." 2018. http://www.stoptorture-vn.org/police-brutality-and-lethal-beatings.html.

"Canada to Reject Refugees with Claims in Other Countries." *BBC*, April 9, 2019. https://www.bbc.com/news/world-us-canada-47874012.

CCR. *Sun Sea: Five Years Later*. August 2015, 1-17. https://ccrweb.ca/sites/ccrweb.ca/files/sun-sea-five-years-later.pdf.

Casasola, Michael. "The Indochinese Refugee Movement and the Subsequent Evolution of UNHCR and Canadian Resettlement Selection Policies and Practices." *Refuge* 32, No. 2 (2016): 41-53. https://doi.org/10.25071/1920-7336.40270.

Cassels, Deborah. "'I Cry All Night': The Child Asylum Seekers Stranded in Indonesia," *Guardian*, July 2, 2014. https://www.theguardian.com/world/2014/jul/02/i-cry-all-night-the-child-asylum-seekers-stranded-in-indonesia.

"Catholic Vietnam: Growing Despite Communist Oppression."
Catholic World Report, December 5, 2016.
https://www.catholicworldreport.com/2016/12/05/catholic-
vietnam-growing-despite-communist-oppression/.

Champagne, Imogen. "Border Force Backs Zero Chance Campaign
After Children Given Anti-Refugee Playing Cards." *Crikey*, May
26, 2022. https://www.crikey.com.au/2022/05/26/border-force-
backs-stance-despite-refugee-children-given-anti-refugee-
playing-cards/.

Chan, Gabrielle. "Budget Expected to Expand Sponsorship Program
for Refugees – At Cost of $40,000 each." *Guardian*, May 5,
2017. https://papers.ssrn.com/sol3/papers.cfm?abstract_id=
2809995.

Chantler, Gareth. "Lessons Learned? Canada's Problematic Syrian
Resettlement Process." *Atlantic Council*, September 28, 2018.
https://www.atlanticcouncil.org/blogs/syriasource/lessons-
learned-canada-s-problematic-syrian-resettlement-process/.

Cheatham, Amelia. "What Is Canada's Immigration Policy?"
Council on Foreign Relations, August 3, 2020.
https://www.cfr.org/backgrounder/what-canadas-immigration-
policy.

Cheng, June. "After the Fall." *World Magazine*, March 15, 2018.
https://world.wng.org/2018/03/after_the_fall.

Citizens for Public Justice (CPJ). "A Half Welcome: Delays, Limits, and Inequities in Canadian Refugee Sponsorship." April 2017, 1-20. https://cpj.ca/wp-content/uploads/A-Half-Welcome.pdf.

Citizenship and Immigration Canada (CIC). *OP 5: Overseas Selection and Processing of Convention Refugees Abroad Class and Members of the Humanitarian-protected Persons Abroad Classes*. manual [online] (August 13, 2009): 1-166. https://overseastudent.ca/migratetocanada/IMMGuide/CICManual/op/op05-eng.pdf.

Cochrane, Joe. "Refugees in Indonesia Hoped for Brief Stay. Many May Be Stuck for Life." *New York Times*, January 26, 2018. https://www.nytimes.com/2018/01/26/world/asia/indonesia-refugees-united-nations.html.

Cochrane, Liam. "Vietnamese Asylum Seeker Returned by Australia Says 'A Bullet Would Be Better'. *ABC News*, February 23, 2017. https://www.abc.net.au/news/2017-02-21/vietnam-asylum-seeker-returned-by-australia-speaks-of-beatings/8288226.

Coleman, Lara. *Resettling Refugees: Canada's Humanitarian Commitments*. Publication No. 2020-74-E, Ottawa: Library of Parliament, 2021. https://lop.parl.ca/staticfiles/PublicWebsite/Home/ResearchPublications/BackgroundPapers/PDF/2020-74-e.pdf.

Commonwealth of Australia. *Budget 2016-17: Budget Measures*. Budget Paper No. 2, 2016-17, 1-172. https://archive.budget.gov.au/2016-17/bp2/BP2_consolidated.pdf.

Commonwealth of Australia. *Budget 2017-18: Budget Measures.* Budget Paper No. 2, 2017-18, 1-190. https://archive.budget. gov.au/2017-18/bp2/bp2.pdf.

Commonwealth of Australia. Senate. Legal and Constitutional Affairs Legislation Committee. *Estimates.* Immigration and Citizenship Portfolio, May 28, 2013, 1-178. https://parlinfo. aph.gov.au/parlInfo/download/committees/estimate/0f70343a-b92d-45d8-b692-58b9623ba9cd/toc_pdf/Legal%20and%20 Constitutional%20Affairs%20Legislation%20Committee_2013_ 05_28_1971_Official.pdf;fileType=application/pdf#search=%22 committees/estimate/0f70343a-b92d-45d8-b692-58b9623ba9cd/ 0000%22.

Commonwealth of Australia. Senate. Legal and Constitutional Affairs Legislation Committee. *Estimates.* Immigration and Border Protection Portfolio, February 23, 2015, 1-188. https://parlinfo.aph.gov.au/parlInfo/download/committees/estima te/726d2567-78be-48ef-a9df-f7302dbb884c/toc_pdf/Legal% 20and%20Constitutional%20Affairs%20Legislation%20Commit tee_2015_02_23_3235_Official.pdf;fileType=application%2Fpd f#search=%22committees/estimate/726d2567-78be-48ef-a9df-f7302dbb884c/0000%22.

Commonwealth of Australia. Senate. Legal and Constitutional Affairs Legislation Committee. *Estimates.* Immigration and Border Protection Portfolio, May 25, 2015, 1-134. https://parlinfo.aph.gov.au/parlInfo/download/committees/estima

te/0c5973fa-5b41-457f-af39-57df2971a205/toc_pdf/Legal%20
and%20Constitutional%20Affairs%20Legislation%20Committe
e_2015_05_25_3493_Official.pdf;fileType=application%2Fpdf#
search=%22committees/estimate/0c5973fa-5b41-457f-af39-
57df2971a205/0000%22.

Commonwealth of Australia. Senate. Legal and Constitutional
Affairs Legislation Committee. *Estimates*. Attorney-General's
Portfolio, October 17, 2016, 1-203. https://parlinfo.aph.gov.au/
parlInfo/download/committees/estimate/516239db-3ab5-4777-
8b43-33f6d160c55d/toc_pdf/Legal%20and%20Constitutional%
20Affairs%20Legislation%20Committee_2016_10_17_4510_Of
ficial.pdf;fileType=application%2Fpdf#search=%22committees/
estimate/516239db-3ab5-4777-8b43-33f6d160c55d/0000%22.

Commonwealth of Australia. Senate. Legal and Constitutional
Affairs Legislation Committee. *Estimates*. Immigration and
Border Protection Portfolio, May 22, 2017, 5-203.
https://parlinfo.aph.gov.au/parlInfo/download/committees/estima
te/3016728a-1732-413a-bdd9-3647f38d88d4/toc_pdf/Legal%20
and%20Constitutional%20Affairs%20Legislation%20Committe
e_2017_05_22_5100_Official.pdf;fileType=application%2Fpdf#
search=%22committees/estimate/3016728a-1732-413a-bdd9-
3647f38d88d4/0003%22.

Commonwealth of Australia. Senate. Legal and Constitutional
Affairs Legislation Committee. *Estimates*. Home Affairs
Portfolio, May 22, 2018, 5-190. https://parlinfo.aph.gov.au/

parlInfo/search/display/display.w3p;db=COMMITTEES;id=com mittees%2Festimate%2F75507344-48f1-4665-8f23-623c6eb5 c20d%2F0002;query=Id%3A%22committees%2Festimate%2F7 5507344-48f1-4665-8f23-623c6eb5c20d%2F0002%22.

Community Refugee Sponsorship Australia (CRSA). *Application Guidebook for Community Supporter Groups in the Community Refugee Integration and Settlement Pilot (CRISP)*. August 2022, 1-24. https://refugeesponsorship.org.au/wp-content/uploads/ 2022/08/CRISP-Application-Guidebook-August-2022.pdf.

CRSA. *Settlement Guidebook for Community Supporter Groups in the Community Refugee Integration and Settlement Pilot (CRISP)*. August 2022, 1-36. https://refugeesponsorship. org.au/wp-content/uploads/2022/09/CRISP-Settlement- Guidebook-Version-date-14-September-2022.pdf.

Community Refugee Sponsorship Initiative (CRSI). *A New Model for Community Refugee Sponsorship in Australia*. Position Paper. May 2019, 1-18. https://refugeesponsorship.org.au/2019- crsi-position-paper/.

Cornish, Ruby. "New Community-Led Resettlement Program Provides Year-Long Support to Arriving Refugees." *ABC News*, August 28, 2022. https://www.abc.net.au/news/2022-08-28/new- crisp-community-led-refugee-resettlement-program/101379450.

Costello, Cathryn, Michelle Foster, and Jane McAdam. *The Oxford Handbook of International Refugee Law*. Oxford: Oxford University Press, 2021.

Cousins, Stephanie. *Make Refuge: Safer Pathways for Refugees and Asylum Seekers*. Churchill Fellowship Report, December 2018, 1-137. https://static1.squarespace.com/static/5ab4e58db27 e39d4f73673bd/t/5c36e312c2241b020e9f1e45/1547101002035/ Make+Refuge+Steph+Cousins+December+2018.pdf.

Crispin, Shawn W. "Undercover in Vietnam: Bloggers Play Risky Game of Cat-and-Mouse to Report." *CPJ*, September 25, 2014. https://cpj.org/blog/2014/09/undercover-in-vietnam-bloggers- play-risky-game-of-.php.

Crock, Mary. "'You Have to Be Stronger Than Razor Wire': Legal Issues Relating to the Detention of Refugees and Asylum Seekers." *Australian Journal of Administrative Law* 10 (2002): 33-63. https://www.researchgate.net/publication/228185845_ You_Have_to_Be_Stronger_than_Razor_Wire_Legal_Issues_R elating_to_the_Detention_of_Refugees_and_Asylum_Seekers).

Curby, Nicole. "Evicted and Arrested: Refugees in Indonesia Under Pressure." *Overland*, September 16, 2019. https://overland.org.au/2019/09/scenes-from-indonesia-near-the- border-with-australia/.

Dauvergne, Catherine. "Evaluating Canada's New *Immigration and Refugee Protection Act* in its Global Context." *Alberta Law Review* 41, No. 3 (2003): 725-744. https://www.albertalaw review.com/index.php/ALR/article/view/1321/1310.

Dauvergne, Catherine. "Challenges to Sovereignty: Migration Laws for the 21st Century." New Issues in Refugee Research Working

Paper No. 92, UNHCR (July 2003), 1-13.
https://www.unhcr.org/3f2f69e74.pdf.

Davidson, Helen. "Australia Reportedly Uses Navy Ship to Return
Asylum Seekers to Vietnam." *Guardian*, April 17, 2015.
https://www.theguardian.com/australia-news/2015/apr/17/
asylum-seekers-to-vietnam.

Dewansyah, Bilal, and Irawati Handayani. "Reconciling Refugee
Protection and Sovereignty in ASEAN Member States: Law and
Policy Related to Refugee in Indonesia, Malaysia and Thailand."
Central European Journal of International and Security Studies
12, No. 4 (December 2018): 473-485. https://cejiss.org/
reconciling-refugee-protection-and-sovereignty-in-asean-
member-states-law-and-policy-related-to-refugee-in-indonesia-
malaysia-and-thailand.

Dewansyah, Bilal, and Ratu Durotun Nafisah. "The Constitutional
Right to Asylum and Humanitarianism in Indonesian Law:
'Foreign Refugees' and PR 125/2016." *Asian Journal of Law
and Society* 8, No. 3 (2021): 536-557. 10.1017/als.2021.8.

Dhital, Dikshya. "The Economic Outcomes of Government Assisted
Refugees, Privately Sponsored Refugees and Asylum Seekers in
Canada." Major research paper, Graduate School of Public and
International Affairs, University of Ottawa, March 25, 2015.
https://ruor.uottawa.ca/bitstream/10393/32311/1/DIKSHYA,%2
0Dikshya%2020151.pdf.

Dias, Avani, Som Patidar, and Emily Clark. "Federal Government Asks Sri Lankan Filmmakers to Create Work About 'Illegal Migration to Australia'." *ABC News*, February 14, 2022. https://www.abc.net.au/news/2022-02-14/australian-government-slammed-over-film-competition-in-sri-lanka/100819104.

Do, Huyen Thanh. "Land Conflicts in Emerging Suburban Areas in Viet Nam: Causes and Effects." *Local Administration Journal* 13, No. 4 (October-December 2020): 319-346. https://papi.org.vn/wp-content/uploads/2021/06/244548-Article-Text-870777-1-10-20210104.pdf.

Doherty, Ben. *Call Me Illegal: The Semantic Struggle Over Seeking Asylum in Australia*. Oxford: Reuters Institute for the Study of Journalism, 2015. https://reutersinstitute.politics.ox.ac.uk/sites/default/files/2017-10/Call_me_illegal_The_semantic_struggle_over_seeking_asylum_in_Australia_0.pdf.

Doherty, Ben. "Coalition Slashes Costs for Sponsoring Refugees as New Resettlement Scheme Hailed as 'Watershed Moment'." *Guardian*, December 18, 2021. https://www.theguardian.com/australia-news/2021/dec/18/coalition-slashes-costs-for-sponsoring-refugees-as-new-resettlement-scheme-hailed-as-watershed-moment.

Doherty, Ben. "Community Sponsorship Could Transform Refugee Resettlement – and Australia." *Guardian*, September 22, 2018. https://www.theguardian.com/australia-news/2018/sep/22/

community-sponsorship-could-transform-refugee-resettlement-and-australia.

Doherty, Ben. "First Refugee Families Welcomed to Australia Under New Community Sponsorship Program," *Guardian*, August 27, 2022. https://www.theguardian.com/australia-news/2022/aug/27/syrian-refugee-family-welcomed-to-australia-under-new-community-sponsorship-program.

Doherty, Ben. "UN Human Rights Expert Decries Boat Turnbacks as Australia Criticised for Secrecy of 'On-Water Matters'." *Guardian*, July 8, 2021. https://www.theguardian.com/australia-news/2021/jul/08/un-human-rights-expert-decries-boat-turnbacks-as-australia-criticised-for-secrecy-of-on-water-matters?mc_cid=7425d737fa&mc_eid=9fb7b20078.

Doherty, Ben. "Vietnamese Asylum Seekers Forcibly Returned by Australia Face Jail." *Guardian*, May 24, 2016. https://www.theguardian.com/australianews/2016/may/24/vietnamese-asylum-seekers-forcibly-returned-by-australia-face-jail.

Doherty, Ben. "Vietnamese Asylum Seekers Turned Back After Being Processed at Sea." *Guardian,* June 22, 2016. https://www.theguardian.com/australia-news/2016/jun/22/vietnamese-asylum-seekers-turned-back-after-being-processed-at-sea.

Doherty, Ben, and Paul Farrell. "Detention of 157 Tamil Asylum Seekers on Board Ship Ruled Lawful." *Guardian*, January 28, 2015. https://www.theguardian.com/australia-news/2015/

jan/28/detention-157-tamil-asylum-seekers-on-board-ship-ruled-lawful.

Dutton, Peter. "Australia and Vietnam Further Cooperation to Stamp Out People Smuggling." Media Release, December 12, 2016. https://minister.homeaffairs.gov.au/peterdutton/Pages/Australia-and-Vietnam-further-cooperation-to-stamp-out-people-smuggling.aspx.

Duxson, Sophie. "Filling the Legal Vacuum." *Inside Indonesia* 124 (April-June 2016). https://www.insideindonesia.org/filling-the-legal-vacuum.

Dyck, Stephanie. "Private Refugee Sponsorship in Canada: An Opportunity for Mutual Transformation." *Intersections: Challenges and Opportunities in Refugee Resettlement* 5, No. 4 (2017): 13-14. https://mccintersections.wordpress.com/2017/11/20/private-refugee-sponsorship-canada/.

Edis, Bayan. "Seaborne Asylum Seekers in the 21st Century: An Australian's Perspective." *Refugee Review: Re-conceptualizing Refugees and Forced Migration in the 21st Century*, ESPMI Network 2, No. 1 (June 2015): 195-197. https://refugeereview2.files.wordpress.com/2015/06/final-refugee-review-ii-pdf3.pdf.

"18 Imigran Gelap Ternyata Kabur dari Penjara di Vietnam." *TitikNOL,* 11 February, 2017. https://titiknol.co.id/peristiwa/18-imigran-gelap-ternyata-kabur-dari-penjara-di-vietnam/ (translated from Indonesian).

"18 Thuyền Nhân Việt ở Indonesia Dược Cấp Qui Chế Tị Nạn."
VOA, 24 May, 2017. https://www.voatiengviet.com/a/muoi-tam-
thuyen-nhan-viet-o-indonesia-duoc-cap-qui-che-ti-
nan/3868946.html.

The 88 Project. *2019 Report on Political Prisoners and Activists at
Risk in Vietnam*. 22 June, 2020, 1-43. https://the88project.org/
wp-content/uploads/2020/06/PDF-2019-annual-report.pdf.

The 88 Project. *Human Rights Reports Vietnam 2020-2021*.
https://the88project.org/category/reports/.

The 88 Project. *Report: Torture and Inhumane Treatment of
Political Prisoners in Vietnam 2018-2019*. 5 November, 2020, 1-
32. https://the88project.org/wp-content/uploads/2020/11/
Torture-Report_final.pdf.

The 88 Project and GHRC. *Joint Submission to the Universal
Periodic Review of the Socialist Republic of Vietnam*. UPR mid-
term submission to the UN Human Rights Council, third cycle, 1
November, 2021, 1-23. https://the88project.org/wp-content/
uploads/2021/10/Final-ENG-version_UPR-Submission-GHRC-
88-Project-10-28-21-1.pdf.

El-Chidiac, Sabine. "The Success of the Privately Sponsored
Refugee System." *Policy Options*, July 20, 2018.
https://policyoptions.irpp.org/magazines/july-2018/success-
privately-sponsored-refugee-system/.

Elgersma, Sandra. *Immigration Policy Primer*. Publication No.
2015-42-E. Ottawa: Library of Parliament, 2015.

https://lop.parl.ca/staticfiles/PublicWebsite/Home/ResearchPubli
cations/InBriefs/PDF/2015-42-e.pdf.

Elgersma, Sandra. *Resettling Refugees: Canada's Humanitarian Commitments*. Publication No. 2015-11-E. Ottawa: Library of Parliament, 2015. https://lop.parl.ca/sites/PublicWebsite/default/en_CA/ResearchPublications/201511E.

Environics Institute for Survey Research. *Canada's World Survey 2018 Final Report*. April 2018, 1-46. https://www.environic sinstitute.org/docs/default-source/project-documents/canada's-world-2018-survey/canada's-world-survey-2018---final-report.pdf?sfvrsn=17208306_2.

Environics Institute for Survey Research. *Canadian Public Opinion About Immigration and Refugees. Focus Canada*, Executive Summary, April 29, 2019, 1-7. https://www.environicsinstitute. org/docs/default-source/project-documents/focus-canada-spring-2019/environics-institute---focus-canada-spring-2019-survey-on-immigration-and-refugees---final-report.pdf?sfvrsn= 8dd2597f_2.

Environics Institute for Survey Research. *Canadian Public Opinion About Immigration and Refugees Final Report. Focus Canada*, Executive Summary, October 7, 2020, 1-8. https://www. environicsinstitute.org/docs/default-source/project-documents/fc-fall-2020---immigration/focus-canada-fall-2020---public-opinion-on-immigration-refugees---final-report.pdf?sfvrsn= bd51588f_2&mc_cid=e467489f57&mc_eid=9fb7b20078.

Environics Institute for Survey Research. *Private Refugee Sponsorship in Canada – 2021 Market Study Final Report*. June 2021, 1-24. https://www.environicsinstitute.org/docs/default-source/project-documents/welcome-the-stranger-private-sponsorship-study-2021/environics-r613-private-refugee-sponsorship-market-study-2021---final-report-eng.pdf?sfvrsn=9e66b9b2_4.

Evershed, Nick, Paul Farrell, and Oliver Laughland. "'In' or 'Out': What We Know About 'Enhanced Screening' of Asylum Seekers." *Guardian*, July 3, 2014. https://www.theguardian.com/world/2014/jul/03/asylum-seekers-may-be-subject-to-speedy-on-water-screenings.

"Factcheck." *ABC News*, January 24, 2014. https://www.abc.net.au/news/2014-01-24/tony-abbott-incorrect-on-asylum-seekers-breaking-australian-law/5214802?nw=0.

Faridz, Devianti. "Thousands of Refugees in Indonesia 'Shut Out' From Public Facilities." *VOA*, March 11, 2022. https://www.voanews.com/a/thousands-of-refugees-shut-out-from-public-facilities/6480371.html.

Faux, Imogen. "Vietnam's Law on Belief and Religion 'Deeply Flawed'." *World Watch Monitor*, December 6, 2016. https://www.worldwatchmonitor.org/2016/12/vietnams-law-on-belief-and-religion-deeply-flawed/.

Ferguson, Richard. "Afghan Boatpeople 'Zero Chance'." *Weekend Australian*, August 23, 2021. https://www.theaustralian.com.au/

nation/afghan-boatpeople-zero-chance/news-story/287c
0825233f9c1bd50e31ea744662c0.

Fitzgerald, David Scott. *Refuge Beyond Reach: How Rich Democracies Repel Asylum Seekers*. New York: Oxford University Press, 2019.

Foster, Michelle, and Anna Hood. "Regional Refugee Regimes: Oceania." In *The Oxford Handbook of International Refugee Law,* 441-460.

Fowler, Timothy. "Vietnamese Catholics Fleeing to Australia 'to Avoid Persecution'." *Ecumenical News*, July 19, 2013. https://www.ecumenicalnews.com/article/vietnamese-catholics-fleeing-to-australia-to-avoid-persecution/22345.htm.

Freedom House. *Freedom in the World 2016-2020 Complete Books: Vietnam*. https://freedomhouse.org/reports/publication-archives.

Freedom House. "Freedom on the Net 2019: Vietnam." June 1, 2018-May 31, 2019. https://freedomhouse.org/country/vietnam/freedom-net/2019.

Garcea, Joseph. "Canada's Refugee Protection System." In *Structural Context of Refugee Integration in Canada and Germany*, edited by Annette Korntheuer, Paul Pritchard, and Debora B Maehler, 31-36. Cologne: GESIS – Leibniz Institute for the Social Sciences, 2017. https://www.gesis.org/fileadmin/upload/forschung/publikationen/gesis_reihen/gesis_schriftenreih e/GS_15_-_Refugee_Integration_in_Canada_and_Germany.pdf.

Garnier, Adèle. "Resettled Refugees and Work in Canada and Quebec: Humanitarianism and the Challenge of Mainstream Socioeconomic Participation." In *Refugee Resettlement: Power, Politics, and Humanitarian Governance*, edited by Adèle Garnier, Liliana Lyra Jubilut, and Kristin Bergtora Sandvik, 118-138. Studies in Forced Migration Series Vol. 38. New York: Berghahn Books, 2018.

Garnier, Adèle. "The COVID-19 Resettlement Suspension: Impact, Exemptions and the Road Ahead." *FluchtforschungsBlog*, June 16, 2020. https://blog.fluchtforschung.net/the-covid-19-resettlement-suspension/.

Garnier, Adèle, Kristin Bergtora Sandvik, and Amanda Cellini. "The COVID-19 Resettlement Freeze: Towards a Permanent Suspension?" UNSW Kaldor Center for International Refugee Law, April 14, 2020. https://www.kaldorcentre.unsw.edu.au/publication/covid-19-resettlement-freeze-towards-permanent-suspension.

Garnier, Adèle, Kristin Bergtora Sandvik, and Liliana Lyra Jubilut. "Introduction: Refugee Resettlement as Humanitarian Governance." In *Refugee Resettlement*, 1-27.

Giles, Andrew. "Minister Marks First Refugee Arrivals Under the Community Refugee Integration and Settlement Pilot." Media Release, August 26, 2022. https://minister.homeaffairs.gov.au/AndrewGiles/Pages/first-arrivals-community-refugee-integration-settlement-pilot.aspx.

Gillespie, Eden. "Tamil-Australians 'Outraged' over Taxpayer-Funded Anti-Migration Film Competition." *SBS*, December 24, 2021. https://www.sbs.com.au/news/tamil-australians-outraged-over-taxpayer-funded-anti-migration-film-competition/d89d29b4-5736-4212-a316-867158d99c89.

Gillespie, Eden. "Ad Agency Behind Government's Film Competition Warning Against 'Illegal Migration' Has Won Ethical Awards." *SBS*, February 18, 2022. https://www.sbs.com.au/news/article/ad-agency-behind-governments-film-competition-warning-against-illegal-migration-has-won-ethical-awards/65yaplhkm.

Gillespie, John. "Human Rights as a Larger Loyalty: The Evolution of Religious Freedom in Vietnam." *Harvard Human Rights Journal* 27 (2014): 107-149. https://journals.law.harvard.edu/hrj/wp-content/uploads/sites/83/2014/07/V27_Gillespie.pdf.

Giotis, Chrisanthi. "'Stop Playing Politics': Refugees Stuck in Indonesia Rally Against UNHCR for Chronic Waiting." *Conversation*, October 8, 2019. https://theconversation.com/stop-playing-politics-refugees-stuck-in-indonesia-rally-against-unhcr-for-chronic-waiting-124176.

Gleeson, Madeline. "How Should Australia Respond to Asylum Seekers Arriving by Sea During the COVID-19 Pandemic?" *ILA Reporter*, February 11, 2021. http://ilareporter.org.au/2021/02/how-should-australia-respond-to-asylum-seekers-arriving-by-sea-during-the-covid-19-pandemic-madeline-gleeson/.

Gleeson, Madeline. "What is Occurring in the Seas North and West of Australia? We Have No Way of Knowing." UNSW Kaldor Centre for International Refugee Law, July 7, 2021. https://www.kaldorcentre.unsw.edu.au/news/what-occurring-seas-north-and-west-australia-we-have-no-way-knowing?mc_cid=7425d737fa&mc_eid=9fb7b20078.

Global Detention Project. "Indonesia Immigration Detention Profile." Updated January 2016, https://www.globaldetentionproject.org/countries/asia-pacific/indonesia.

Goodwin-Gill, Guy, and Jane McAdam. *The Refugee in International Law*. 4th edition. Oxford: Oxford University Press, 2021.

Gordyn, Carly. "Assessing Indonesia's New Decree on Refugees." *New Mandala*, February 9, 2017. https://www.newmandala.org/assessing-indonesias-new-decree-refugees/.

Government of Canada. "Regulations Amending the Immigration and Refugee Protection Regulations." *Canada Gazette*, Part 1, 146, No. 23, June 9, 2012. http://www.gazette.gc.ca/rp-pr/p1/2012/2012-06-09/html/reg1-eng.html.

Hansen, Kaitlin. "Land Law, Land Rights, and Land Reform in Vietnam: A Deeper Look into 'Land Grabbing' for Public and Private Development." Independent Study Project (ISP) Collection, 2013, 1722. https://digitalcollections.sit.edu/isp_collection/1722.

Hansen, Peter. "The Vietnamese State, the Catholic Church and the Law." In *Asian Socialism and Legal Change: The Dynamics of Vietnamese and Chinese Reform,* edited by John Gillespie and Pip Nicholson, 310-334. Canberra: ANU E Press; Asia Pacific Press, 2005. https://press-files.anu.edu.au/downloads/press/p125661/pdf/book.pdf.

Hanson-Young, Sarah. "Abbott Government Must Lift Veil of Secrecy on Operation Secret Boats." Media Release, April 18, 2015. https://sarah-hanson-young.greensmps.org.au/articles/abbott-government-must-lift-veil-secrecy-operation-secret-boats.

Hanson-Young, Sarah. "Minister Needs to Come Clean on Boat Arrival." Media Release, July 20, 2015. https://sarah-hanson-young.greensmps.org.au/articles/minister-needs-come-clean-boat-arrival.

Hanson-Young, Sarah. "Grave Concerns for the Plight of Vietnamese Asylum Seekers." Media Release, July 31, 2015. https://sarah-hanson-young.greensmps.org.au/articles/grave-concerns-plight-vietnamese-asylum-seekers.

Harris, Kathleen. "Federal Government Plans to Bring in More Than 1.2M Immigrants in Next 3 Years." *CBC News*, October 30, 2020. https://www.cbc.ca/news/politics/mendicino-immigration-pandemic-refugees-1.5782642.

Harris, Kathleen. "Refugee Advocates Say Canada Must Step Up Resettlement Efforts Despite Pandemic." *CBC News*, November

12, 2020. https://www.cbc.ca/news/politics/refugees-canada-pandemic-mendicino-1.5797361?fbclid=IwAR0MA8g_EHGJ1L aZU8exgrtg8l8yVpfUoC3TmQLvwdQJvpk1D0eUXDEid1E.

Harvey, Gemima. "Surviving While Seeking Asylum." *Inside Indonesia*, October 26, 2018. https://www.insideindonesia.org/surviving-while-seeking-asylum.

Hasham, Nicole. "Tony Abbott Tight-Lipped on Suspected Vietnamese Asylum Seeker Boat." *SMH*, July 21, 2015. https://www.smh.com.au/politics/federal/tony-abbott-tightlipped-on-suspected-vietnamese-asylum-seeker-boat-20150721-gih1ij.html.

Hasham, Nicole. "Vietnamese Asylum Seekers Returned by Plane in the Dead of Night: Reports." *SMH*, July 27, 2015. https://www.smh.com.au/politics/federal/vietnamese-asylum-seekers-returned-by-plane-in-the-dead-of-night-reports-20150727-gil671.html.

Hawke, Alex. "Enhanced Support for Refugee Resettlement and Integration." Media Release, December 17, 2021. https://minister.homeaffairs.gov.au/AlexHawke/Pages/enhanced-support-for-refugee-settlement-and-integration.aspx.

Hawley, Samantha. "Asylum Seekers Returned to Vietnam by Australian Navy Had Claims Assessed at Sea, UNHCR Says." *ABC News*, April 21, 2015. https://www.abc.net.au/news/2015-04-21/vietnam-asylum-seekers-returned-australian-navy-screened-at-sea/6407848.

Higgins, Claire. "Protecting Refugees and Australia's Interests." In *Fresh Perspectives in Security*, Center of Gravity Series Paper 51, ANU Strategic and Defence Studies Center, March 2020, 30-35.http://sdsc.bellschool.anu.edu.au/sites/default/files/publications/attachments/2020-03/cog_51_web.pdf.

Hirsch, Asher Lazarus. *After the Boats Have Stopped: Refugees Stranded in Indonesia and Australia's Containment Policies*. Refugee Council of Australia Brief, November 2018, 1-5. https://www.refugeecouncil.org.au/wp-content/uploads/2018/12/Indonesia_brief.pdf.

Hirsch, Asher Lazarus. "The Borders Beyond the Border: Australia's Extraterritorial Migration Controls." *Refugee Survey Quarterly* 36, No. 3 (September 1, 2017): 48-80. https://doi.org/10.1093/rsq/hdx008.

Hirsch, Asher Lazarus, and Cameron Doig. "Outsourcing Control: The International Organization for Migration in Indonesia." *International Journal of Human Rights* 22, No. 5 (2018): 681-708. http://doi.org/10.1080/13642987.2017.1417261.

Hirsch, Asher Lazarus, Khanh Hoang, and Anthea Vogl. "Australia's Private Refugee Sponsorship Program: Creating Complementary Pathways or Privatizing Humanitarianism?" *Refuge: Canada's Journal on Refugees* 35, No. 2 (2019): 109-122. https://doi.org/10.7202/1064823ar.

Ho Binh Minh. "Vietnam, Grappling with Mass Fish Deaths, Clamps Down on Seafood Sales." *Reuters*, April 28, 2016.

Hoang, Khanh. "Lessons from History: The Community Refugee
Settlement Scheme." Community Refugee Sponsorship Initiative
(CRSI), April 27, 2018. https://refugeesponsorship.org.au/
lessons-from-history-the-community-refugee-settlement-
scheme/.

Hoang, Khanh. "Risks and Rewards in Australia's Plan for Private
Sponsorship." UNSW Kaldor Centre for International Refugee
Law, May 16, 2017, https://www.lowyinstitute.org/the-
interpreter/risks-rewards-private-humanitarian-refugee-
sponsorship.

Hodge, Amanda. "No More Aid … Refugees Turn on Each Other to
Feed Families." *Australian*, August 31, 2019.
https://www.theaustralian.com.au/nation/world/no-more-aid-
refugees-turn-on-each-other-to-feed-families/news-story/
99f3e60b89edc7423e7baddd7dc838b1.

Hodge, Amanda. "Refugees in Limbo Wait for Softening of Rules."
Australian, November 4, 2018. https://www.theaustralian.
com.au/nation/nation/refugees-in-limbo-wait-for-softening-of-
rules/news-story/21faec4c121460f102c1ceaa4bd3ecbe.

Hodge, Amanda. "Turnbacks Best Deterrent, Says IOM Chief."
Australian, January 31, 2019. https://www.theaustralian.com.au/
nation/immigration/turnbacks-best-deterrent-says-iom-
chief/news-story/bcd31b7a615a0c35e600de852ca25ddd.

Hodge, Amanda, and Nga LH Nguyen. "Kids 'Orphaned' as
Vietnam Jails Parents Over Asylum Bid." *Australian*, July 29,

2016. http://www.theaustralian.com.au/news/nation/kids-orphaned-as-vietnam-jails-parents-over-asylum-bid/news-story/fdb6751c38007ea02371b802315e57a9.

Howard, Jessica. "To Deter and Deny: Australia and the Interdiction of Asylum Seekers." *Refuge* 21, No. 4 (2003): 35-50. https://refuge.journals.yorku.ca/index.php/refuge/article/view/21 307/19978.

Hugo, Graeme, George Tan, and Caven Jonathan Napitupulu. "Indonesia as a Transit Country in Irregular Migration to Australia." In *A Long Way to Go: Irregular Migration Patterns, Processes, Drivers and Decision-Making*, edited by Marie McAuliffe and Khalid Koser, 167-196. Canberra: ANU Press, 2017. dx.doi.org/10.22459/LWG.12.2017.07.

Human Rights Watch (HRW). *Barely Surviving: Detention, Abuse, and Neglect of Migrant Children in Indonesia.* June 24, 2013, 1-86. https://www.refworld.org/docid/51cae2724.html.

HRW. *'Locked Inside Our Home': Movement Restrictions on Rights Activists in Vietnam.* February 2022, 1-82. https://www.hrw.org/sites/default/files/media_2022/02/vietnam0222_web.pdf.

HRW. *No Country for Human Rights Activists: Assaults on Bloggers and Democracy Campaigners in Vietnam.* June 18, 2017. https://www.hrw.org/report/2017/06/19/no-country-human-rights-activists/assaults-bloggers-and-democracy-campaigners.

HRW. *Public Insecurity: Deaths in Custody and Police Brutality in Vietnam*. September 15, 2014. https://www.hrw.org/report/2014/09/16/public-insecurity/deaths-custody-and-police-brutality-vietnam.

HRW. "Vietnam: Amended Constitution a Missed Opportunity on Rights." December 2, 2013. https://www.hrw.org/news/2013/12/02/vietnam-amended-constitution-missed-opportunity-rights.

HRW. "Vietnam: Drop Charges Against Boat Returnees." May 24, 2016. https://www.hrw.org/news/2016/05/24/vietnam-drop-charges-against-boat-returnees.

HRW. "Vietnam: EU Should Press for Release of Political Prisoners." November 28, 2017. https://www.hrw.org/news/2017/11/28/vietnam-eu-should-press-release-political-prisoners.

HRW. *Vietnam: Events of 2018*, 1-4. http://www.vietnamhuman rights.net/english/documents/HRW_2019.pdf.

HRW. *Vietnam: Events of 2019*. World Report 2020. https://www.hrw.org/world-report/2020/country-chapters/vietnam.

HRW. *Vietnam: Events of 2020*. World Report 2021. https://www.hrw.org/world-report/2021/country-chapters/vietnam.

HRW. *Vietnam: Events of 2021*. World Report 2022. https://www.hrw.org/world-report/2022/country-chapters/vietnam.

HRW. "Vietnam: Show Rights Commitment at Australia Talks." August 1, 2016. https://www.hrw.org/news/2016/08/01/vietnam-show-rights-commitment-australia-talks.

Hunter, Fergus, and Michael Koziol. "Asylum Seekers Who Come by Boat Banned for Life Under New Laws." *SMH*, October 30, 2016. https://www.smh.com.au/politics/federal/asylum-seekers-who-come-by-boat-banned-for-life-under-new-laws-20161030-gsdvf7.html.

Hutchens, Gareth. "Asylum Seekers Face Lifetime Ban from Entering Australia if They Arrive by Boat." *Guardian*, October 30, 2016. https://www.theguardian.com/australia-news/2016/oct/30/asylum-seekers-face-lifetime-ban-on-entering-australia-if-they-arrive-by-boat.

Hutchinson, Anna. "'Welcome to Canada': Hospitality, Inclusion and Diversity in Private Refugee Sponsorship." MSc diss., UCL, 2017. London: UCL Migration Research Unit Working Papers No. 2018/2, 1-38. https://www.geog.ucl.ac.uk/research/research-centres/migration-research-unit/publications/working-papers/files/MRU%20WP%20Anna%20Hutchinson%202018%202.pdf.

Hynie, Michaela, and Jennifer Hyndman. "From Newcomer to Canadian: Making Refugee Integration Work." *Policy Options*, May 17, 2016. http://policyoptions.irpp.org/magazines/may-2016/from-newcomer-to-canadian-making-refugee-integration-work.

Hyndman, Jennifer, William Payne, and Shauna Jiminez. *The State of Private Refugee Sponsorship in Canada: Trends, Issues and Impacts*. Refugee Research Network/Centre for Refugee Studies Policy Brief Submitted to the Government of Canada, December 2, 2016, 1-21. https://refugeeresearch.net/wp-content/uploads/2017/02/hyndman_feb'17.pdf.

Hyndman, Jennifer, Johanna Reynolds, Biftu Yousuf, Anna Purkey, Dawit Demoz, and Kathy Sherrell. "Sustaining the Private Sponsorship of Resettled Refugees in Canada." *Frontiers in Human Dynamics* 3 (May 11, 2021): 1-13. https://doi.org/10.3389/fhumd.2021.625358.

Ilham. "'We Never Invited You to Come Here.'" *Inside Indonesia*, May 3, 2021, https://www.insideindonesia.org/we-never-invited-you-to-come-here-2.

Immigration, Refugees and Citizenship Canada (IRCC). *2017 Annual Report to Parliament on Immigration*. 1-39. https://publications.gc.ca/collections/collection_2017/ircc/Ci1-2017-eng.pdf.

IRCC. *2018 Annual Report to Parliament on Immigration*. 1-43. https://publications.gc.ca/collections/collection_2018/ircc/Ci1-2018-eng.pdf.

IRCC. *2019 Annual Report to Parliament on Immigration*. 1-42. https://publications.gc.ca/collections/collection_2020/ircc/Ci1-2019-eng.pdf.

IRCC. *2020 Annual Report to Parliament on Immigration*. 1-39. https://www.canada.ca/content/dam/ircc/migration/ircc/english/pdf/pub/annual-report-2020-en.pdf.

IRCC. *2021 Annual Report to Parliament on Immigration*. 1-46. https://www.canada.ca/content/dam/ircc/documents/pdf/english/corporate/publications-manuals/annual-report-2021-en.pdf.

IRCC. "Canada Announces 3 New Initiatives to Welcome and Support More Refugees." News Release, June 18, 2021. https://www.canada.ca/en/immigration-refugees-citizenship/news/2021/06/canada-announces-3-new-initiatives-to-welcome-and-support-more-refugees.html.

IRCC. "A New Way Forward for Some Immigration Application Processing Times." News Release, August 9, 2018. https://www.canada.ca/en/immigration-refugees-citizenship/news/2018/08/a-new-way-forward-for-some-immigration-application-processing-times.html.

IRCC. *Evaluation of the Resettlement Programs (GAR, PSR, BVOR and RAP)*. July 2016, 1-47. https://www.canada.ca/content/dam/ircc/migration/ircc/english/pdf/pub/resettlement.pdf.

IRCC. Guide to the Private Sponsorship of Refugees Program. https://www.canada.ca/en/immigration-refugees-citizenship/corporate/publications-manuals/guide-private-sponsorship-refugees-program.html.

IRCC. "Government of Canada Appeal Granted on Safe Third Country Agreement." April 15, 2021. https://www.canada.ca/

en/immigration-refugees-citizenship/news/2021/04/government-of-canada-appeal-granted-on-safe-third-country-agreement.html.

"IRCC Minister Transition Binder 2021: Permanent Immigration – Immigration Levels Planning." https://www.canada.ca/en/ immigration-refugees-citizenship/corporate/transparency /transition-binders/minister-2021/levels.html.

IRCC. "Notice – Supplementary Information 2018-2020 Immigration Levels Plan." November 1, 2017. https://www.canada.ca/en/immigration-refugees-citizenship/ news/notices/supplementary-immigration-levels-2018.html.

IRCC. "Notice – Supplementary Information 2019-2021 Immigration Levels Plan." October 31, 2018. https://www.canada.ca/en/immigration-refugees-citizenship/ news/notices/supplementary-immigration-levels-2019.html.

IRCC. "Notice – Supplementary Information 2020-2022 Immigration Levels Plan." March 12, 2020. https://www.canada.ca/en/immigration- refugees-citizenship/ news/notices/supplementary-immigration-levels-2020.html.

IRCC. "Notice – Supplementary Information for the 2021-2023 Immigration Levels Plan." October 30, 2020. https://www. canada.ca/en/immigration-refugees-citizenship/ news/ notices/supplementary-immigration-levels-2021-2023. html.

IRCC. "Notice – Supplementary Information for the 2022-2024 Immigration Levels Plan." February 14, 2022. https://www.

canada.ca/en/immigration-refugees-citizenship/ news/notices/
supplementary-immigration-levels-2022-2024. html.

IRCC. *Privately Sponsored Refugee Program: Refugee Resettlement
in Canada: Important Information*. 1-13. https://www.canada.ca/
content/dam/ircc/migration/ircc/english/pdf/pub/psr_en.pdf.

IRCC. "Responsibilities of Sponsors & Availability of IRCC-
Funded Services for PSRs and BVORs." Updated October 2019.
https://www.rstp.ca/wp-content/uploads/2019/11/
Responsibilities-of- Sponsors-and-Availability-of-IRCC-funded-
Services-for-PSRs-and-BVORs-Oct-2019.pdf.

International Federation for Human Rights (FIDH) and Vietnam
Committee on Human Rights (VCHR). *Assessment of Vietnam's
Implementation of the UN Human Rights Committee's
Recommendations on Key Priority Issues*. 136th session, July 18,
2022, 1-6. https://www.fidh.org/IMG/pdf/20220718_vietnam_
ccpr_js_en.pdf.

International Organization for Migration (IOM). "Community
Support Program Process Map." https://australia.iom.int/
sites/default/files/PDFs/CSP%20-IOM%20Process%20Map.pdf.

IOM. *Financial Report for the Year Ended December 31, 2017*. May
29, 2018, 1-115. https://governingbodies.iom.int/system/files/en/
council/109/C-109-3%20-%20Financial%20Report% 20for %20
the%20year%202017.pdf.

IOM. "Indonesian City Admits Migrant Children to Public Schools." July 17, 2018. https://www.iom.int/news/indonesian-city-admits-migrant-children-public-schools.

IOM. "IOM Indonesia Programmes." https://indonesia.iom.int/sites/g/files/tmzbdl1491/files/documents/IOM%20Indonesia%20Fact%20Sheet%202021%20EN.pdf.

IOM Indonesia. *Alternatives to Detention.* Issue 4, September 2014, 1-4. https://www.iom.int/files/live/sites/iom/files/Country/docs/IOM-Indonesia_Alternatives-to-detention-September-2014.pdf.

IOM Indonesia. *COVID-19 Strategic Response and Recovery Plan 2021.* 1-9. https://indonesia.iom.int/sites/g/files/tmzbdl1491/files/documents/IOMIndonesiaCOVID19SRRP2021.pdf.

Jedwab, Jack. "GARs vs. PSRs: Explaining Differences in Outcomes for Recent Refugees to Canada." *Canadian Diversity* 15, No. 2 (2018): 38-46.

Jelita, Angela. "Suicide, Depression and Poverty: Indonesia's Bleak Future Now There's Almost No Chance of Being Resettled," *South China Morning Post*, March 21, 2018. https://www.scmp.com/lifestyle/article/2137993/suicide-depression-and-poverty-indonesias-refugees-bleak-future-now-theres.

Jesuit Refugee Services (JRS). *The Search: Protection Space in Malaysia, Thailand, Indonesia, Cambodia and the Philippines.* Bangkok: JRS Asia Pacific, 2012. https://www.refworld.org/pdfid/506bfb622.pdf.

Jeyakumar, Rhianne. "Australian Government Has Reduced Sri Lankan Civil War Refugees to Knock-Off Gimmicks – Reflections on the Zero Chance Campaign." *SAARI*, March 17, 2022. https://saaricollective.com.au/community/blog/australian-government-has-reduced-sri-lankan-civil-war-refugees-to-knock-off-gimmicks-reflections-on-the-zero-chance-campaign/

Johnston, Angela. "Majority of Canadians Against Accepting More Refugees, Poll Suggests." *CBC News*, July 3, 2019. https://www.cbc.ca/news/canada/manitoba/refugees-tolerance-1.5192769.

Joniad, J. N. "A Lost Generation of Refugee Children in Indonesia." *Overland*, May 6, 2020. https://overland.org.au/2020/05/a-lost-generation-of-refugee-children-in-indonesia/.

Joniad, J. N. "How Australia's Deterrence Policies Turned Indonesia into a Prison Without Walls." *Overland*, October 29, 2021. https://overland.org.au/2021/10/how-australias-deterrence-policies-have-turned-indonesia-into-a-prison-without-walls/comment-page-1/#comment-1056832.

Kaduuli, Stephen. "Continuing Welcome: A Progress Report on A Half Welcome." *CPJ*, June 2020. https://cpj.ca/wp-content/uploads/2020/06/Continuing-Welcome-Report.pdf.

Kalda, Lisa, Feng Hou, and Max Stick. "The Long-Term Economic Integration of Resettled Refugees in Canada: A Comparison of Privately Sponsored Refugees and Government-Assisted Refugees." *Journal of Ethnic and Migration Studies* 46 No. 9 (2020): 1687-1708. 10.1080/1369183X.2019.1623017.

Kasli, Zeynep. "Integration Outcomes of Recent Sponsorship and Humanitarian Visa Arrivals." *ReSOMA*, Ask the Expert Policy Brief, May 2019. https://pure.eur.nl/ws/portalfiles/portal/49330805/Ask_the_Expert_Brief_Sponsorship_Humanitarian_Visa.pdf.

Kasynathan, Shankar. "Using Prizes to Deter Asylum Seekers Sinks to Next Level 'Depravity'." *SMH*, December 31, 2021. https://www.smh.com.au/national/using-prizes-to-deter-asylum-seekers-sinks-to-next-level-depravity-20211230-p59kt3.html.

Kearney, Simon, and Stephen Fitzpatrick. "'Life of Brutality' in Crowded Indonesian Lock-Up." *Australian*, October 23, 2009. https://www.theaustralian.com.au/news/world/life-of-brutality-in-crowded-indonesian-lock-up/news-story/8b751e651ccbccd0471d41736555e720.

Keep, Joel, and Mai Hoa Pham. "Women Flee Vietnam for Second Time Following turn-back from Australia." *SBS*, February 15, 2017. http://www.sbs.com.au/news/article/2017/02/14/women-flee-vietnam-second-time-following-turn-back-australia.

Kerkvliet, Ben. "Vietnamese Fishermen Versus China." *New Mandala*, July 6, 2016. http://www.newmandala.org/vietnamese-fishermen-versus-china/.

Keung, Nicholas. "Years After Canada Opened its Doors, Thousands of Syrian Refugees Are Still Waiting to Come Here." *Star*, January 2, 2018. https://www.thestar.com/news/immigration/2018/01/02/years-after-canada-opened-its-doors-

thousands-of-syrian-refugees-are-still-waiting-to-come-
here.html.

Kneebone, Susan. "Australia as a Powerbroker on Refugee
Protection in Southeast Asia: The Relationship with Indonesia."
Refuge 33, No. 1 (2017): 29-41. https://doi.org/10.25071/1920-
7336.40446.

Kneebone, Susan, Antje Missbach, and Balawyn Jones. "The False
Promise of Presidential Regulation No. 125 of 2016?" *Asian
Journal of Law and Society* 8, No. 3 (2021): 431-450.
https://doi.org/10.1017/als.2021.2.

Kneebone, Susan, Asher Hirsch, and Audrey Macklin. "Private
Resettlement Models Offer a Way for Australia to Life its
Refugee Intake." *Conversation*, September 19, 2016.
https://theconversation.com/private-resettlement-models-offer-a-
way-for-australia-to-lift-its-refugee-intake-65030.

Kristin, Debby, and Chloryne Trie Isana Dewi. "The Rights of
Children Refugee in Transit Country Under the CRC, A Case of
Indonesia: An Intended Negligence?" *Padjadjaran Journal of
International Law* 5, No. 1 (January 2021).
https://doi.org/10.23920/pjil.v5i1.349.

Kyriadkides, Christopher, Arthur McLuhan, Karen Anderson, and
Lubna Bajjali. "Transactions of Worth in Refugee-Host
Relations." In *Strangers to Neighbours*, 231-245.

Labman, Shauna. "Conclusion: Sponsorship's Success and
Sustainability?" In *Strangers to Neighbours*, 347-364.

Labman, Shauna. *Crossing Law's Border: Canada's Refugee Resettlement Program*. Vancouver: UBC Press, 2019.

Labman, Shauna. "Looking Back, Moving Forward: The History and Future of Refugee Protection." *Chicago Kent Journal of International and Comparative Law* 10 (2010): 1-22. https://studentorgs.kentlaw.iit.edu/jicl/journal/volume-10/.

Labman, Shauna. "Private Sponsorship: Complementary or Conflicting Interests?" *Refuge* 32, No. 2 (2016): 67-80. https://doi.org/10.25071/1920-7336.40266.

Labman, Shauna. "Queue the Rhetoric: Refugees, Resettlement and Reform." *University of New Brunswick Law Journal* 62 (2011): 55-63. https://papers.ssrn.com/sol3/papers.cfm?abstract_id =2809995.

Labman, Shauna. "Refugee Protection in Canada: Resettlement's Role." *Canadian Diversity* 17, No. 2 (2020): 7-11. http://hdl.handle.net/10222/79384.

Labman, Shauna, and Geoffrey Cameron, eds. *Strangers to Neighbours: Refugee Sponsorship in Context*. Montreal & Kingston: McGill-Queen's University Press, 2020.

Labman, Shauna, and Adèle Garnier. "Federal Election 2021: What the Conservatives Don't Understand About Refugee Resettlement." *Conversation*, September 12, 2021. https://theconversation.com/federal-election-2021-what-the-conservatives-dont-understand-about-refugee-resettlement-167033.

Labman, Shauna, and Jamie Chai Yun Liew. "Law and Moral Licensing in Canada: The Making of Illegality and Illegitimacy Along the Border." *International Journal of Migration and Border Studies* 5, No. 3 (2019): 188.https://doi.org/10.1504/IJMBS.2019.102446.

Labman, Shauna, and Sarah Zell. "The Shift Towards Increased Citizen-Driven Migration in Canada." In *Research Handbook*, 110-124.

Lamb, Kate. "'It's Impossible to Do Anything': Indonesia's Refugees in Limbo as Money Runs Out." *Guardian*, September 14, 2019. https://www.theguardian.com/world/2019/sep/13/its-impossible-to-do-anything-indonesias-refugees-in-limbo-as-money-runs-out.

Lamb, Kate, and Ben Doherty. "On the Streets with the Desperate Refugees Who Dream of Being Detained." *Guardian*, April 15, 2018. https://www.theguardian.com/world/2018/apr/15/on-the-streets-with-the-desperate-refugees-who-dream-of-being-detained.

Lange, Kelsey. "Mobilization of the Legal Community to Support PSR Applications through the Refugee Sponsorship Support Program." In *Strangers to Neighbours*, 246-262.

Lau, Bryony. *A Transit Country No More: Refugees and Asylum Seekers in Indonesia.* Mixed Migration Centre (MMC) research report, May 2021, 1-49. https://mixedmigration.org/wp-

content/uploads/2021/05/170_Indonesia_Transit_Country_No_
More_Research_Report.pdf.

Laughland, Oliver. "Angus Campbell Warns Asylum Seekers Not to
Travel to Australia by Boat." *Guardian*, April 11, 2014.
https://www.theguardian.com/world/2014/apr/11/angus-
campbell-stars-in-videos-warning-asylum-seekers-not-to-travel-
by-boat.

Law Council of Australia. *Asylum Seeker Policy*. September 6,
2014, 1-11. https://www.lawcouncil.asn.au/publicassets/
129a0b1b-bed6-e611-80d2-005056be66b1/Policy-Statement-
Asylum-Seeker-Policy.pdf.

Law Council of Australia. *Australia-Vietnam 2016 Human Rights
Dialogue: Civil Society Consultation*. DFAT, June 20, 2016, 1-
12. https://www.lawcouncil.asn.au/docs/11b58e10-02bd-e611-
80d2-005056be66b1/3158_-_AU-Vietnam_Dialogue_2016.pdf.

Lawlor, Andrea, and Erin Tolley. "Deciding Who's Legitimate:
News Media Framing of Immigrants and Refugees."
International Journal of Communication 11 (2017): 967-991.
https://ijoc.org/index.php/ijoc/article/view/6273.

Lehr, Sabine, and Brian Dyck. "'Naming' Refugees in the Canadian
Private Sponsorship of Refugees Program: Diverse Intentions
and Consequences." In *Strangers to Neighbours*, 57-76.

Lenard, Patti Tamara. "How *Should* We Think about Private
Sponsorship of Refugees?" In *Strangers to Neighbours*, 79-92.

Lester, Eve. *Making Migration Law: The Foreigner, Sovereignty, and the Case of Australia.* Cambridge: Cambridge University Press, 2018.

Levitz, Stephanie. "Canada's Refugee Effort Hailed as Model for World by Head of UN Agency," *Canadian Press*, March 21, 2016. https://www.cbc.ca/news/politics/un-refugee-private-government-sponsor-1.3501400.

Liberal Party of Australia and National Party of Australia. *The Coalition's Operation Sovereign Borders Policy.* July 2013, 1-20. https://perma.cc/DV5E-HUN6.

Linh, Cat. "Các Thuyền Nhân VN Dược Cho Tạm Tá Túc ở Jakarta Qua Cuối Tuần." *RFA*, February 10, 2017. https://www.rfa.org/vietnamese/news/vietnamnews/vn-asylum-seekers-temporary-stay-in-jakarta-02102017225935.html.

LoCastro, Matthew, and Diovio Alfath. "Indonesia's Refugees Need Sustainable Solutions." Asean Post, January 19, 2020. https://theaseanpost.com/article/indonesias-refugees-need-sustainable-solutions.

Loc, Nam. "Những Thuyền Nhân Tị Nạn Muộn Màng." *Nguoi Viet*, January 25, 2022. https://www.nguoi-viet.com/little-saigon/nhung-thuyen-nhan-ti-nan-muon-mang/.

Loc, Nam. "Những Thuyền Nhân Tị Nạn Muộn Màng." *Viet Bao*, January 24, 2022. https://vietbao.com/a310922/nhung-thuyen-nhan-ti-nan-muon-mang.

Longbottom, Jessica. "Vietnam Jails Four Asylum Seekers Over Voyage to Australia Despite 'No Retribution' Promise." *ABC*

News, May 26, 2016. http://www.abc.net.au/news/2016-05-26/asylum-seekers-jailed-in-vietnam-despite-no-retribution-promise/7449516.

Ma, Wayne. "Facebook and Google Balance Booming Business with Censorship Pressure in Vietnam." *Information*, December 10, 2019. https://www.theinformation.com/articles/facebook-and-google-balance-booming-business-with-censorship-pressure-in-vietnam.

MacCallum, Mungo. "Asylum Seekers and the Language of War." *Drum*, January 14, 2014. https://www.abc.net.au/news/2014-01-13/maccallum-operation-sovereign-borders/5196708.

Macklin, Audrey, Kathryn Barber, Luin Goldring, Jennifer Hyndman, Anna Korteweg, Shauna Labman, and Jona Zyfi. "A Preliminary Investigation into Private Refugee Sponsors." *Canadian Ethnic Studies* 50 No. 2 (2018): 35–57. doi:10.1353/ces.2018.0014.

Macklin, Audrey, Kathryn Barber, Luin Goldring, Jennifer Hyndman, Anna Korteweg, and Jona Zyfi. "Kindred Spirits? Links between Refugee Sponsorship and Family Sponsorship." In *Strangers to Neighbours*, 207-228.

Majeed, Zaini. "Canada to Admit 45,000 Refugees in 2021; Expedite Permanent Residency Applications." *Republicworld.com*, June 19, 2021. https://www.republicworld.com/world-news/rest-of-the-world-news/canada-to-admit-

45000-refugees-in-2021-expedite-permanent-residency-applications.html.

Mann, Alexandra. "Refugees Who Arrive by Boat and Canada's Commitment to the Refugee Convention: A Discursive Analysis." *Refuge* 26, No. 2 (2009): 191-206. https://doi.org/10.25071/1920-7336.32088.

Martani, Ervis. "Rebalancing and Improving Refugee Resettlement in Canada." *Policy Options*, November 2, 2020. https://policyoptions.irpp.org/magazines/november-2020/rebalancing-and-improving-refugee-resettlement-in-canada/.

Masardi, Realisa D. "All Alone." *Inside Indonesia,* April-June 2016. https://www.insideindonesia.org/all-alone.

McAdam, Jane, and Fiona Chong. *Refugee Rights and Policy Wrongs: A Frank, Up-to-Date Guide by Experts.* Sydney: UNSW Press, 2019.

McNally, Rachel. "15 Ways to Evaluate the Success of Community Sponsorship Programs." CARFMS / ACERMF, January 22, 2020. https://carfms.org/15-ways-to-evaluate-the-success-of-community-sponsorship-programs-by-rachel-mcnally/.

McNevin, Anne, and Antje Missbach. "Luxury Limbo: Temporal Techniques of Border Control and the Humanitarianization of Waiting." *Int. J. Migration and Border Studies* 4, No. 2 (2018): 12–34. 10.1504/IJMBS.2018.091222.

Meurens, Steven. "It is Time for the Government of Canada to Unleash the Private Sector When It Comes to Refugee Resettlement." *Policy Options*, September 25, 2015. https://policyoptions.irpp.org/2015/09/25/the-private-sponsorship-of-refugees-program-after-alan-kurdi/.

Missbach, Antje. "Accommodating Asylum Seekers and Refugees in Indonesia: From Immigration Detention to Containment in 'Alternatives to Detention'." *Refuge* 33, No. 2 (2017): 32-44. https://doi.org/10.7202/1043061ar.

Missbach, Antje. "Benevolent Neglect: How Indonesia Handles Its Asylum Seeker Problem." *Conversation*, August 30, 2012. https://theconversation.com/benevolent-neglect-how-indonesia-handles-its-asylum-seeker-problem-8920.

Missbach, Antje. "Big Fears About Small Boats: How Asylum Seekers Keep Upsetting the Indonesia-Australia Relationship." In *Strangers Next Door? Australia and Indonesia in the Asian Century*, edited by Tim Lindsey and Dave McRae, 123-144. Melbourne: Bloomsbury Publishing, 2018.

Missbach, Antje. *The Criminalisation of People Smuggling in Indonesia and Australia: Asylum Out of Reach*. Oxford and New York: Routledge, 2022.

Missbach, Antje. "Detaining Asylum Seekers and Refugees in Indonesia." In *Detaining the Immigrant Other: Global and Transnational Issues*, edited by Rich Furman, Douglas Epps, and Greg Lamphear, 91-104. Oxford: OUP, 2016.

Missbach, Antje. "Falling Through the Cracks." *Policy Forum*, August 8, 2018. https://www.policyforum.net/falling-through-the-cracks/.

Missbach, Antje. "From Darfur to Cipayung: Refugees Are Left Stranded." *Conversation*, April 7, 2014. https://theconversation.com/from-darfur-to-cipayung-refugees-are-left-stranded-25034.

Missbach, Antje. "Substituting Immigration Detention Centers with 'Open Prisons' in Indonesia: Alternatives to Detention as the Continuum of Unfreedom." *Citizenship Studies* 25, No. 2 (2021): 224-237. 10.1080/13621025.2020.1859193.

Missbach, Antje. "Transiting Asylum Seekers in Indonesia: Between Human Rights Protection and Criminalisation." In *Migration and Integration in Europe, Southeast Asia, and Australia: A Comparative Perspective*, edited by Juliet Pietsch and Marshall Clark, 115-135. Amsterdam: Amsterdam University Press, 2015.

Missbach, Antje. *Troubled Transit: Asylum Seekers Stuck in Indonesia*. Singapore: ISEAS-Yusof Ishak Institute, 2015.

Missbach, Antje, and Yunizar Adiputera. "The Role of Local Governments in Accommodating Refugees in Indonesia: Investigating Best-Case and Worst-Case Scenarios." *Asian Journal of Law and Society* 8, No. 3 (2021): 490-506. https://doi.org/10.1017/als.2021.5.

Missbach, Antje, and Gerhard Hoffstaedter. "When Transit States Pursue Their Own Agenda: Malaysian and Indonesian Responses to Australia's Migration and Border Policies."

Migration and Society: Advances in Research 3 (2020): 1-16.
https://doi.org/10.3167/arms.2020.111405.

Missbach, Antje, and Anne McNevin. "Out of Sight, Out of Mind."
Inside Story, April 14, 2015. http://insidestory.org.au/out-of-
sight-out-of-mind.

Missbach, Antje, and Frieda Sinanu. "Life and Death in Immigration
Detention." *Inside Indonesia* 113, July-September 2013.
https://www.insideindonesia.org/life-and-death-in-immigration-
detention.

Missbach, Antje, and Nikolas Feith Tan. "Asylum in Indonesia: Can
Temporary Refuge Become Permanent Protection?" *Inside
Indonesia* 124, April-June 2016. https://www.inside
indonesia.org/asylum-in-indonesia-can-temporary-refuge-
become-permanent-protection-2.

Missbach, Antje, and Nikolas Feith Tan. "No Durable Solutions."
Inside Indonesia, March 13, 2017. https://www.insideindonesia.
org/no-durable-solutions.

Missbach, Antje, Yunizar Adiputera, Atin Prabandari, Ganesh
Cintika, Frysa Yudha Swastika, and Raditya Darningtyas.
"Stalemate: Refugees in Indonesia – Presidential Regulation No
125 of 2016." Center for Indonesian Law, Islam and Society,
Melbourne Law School, Policy Paper (2018): 1- 27.
https://law.unimelb.edu.au/__data/assets/file/0006/2777667/CILI
S-Paper-14_Missbach-et-al_final.pdf.

Mollman, Steve. "A Taiwanese Steel Plant Caused Vietnam's Mass Fish Deaths, the Government Says." *Quartz*, June 30, 2016. https://qz.com/718576/a-taiwanese-steel-plant-caused-vietnams-mass-fish-deaths-the-government-says/.

Montgomery, Marc. "Canadians: Attitudes Hardening Against Immigrants, Refugees." *Radio Canada International*, July 3, 2019. https://www.rcinet.ca/en/2019/07/03/canadians-attitudes-hardening-against-immigrants-refugees/.

Moreno-Lax, Violeta. *The Interdiction of Asylum Seekers at Sea: Law and (Mal)practice in Europe and Australia.* Policy Brief 4, UNSW Kaldor Centre for International Refugee Law. May 2017, 1-21. https://www.kaldorcentre.unsw.edu.au/sites/default/files/Policy_Brief4_Interdiction_of_asylum_seekers_at_sea.pdf.

Muntarbhorn, Vitit. "Regional Refugee Regimes: Southeast Asia." In *The Oxford Handbook of International Refugee Law,* 423-440.

Nardi, Dominic J. *Country Update: An Assessment of Vietnam's Law on Belief and Religion.* Washington: United States Commission on International Religious Freedom (USCIRF), November 2019, 1-5. https://www.uscirf.gov/sites/default/files/2019%20Vietnam%20Country%20Update_2.pdf.

Nethery, Amy, Brynna Rafferty-Brown, Savitri Taylor. "Exporting Detention: Australia-Funded Immigration Detention in

Indonesia." *Journal of Refugee Studies* 26, No. 1 (March 2013): 88-109. https://doi.org/10.1093/jrs/fes027.

"Người Úc Giúp Thuyền Nhân Việt Bị Hồi Hương." *VOA*, September 3, 2016. http://vietjoy.com/viewtopic.php? f=18&p=86926.

Nguyễn Quang Duy. "Challenges and Accomplishments: 45 Years (1975-2020) The Vietnamese Community in Victoria, Australia." Unpublished manuscript, Viet Thuc Foundation.

Norman, Jane. "Election 2016: Peter Dutton, Malcolm Turnbull Confirm Vietnam Asylum Seeker Boat Turn-Back." *ABC News*, June 22, 2016. https://www.abc.net.au/news/2016-06-22/dutton-turnbull-confirm-vietnam-asylum-seeker-boat-turn-back/7532368.

Office of former Senator Thanh Hai Ngo. *Human Rights Situation in Vietnam Reports: 2012-2021.* Senate Canada, https://honourablengo.ca/summer-internship-program/my-work/.

Okhovat Sahar, Asher Hirsch, Khanh Hoang, and Rebecca Dowd. "Rethinking Resettlement and Family Reunion in Australia." *Alternative Law Journal* 42, No. 4 (2017): 273-278. http://journals.sagepub.com/doi/full/10.1177/1037969X17732705.

O'Neil, Clare. "Joint Media Release with Sri Lankan Foreign Minister." June 20, 2022. https://minister.homeaffairs.gov.au/ClareONeil/Pages/meeting-sri-lankan-minister-foreign-affairs.aspx?utm_source=miragenews&utm_medium=miragenews&utm_campaign=news.

Onion, Rebecca. "The Snake-Eaters and the Yards." *Slate*, November 27, 2013. https://slate.com/news-and-politics/2013/11/the-green-berets-and-the-montagnards-how-an-indigenous-tribe-won-the-admiration-of-green-berets-and-lost-everything.html.

Packham, Ben. "Secret Sri Lankan Fuel Deal Keeps Patrol Boats on Water." *Australian*, August 8, 2022. https://www.theaustralian.com.au/nation/secret-sri-lankan-fuel-deal-keeps-patrol-boats-on-water/news-story/e9a1c1a99e6c599425bfd64b6a237bab.

Packham, Ben, and Susitha Fernando. "GPS to Track Sri Lankan Fish Fleet." *Australian*, June 22, 2022. https://www.theaustralian.com.au/nation/gps-to-track-sri-lankan-fish-fleet/news-story/be3f234983da4d712e19a2c4ee1bcd9a.

Palmer, Wayne, and Antje Missbach. "Enforcing Labor Rights of Irregular Migrants in Indonesia." *Third World Quarterly* 40, No. 5 (2019): 908-925. https://doi.org/10.1080/01436597.2018.1522586.

Pearson, James. "Exclusive: Facebook Agreed to Censor Posts After Vietnam Slowed Traffic – sources." *Reuters*, April 22, 2020. https://www.reuters.com/article/us-vietnam-facebook-exclusive/exclusive-facebook-agreed-to-censor-posts-after-vietnam-slowed-traffic-sources-idUSKCN2232JX.

Pek, Alfred. "Indifference in Diversity: Ignorance and Apathy Towards Refugees in Indonesia." *New Mandala*, October 8,

2021. https://www.newmandala.org/indifference-in-diversity-
ignorance-apathy-towards-refugees-in-indonesia/.

Permanent Mission of the Republic of Indonesia to the UN, WTO,
and International Organizations in Geneva. "Response to the
Questionnaire of the Special Rapporteur on the Human Rights of
Migrants: 'Ending Immigration Detention of Children and
Seeking Adequate Reception and Care for Them'." No. 60/Pol-
II/IV/2020, April 21, 2020. https://www.ohchr.org/sites/default/
files/Documents/Issues/Migration/CallEndingImmigrationDetent
ionChildren/Member_States/Republic_of_Indonesia_submission
.pdf.

Petrie, Claire, and Harriet Spinks. "Migration Legislation
Amendment (Regional Processing Cohort) Bill 2019." Bills
Digest No. 54, 2019-20, November 19, 2019. https://www.aph.
gov.au/Parliamentary_Business/Bills_Legislation/bd/bd1920a/20
bd054.

Phan Thi Lan Huong. "Introduction to Constitutional Law in
Vietnam: Constitutional Explanation and Review." In *How
Public Law is Taught in Asian Universities*, 19-39. Japan:
Programs for Asian Global Legal Professions Series IV, 2020.

Phan, Xuan Son, and Vu Hong Trang. "Causes of Land Conflicts in
Vietnam." *Political Theory*, January 22, 2016. "Phúc Thẩm Vụ
Vượt Biên Đến Úc." *BBC*, August 31, 2016. https://www.bbc.
com/vietnamese/vietnam/2016/08/160831_australia_asylumn_se
eker_vietnam.

Pressé, Debra, and Jessie Thomson. "The Resettlement Challenge: Integration of Refugees from Protracted Refugee Situations," *Refuge*, 25 No. 1 (2008): 94-99. https://refuge.journals.yorku.ca/index.php/refuge/article/view/21402/20072.

"Profile of Nguyen Ngoc Nhu Quynh – Me Nam ('Mother Mushroom')." *88 Project*, October 20, 2016. https://the88project.org/profile-of-nguyen-ngoc-nhu-quynh-me-nam-mother-mushroom/.

Promoting Settlement-Sponsor Collaboration: Best Practices Report. ARI, April 2019, 1-21. https://ocasi.org/sites/default/files/promoting-settlement-sponsor-collaboration-best-practices-report.pdf.

"Public schools in Medan, Jakarta, Makassar and Tangerang Open Doors to Refugee Kids." *Coconuts Jakarta*, July 18, 2018.

Putri, Ganesh Cintika. "The Dilemma of Hospitality: Revisiting Indonesia's Policy on Handling Refugees Under International Law." *Jurnal Ham* 13, No. 1 (April 2022): 113-130. https://ejournal.balitbangham.go.id/index.php/ham/article/view/2435/pdf.

Rahmani, Tanita Dhiyaan. "Making the Best Out of the Worst: Utilizing Indonesia's Existing Laws to Protect Asylum Seekers in Transit." *Jurnal Syariah* 5 (November 2016): 57-70.

Refugee Council of Australia (RCOA). *Addressing the Pain of Separation for Refugee Families*. November 2016, 1-8.

https://www.refugeecouncil.org.au/wp-content/uploads/2018/12/
Addressing-the-pain-of-separation-for-refugee-families.pdf.

RCOA. "Less Than One Third of Refugees in Australia's
Humanitarian Program Are Resettled From UNHCR." May 9,
2020. https://www.refugeecouncil.org.au/less-one-third-
refugees-australias-humanitarian-program-resettled-unhcr/.n

RCOA. "Refugees and International Law." May 10, 2020.
https://www.refugeecouncil.org.au/international-law/6/.

RCOA. "Refugee Resettlement to Fall Short of National and Global
Targets, as COVID-19 Pandemic Halts Travel." April 29, 2020.
https://www.refugeecouncil.org.au/resettlement-briefing-on-
covid-19/.

RCOA and Settlement Services International (SSI). *Canada's
Private Sponsorship of Refugees Program: Potential Lessons for
Australia*. Discussion Paper, August 2017, 1-6.
https://www.refugeecouncil.org.au/wp-content/uploads/
2018/12/Canadian-PSR-paper-1708.pdf.

Refugee Sponsorship Training Program (RSTP). *Best Practices for
Monitoring Resource Kit*. April 2019, 1-29. http://www.rstp.ca/
wp-content/uploads/2019/04/Best-Practices-for-Monitoring-
Resource-Kit-Apr-2019.pdf.

RSTP. *Handbook for Sponsoring Groups*. CCS and RSTP, 2014.
http://www.rstp.ca/en/resources/hand-book-for-sponsoring-
groups/.

RSTP. *Private Sponsorship of Refugees (PSR) Program FAQs Post-Arrival Financial Support for PSRs*. Updated August 2019, 1-20. http://www.rstp.ca/wp-content/uploads/2019/08/EN-FAQs-update-Summer-2019-AUG-19-update_FINAL.docx-3.pdf

"Refugee Work Rights Report: Refugee Access to Fair and Lawful Work in Asia." *Asylum Access*, October 2019, 1-42. https://asylumaccess.org/wp-content/uploads/2019/11/Asia-RWR_FINAL.pdf.

"Refugees in Canada – Statistics & Facts." Statista Research Department, March 4, 2022. https://www.statista.com /topics/2897/refugees-in-canada/#topicHeader__wrapper.

"Refugees in Indonesia Tackle Life in Limbo Through School." *Daily Mail Australia*, June 19, 2016. https://www.dailymail. co.uk/wires/afp/article-3648849/Refugees-Indonesia-tackle-life-limbo-school.html.

Reilly, Alex, and Rebecca La Forgia. "Secret 'Enhanced Screening' of Asylum Seekers: A Democratic Analysis Centering on the Humanity of the Commonwealth Officer." *Alternative Law Journal*, 38, No. 3 (2013): 143–146. https://journals.sagepub. com/doi/10.1177/1037969X1303800302.

Reimer, Reg. "Vietnam's Religion Law." *World Watch Monitor*, May 8, 2015. https://www.worldwatchmonitor.org/2015/05/ vietnams-religion-law/.

Richie, Genevieve. "Civil Society, the State, and Private Sponsorship: The Political Economy of Refugee Resettlement."

International Journal of Lifelong Education 37, No. 6 (2018): 663-675. https://doi.org/10.1080/02601370.2018.1513429.

Rizqillah, Muhammad Daffa, and Teresa Retno Arsanti. "Appraising the Education Provision for Refugee Children in Indonesia." *RDI Op-Ed*, No. 10 (2021): 1-6. https://www.rdi.or.id/storage/files/publication/1634621289-rdi-op-ed-no-10-cswh-uref-20211019.pdf.

Rudd, Kevin. "Transcript of Joint Press Conference – Brisbane." July 19, 2013. https://pmtranscripts.pmc.gov.au/release/transcript-22763.

"Rừng Luật Và Luật Rừng." *VietInfo*, September 9, 2014. http://vietinfo.eu/luat-vn/rung-luat-va-luat-rung.html.

Sadjad, Mahardhika Sjamsoe'oed. "What Are Refugees Represented to Be? A Frame Analysis of the Presidential Regulation No. 125 of 2016 Concerning the Treatment of Refugees 'from Abroad'." *Asian Journal of Law and Society* 8, No. 3 (2021): 451-466. 10.1017/als.2021.3.

Samuel, Sigal. "There's a Perception That Canada is Being Invaded." *Atlantic*, May 26, 2018. https://www.theatlantic.com/international/archive/2018/05/theres-a-perception-that-canada-is-being-invaded/561032/.

Satzewich, Vic. "'Canadian Exceptionalism': Border Control Also Matters." *Canadian Diversity* 15, No. 2 (2018): 34-37.

Satzewich, Vic. *Points of Entry: How Canada's Immigration Officers Decide Who Gets In.* Vancouver: UBC Press, 2014.

Saunokonoko, Mark. "'It Is Not a Game, It's Our Life, It's Our Kids' Lives'." *9news*, February 16, 2022. https://www.9news.com.au/national/sri-lankan-refugee-advocates-claim-australia-zero-chance-online-games-campaign-misses-mark/e1f2bc73-0511-4b96-aca9-44232e121203.

Schloenhardt Andreas, and C. Craig. "'Turning back the boats': Australia's Interdiction of Irregular Migrants at Sea." *International Journal of Refugee Law* 27, No. 4 (December 2015): 536-572. https://doi.org/10.1093/ijrl/eev045.

Schultz, Amber, and Imogen Champagne. "Refugee Children in Indonesia Given Anti-Refugee Cards with Australian Coat of Arms." *Crikey*, May 25, 2022. https://www.crikey.com.au/2022/05/25/refugee-children-in-indonesia-given-anti-refugee-playing-cards/.

"Scott Morrison Defends Decision to Call Asylum Seekers 'Illegals'." *Guardian*, October 21, 2013. https://www.theguardian.com/world/2013/oct/21/news-asylumseekers-immigration-government.

Sebban, Shira. "We're a Disparate Group of Australians Doing the Work Our Government Won't." *Guardian*, August 24, 2016. https://www.theguardian.com/commentisfree/2016/aug/24/were-a-disparate-group-of-australians-doing-the-work-our-government-wont.

Sebban, Shira. "Saving the World, One Life at a Time." *New Matilda*, October 15, 2016.

https://newmatilda.com/2016/10/15/saving-the-world-one-life-at-a-time/.

Sebban, Shira. "Exclusive: Fate of Vietnamese Asylum Seeker Children Hangs in the Balance." *Independent Australia*, March 16, 2017. https://independentaustralia.net/australia/australia-display/exclusive-fate-of-vietnamese-asylum-seeker-children-hangs-in-the-balance,10117.

Sebban, Shira. "Turned Back by Australia, Vietnamese Recognised as Refugees in Indonesia." *SMH*, June 11, 2017. https://www.smh.com.au/world/turned-back-by-australia-vietnamese-recognised-as-refugees-in-indonesia-20170608-gwn475.html.

Seck, Yee Chung, and Manh Hung Tran. "Vietnam: New Amendments to Draft Regulations on Internet Services, Online Information and Online Games." Blog by Baker McKenzie, January 14, 2022. https://www.globalcompliancenews.com/2022/01/14/vietnam-new-amendments-to-draft-regulations-on-internet-services-online-information-and-online-games-22122021/.

"Seminar on Draft Decree to Replace Decree 162/2017/ND-CP on Belief and Religion." Vietnam Government Committee for Religious Affairs (GCRA), September 6, 2022. http://religion.vn/committee-news/seminar-on-draft-decree-to-replace-decree-1622017nd-cp-on-belief-and-religion-postEm1Nva4P.html.

Septiari, Dian. "UNHCR Works to Ensure No Refugees Left Behind in COVID-19 Crisis in Indonesia." *Jakarta Post*, April 5, 2020.

https://www.thejakartapost.com/news/2020/04/05/unhcr-works-to-ensure-no-refugees-left-behind-in-covid-19-crisis-in-indonesia.html.

Setiadi, Wicipto, and Mario Johanes Caesar Siagian. "The Implementation of Alternatives to Detention to Handle the Problems of Refugees in Indonesia." *Padjadjaran Journal of Law* 6, No. 1 (2019): 128-150. https://doi.org/10.22304/pjih.v6n1.a7.

Shahnaz, Liza, and Zainal Abidin Muhja. "The Rights of Children on the Move in Indonesia: Implementation and Challenges." *JUUM* 30 (2022): 99-110. 10.17576/juum-2022-30-09.

Singer, Peter. *The Life You Can Save: How to Do Your Part to End World Poverty.* 10th anniversary edition. Sydney: The Life You Can Save, 2019. https://www.thelifeyoucansave.org.au/the-book/.

Sinh, P. "Làm Rõ Nghi Vấn Dối Tượng Tổ Chức Dưa Người Ra Nước Ngoài Trái Phép." *Binh Thuan Online*, February 9, 2017. https://baobinhthuan.com.vn/lam-ro-nghi-van-doi-tuong-to-chuc-dua-nguoi-ra-nuoc-ngoai-trai-phep-13218.html.

Soksreinith, Ten. "Vietnamese Blogger Mother Mushroom Tells Activists 'You are not alone'." *VOA*, November 15, 2018. https://www.voanews.com/a/vietnamese-blogger-mother-mushroom-tells-activists-you-are-not-alone-/4659768.html.

Stenger, Lars. "What the Future Might Hold." *Inside Indonesia* 124, April-June 2016. https://www.insideindonesia.org/what-the-future-might-hold.

SUAKA. "Perpres: Refugee Protection Must Answer Key Issues Regarding Asylum Seekers and Refugees in Indonesia." Media Release, January 18, 2017. https://suaka.or.id/handling-refugees-from-overseas/.

SUAKA, UNHCR, JRS, and Sandya Institute. *Know Your Rights: A Handbook for Refugees and Asylum Seekers.* Jakarta: SUAKA, December 2018. https://apr.jrs.net/wp-content/uploads/sites/18/2020/03/2019-Know-your-rights-JRS-Indo.pdf.

SUAKA Indonesia, RDI UREF, LBH Jakarta, Dompet Dhuafa, Geutanyoe Foundation, HRWG. *Refugee Rights Situation in Indonesia.* Submission for Universal Periodic Review of the UN Human Rights Council (Fourth Cycle), 41st Session, March 30, 2022. https://suaka.or.id/wp-content/uploads/2022/08/upr-joint-submission-on-refugee-rights-situation-in-indonesia-1.pdf.

Susetyo, Heru. "Lost in Transit: Refugees Stranded in a Legal Vacuum in Indonesia." UNSW Kaldor Center for International Refugee Law, July 22, 2020. https://www.kaldorcentre.unsw.edu.au/publication/lost-transit-refugees-stranded-legal-vacuum-indonesia.

"Suspected Asylum Seeker Vessel Heading for Dampier off WA's North West Coast." *ABC News*, July 20, 2015.

https://www.abc.net.au/news/2015-07-20/suspected-asylum-seeker-vessel-seen-heading-for-dampier-wa-coast/6633146.

Sutiarnoto, Jelly Leviza, and Syaiful Azam. "Legal Protection for Refugees in Indonesia in the Perspective of National and International Law." Proceedings of the International Conference of Science, Technology, Engineering, Environmental and Ramification Researches. *Research in Industry* 4.0 (2020): 1752-1754. https://www.scitepress.org/Papers/2018/100979/100979.pdf.

Suyatna, I. Nyoman, I. Made Budi Arsika, Ni Gusti Ayu Dyah Satyawati, Rohaida Nordin, and Balawyn Jones. "Assessment of the Responsibility of Local Governments in Indonesia for the Management of Refugee Care." *Asian Journal of Law and Society*, 8, No. 3 (2021): 467-489. 10.1017/als.2021.4.

Syahrin, M. Alvi. "The Implementation of Non-Refoulement Principle to the Asylum Seekers and Refugees in Indonesia." *Sriwijaya Law Review* 1, No. 2 (July 2017): 168-178.

Szklarski, Cassandra. "Vietnamese-Canadian 'Boat People' Rally to Sponsor Syrian Refugees." *Globe and Mail*, December 9, 2015. https://www.theglobeandmail.com/news/national/vietnamese-boat-people-rally-to-sponsor-syrian-refugees/article27661190/.

Tan, Nikolas Feith. "The Status of Asylum Seekers and Refugees in Indonesia." *International Journal of Refugee Law* 28, No. 3 (October 1, 2016): 365-383. https://doi.org/10.1093/ijrl/eew045.

Tauson, Michelle. *Forgotten Futures: The Lives of Refugee Children in Urban Areas of Indonesia and Thailand.* Save the Children, June 2018, 1-46. 10.13140/RG.2.2.11882.16324.

Taylor, Jesse. *Behind Australian Doors: Examining the Conditions of Detention of Asylum-Seekers in Indonesia.* Asylum Seekers in Indonesia: Project, Findings & Recommendations, November 3, 2009, 1-48. https://www.safecom.org.au/pdfs/behind-australian-doors-examining-the-conditions.pdf.

Taylor, Luke. "Designated Inhospitality: The Treatment of Asylum Seekers Who Arrive by Boat in Canada and Australia." *McGill Law Journal* 60, No. 2 (January 2015): 333-379. https://doi.org/10.7202/1029211ar.

Taylor, Savitri. "Australian Funded Care and Maintenance of Asylum Seekers in Indonesia and PNG: All Care but No Responsibility?" *University of New South Wales Law Journal* 33, No. 2 (2010): 337-359. https://papers.ssrn.com/sol3/papers.cfm?abstract_id=1725508.

Taylor, Savitri, and Brynna Rafferty-Brown. "Difficult Journeys: Accessing Refugee Protection in Indonesia." *Monash University Law Review* 36, No. 3 (2010): 138-161. http://www.austlii.edu.au/au/journals/MonashU LawRw/ 2010/ 29.html.

Taylor, Savitri, and Brynna Rafferty-Brown. "Waiting for Life to Begin: The Plight of Asylum Seekers Caught by Australia's Indonesian Solution." *International Journal of Refugee Law* 22,

No. 4 (December 1, 2010): 558–592. doi.org/10.1093/ijrl/eeq034.

Thériault, Pierre-André. "Judicial Review in Canada's Refugee Resettlement Program." In *Strangers to Neighbours*, 263-281.

Timmerman, Antonia. "In Indonesia, Desperation Grows for Refugees Trapped in Limbo for Years." *New Humanitarian*, March 22, 2021. https://www.thenewhumanitarian.org/news-feature/2021/3/22/in-indonesia-desperation-grows-for-refugees-trapped-in-limbo-for-years.

Tisnadibrata, Ismira Lutfia. "Surviving as a Refugee Becomes More Testing During Pandemic." *Arab News*, June 19, 2020. https://www.arabnews.com/node/1692426/world.

Tobing, Dio Herdiawan. "Connecting the Obligation Gap: Indonesia's Non-Refoulement Responsibility Beyond the 1951 Refugee Convention." *Asian Journal of Law and Society* 8, No. 3 (2021): 521-535. 10.1017/als.2021.7.

Topsfield, Jewel. "Most Refugees in Indonesia Will Never Be Resettled: UN Refugee Agency." *SMH*, October 31, 2017. https://www.smh.com.au/world/most-refugees-in-indonesia-will-never-be-resettled-un-refugee-agency-20171031-gzbzhn.html.

Topsfield, Jewel. "Trapped in Transit: What Next for Asylum Seekers Stranded in Indonesia?" *SMH*, March 19, 2016. https://www.smh.com.au/world/trapped-in-transit-what-next-for-asylum-seekers-stranded-in-indonesia-20160317-gnlmkf.html.

Tra Mi. "Vietnam Bans Unsafe Seafood in Central Provinces."
VOA, May 5, 2016. https://www.voanews.com/a/vietnam-bans-
unsafe-seafood-in-central-provinces/3316289.html.

Tran, Hoa Ai. "Ba Gia Dình Phụ Nữ Vượt Biên Sẽ Tạm Cư ở Trại
Tị Nạn Semareng." *RFA*, June 13, 2017. http://www.rfa.org/
vietnamese/in_depth/the-three-families-fled-vn-2-time-moved-
semareng-refugee-camp-ha-06132017085531.html.

Tran, Hoa Ai. "Mạng Xã Hội Và Niềm Tin Từ Thiện." *RFA*,
December 6, 2016. https://www.rfa.org/vietnamese/in_depth/
social-media-and-charity-fund-raising-12062016140941.html.

Tran, Quynh-Vi. "Vietnam: Lawyer Disbarred for Speaking Ill of
Regime and the Communist Party." *Vietnamese*, April 14, 2019.
https://www.thevietnamese.org/2019/04/vietnam-lawyer-
disbarred-for-speaking-ill-of-regime-and-the-communist-party/.

Treviranus, Barbara, and Michael Casasola. "Canada's Private
Sponsorship of Refugees Program: A Practitioner's Perspective
of its Past and Future." Journal of International Migration and
Integration 4 (2003): 177-202. 10.1007/s12134-003-1032-0.

"Trial Set for Four Vietnamese 'Boat People' Who Were
Repatriated by Australia." *RFA*, November 29, 2016.
https://www.rfa.org/english/news/vietnam/trial-set-for-four-
vietnamese-11292016134257.html/.

Triệu, Kathy. "Lua and Loan, Two Asylum Seekers Rejected by
Australia." *Loa Broadcasting Vietnam*, Episode 76, July 19,
2017. Audio, 20:24. https://www.loa-podcast.com/episodes/ep-
76.

Trung, Doan. "Statement About Two Groups of 46 Vietnamese Asylum Seekers – The 'Plane Group' and the 'Choules Group'." Unpublished, January 7, 2016. (See Phụ lục 1).

Trung, Doan. Unpublished Statement. 28 September 2016. (See Phụ lục 2).

Turning Back Boats. Research Brief, UNSW Kaldor Center for International Refugee Law. Last updated August 2018, 1-16. https://www.kaldorcentre.unsw.edu.au/sites/default/files/Researc h%20Brief_Turning%20back%20boats_final.pdf.

Uhlmann, Chris and Peta Donald. "Australian Navy Returns 46 Asylum Seekers to Vietnam After Intercepting Group en Route to Australia." *ABC News*, April 20, 2015. https://www.abc.net.au/news/2015-04-20/government-criticised-over-boat-secrecy/6404950.

UN Committee Against Torture (CAT). *Consideration of Reports Submitted by States Parties Under Article 19 of the Convention Pursuant to the Optional Reporting Procedure, Initial Reports of States Parties Due in 2016: Viet Nam*. CAT/C/VNM/1, September 13, 2017, 1-51. https://tbinternet.ohchr.org/ _layouts/15/treatybodyexternal/Download.aspx?symbolno=CAT /C/VNM/1&Lang=en.

United Nations High Commissioner for Refugees (UNHCR). "Are Refugees Good for Canada?" https://www.unhcr.ca/wp-content/uploads/2019/06/economic-integration-onepager-en-2.pdf.

UNHCR. "As Global Displacement Grows to Nearly 80 Million People, Canada Shows Itself to be a World Leader in Refugee Resettlement: UNHCR Report Shows." June 18, 2020. https://www.unhcr.ca/news/global-displacement-grows-80-million-people-canada-world-leader-refugee-resettlement/.

UNHCR. *Beyond Detention: A Global Strategy to Support Governments to End the Detention of Asylum-Seekers and Refugees, 2014-2019.* 2014. https://www.refworld.org/docid/536b564d4.html.

UNHCR. "Committee against Torture Considers the Initial Report of Viet Nam." November 15, 2018. https://www.ohchr.org/en/NewsEvents/Pages/DisplayNews.aspx?NewsID=23895&LangID=E.

UNHCR. "FAQs for Refugees and Asylum-Seekers." https://www.unhcr.org/id/wp-content/uploads/sites/42/2017/05/UNHCR-website-FAQs.pdf.

UNHCR. "Figures at a Glance." https://www.unhcr.org/en-au/figures-at-a-glance.html.

UNHCR. *Frequently Asked Questions About Resettlement.* 1-16. https://www.refworld.org/pdfid/4ac0d7e52.pdf.

UNHCR. "Global Focus: Financials, 2017 South East Asia Requirements and Expenditure – Programmed Activities." http://reporting.unhcr.org/financial.

UNHCR. *Global Strategy: Beyond Detention 2014-2019: National Action Plan Indonesia*. 1-2. https://www.refworld.org/pdfid/57dff7912.pdf.

UNHCR. *Global Trends Reports. 2018-2021*. https://www.unhcr.org/globaltrends.

UNCHR. "Indonesia Country Fact Sheets." March 2014 - June 2022. https://www.unhcr.org/id/en/fact-sheets.

UNHCR. *Indonesia: Progress Under the Global Strategy Beyond Detention 2014-2019, Mid-2016*. https://www.unhcr.org/protection/detention/57b583457/indonesia-progress-report.html?query=indonesia.

UNHCR. *Information for Asylum Seekers in Indonesia*. https://www.unhcr.org/id/wp-content/uploads/sites/42/2017/05/Information-Leaflet-for-Asylum-Seekers-English-Feb-2017.pdf.

UNHCR. *Information for Refugees on Resettlement*. https://www.unhcr.org/id/wp-content/uploads/sites/42/2017/05/Resettlement-Information-Leaflet-English-Feb-2017.pdf.

UNHCR. *Information on Private Sponsorship Programs*. May 29, 2018. https://www.unhcr.org/id/wp-content/uploads/sites/42/2018/09/Leaflet-Sponsorship-Programs.pdf.

UNHCR. "IOM, UNHCR Announce Temporary Suspension of Resettlement Travel for Refugees." March 17, 2020. https://www.unhcr.org/news/press/2020/3/5e7103034/iom-

unhcr-announce-temporary-suspension-resettlement-travel-
refugees. html?fbclid=IwAR0o7YK3YcGvHdWnHypI0Tsipg
M3WpnL1gPoqmfnyuhO0yYS2-upMDsBPqk.

UNHCR. "Irregular Arrivals at the Border: Background Information
Jan-May 2019." June 2019. https://www.unhcr.ca/wp-
content/uploads/2019/07/IRREGULAR-ARRIVALS-AT-THE-
BORDER-Background-information-Jan-May-2019-1.pdf.

UNHCR. *Note on Burden and Standard of Proof in Refugee Claims.*
December 16, 1998, 1-7. https://www.refworld.org/pdfid/
3ae6b3338.pdf.

UNHCR. *Operation: Indonesia: 2017 Year-End Report.* July 25,
2018, 1-4. https://reporting.unhcr.org/sites/default/files/
pdfsummaries/GR2017-Indonesia-eng.pdf.

UNHCR. "Part Two: Procedures for the Determination of Refugee
Status" In *Handbook on Procedures and Criteria for
Determining Refugee Status and Guidelines on International
Protection Under the 1951 Convention and the 1967 Protocol
Relating to the Status of Refugees.* HCR/1P/4/ENG/REV.4,
Reissued Geneva, February 2019, 42-47.
https://www.refworld.org/docid/5cb474b27.html.

UNHCR. *Procedural Standards for Refugee Status Determination
Under UNCHR's Mandate.* September 1, 2005, 3-29.
https://www.unhcr.org/publications/procedural-standards-
refugee-status-determination-under-unhcrs-mandate.

UNHCR. *Progress Report 2018: A Global Strategy to Support Governments to End the Detention of Asylum-Seekers and Refugees, 2014-2019.* February 2019, 1-82. https://www.refworld.org/country,,,,IDN,,5c9354074,0.html.

UNHCR. "Resettlement Data Portal." 2016-2022. https://www.unhcr.org/en-au/resettlement-data.html? query=resettlement%20data%20finder.

UNHCR. *Submission by the United Nations High Commissioner for Refugees for the Office of the High Commissioner for Human Rights' Compilation Report Universal Periodic Review: 3rd Cycle, 27th Session, Indonesia,* September 2016, 1-16. https://www.refworld.org/docid/59158ed24.html.

UNHCR. "UNHCR Legal Position: Despite Court Ruling on Sri Lankans Detained at Sea, Australia Bound by International Obligations." Press Release, February 4, 2015. https://www.unhcr.org/54d1e4ac9.html.

UNHCR. *UNHCR Policy on Refugee Protection and Solutions in Urban Areas.* September 2009, 1-29. https://www.unhcr.org/ protection/hcdialogue%20/4ab356ab6/unhcr-policy-refugee-protection-solutions-urban-areas.html.

UNHCR. *UNHCR Projected Global Resettlement Needs 2023.* 1-131. https://www.unhcr.org/62b18e714.

UNHCR. *UNHCR Resettlement Handbook.* Geneva: Division of International Protection, 2011, 1-418. https://www.unhcr.org/ 46f7c0ee2.html.

UNHCR. *UNHCR Resettlement Handbook and Country Chapters.* April 2018. https://www.unhcr.org/4a2ccf4c6.html.

UNHCR. *UNHCR Resettlement Handbook.* Country Chapter: Australia, revised April 2016 and May 2018, 1-15. https://www.unhcr.org/3c5e542d4.html.

UNHCR. *UNHCR Resettlement Handbook.* Country Chapter: Canada, revised February 2018, 1-22. https://www.unhcr.org/3c5e55594.html.

UNHCR. "UNHCR Resettlement Submission Categories." Presentation. https://www.unhcr.org/558bff849.pdf.

UNHCR. "With Refugee Resettlement at a Record Low in 2020, UNHCR Calls on States to Offer Places and Save Lives." January 25, 2021. https://www.unhcr.org/news/press/2021/1/600e79ea4/refugee-resettlement-record-low-2020-unhcr-calls-states-offer-places-save.html.

UN Human Rights Council. *Report of the Special Rapporteur on Freedom of Religion or Belief, Addendum: Mission to Viet Nam (July 21 to 31, 2014).* January 30, 2015, A/HRC/28/66/Add.2, 1-20. https://www.refworld.org/docid/54f432530.html.

UN Human Rights Council. *Report on Means to Address the Human Rights Impact of Pushbacks of Migrants on Land and at Sea.* A/HRC/47/30, May 12, 2021, 1-20. https://documents-dds-ny.un.org/doc/UNDOC/GEN/G21/106/33/PDF/G2110633.pdf?OpenElement.

UN Permanent Mission of Viet Nam. *Note Verbale Addressed to the President of the General Assembly.* A/68/312, August 27, 2013, 1-6. https://digitallibrary.un.org/record/756375?ln=en.

UN Permanent Mission of Viet Nam. *Note Verbale Addressed to the President of the General Assembly.* A/77/276, August 4, 2022, 1-6. https://documents-dds-ny.un.org/doc/UNDOC/GEN/N22/454/09/PDF/N2245409.pdf?OpenElement.

UNICEF. "UNICEF Statement on Australia and Vietnam Signing MOU to Return Vietnamese Asylum Seekers." Sydney, December 13, 2016. https://vietbp.org/2017/08/14/unicef-statement-on-australia-and-vietnam-signing-mou-to-return-vietnamese-asylum-seekers.htm.

United States Committee for Refugees and Immigrants. "Paying the Price: Australia, Indonesia Try to Stop Asylum Seekers." *Refugee Reports* 22, No. 8 (September 1, 2001). https://www.refworld.org/docid/3c58099a1.html.

United States Department of State, Bureau of Democracy, Human Rights, and Labor. *Country Reports on Human Rights Practices 2016-2021: Vietnam.* https://www.state.gov/reports-bureau-of-democracy-human-rights-and-labor/country-reports-on-human-rights-practices/.

United States Department of State, Bureau of Democracy, Human Rights, and Labor. *Reports on International Religious Freedom 2016-2021: Vietnam.* https://www.state.gov/international-religious-freedom-reports/.

Van Haren, Ian. "Canada's Private Sponsorship Model Represents a Complementary Pathway for Refugee Resettlement." Migration Policy Institute, July 9, 2021. https://www.migrationpolicy.org/article/canada-private-sponsorship-model-refugee-resettlement.

Vietnam Committee on Human Rights (VCHR). *Shrinking Spaces: Assessment of Human Rights in Vietnam During the 2nd Cycle of its Universal Periodic Review*. Paris, February 2018, 1-35. http://queme.org/app/uploads/2018/02/Shrinking-spaces-VCHR-2018-EN.pdf.

VCHR. *Submission to the United Nations Human Rights Committee on the Third Periodic Report of Vietnam*. CCPR/C/VNM/3, 125th session, March 2019, 1-20. https://ccprcentre.org/files/documents/INT_CCPR_CSS_VNM_33776_E.docx.

"Việt Nam Thẳng Tay Xử Tù Người Vượt Biển Sang Úc: Bản án Tàn Bạo Và Vô Nhân Dạo." *VietInfo*, August 18, 2016. http://vietinfo.eu/tin-viet-nam/viet-nam-thang-tay-xu-tu-nguoi-vuot-bien-sang-uc-ban-an-tan-bao-va-vo-nhan-dao.html.

"Vietnam Floats Draconian New Religion Decrees." *Morning Star News*, June 14, 2022. https://morningstarnews.org/2022/06/vietnam-floats-draconian-new-religion-decrees/.

"Vietnam Jails 'Boat People' Bound for Australia in Breach of Pledge." *RFA*, December 13, 2016. https://www.rfa.org/english/news/vietnam/vietnam-jails-boat-people-1213 2016135607.html.

"Vietnam Rights Lawyer Barred from Leaving Country." *RFA*, September 28, 2022. https://www.rfa.org/english/news/vietnam/barred-09282022145939.html/ampRFA?fbclid=IwAR0E_hLUVWF5JFfU12g4-Ii8oEHEEsspNm3-K6NJPhGhYLDTJVBDQ7EHviA.

"Vietnam Says Taiwan Firm's Pollution Affected 200,000 People." *AP*, July 29, 2016. https://apnews.com/2755bc884d0a4a37b9ccab02ad05e759.

"Vietnam Strives to Resolve Issues for the Interest of All Parties." *Vietnam Law & Legal Forum*, August 31, 2022. https://vietnamlawmagazine.vn/vietnam-strives-to-resolve-land-issues-for-the-interest-of-all-parties-48907.html?utm_source=link.gov.vn#source=link.gov.vn.

The Vietnamese. "Vietnam Briefing." November 8, 2017 - September 12, 2022. https://www.thevietnamese.org/tag/human-rights/.

The Vietnamese. "Religion in Vietnam: Monthly Updates." July 2019 - May 2022. https://www.thevietnamese.org/tag/religion/.

"Vietnamese Asylum Seekers' Boat Stalls in Indonesia." *RFA*, February 10, 2017. https://www.refworld.org/docid/58f9cace21.html.

"Vietnamese 'Boat people' Attempt to Reach Australia a Second Time." *RFA*, February 8, 2017. https://www.rfa.org/english/news/vietnam/vietnamese-boat-people-attempt-to-reach-australia-a-second-time-02082017131644.html.

"Vietnamese Community Comes to Aid of Syrian Refugees." *SBS*, August 30, 2016. https://www.sbs.com.au/news/vietnamese-community-comes-to-aid-of-syrian-refugees.

"Vietnamese Face Punishment for Attempt to Flee the Country." *RFA*, April 1, 2016. https://www.rfa.org/english/news/vietnam/vietnamese-face-punishment-04012016142103.html.

"Vietnamese Rights Lawyer Stripped of His License to Practice." *RFA*, May 24, 2018. https://www.rfa.org/english/news/vietnam/license-05242018152904.html.

Vineberg, Robert. "25,000 Syrian Refugees in Four Months: How Did Canada Do It?" *Interpreter*, March 9, 2016. https://www.lowyinstitute.org/the-interpreter/25000-syrian-refugees-four-months-how-did-canada-do-it.

Voegli, Sarah Emily. "Canadian Sponsorship of Refugees Program Reform: A Limit on Canadians' Generosity." (Major research paper, University of Ottawa, 2014), 1-69. https://ruor.uottawa.ca/bitstream/10393/31570/1/VOEGELI%2C%20Sarah%202014 5.pdf

Vogl, Anthea. "A Matter of Time: Enacting the Exclusion of Onshore Refugee Applicants Through the Reform and Acceleration of Refugee Determination Processes." Oñati Socio-legal Series 6, No. 1 (2016): 137-162. http://138.25.65.17/au/journals/UTSLRS/2016/43.html.

Vogl, Anthea, and Asher Hirsch. "Community Members Should Be Able to Sponsor Refugees for the Right Reasons, Not to Save the Government Money." *Conversation*, March 8, 2018. https://theconversation.com/community-members-should-be-able-to-sponsor-refugees-for-the-right-reasons-not-to-save-the-government-money-112230.

Vogl, Anthea, Khanh Hoang, and Asher Hirsch. "Private Humanitarian Sponsorship: Searching for the Community in Australia's Community Refugee Sponsorship Program." In *Strangers to Neighbours*, 303-325.

Vu, Giao Cong, and Kien Tran. "Constitutional Debate and Development on Human Rights in Vietnam." *Asian Journal of Comparative Law* 11, No. 2 (December 2016): 235-262. https://doi.org/10.1017/asjcl.2016.27.

Vu, Nhan. "Cộng Dồng Người Việt Tại Canada Tiếp Dón Thuyền Nhân Việt Nam Từ Indonesia." *SBTN*, December 3, 2021. https://www.sbtn.tv/cong-dong-nguoi-viet-tai-canada-tiep-don-thuyen-nhan-viet-nam-tu-indonesia/.

"Vũng Tàu Xử Tù Người 'Tổ Chức Vượt Biên'." *BBC*, December 13, 2016. https://www.bbc.com/vietnamese/vietnam-38167677.

Waldman, Lorne. *Canadian Immigration & Refugee Law Practice*. Markham: Lexisnexis, 2019.

Wibowo, Mardian, and Jefri Porkonanta Tarigan. "Immigration and Refugee Laws in Indonesia." In *Constitutional Justice in Asia: "Migration and Refugee Law*," edited by Murat Azakli and Dr.Mucahit Aydin, 96-106. Ankara: AACC, 2018. https://www.anayasa.gov.tr/media/5228/5yaz_okulu_7_eylul.pdf

Wilkinson, Lori, and Joseph Garcea. *The Economic Integration of Refugees in Canada: A Mixed Record?* Migration Policy Institute, April 2017, 1-26. https://www.migrationpolicy.org/research/economic-integration-refugees-canada-mixed-record.

World Watch Monitor. "Two Steps Back?" March 2, 2013. https://www.worldwatchmonitor.org/2013/03/two-steps-back/.

World Watch Monitor. "Vietnam's Religion Policy and Practice – Contradictions Continue." November 23, 2017. https://www.worldwatchmonitor.org/2017/11/vietnams-religion-policy-practice-contradictions-continue/.

Xem Binh Luan. "Ba Gia Dình Việt Vượt Biên 'Sắp Dược Phỏng Vấn'." *VOA*, February 22, 2017. https://www.voatiengviet.com/a/ba-gia-dinh-viet-vuot-bien-bi-giu-o-indonesia-sap-duoc-lhq-phong-van/3735066.html#comments.

Yahyaoui Krivenko, Ekaterina. "Hospitality and Sovereignty: What Can We Learn from the Canadian Private Sponsorship of Refugees Program?" *International Journal of Refugee Law* 24, No. 3 (2012): 579-602. http://dx.doi.org/10.1093/ijrl/ees039.

Yen, Vu Pham. "Nhà Van Shira Sebban: Ân Nhân Nguòi Viêt Ty Nan Tam Trú ö Nam Duong." *Thoi Bao*, February 22, 2019. https://www.thoibao.com/nha-van-shira-sebban-an-nhan-nguoi-viet-ty-nan-tam-tru-o-nam-duong/.

Yonesta, Febi. "Illegal or Protected? Indonesia's Inconsistent Policy on Refugees." *Indonesia at Melbourne*, June 20, 2019.

https://indonesiaatmelbourne.unimelb.edu.au/illegal-or-protected-indonesias-inconsistent-policy-on-refugees/.

Zhuang, Yan. "Australia Tells Afghan Refugees: 'Do Not Attempt an Illegal Boat Journey.'" *New York Times*, August 23, 2021. https://www.nytimes.com/2021/08/23/world/asia/australia-tells-afghan-refugees-do-not-attempt-an-illegal-boat-journey.html.

Phỏng Vấn

Đỗ Kỳ Anh, September 4, 2019, May 20, 2020, and July 7, 2022.

Nguyễn Quang Duy, June 18, 2020.

Võ An Đôn, May 25, 2019, and June 24, 2022.

Luật Pháp

Úc

Maritime Powers Act 2013 (Cth.).

Migration Act 1958 (Cth.).

Migration Regulations 1994 (Cth.).

Migration (Migration Agents Code of Conduct) Regulations 2021 (Cth.).

Migration Amendment (Excision from Migration Zone) Act 2001 (Cth.).

Migration Amendment (Excision from Migration Zone) (Consequential Provisions) Act 2001 (Cth.).

Migration Amendment (Unauthorised Maritime Arrivals and Other Measures) Act 2013 (Cth.).

Migration and Maritime Powers Legislation Amendment (Resolving the Asylum Legacy Caseload) Act 2014 (Cth.).

Canada

Canadian Charter of Rights and Freedoms, Constitution Act 1982, Part 1.

Immigration and Refugee Protection Act, SC 2001, c. 27 (Can.) (IRPA).

Immigration and Refugee Protection Regulations, SOR/2002-227 (Can.) (IRPR).

Indonesia

Circular Note of Director General of Immigration No. IMI-UM.01.01-2827 on Restoring the Original Function of Immigration Detention Centers (July 30, 2018).

Directive from Director General of Immigration No. F-IL.01.10-1297 on Procedures Regarding Aliens Expressing Their Desire to Seek Asylum or Refugee Status (September 30, 2002).

Fourth Amendment to the 1945 Constitution of the Republic of Indonesia (August 11, 2002).

Law of the Republic of Indonesia No. 37 of 1999 on Foreign Relations.

Law of the Republic of Indonesia No. 39 of 1999 Concerning Human Rights.

Law of the Republic of Indonesia No. 6 of 2011 Concerning
Immigration.

Ministry of Education and Culture, Circular Note No.
75253/A.A4/HK/2019 on Education for Children of Refugees.

Presidential Regulation (*Peraturan Presiden* or *Perpres*) No. 125 of
2016 on the Handling of Foreign Refugees.

Regulation of Director General of Immigration No.
IMI.1489.UM.08.05 Regarding the Handling of Illegal
Immigrants (September 17, 2010).

Regulation of Director General of Immigration No. IMI-
0352.GR.02.07 on the Handling of Illegal Immigrants Claiming
to be Asylum-Seekers or Refugees (2016).

Quốc Tế

UN General Assembly. *Convention Relating to the Status of
Refugees*, opened for signature July 28, 1951, 189 United
Nations, Treaty Series (UNTS) 137 (entered into force April 22,
1954) (Refugee Convention).

UN General Assembly. *Protocol relating to the Status of Refugees*,
opened for signature January 31, 1967, 606 UNTS 267 (entered
into force October 4, 1967) (1967 Protocol).

UN General Assembly. *International Covenant on Civil and
Political Rights,* opened for signature December 16, 1966, 999
UNTS 171 (entered into force March 23, 1976) (ICCPR).

UN General Assembly. *International Covenant on Economic, Social and Cultural Rights,* opened for signature December 16, 1966, 993 UNTS 3 (entered into force January 3, 1976) (ICESCR).

UN General Assembly. *Convention against Torture and Other Cruel, Inhuman or Degrading Treatment or Punishment,* opened for signature December 10, 1984, 1465 UNTS 85 (entered into force June 26, 1987) (UNCAT).

UN General Assembly. *Convention on the Rights of the Child,* opened for signature November 20, 1989, 1557 UNTS 3 (entered into force September 2, 1990) (CRC).

UN General Assembly. *Protocol against the Smuggling of Migrants by Land, Sea and Air, Supplementing the United Nations Convention against Transnational Organized Crime*, November 15, 2000.

Việt Nam

Constitution of the Socialist Republic of Vietnam (November 28, 2013). (Hiến pháp nước Cộng hòa xã hội chủ nghĩa Việt Nam (28/11/2013)).

Socialist Republic of Vietnam, Decree No. 92/2012/ND-CP Detailing and Providing Measures for the Implementation of the Ordinance on Belief and Religion. (Cộng hòa xã hội chủ nghĩa Việt Nam, Nghị định số 92/2012/NĐ-CP quy định chi tiết và biện pháp thi hành Pháp lệnh tín ngưỡng, tôn giáo.)

Socialist Republic of Vietnam, Decree No. 162/2017/ND-CP
Guidelines for Implementation of the Law on Belief and
Religion. (Cộng hòa xã hội chủ nghĩa Việt Nam, Nghị định số
162/2017/NĐ-CP hướng dẫn thi hành Luật tín ngưỡng, tôn
giáo.)

Socialist Republic of Vietnam, Land Law No. 45/2013/QH13.
(Cộng hòa xã hội chủ nghĩa Việt Nam, Luật đất đai số
45/2013/QH13.)

Socialist Republic of Vietnam, Law on Belief and Religion No.
02/2016/QH14. (Cộng hòa xã hội chủ nghĩa Việt Nam, Luật tín
ngưỡng, tôn giáo số 02/2016/QH14.)

Socialist Republic of Vietnam, Ordinance on Belief and Religion
No. 21/2004/PL-UBTVQH11. (Cộng hòa xã hội chủ nghĩa Việt
Nam, Pháp lệnh tín ngưỡng, tôn giáo số 21/2004/PL-
UBTVQH11.)

Socialist Republic of Vietnam, Penal Code No. 15/1999/QH10.
(Cộng hòa xã hội chủ nghĩa Việt Nam, Bộ luật hình sự số
15/1999/QH10.)

Socialist Republic of Vietnam, Penal Code No. 100/2015/QH13.
(Cộng hòa xã hội chủ nghĩa Việt Nam, Bộ luật hình sự số
100/2015/QH13.)

About the Author

Tác giả Shira Sebban, một chuyên gia về di trú và người tị nạn, là nhà văn sống tại Sydney, Úc. Vào tháng 6 năm 2022, cô được trao tặng Huân chương Úc (OAM) vì những đóng góp đáng kể cho cộng đồng Do Thái. Là thành viên tích cực của nhóm cộng đồng SASS (Hỗ trợ người tị nạn Sydney), cô cũng là hướng dẫn viên tại Bảo tàng Do Thái Sydney.

www.ingramcontent.com/pod-product-compliance
Lightning Source LLC
Chambersburg PA
CBHW061544120626
46550CB00004B/1357